ഗ്രീൻ ബുക്സ്

മോഹവഴികളിലൂടെ

ഡോ. മോഹൻ പുലിക്കോട്ടിൽ

1964ൽ കുന്നംകുളത്തിനടുത്ത ആർത്താറ്റ്
പാപ്പച്ചന്റെയും അച്ചാമ്മയുടെയും
മൂത്തമകനായി ജനനം.
അലോപ്പതി ഡോക്ടറാണ്. കേരളത്തിലും
കുവൈറ്റിലും അനസ്തേഷ്യ, തീവ്രപരിചരണ
വിഭാഗങ്ങളിൽ ജോലി ചെയ്തിട്ടുണ്ട്.
ഇപ്പോൾ തൃശ്ശൂരിനടുത്ത ചിയ്യാരത്ത് താമസം.
എഴുത്തിൽ സജീവം.

Email: kuwaitimohan@gmail.com

യാത്ര

മോഹവഴികളിലൂടെ

ഡോ. മോഹൻ പുലിക്കോട്ടിൽ

ഗ്രീൻബുക്സ്

green books private limited
gb building, civil lane road, ayyanthole,
thrissur- 680 003, kerala, ph: +91 487-2381066, 2381039
website: www.greenbooksindia.com
e-mail: info@greenbooksindia.com

malayalam
mohavazhikaliloode
travalogue
by
dr. mohan pulikkottil

published october 2022

cover design : rajesh chalode
cover painting : atulya mohan

printed in india
manipal technologies ltd

branches:
thrissur 0487-2422515
thiruvananthapuram 0471-2335301
calicut 0495 4854662

isbn : 978-93-91072-34-6

GBPL/1260/2022

മുഖക്കുറി

യാത്രാവിവരണങ്ങൾ നമുക്ക് സ്ഥലങ്ങളെക്കുറിച്ചും ആവാസവ്യവസ്ഥകളെക്കുറിച്ചും വിജ്ഞാനപ്രദമായ വിവരങ്ങൾ പകർന്നുതരാറുണ്ട്. എസ്.കെ. പൊറ്റെക്കാട്ടിനെയും സക്കറിയയെയുംപോലുള്ള സാഹിത്യകാരന്മാർ യാത്രാപുസ്തകങ്ങൾ എഴുതുമ്പോൾ അതിന് ആസ്വാദ്യത വർദ്ധിക്കും. 'മോഹവഴികളിലൂടെ' എന്ന ഈ രചന ഇതിൽനിന്നെല്ലാം വ്യത്യസ്തമാകുന്നത് ഇതിൽ നിറഞ്ഞുതുളുമ്പുന്ന സ്നേഹവും കുടുംബാന്തരീക്ഷത്തിലുള്ള യാത്രാനുഭവങ്ങളുമാണ്.

ഒരു നദിയൊഴുകുന്നപോലെ ആയാസരഹിതമായ ഒരു യാത്രയിൽ നമ്മളും ഈ കുടുംബത്തോടൊപ്പം ഉണ്ടെന്ന ഒരു അനുഭൂതി പകരുന്ന രീതിയിലാണ് ഡോ. മോഹൻ ഈ അനുഭവങ്ങൾ വരച്ചുവെച്ചിരിക്കുന്നത്. ഒരു സ്ഥലത്തും ഒരു ധൃതിയും കൂടാതെയുള്ള യാത്രകൾ. അതിനിടയിൽ ഓരോ സ്ഥലത്തേയും ജനങ്ങളെ തൊട്ടറിയുന്ന അനുഭവങ്ങൾ. ഭാൻഗഢിലെ കൃഷ്ണ, പോളിൽനിന്നുള്ള സുന്ദരിക്കുട്ടി, നവോണയിലെ ചിത്രകാരൻ, ചൈനീസ് അപ്പൂപ്പൻ തുടങ്ങി നമ്മൾ യാത്രകളിൽ ഒരിക്കലും ശ്രദ്ധിക്കാനിടയില്ലാത്ത, അപ്രസക്തമായ ആൾക്കാരിലൂടെ ഇവർക്ക് ലഭിക്കുന്ന ഊഷ്മള സൗഹൃദം ആ പ്രദേശത്തെ കൂടുതൽ പ്രിയപ്പെട്ടതാക്കിത്തീർക്കുന്നു. ഇങ്ങനെ ഒരു കുടുംബത്തിന്റെ കണ്ണിലൂടെ, അനുഭവങ്ങളിലൂടെ നമ്മൾ കണ്ടിട്ടുള്ള പല സ്ഥലങ്ങൾ

അഭൗമസൗന്ദര്യത്തോടെ വീണ്ടും കൺമുന്നിൽ തെളിയുന്നു.

ഈ യാത്രാവിവരണങ്ങളിലെ നിറസാന്നിദ്ധ്യമായിരുന്ന ലില്ലിട്ടീച്ചർ ഇന്ന് നമ്മോടൊപ്പമില്ല. ആ അമ്മയുടെ കരുതലും തണലും സ്നേഹവും തണൽ വിരിച്ചു നിൽക്കുന്ന ഈ ആസ്വാദ്യകരമായ യാത്രാക്കുറിപ്പുകളുടെ സമാഹാരം വായനക്കാർക്കായി ഗ്രീൻ ബുക്സ് സന്തോഷത്തോടെ സമർപ്പിക്കുന്നു.

എഡിറ്റർ

ഉള്ളടക്കം

ബേബിയമ്മ.

കണ്ടവർക്കും കേട്ടവർക്കും കേട്ടറിഞ്ഞവർക്കും അമ്മയായിരുന്നു.

ലില്ലി ടീച്ചർ. ഒരുപാട് കുട്ടികൾക്കും മുതിർന്നവർക്കും പരിചയപ്പെട്ടവർക്കും പ്രിയപ്പെട്ട ടീച്ചറായിരുന്നു.

രണ്ടും ഒരാളായിരുന്നു.

എനിക്കവർ രണ്ടുമായിരുന്നു.

പിന്നെ സുഹൃത്തായിരുന്നു. സഹയാത്രികയായിരുന്നു. പലപ്പോഴും ഞങ്ങൾ സമപ്രായക്കാർ പോലുമായിരുന്നു.

കഴിഞ്ഞ കാൽനൂറ്റാണ്ടോളം ഭേദപ്പെട്ട മനുഷ്യനായി എന്നെ കാത്തുസൂക്ഷിച്ച ഔഷധക്കൂട്ടായിരുന്നു.

ഇരുപതിൽപ്പരം രാജ്യങ്ങൾ ഞങ്ങളൊരുമിച്ചു കണ്ടു.

അമ്മവിരലിൽ തൂങ്ങി എത്രയോ നഗരങ്ങൾ, ഗ്രാമങ്ങൾ, ചരിത്രഭൂമികകൾ, കാടുകൾ, മലകൾ, മണലാരണ്യങ്ങൾ, ജലാശയങ്ങൾ. കാഴ്ചകളിൽ നിന്ന് കാഴ്ചകളിലേക്ക്, ഉന്മേഷത്തിന്റെ മാന്ത്രികവടിയും കുത്തി ഞങ്ങൾക്കൊപ്പം അമ്മയുണ്ടായിരുന്നു. അമ്മ, വഴികളിലില്ലായിരുന്നുവെങ്കിൽ ഇത്രയേറെ യാത്രകളുണ്ടാകുമായിരുന്നില്ല, ഞങ്ങൾക്ക്. എവിടെയും അമ്മ ആദരവോടെ സ്വീകരിക്കപ്പെട്ടു. അവിടെയൊക്കെ ഞങ്ങളും.

യാത്രക്കളെ റദ്ദാക്കുന്ന കൊറോണക്കാലം അമ്മ വെറുത്തു. കരുതലിന്റെ വീട്ടുതടങ്കൽ അമ്മയ്ക്ക് മടുത്തു. രണ്ടായിരത്തി ഇരുപത്തൊന്നിലെ വിഷുപ്പിറ്റേന്ന് ഒരുക്കങ്ങളില്ലാത്ത യാത്രയിലേക്ക് ഒറ്റയ്ക്ക് തിരക്കിട്ടിറങ്ങിപ്പോയപ്പോൾ അമ്മയെടുക്കാൻ മറന്ന പുസ്തകം ഞാനിന്ന് അമ്മയ്ക്ക് സമർപ്പിക്കുന്നു.

ഡോ. മോഹൻ പുലിക്കോട്ടിൽ

എന്നേക്കാൾ ഈ പുസ്തകം
ആഗ്രഹിച്ചിരുന്നത് ബേബിയമ്മയും
ദാസേട്ടനുമാണ് (കൃഷ്ണദാസ്
വത്സൻ-ഗ്രീൻബുക്സ് മുൻ എം.ഡി).
രണ്ടുപേരും ഇന്നില്ല. അവർക്കു മുന്നിൽ
കണ്ണീർപ്പൂക്കളർപ്പിക്കുന്നു.

യാത്ര എന്ന കുടുംബപദ്ധതി

ആയിരത്തിത്തൊള്ളായിരത്തി തൊണ്ണൂറ്റിഒന്ന്. സെപ്റ്റംബർ ആണോ ഒക്ടോബർ ആണോ എന്നത്ര തിട്ടമില്ല. പി.ജി. പരീക്ഷ കഴിഞ്ഞ് ഒരു യാത്രയ്ക്കിറങ്ങിയതാണ് മിനിയോടും അമ്മയോടുമൊപ്പം. അപ്പുവും അമ്മുവും ഞങ്ങളുടെ കോശങ്ങളിൽ ഊഴം കാത്തു കിടക്കുന്നതേയുള്ളൂ. ജാംനഗറിലെ ഇർവിൻ ഹോസ്പിറ്റലിലെ ഞങ്ങളുടെ സുഹൃത്തും കൂടെയുണ്ട്. സോമ്നാഥ് ക്ഷേത്രം കണ്ട് ഗുജറാത്ത് ട്രാൻസ്പോർട്ട് ബസ്സിൽ കുലുങ്ങിക്കുലുങ്ങി തിരിച്ചു യാത്ര. അന്നും ഗുജറാത്തിലെ റോഡുകൾ സുന്ദരങ്ങളാണ്. കുലുക്കം സമ്മാനിക്കുന്നത് ബസ്സിന്റെ പഴക്കമാണ്.

സോമ്നാഥിൽ നിന്ന് അടുത്ത സീറ്റിൽ കൂടിയതാണ് നീണ്ടു നീണ്ട ഒരു മനുഷ്യൻ. നീണ്ട് വെളുത്ത സുന്ദരൻ താടി. അതിലും നീണ്ട് പിന്നിലേക്ക് കെട്ടിവെച്ച വെളുവെളുപ്പൻ തലമുടി. നീളൻ കൈകളുള്ള, നീണ്ട വെളുത്ത ജുബ്ബ. ചിരിക്കുമ്പോൾ പല്ലുകളുടെ വെളുപ്പെല്ലാം പുറത്തേക്കിടാൻ നീളെ തുറക്കുന്ന വായ. ഇടതുതോളിൽ നിന്ന് നെഞ്ചിനു കുറുകെ ഊർന്നിറങ്ങി വലതെടുപ്പിനും താഴെ വിശ്രമിക്കുന്ന കാവി തുണിസഞ്ചി. ഗുജറാത്തിയിൽ ആരംഭിച്ച സംസാരം ഹിന്ദിയും കടന്ന് ഇംഗ്ലീഷിൽ എത്തിയപ്പോഴേക്കും ആ വെളുപ്പിനെ ഞാൻ ഇഷ്ടപ്പെട്ടു കഴിഞ്ഞിരുന്നു.

അദ്ദേഹത്തിന്റെ നീളൻ പേരിൽ നിന്ന് കിഷോരിലാൽ എന്ന് മാത്രം ഞാൻ മുറിച്ചെടുത്തു. കൃഷ്ണന്റെ ദ്വാരകയിൽ ജനിച്ചവൻ. യാത്രകളിൽ ജീവിച്ചവൻ. നീളൻ യാത്രകളിലൂടെ നീണ്ടുപോയവൻ. യാത്രാനുഭവങ്ങളിൽ അലക്കിയലക്കി മുടി മുഴുക്കെ വെളുപ്പിച്ചവൻ.

സോമ്നാഥിൽ ഞങ്ങളുടെ കാഴ്ചകളെപ്പറ്റി വിശദമായി ചോദിച്ചു കിഷോരിലാൽ. സോമ്നാഥ് ക്ഷേത്രത്തിന്റെ ഇടതു മതിലിൽ കടലിന്റെ അപാരതയിലേക്കു കുലച്ചു നിൽക്കുന്ന ഒരു ബാണസ്തംഭമുണ്ട്. ആ അമ്പിന്റെ ദിശയിൽ അന്റാർട്ടിക്ക എത്തുന്നതുവരെ കടൽ,

സകുടുംബം ആദ്യഒളിമ്പിക്സ് സ്റ്റേഡിയത്തിൽ

കടൽ മാത്രമേയുള്ളൂ. അവിടെ നിന്നപ്പോൾ എന്ത് തോന്നിയെന്നായി കിഷോരിലാൽ. എന്ത് തോന്നാൻ. കണ്ടു. കടലിലേക്ക് നോക്കി നിന്നു. അല്ലാതെന്ത്?

''ആ ബാണരേഖയിൽ ദക്ഷിണധ്രുവത്തിൽ നിന്ന് പുറപ്പെട്ടാൽ എത്തുന്ന ആദ്യമൺതരികളിലാണ് സുഹൃത്തേ താങ്കൾ ചവിട്ടി നിന്നിരുന്നത്....''കിഷോരിലാൽ പറഞ്ഞുതുടങ്ങി. വല്ലാത്തൊരു നിർവൃതിയിൽ അദ്ദേഹത്തിന്റെ കണ്ണുകൾ അടഞ്ഞിരുന്നു. കാഴ്ചകളുടെ കാണലും അനുഭവിക്കലും പറഞ്ഞുതരികയായിരുന്നു കിഷോരിലാൽ എന്ന് മനസ്സിലാക്കാൻ പിന്നെയും വർഷങ്ങൾ വേണ്ടിവന്നു എനിക്ക്. ബാണസ്തംഭത്തിനു കീഴെ കടൽക്കരയിൽ സ്ഥിരമായി തെക്കോട്ട് നോക്കിനിൽക്കുന്ന, തിരകൾ കേറിവരുമ്പോൾ ഓടി മാറുകയും പിന്നെയും തെക്കോട്ട് നോക്കാൻ തിരിച്ചെത്തുന്ന കറുമ്പൻനായ, റോഡരികിലെ ധാരാളം മയിലുകൾ ചേക്കേറുന്ന ഒറ്റ മരം. അങ്ങനെ ദിവസം മുഴുവൻ ചിലവഴിച്ചിട്ടും കാണാതെ പോയ എത്രയെത്ര കാഴ്ചകൾ.

രാജ്കോട്ടിൽ എത്തുന്നതുവരെ യാത്ര എന്ത്, എന്തിന്, എങ്ങനെ എന്ന മട്ടിൽ സവിസ്തരം സംസാരിച്ചു അദ്ദേഹം. കിഷോരിലാലിന്റെ വിശേഷങ്ങളൊന്നും ഞാൻ അന്വേഷിച്ചതേയില്ല. വിവരം കെട്ടൊരു വിദ്യാർത്ഥിയുടെ ജ്ഞാനസ്നാനം നടക്കുകയായിരുന്നല്ലോ ആ സർക്കാർ ശകടത്തിൽ. ബസ്സിൽ നിന്നിറങ്ങുമ്പോൾ അദ്ദേഹം പറഞ്ഞു.

“വർഷങ്ങൾക്കു ശേഷവും താങ്കളീ യാത്ര ഓർക്കുകയാണെങ്കിൽ, എന്നെ ഓർക്കുകയാണെങ്കിൽ, നിങ്ങൾക്കുറപ്പിക്കാം നിങ്ങളൊരു യാത്രികനായിരിക്കുന്നു.”

കിഷോരി ഇപ്പോൾ എവിടെയാകും? വാർദ്ധക്യ പാക്കേജുകളിൽ ഒതുങ്ങിപ്പോയിരിക്കുമോ? മാമൂൽ ജീവിതത്തിന്റെ നൂലാമാലകൾ വകഞ്ഞുമാറ്റി അവസാനയാത്ര പുറപ്പെട്ടിരിക്കുമോ? ചിലപ്പോൾ സോമ്നാഥിൽ നിന്നും പുറപ്പെടുന്ന ഏതെങ്കിലും സർക്കാർ വണ്ടിയിൽ മറ്റൊരു ടൂറിസ്റ്റിനെ യാത്രക്കാരനാക്കി ജ്ഞാനസ്നാനം ചെയ്യുകയായിരിക്കുമോ?

ഏറെ വർഷങ്ങളും യാത്രകളും വേണ്ടിവന്നു കിഷോരിലാൽ പറഞ്ഞ പക്വയാത്രികനാവാൻ. യാത്രകൾ തീർത്ഥാടനങ്ങളാവാൻ. ഓരോ യാത്രയിലും അതിന്റെ തയ്യാറെടുപ്പിലും ഞങ്ങൾ കിഷോരിയെ ഓർത്തു. യാത്രകളിലെല്ലാം അദൃശ്യനായ സുഹൃത്തായി അദ്ദേഹം കൂടെപ്പോന്നു. ഓർമ്മത്താളുകളിൽ വെളുക്കെച്ചിരിക്കുന്ന നീണ്ടൊരു വെളുത്ത വരയായി കിഷോരി പതിഞ്ഞു കിടന്നു.

കിഷോരിലാലിന്റെ കല്പനകൾ യാത്രകളിലെല്ലാം പാലിച്ചു. പാക്കേജ് ടൂറുകളുടെ ആർഭാടങ്ങളും അലോസരങ്ങളും വിരസതകളും ഏകതാനതയും ഒഴിവാക്കിപ്പോന്നു. വീടുകളിലോ അപ്പാർട്ട്മെന്റുകളിലോ താമസിച്ച് വെച്ചുണ്ട് ഓരോ ഇടങ്ങളിലും ജീവിച്ചു. വായിച്ചറിഞ്ഞതും കേട്ടറിഞ്ഞതുമായ കാഴ്ചകൾ തേടിപ്പിടിച്ചു കണ്ടു. വൻകാഴ്ചകൾക്കിടയിലെ കുഞ്ഞുകാഴ്ചകൾ ചോർന്നുപോകാതിരിക്കാൻ എപ്പോഴും ഇഴചേർന്നു നടന്നു. കാഴ്ചകളിൽ അനുഭവങ്ങളും സംഭവങ്ങളും ചാലിച്ചു നുരപ്പിച്ച് യാത്രക്കോപ്പകൾ പതച്ചു നിറച്ചു. ജീവിതത്തെ യാത്രകളുടെ പച്ചപ്പുകൊണ്ട്, തെളിച്ചംകൊണ്ട് പുതപ്പിച്ചു.

യാത്രകളെല്ലാം സകുടുംബമായിരുന്നു. അമ്മ, മിനി, അപ്പു, അമ്മു, ഞാൻ. പഞ്ചയാത്രികർ. ഒരാളും ഞാൻ പോയി, ഞാൻ കണ്ടു എന്ന് പറഞ്ഞില്ല. എല്ലാം ഞങ്ങളിൽ തുടങ്ങി ഞങ്ങളിൽ തുടർന്നു. ഈ ഞങ്ങൾസ്വരൂപമായിരുന്നു ഓരോ യാത്രയും ഓരോരുത്തർക്കും നൽകിയ ലാഭവിഹിതം.

യാത്രകളുടെ തെരഞ്ഞെടുപ്പും വിവരശേഖരണങ്ങളും ഒരുക്കങ്ങളും എല്ലാവരും ചേർന്ന് നടത്തുന്നു. ആറു മാസം മുമ്പെങ്കിലും ഗൗരവമായിത്തന്നെ ഈ സന്നാഹങ്ങൾ ആരംഭിച്ചിരിക്കും. വിദ്യാഭ്യാസത്തിന്റെ വിഷമതകൾ കൊണ്ട് ചിലപ്പോൾ അപ്പുവിനും അമ്മുവിനും പൂർണ്ണമായി പങ്കുചേരാൻ കഴിഞ്ഞില്ലെന്നു വരാം. പക്ഷേ തയ്യാറെടുപ്പുകളുടെ അവസാനഘട്ടത്തിലും യാത്രാവേളകളിലും അവരുടെ സഹകരണം സജീവമാണ്.

എട്ടോ പത്തോ ഡെസ്റ്റിനേഷനുകളുമായാണ് യാത്രകളുടെ തിരച്ചിൽ ആരംഭിക്കുന്നത്. (ഒരു യാത്ര കഴിഞ്ഞാൽ ഇത് ഉടൻ ആരംഭിക്കുകയായി. മിക്കവാറും യാത്രകൾക്കിടയിൽതന്നെ അടുത്ത യാത്രയുടെ വിത്തുകൾ വീണിരിക്കും). ഓരോ ഇടത്തേയും കുറിച്ച് വിസ്തരിച്ച് വായന. പുതിയതും അത്ഭുതപ്പെടുത്തുന്നതുമായ ധാരാളം അറിവുകളുടെ ഖനനമാണിത്. ഒരുപാട് സ്ഥലങ്ങളിലേക്കുള്ള സാങ്കല്പികസഞ്ചാരവും. യാത്രയ്ക്ക് മുൻപേയുള്ള ഇത്തരം യാത്രകൾ നൽകുന്ന അനുഭൂതികൾ ഓരോ യാത്രയുടെയും അധിക ആദായമാണ്.

നടപ്പുവർഷത്തെ സഞ്ചാരപഥങ്ങൾ തീരുമാനമായാൽ പിന്നെ എല്ലാവരും ഉഷാറാവുകയായി. മിക്കവാറും അടുത്തടുത്ത രണ്ടോ മൂന്നോ രാജ്യങ്ങളായിരിക്കും ഞങ്ങളെ കാത്തിരിക്കുന്നത്. ഇരുപതു മുതൽ മുപ്പതു ദിവസം വരെ നീളുന്ന യാത്ര. ഒരു പാട് സ്ഥലങ്ങളിലേക്ക് ഒരോട്ടപ്രദക്ഷിണമല്ല, കുറച്ചു സ്ഥലങ്ങളുടെ വിസ്തരിച്ചുള്ള കാഴ്ച തന്നെയാണ് എപ്പോഴും അജണ്ട. പ്രധാന സ്ഥലങ്ങൾ, ആകർഷണങ്ങൾ, ചെറുതെങ്കിലും വ്യത്യസ്തമായ കാഴ്ചകൾ (ഇസ്താംബൂളിലെ മ്യൂസിയം ഓഫ് ഇന്നൊസെൻസ് പോലെ), സഞ്ചാരമാർഗ്ഗങ്ങൾ, മെട്രോ സ്റ്റേഷനുകൾ, താമസസ്ഥലങ്ങൾ, ഭക്ഷണ വൈവിധ്യങ്ങൾ... അങ്ങനെ വായനയും തയ്യാറെടുപ്പുകളും ഒഴുകി പ്പരന്നു തുടങ്ങും. ഞാനും മിനിയുമാണ് ഈ വിവരശേഖരണപ്പോർ മുഖത്തെ പ്രധാന പടയാളികൾ. അപ്പുവും അമ്മുവും അമ്മയും ആവശ്യം പോലെ അണിചേരും. പുതിയ കാലങ്ങളും കാര്യങ്ങളും കരയും ജലവും വെട്ടിപ്പിടിച്ച് ഞങ്ങൾ മുന്നേറും. കുറിപ്പുകളും പ്രിന്റൗട്ടുകളുമായി പേജുകൾ കുന്നുകൂടും. ഗൂഗിളും വിക്കിയും ബ്ലോഗുകളും ഫേസ്ബുക്ക് സൗഹൃദങ്ങളും ഈ പടയോട്ടത്തിൽ ഞങ്ങളോട് ചേർന്നു നിൽക്കും. ഗൂഗിൾ എർത്തിലൂടെ, വെർചൽ റോഡ് മാപ്പുകളിലൂടെ ഞങ്ങൾ മണ്ടിനടക്കും. പല ദിവസങ്ങൾ. അപ്പു പറയും, ''നമ്മൾ ഒരിടത്ത് എത്തിച്ചേരുന്നതിനു മുമ്പ് മൂന്ന് തവണയെങ്കിലും നമ്മൾ അവിടെയെത്തിയിട്ടുണ്ടായിരിക്കും.''

പാക്കേജ് ടൂറുകളോട് അത്ര താൽപ്പര്യമില്ലെങ്കിലും പാക്കേജ് ടൂർ ഏജൻസികളോട് നല്ല കൂട്ടാണ്. ഓരോ സ്ഥലത്തേയും പല ഏജൻസികളുമായും ബന്ധപ്പെടും. അവരുടെ പര്യടന പരിപാടികൾ ചോദിച്ചു വാങ്ങും. യാത്രയ്ക്ക് പറ്റിയ സമയങ്ങൾ, വഴികൾ, യാത്രയിലെ പ്രശ്നങ്ങൾ, ശ്രദ്ധിക്കേണ്ട കാര്യങ്ങൾ, പ്രാദേശിക പ്രത്യേകതകൾ, ഉത്സവങ്ങൾ, വിശിഷ്ടഭക്ഷണ വൈവിധ്യങ്ങൾ, നല്ല ഭക്ഷണശാലകൾ - അങ്ങനെ ഒരുപാട് വിവരങ്ങൾ ഇവരുമായുള്ള സമ്പർക്കത്തിൽനിന്ന് വീണുകിട്ടും. പര്യടന പരിപാടിയുടെ ഒരു

ഏകദേശ രൂപം തയ്യാറാക്കാനും ചിലവുകളെക്കുറിച്ച് ഒരു ധാരണ യുണ്ടാക്കാനും ഈ എഴുത്തുകുത്തുകൾ സഹായിക്കും.

വർഷങ്ങളായി യാത്രയിൽ ജീവിക്കുന്നവരുണ്ട്. ഒരുവിധം രാജ്യങ്ങളൊക്കെ കണ്ടുതീർന്നവർ. സൈക്കിളിലും ബൈക്കുകളിലുമൊക്കെയായി ലോകം ചുറ്റുന്നവർ. വെബ്സൈറ്റുകളിലൂടെയും ബ്ലോഗുകളിലൂടെയും അന്നന്നത്തെ യാത്രാനുഭവങ്ങൾ തുടർച്ചയായി പങ്കിടുന്നവർ. യാത്രകളിലേക്ക് ചെറിയ വിശദാംശങ്ങൾ വരെ നൽകി നമ്മുടെ യാത്രകൾ കൊഴുപ്പിച്ചെടുക്കാൻ ഇവർക്ക് കഴിയും. ചില വിനോദസഞ്ചാരതാവളങ്ങൾ ലാഭക്കണ്ണോടെ നിക്ഷിപ്തതാൽപ്പര്യക്കാർ ഊതിവീർപ്പിച്ചെടുക്കുന്നതാണ്. ചിലത് നമ്മുടെ രുചിഭേദങ്ങൾകൊണ്ട് നമുക്കിഷ്ടപ്പെടാതെ പോകാം. നമ്മുടെ മനോതരംഗങ്ങളോട് ചേർന്നുപോകുന്ന ഒരു 'മുൻപേ ഗമിക്കും ഗോവിനെ' ഇക്കൂട്ടത്തിൽനിന്നും കിട്ടിയാൽ രക്ഷപ്പെട്ടു. പിന്നെ ഗമിക്കൽ എളുപ്പമാണ്.

ലക്ഷ്യസ്ഥാനങ്ങളും കാഴ്ചകളും തീരുമാനമായാൽ പിന്നെ താമസസൗകര്യങ്ങൾ തപ്പിത്തുടങ്ങും. എയർപോർട്ടുകളോട് ചേർന്ന സ്ഥലങ്ങൾ ഒഴിവാക്കും. സാമ്പത്തികമാണ് ഒരു കാരണം. പിന്നെ ഒരു സഞ്ചാരിക്ക് പ്രിയപ്പെട്ട സ്ഥലങ്ങളെല്ലാം വിമാനത്താവളങ്ങളിൽനിന്നും ദൂരെയായിരിക്കും മിക്കപ്പോഴും. സുഖമായി വെച്ചുണ്ട് കഴിയാവുന്ന പാർപ്പിടങ്ങളാണ് ഈ തപ്പലിൽ കണ്ടെത്തുന്നത്. ഇവിടെയാണ് അമ്മു കളത്തിലിറങ്ങുന്നത്. സാമ്പത്തികം, ഗതാഗതസൗകര്യം, പ്രധാന ആകർഷണങ്ങളോടുള്ള സാമീപ്യം തുടങ്ങിയ മാനദണ്ഡങ്ങളാൽ ഷോർട്ട് ലിസ്റ്റ് ചെയ്യപ്പെടുന്ന ഏതാനും ഇടങ്ങളിൽനിന്ന് അവസാന തെരഞ്ഞെടുപ്പ് അമ്മുവിന്റെ വകയാണ്. മുഖവാതിൽ മുതൽ ബാത്റൂമിലെ സൗകര്യങ്ങളിൽ വരെ അവൾ പരതിനടക്കും. ഫർണീച്ചറുകളുടെ ഡിസൈൻ, അവയുടെ സംവിധാനം, അകത്തള ച്ചെടികൾ, ബാൽക്കണിയിലെ ദൃശ്യസാധ്യതകൾ അങ്ങനെ അവളുടെ ശ്രദ്ധ പതിയാത്ത ഇടങ്ങളില്ല. ഞങ്ങളുടെ ബജറ്റിനും മൂഡിനും ചേരുന്ന ഏറ്റവും നല്ല താമസസ്ഥലം തെരഞ്ഞെടുക്കുന്നതിൽ അമ്മു എപ്പോഴും വിജയിച്ചു.

അമ്മുവിന്റെ ഈ നൈപുണ്യമാണ് ഇക്കഴിഞ്ഞ യാത്രയിൽ എതൻസിലെ മനോഹരമായ ബ്ലൂ ഹൗസിൽ താമസിക്കാനുള്ള ഭാഗ്യം തന്നത്. എതൻസിലെ ആമ്പെലോക്കിപ്പി മെട്രോയ്ക്കടുത്ത നീല നിറമടിച്ച ഒറ്റനില വീട്. സുന്ദരമായ അകത്തളങ്ങളും സംവിധാനങ്ങളുമുള്ള ഈ നീലവീടിന്റെ പിന്നാമ്പുറവരാന്തയിൽ തണലും മണവും പരത്തിനിന്ന പിച്ചിപ്പന്തൽ, പുലർകാലങ്ങളിൽ ശുഭദിനാശംസകളുമായി വിരിച്ചിടുന്ന പിച്ചിപ്പൂപരവതാനി. ആ അലൗകികാന്തരീക്ഷത്തിലിരുന്നു ഞങ്ങൾ കഴിച്ച പ്രാതലുകൾ. ആതൻസിലെ

വൻകാഴ്ചകൾക്കൊപ്പം ഈ പിൻവരാന്തയും കുഞ്ഞിപ്പൂക്കളും എന്നും ഞങ്ങളുടെ മനസ്സിലുണ്ടാവും.

താമസിക്കാൻ ചെല്ലുന്നതിനു മുൻപ് ഒരുപാട് തവണ ആതിഥേയരുമായി ബന്ധപ്പെട്ടു കഴിഞ്ഞിരിക്കും. സൗകര്യങ്ങൾ അന്വേഷിച്ചും സന്ദേഹങ്ങൾ നിവർത്തിച്ചും കുറെയേറെ ഇ-മെയിലുകൾ പറന്നിട്ടുണ്ടാകും. അമ്മയുടെ ബുദ്ധിമുട്ടുകൾ ഒഴിവാക്കാനായി കെട്ടിടത്തിലേക്ക്/ലിഫ്റ്റിലേക്കുള്ള ചവിട്ടുപടികളുടെ എണ്ണംവരെ അന്വേഷിച്ചറിഞ്ഞിരിക്കും. ആതിഥേയരുമായി രൂപപ്പെടുന്ന ഈ അടുപ്പമാണ് പാരീസിൽ വെച്ച് തിരക്കേറിയ റെയിൽവേ സ്റ്റേഷൻ റോഡിൽനിന്ന് ഞങ്ങളുടെ ഐവർസംഘത്തെ കണ്ടെടുക്കാൻ ആതിഥേയനായ സ്റ്റീവിനെ സഹായിച്ചത്.

യാത്രാവേളയിലേക്ക് വേണ്ട മരുന്നുകളൊക്കെ നേരത്തെ ഒരുക്കൂട്ടി വെക്കും. അമ്മ സ്ഥിരമായി കഴിക്കുന്ന മരുന്നുകൾ, മറ്റുള്ളവർക്ക് വേണ്ടിവരാവുന്ന മരുന്നുകൾ, യാത്രയിലെ അവിചാരിതങ്ങളെ നേരിടാനുള്ളവ, എപ്പോഴും കൈയിൽ വെക്കേണ്ടവ എന്നിങ്ങനെ വെവ്വേറെ വെക്കും. ചില ഇൻജക്ഷനുകളും ഇതിൽ പെടും. ഉദര ആവശ്യങ്ങൾക്കായി ചെറിയ തോതിൽ ചായപ്പൊടി, കാപ്പിപ്പൊടി, പഞ്ചസാര, മുളകുപൊടി, ഉപ്പ്, വെളിച്ചെണ്ണ, വെളുത്തുള്ളി എന്നിവയും കരുതും. ഓരോരുത്തരും അവരവർക്ക് സൗകര്യപ്രദമായ വസ്ത്രങ്ങൾ എടുത്തുവെക്കും. ഒരു മാസത്തെ യാത്രയായാലും പരമാവധി നാല് ജോഡി. മിനിമലിസത്തിലാണ് വിശ്വാസം. കാഴ്ചകളുടെ കാര്യത്തിൽ മാത്രമാണ് ധാരാളിത്തം അനുവദിക്കാറ്. ഇത്രയുമായാൽ പാക്കിംഗ് വിദഗ്ദ്ധർ എത്തുകയായി. അപ്പുവും മിനിയും കൂടി സാധനങ്ങൾ ഭംഗിയായി ബാഗുകളിലൊതുക്കും. യാത്ര തീരുന്നതുവരെ പാക്കിംഗ് ആൻഡ് അൺപാക്കിംഗ് ഇവരുടെ മാത്രം അവകാശമാണ്.

വിമാനയാത്രകൾ, വൻനഗരങ്ങൾക്കിടയിലെ യാത്രകൾ, ജലയാത്രകൾ ഇതൊക്കെ ഞാനും അപ്പുവും ചേർന്ന് തരപ്പെടുത്തും. ഏറ്റവും കുറഞ്ഞ ചെലവിൽ സുഖകരമായ യാത്ര, അതാണ് മുദ്രാവാക്യം. കാഴ്ചകളിലേക്കുള്ള ചെറിയ യാത്രകൾ, നടപ്പുകൾ, മെട്രോ ലൈനുകൾ അങ്ങനെയല്ലാം അപ്പുവിന്റെ മാത്രം ചുമലിലാണ്. അതുകൊണ്ട് എയർപോർട്ട് മുതൽതന്നെ മൂപ്പർ മാപ്പുകൾ സംഘടിപ്പിച്ചു തുടങ്ങും. മെട്രോ സ്റ്റേഷനുകളിൽ നിന്ന്, ടൂറിസ്റ്റ് ഏജൻസികളിൽ നിന്ന്, അങ്ങനെ പലയിടങ്ങളിൽ നിന്നായി പലതരം മാപ്പുകൾ. മെട്രോ ലൈനുകളുടെ മാപ്പുകൾ, ടൂറിസ്റ്റ് ആകർഷണങ്ങളുടെ മാപ്പുകൾ, റോഡ് മാപ്പുകൾ, വാക്കിംഗ് ടൂർ മാപ്പുകൾ അങ്ങനെയങ്ങനെ ഒരു കെട്ടു മാപ്പുകളുണ്ടാവും അപ്പുവിന്റെ പുറത്തു തൂങ്ങുന്ന

ബാഗിൽ. യാത്രകൾക്കു മുൻപേ നെറ്റിൽ നിന്നും താഴെയിറക്കിയ വയ്ക്ക് പുറമേയാണിത്. കാൽനടയാത്രകളിൽ അപ്പു നയിക്കുമ്പോൾ ലക്ഷ്യസ്ഥാനങ്ങൾ അടുത്തുവരും. അതുകൊണ്ട് കോമ്പസ് എന്ന സ്ഥാനപ്പേര് നൽകി ഞങ്ങൾ ഇയാളെ ആദരിക്കുന്നു. ഒരു കെട്ടു മാപ്പുകളുമായി കോമ്പസ് മുന്നിൽ നടക്കുമ്പോൾ ഏതു നഗരവും ഒന്നൊന്നര മണിക്കൂർ നടത്തത്തിലേക്കൊതുങ്ങിക്കൊടുക്കും. പുരാതന നഗരങ്ങളെല്ലാം, വഴികൾ ശരിക്കറിഞ്ഞാൽ ഒരു മണിക്കൂർ നടത്തത്തിലൊതുക്കിയെടുക്കാം. കാറും ബസ്സും തീവണ്ടിയും ഇല്ലാത്ത കാലത്ത് പണിതുയർത്തിയതാണല്ലോ ഈ നഗരങ്ങൾ. (ഈ നടത്ത വേളയിലെങ്ങാൻ നമ്മളാരോടെങ്കിലും വഴിയെങ്ങാൻ ചോദിച്ചാൽ, പെട്ടു, മൂപ്പർക്കാകെ ഹാലിളകും. പൂർണ്ണവിശ്വാസമാണ് ഇയാൾ ആവശ്യപ്പെടുന്നത്. മോഹൻലാലിന്റെ 'ചോദിച്ചു ചോദിച്ചു പോകാം' ഇയാൾക്ക് ഹറാമാണ്.)

യാത്രാപാസ്സുകൾ, മ്യൂസിയം പാസ്സുകൾ, നഗരക്കാഴ്ചാപാസ്സുകൾ എന്നിവയെല്ലാം ലാഭനഷ്ടവശങ്ങൾ നല്ലവണ്ണം തൂക്കിനോക്കിയേ വാങ്ങൂ. ഈ സാമ്പത്തികപരാക്രമത്തിലും കൂട്ട് അപ്പുവും ഓൺ ലൈൻ കിങ്കരന്മാരും. യാത്രയുടെ രണ്ടു മൂന്നാഴ്ചകൾക്കു മുമ്പായി മൊത്തം ചിലവുകളുടെ ഏകദേശ രൂപമാകും. രണ്ടോ മൂന്നോ തവണകളിലായി ആവശ്യമുള്ളത്ര വിദേശ കറൻസികൾ വാങ്ങിവെക്കും.

അമ്മുവിന്റെ ഇടതു തോളിൽ നിന്നിറങ്ങി വലത്ത് തൂങ്ങിക്കിട ക്കുന്ന ഒരു ബാഗുണ്ട്. കറുത്ത തുണിയിൽ പാരീസ് പാരീസ് എന്ന് വെളുപ്പിലെഴുതി നിറച്ച ചെറിയൊരു ബാഗ്. ഞങ്ങളുടെ ചില്ലറക്കാര്യ ങ്ങളൊക്കെ തീർത്തുതരുന്നത് അമ്മുവിന്റെ ഈ ബാഗാണ്. യാത്ര യിലുടനീളം ചില്ലറനാണയങ്ങൾ അമ്മുവിന്റെ കസ്റ്റഡിയിലാണ്. അതുകൊണ്ട് ഓരോ രാജ്യത്തേയും കറൻസികൾ, രൂപാ-പൈസ മട്ടിലെ വിനിമയത്തോതുകൾ എന്നിങ്ങനെയെല്ലാം അറിഞ്ഞിരിക്കും അമ്മു. യാത്രാവേളകളിൽ അമ്മു വിളിക്കപ്പെടുന്നത് 'ചില്ലറ' എന്നാണ്, ആളത്ര ചില്ലറയല്ലെങ്കിലും. പ്രത്യേകിച്ചും 'പൈസാചിക' സമയങ്ങളിൽ.

യാത്രകളിലുടനീളം സംഘമായും ഒറ്റയ്ക്കായും ചെയ്യേണ്ട കാര്യ ങ്ങൾ വീഴ്ച കൂടാതെ നടക്കും. വൈകുന്നേരങ്ങളിൽ കറക്കമൊക്കെ ക്കഴിഞ്ഞു തിരിച്ചെത്തിയാൽ ഊഴമിട്ട് കുളി. ചിലയിടത്തെ സ്നാന സൗകര്യങ്ങൾ നമ്മെ അത്ഭുതപ്പെടുത്തും. എന്നെ ശരിക്കും കുളിർ പ്പിച്ചത് പാരീസിലെ ബാൽക്കണിക്കുളിയാണ്. ബാൽക്കണിക്ക് കുറുകെ വലിച്ചിട്ട പ്ലാസ്റ്റിക് കർട്ടനു പുറകിൽ ഉഗ്രനൊരു ഷവർ. വേണമെങ്കിൽ ഇരുന്നു കുളിച്ചോളൂ എന്ന മട്ടിൽ ഒരു ഇരുമ്പു കസേരയും. മറ്റുള്ളവരെല്ലാം അകത്തെ കുളിമുറിയുടെ തടവിൽ കുളിച്ചപ്പോൾ നാണമില്ലാത്ത ഞാൻ ബാൽക്കണിക്കുളിമുറിയുടെ സ്വാതന്ത്ര്യത്തിൽ കുളിച്ചു തിമർത്തു. ആകാശവും നക്ഷത്രങ്ങളും

അപ്പുറത്തെ ഫ്ളാറ്റിലെ റാപ്പ് സംഗീതവും പ്രോത്സാഹിപ്പിച്ചു കൂടെ നിന്നു. കുട്ടിക്കാലത്ത് കിണറ്റിൽ നിന്ന് വെള്ളം കോരിക്കുളിച്ചതിന്റെ പരമാനന്ദസുഖം ഷവറിൽ നിന്ന് തെറിച്ചിറങ്ങി. പാരീസിലെ അഞ്ചു ദിവസവും ഞങ്ങളുടെ സിറ്റൗട്ടും എന്റെ നീരാട്ട് മുറിയുമായിരുന്നു ആ ബാൽക്കണി.

കുളി കഴിഞ്ഞിറങ്ങുന്നത് അത്താഴം തയ്യാറാക്കലിന്റെ ആഘോഷ ത്തിലേക്കാണ്. അരിയിടലും കറിക്കരിയലും മുട്ടയടിക്കലും ചെറു പയർ വേവിക്കലുമൊക്കെയായി കുറേ സമയം. ഇതിനിടയിൽ ഓരോ സ്ഥലത്തേയും ലഭ്യതയനുസരിച്ച് വീഞ്ഞോ ചമ്പാഗ്നിയോ സേവി ക്കലുമാവും. ചില ആതിഥേയർ വൈനും വോഡ്കയുമൊക്കെ നമു ക്കായി ഫ്രിഡ്ജിൽ വെച്ചിട്ടുണ്ടാവും. സാധനം സൗജന്യമായതു കൊണ്ട് അവയുടെ ലഘുസേവ അമ്മ വിലക്കാറുമില്ല.

സാധനങ്ങൾ അടുപ്പത്തും അമ്മയും മിനിയും അടുക്കളയിലും കയറിയാൽ അപ്പു ലാപ്ടോപ്പും കാമറകളും എടുക്കും. ഓരോ ദിവസത്തെയും ചിത്രങ്ങൾ തിയതി തിരിച്ചു സ്ഥലം കുറിച്ചു കമ്പ്യൂ ട്ടറിലേക്കും ഒരു കോപ്പി ഹാർഡ് ഡിസ്കിലേക്കും പകർത്തും. ആ സമയംകൊണ്ട് ഞാൻ അടുത്ത ദിവസത്തെ സഞ്ചാരപാതകളിലൂടെ ഒന്നോടിച്ചു പോകും, ചിലപ്പോൾ ചില മിനുക്കുപണികൾ നടത്തും. രാത്രിഭക്ഷണത്തിനു ശേഷം സമയമുണ്ടെങ്കിൽ ഞാനും അപ്പുവും കൂടി മെട്രോയിലോ ബസ്സിലോ ഒന്ന് കറങ്ങിവരും. പിറ്റേ ദിവസത്തെ വഴികളിലൂടെയും കാഴ്ചകളിലൂടെയും ഒരോട്ട പ്രദക്ഷിണമായിരിക്കും അത്. അടുത്ത ദിവസത്തെ യാത്രയ്ക്ക് നല്ലൊരു അടുക്കും ചിട്ടയും സമയലാഭവും നൽകാറുണ്ട് ഈ അഭ്യാസം.

അത്താഴസമയത്തായിരിക്കും കണ്ടുകഴിഞ്ഞ കാഴ്ചകളെക്കുറി ച്ചുള്ള വെടിവട്ടം. ഇതിന്റെയൊക്കെ സൂത്രധാരൻ ഞാനാണെന്ന മട്ടിൽ 'ഒരമ്പട ഞാനേ' മന്ദഹാസവുമായി ആ അത്താഴവേളയ്ക്ക് ഞാൻ ആദ്ധ്യക്ഷ്യം വഹിക്കും. ഓരോ സ്ഥലത്തേയും ഭക്ഷണ വൈവിധ്യം അനുഭവിക്കുന്നത് ഉച്ചഭക്ഷണവേളകളിലും നടത്തത്തി നിടയിലെ ലഘുഭക്ഷണത്തിലുമാണ്. യാത്രയ്ക്ക് ഒരുങ്ങുമ്പോൾ തന്നെ ചിലയിടങ്ങളിലെ വിശേഷഭോജ്യങ്ങൾ ഉന്നംവെച്ചിരിക്കും. ടർക്കിയിലെ പോട്ടറി കബാബ്, ഗ്രീസിലെ സൗവ്ലാക്കി, സിംഗ പ്പൂരിലെ പന്നിപ്പക്കോട എന്നിങ്ങനെ. എന്തൊക്കെയായാലും യാത്ര യൊക്കെ കഴിഞ്ഞു വന്ന്, വൈകുന്നേരങ്ങളിൽ എല്ലാവരും ചേർന്ന് തയ്യാറാക്കുന്ന ഇരുകറിച്ചോറത്താഴത്തിന്റെ രുചിയോളം പോന്ന തൊന്നും ഒരിടത്തുനിന്നും കഴിച്ചിട്ടില്ല.

മുട്ടുകളെയും അരക്കെട്ടിനേയും കഠിനമായി ദ്രോഹിക്കുന്ന ഓസ്ടിയോ ആർത്രൈറ്റിസ് അവധിയെടുക്കുന്ന സമയം കൂടിയാണ്

യാത്രാവേളകൾ അമ്മയ്ക്ക്. വർഷത്തിൽ പതിനൊന്നു മാസം ആമയുടെ വേഗം പരിശീലിക്കുന്ന അമ്മ ഇടയ്ക്കുറങ്ങാത്ത മുയലാവും യാത്രയുടെ പന്ത്രണ്ടാം മാസം. അമ്മയുടെ വേദനകൾക്കൊപ്പം എന്റെ മൈഗ്രെനും കൂട്ടുപോവും. സഞ്ചാരകാലങ്ങളിൽ അപൂർവമായി മാത്രം എത്തുന്ന വികൃതിക്കുട്ടനാവും, മറ്റു കാലങ്ങളിൽ ശത്രുവിനെപ്പോലെ എന്നെ പീഡിപ്പിക്കാറുള്ള ചെന്നിക്കുത്ത്.

എൺപതു വയസ്സിലെ യൗവ്വനയുക്തയായ അമ്മയാണ് യാത്രകളിൽ ഞങ്ങളുടെ ആത്മീയവും ആഹാരികവുമായ പ്രചോദനം. പ്രായത്തിന്റേതായ ചില്ലറ പ്രശ്നങ്ങൾ പ്രകടമാവുമ്പോൾ അടുത്ത വാർഷികാവധിയിലേക്ക് തയ്യാറാക്കുന്ന യാത്രയുടെ പ്രലോഭനങ്ങൾ കൊണ്ടാണ് ഞങ്ങൾ ചികിത്സിക്കാറ്. എല്ലായ്പ്പോഴും വിജയിക്കുന്ന ഒരു ചികിത്സ. ചിലപ്പോൾ കൂട്ടുകാരും നാട്ടുകാരും ബന്ധുക്കളും പറഞ്ഞുപറഞ്ഞ് അമ്മയെ പ്രായം ബോധ്യപ്പെടുത്തും. കടുത്ത ചികിത്സ വേണ്ടിവരുന്ന ഈ ഗുരുതരസ്ഥിതിയിൽ ഞങ്ങളുപയോഗിക്കുന്ന ഫലപ്രദമായ പ്രതിമരുന്നാണ് വി.എസ്. അച്യുതാനന്ദനും അദ്ദേഹത്തിന്റെ പ്രായത്തെ തോൽപ്പിക്കുന്ന ഊർജ്ജസ്വലതയും.

അമ്മ പ്രസരിപ്പിക്കുന്ന നിഷ്കളങ്കമായ ഉത്സാഹത്തിലാണ് ഓരോ യാത്രയുടെയും ജീവൻ. തണുപ്പിലും വെയിലിലും ക്ഷീണത്താലും ഊർജ്ജം ചോരുന്ന യാത്രയ്ക്ക് 'ഇങ്ങനെ ഇരുന്നാലെങ്ങനാ, ഇന്യും എന്തൊക്കെ കാണാണ്ട്' എന്നിന്ധനം നിറയ്ക്കും അമ്മ.

ഒരു യാത്രയും യാത്രയോടെ അവസാനിക്കുന്നില്ല. മഴ തോർന്നിട്ടും പെയ്യുന്ന മരമാണ് യാത്ര. അതങ്ങനെ പെയ്തുകൊണ്ടിരിക്കും. ഓർമ്മകളായി, വർത്തമാനങ്ങളായി, കുറിപ്പുകളായി, ആതിഥേയരുടെ അടുത്തേക്ക് പറക്കുന്ന ഇമെയിലുകളായി, മുഖപുസ്തകത്തിൽ താളുകൾ ചേർക്കുന്ന പുതിയ സൗഹൃദങ്ങളായി അത് പെയ്തുകൊണ്ടിരിക്കും. റോമിലെ സന്ന, പാരീസിലെ സ്റ്റീവ്, കപ്പടോക്ക്യായിലെ മെഹ്മത്, ലോകം ചുറ്റുന്ന നോമാഡിക് മാറ്റ്, ടർക്കി സ്പെഷ്യലിസ്റ്റ് റ്റോം ബ്രോസ്നോഹാൻ അങ്ങനെ അങ്ങനെ...

ഓരോ യാത്രയും പല ശാസ്ത്രവിഭാഗങ്ങളുടെ കൂടിച്ചേരലാണ് അതിൽ ഭൂമിശാസ്ത്രമുണ്ട്, ചരിത്രമുണ്ട്, സാമ്പത്തികമുണ്ട്, ഭാഷാഭ്യാസമുണ്ട്. അല്പസ്വല്പം മനശ്ശാസ്ത്രവുമുണ്ട്. രസകരവും തീക്ഷ്ണവും ആയ ഒരു പഠനക്കളരി കൂടിയാണ് യാത്ര. ഒരു ദിവസം തുടങ്ങി മറ്റൊരു ദിവസം അവസാനിക്കുന്ന പുതുമയുടെ പേരല്ല യാത്ര. അത് ഇരുദിവസങ്ങൾക്കപ്പുറത്തേക്കും ഇപ്പുറത്തേക്കും നമ്മെ പായിക്കുന്ന ഉന്മാദമാണ്. ജീവിതത്തിലെ ചില ഇടവേളകളുടെ പ്രസന്നമായ അടയാളപ്പെടുത്തലുകളാണ്.

അമ്മയും ലേഖകനും

ഒരു യാത്രയും വിനോദയാത്രയായിരുന്നില്ല. വിനോദം അന്യമായിരുന്നില്ലതാനും. യാത്രകൾ ഞങ്ങളെ വിനോദിപ്പിക്കുകയും പ്രചോദിപ്പിക്കുകയും ചെയ്തു. അവ തന്ന ഉത്തേജനമാണ് ഇടവേളകളിൽ ഞങ്ങളെ ത്രസിപ്പിച്ചു നിർത്തിയത്. ദിവസങ്ങളുടെ ആവർത്തനവിരസതകളിൽ ഇഴകളകലുന്ന കുടുംബബന്ധങ്ങളെ പുതിയ ഊടും പാവും നെയ്തുറപ്പിക്കുന്നത് ഈ യാത്രകളാണ്.

നടന്ന വഴികളേയും തങ്ങിയ ഇടങ്ങളേയും ഉറക്കിയ കിടക്കകളേയും കഴിച്ച ഭക്ഷണങ്ങളേയും ഞങ്ങൾ പ്രണയിക്കുന്നു. കണ്ട കാഴ്ചകളേയും കണ്ടുമുട്ടിയ സൗഹൃദങ്ങളേയും ഞങ്ങൾ ഓർക്കുന്നു. കണ്ടു മടങ്ങിയ ഓരോ സ്ഥലവും വിരഹം നുരയുന്ന പ്രണയമായി ഞങ്ങളെ തിരിച്ചു വിളിക്കുന്നുണ്ട്.

ഇത് ഞങ്ങളുടെ യാത്രാസന്നാഹങ്ങളുടെ കുറിപ്പ് മാത്രമല്ല. യാത്രകളിലെല്ലാം ചിരിച്ചും കളിച്ചും പ്രോത്സാഹിപ്പിച്ചും അഭിനന്ദിച്ചും പിണങ്ങിയും കണ്ണുരുട്ടിയും ശാസിച്ചും എന്നെ പക്വമതിയായ യാത്രികനും കുടുംബനാഥനുമാക്കിയ അമ്മ മുതൽ അമ്മു വരെയുള്ളവർക്കുള്ള സമർപ്പണമാണ്. എല്ലാറ്റിനുമുപരി ആയിരത്തിത്തൊള്ളായിരത്തി തൊണ്ണൂറ്റി ഒന്നിൽ സോമ്നാഥിൽ നിന്നുള്ള യാത്രയിൽ എനിക്ക് സഞ്ചാരജ്ഞാനസ്നാനം തന്ന കിഷോരിലാൽ എന്ന എന്റെ തലതൊട്ടപ്പനുള്ള സ്നേഹമുത്തമാണ്.

ഭാൻഗഢിലെ കൃഷ്ണ,
കൃഷ്ണയുടെ ഭാൻഗഢ്

പാതിയും പൊളിഞ്ഞുപോയ മതിലിൽ കുന്തിച്ചിരിക്കുകയാണ് കൃഷ്ണ. പേരിനെ തോൽപ്പിക്കുന്ന കറുപ്പഴകുമായി അവൾ കറ പിടിച്ചു മങ്ങിയ പല്ലുകൾ കാട്ടിച്ചിരിച്ചു. രാജസ്ഥാനിലെ അനേകം കൃഷ്ണമാരെപ്പോലെ അവളുടെ മുടി പൊടിപിടിച്ച് ചെമ്പിച്ചും എണ്ണമയമില്ലാതെയും, കൈകാലുകളിൽ പരുക്കൻ തൊലിയുമായിരുന്നു. മുമ്പിൽ രണ്ടു ചെറിയ മൺകുടങ്ങൾ പാള പോലെയെന്തോ കൊണ്ട് മൂടിവെച്ചിട്ടുണ്ട്. കൈയിലുള്ള വടികൊണ്ട് കല്ലിൽ തട്ടി ശബ്ദമുണ്ടാക്കി സഞ്ചാരികളുടെ ശ്രദ്ധയാകർഷിച്ച്, മേലേ കത്തി നില്ക്കുന്ന സൂര്യനെച്ചൂണ്ടിയും ഭാൻഗഢ് ഫോർട്ടിലേക്കുള്ള ദൂരം കാണിച്ചും അവരെ വെള്ളം വാങ്ങിക്കുടിക്കാൻ പ്രലോഭിപ്പിക്കുകയാണ് കൃഷ്ണ. ആരും അവളിൽനിന്ന് വെള്ളം കുടിച്ചില്ലെങ്കിലും പലരും ഒരു രൂപയുടേയും രണ്ടു രൂപയുടേയും നാണയങ്ങൾ അവൾക്ക് നല്കുന്നുണ്ട്. അതൊക്കെ കല്ലുകൾക്കിടയിലെ ചെറിയ വിടവിലേക്ക് അവൾ തള്ളിവെച്ചു.

ഭാൻഗഢ് കോട്ടയിലേക്കുള്ള നീണ്ട വഴിയുടെ കാൽഭാഗം നടന്നു വന്ന് കോട്ടയുടേയും തകർന്നു കിടക്കുന്ന ചുമരുകളുടേയും രണ്ട് ക്ഷേത്രങ്ങളുടേയും ദൂരക്കാഴ്ചയിൽ തൃപ്തിപ്പെട്ട് കാറിലേക്കുതന്നെ മടങ്ങിപ്പോയിരിക്കയാണ് അമ്മ. ഇത്രയെങ്കിലും കാണണമെന്ന് സഞ്ചാരക്കൊതിച്ചിയായ എൺപത്തിരണ്ടുകാരിക്ക് നിർബന്ധമായിരുന്നു. അതാണ് ജയ്പൂരിൽ നിന്നു തൊണ്ണൂറിലധികം കിലോമീറ്റർ ദൂരമുള്ള ഭാൻഗഢിലേക്ക് കൂടെക്കൂടിയത്. ഹിന്ദി പറയുമ്പോൾ പുഞ്ചിരിക്കുകയും ഇംഗ്ലീഷ് കേട്ടാൽ വെറുതെ പൊട്ടിച്ചിരിക്കുകയും ചെയ്യുന്ന ശുദ്ധഗ്രാമീണൻ അയൂബ്ഖാൻ ആയിരുന്നു ഡ്രൈവർ. അമ്മയെ കൊണ്ടുപോയി കാറിലിരുത്തി അയൂബ്ഖാനെ ഏൽപ്പിച്ച് മിനി മടങ്ങിവരുന്നതും കാത്തിരിക്കയാണ് ഞാൻ കൃഷ്ണയോടൊപ്പം.

കൃഷ്ണ

കൃഷ്ണയ്ക്ക് പിന്നെയും ആളുകൾ നാണയങ്ങൾ നല്കിക്കൊണ്ടിരുന്നു. പരിസരങ്ങളിൽ ധാരാളമുള്ള കുരങ്ങന്മാർക്ക് പഴങ്ങളുമായി വന്ന സംഘം കൃഷ്ണയ്ക്കും രണ്ട് പഴങ്ങൾ നല്കി. അവളതുടനെ തന്റെ മുഷിഞ്ഞ കുപ്പായത്തിനുള്ളിലൊളിപ്പിച്ചു.

''കുരങ്ങന്മാർ തട്ടിയെടുക്കും. ഒരെണ്ണം അനിയൻ ചെക്കന് കൊടുക്കണം.'' കൃഷ്ണ പറഞ്ഞു.

''അനിയന് എത്ര പ്രായമായി കൃഷ്ണാ?''

കൃഷ്ണ കൈപ്പത്തികളകത്തിപ്പിടിച്ച് അനിയന്റെ വലിപ്പം കാണിച്ചു.

കൃഷ്ണ കാണിച്ചത് ശരിയാണെങ്കിൽ അനിയൻ ഇപ്പോഴും മുല കുടിക്കുകയായിരിക്കണം. രണ്ടും മൂന്നും പഴങ്ങൾ റിസർവിൽ പിടിച്ചുവെച്ചിട്ടുള്ള കുരങ്ങന്മാരെ അവൾ അസൂയയോടെ നോക്കുന്നുണ്ട്. ഏതായാലും അവർ അവളുടെ കൊച്ചുകുടങ്ങളിലെ വെള്ളത്തിൽ കണ്ണുവെക്കുന്നില്ല.

''കൃഷ്ണേ, ഇത്രയും ആൾക്കാർക്ക് കൊടുക്കാൻ മാത്രം വെള്ളമുണ്ടോ ഈ പാത്രങ്ങളിൽ?''

കൃഷ്ണ ഒന്ന് പരുങ്ങി, ചിരിച്ചുകൊണ്ടിരുന്നു. ചുറ്റും കൂടിയിരുന്ന കുരങ്ങന്മാർ അവളുടെ ചിരിയെ ഇളിച്ചനുകരിച്ചു.

നാലിലോ അഞ്ചിലോ പഠിക്കാനിരിക്കേണ്ട കൃഷ്ണ. മൂന്നാം ക്ലാസുകാരിയുടെ വലുപ്പം കഷ്ടിച്ചുള്ള കൃഷ്ണ. വളർന്നു വലുതാവുമ്പോൾ അവൾ തന്റെ സങ്കടങ്ങളേയും നിറം ചേരാത്ത ജീവിതത്തേയും ബാപ്പു ബസാറിൽനിന്ന് വിലപേശി വാങ്ങിക്കുന്ന, വില

കുറഞ്ഞ, നിറം കൂടിയ കുപ്പായങ്ങൾ കൊണ്ട് മറയ്ക്കും. ഈ കുഞ്ഞൻ കുടങ്ങൾ മാറ്റിവെച്ച്, വലിയ കുടങ്ങളുടെ ഗോപുരവുമായി വെള്ളം തേടി കിലോമീറ്ററോളം നടക്കും.

അമ്മയെ കാറിലിരുത്തി മിനി മടങ്ങിവരുന്നുണ്ട്. ഞാൻ കൃഷ്ണ യ്ക്ക് പത്തു രൂപ കൊടുത്ത് ഒരു ഫോട്ടോയും എടുത്ത് യാത്ര പറഞ്ഞു. പത്തു രൂപ കൃഷ്ണയെ വല്ലാതെ സന്തോഷിപ്പിച്ചു.

"കൃഷ്ണാ, കൃഷ്ണയ്ക്ക് ഇതെത്ര രൂപയാണെന്ന് അറിയാമോ?"

അവളുടെ കണ്ണുകൾ വിടർന്നു വന്നു. കൈപ്പത്തികൾ അകന്നു. "ഇത് വലുത്, വലുത്" അവൾ പറഞ്ഞു.

അവളുടെ അളവുകൾ അങ്ങനെയാണ്. വിടർന്ന കണ്ണുകൾ. അകലുന്ന കൈപ്പത്തികൾ. നോട്ടുകൾ വലുത്. നാണയങ്ങൾ ചെറുത്. ചേരികളിൽ ചെറിയവർ. പുറത്ത് വലിയവർ. കോട്ടകൾ വലുത്. കുടിലുകൾ ചെറുത്.

മിനിക്ക് ഞാൻ കൃഷ്ണയെ പരിചയപ്പെടുത്തി.

"ഇവിടെ നിറയെ പ്രേതങ്ങളാല്ലേ, കൃഷ്ണ?" മിനി ചോദിച്ചു.

കൃഷ്ണ വലതുകൈയാൽ വായ് പൊത്തി ഇവരെന്തു മണ്ടന്മാരാ എന്ന മട്ടിലൊരു 'ഒടുവിലാൻ ചിരി' ചിരിച്ചു.

"ഇവന്മാർക്കൊരു കുഴപ്പോല്ല്യല്ലോ."

ചുറ്റും ചിതറിയിരിക്കുന്ന കുരങ്ങൻകൂട്ടത്തെ കാണിച്ചു കൃഷ്ണ പറഞ്ഞു.

കുഞ്ഞുകൃഷ്ണയുടെ ലോജിക് ശരിയാണ്. പ്രേതസാന്നിധ്യവും അഭൗമശക്തികളും ആദ്യം അലോസരപ്പെടുത്തേണ്ടത് മൃഗങ്ങളെ യാണ്. പ്രത്യേകിച്ചും വാനരന്മാരെ. അവരാകട്ടെ, ഖുശിയായിക്കഴി യുന്നു.

ഭാരതത്തിന്റെ ഡ്രാക്കുളക്കോട്ടയാണ് ഭാൻഗഢ് കോട്ട. പ്രേത കഥകളും പ്രകൃത്യാതീതശക്തികളുടെ താണ്ഡവങ്ങളുമായി ഭയവും കൗതുകവും കലർത്തി സഞ്ചാരികളെ വശീകരിക്കുന്നുണ്ട് ഭാൻഗഢ്. Most haunted places in India എന്നൊന്നന്വേഷിക്കാൻ ഗൂഗിളിനോട് പറഞ്ഞാൽ ആദ്യം പൊക്കിക്കാണിക്കുന്നത് ഭാൻഗഢ് കോട്ടയായി രിക്കും. ഭാൻഗഢിനെക്കുറിച്ച് ചോദിച്ചാൽ വിക്കിച്ചേട്ടനും ഗൂഗിള മ്മായിക്കും നൂറ് നാവാണ്. അതൊക്കെ വായിച്ച് ഊതിവീർപ്പിച്ച ആവേശക്കുമിളയാണ് കുറേ കുരങ്ങന്മാരുടെ കൂട്ടുപിടിച്ച് കൃഷ്ണ പൊട്ടിച്ചുകളഞ്ഞത്.

ഇങ്ങോട്ട് പോരുന്ന വഴിക്ക് രണ്ടു മൂന്നു കവലകളിൽ ബാംഗ്പുര ഗ്രാമത്തിലേക്കുള്ള വഴി ചോദിച്ചിരുന്നു അയൂബ് ഖാൻ. അപ്പോഴൊക്കെ ഞാനയാളെ തിരുത്തി. ബാംഗ്പുരയല്ല അയൂബ്, ഭാൻഗഢാണ്.

ഭാൻഗഢ്. അവസാനം അയൂബ് തിരിച്ചെന്നെ തിരുത്തി. ബാംഗ്പുര ഗ്രാമത്തിനടുത്താണ് സാബ്, ഭാൻഗഢ് കോട്ട. അയൂബെന്ന ഗ്രാമീണന് ഗ്രാമമാണ് പ്രധാനം. കോട്ടയല്ല. ജയ്പൂരിൽ നിന്ന് നൂറിനടുത്ത് കിലോമീറ്റർ അകലെയാണ് ആൽവാർ ജില്ലയിലെ ഈ ഗ്രാമം.

ഹൈവേ വഴി പോരാതെ രാംഗഢ് വഴിയുള്ള അത്ര സുഖകരമല്ലാത്ത യാത്രയായിരുന്നു ആന്തി ഗ്രാമംവരെ. പ്രശസ്തമായ ഷോലെ ചിത്രീകരിച്ചത് രാംഗഢിലാണത്രെ. അയൂബിന് ആ സ്ഥലവും ഞങ്ങളെ കാണിക്കണം. വർഷങ്ങൾക്കു മുമ്പാണ് അയൂബ് ഇവിടെ വന്നിട്ടുള്ളത്. അന്ന് രാംഗഢിലെ ഡാമിൽ സമുദ്രംപോലെ വെള്ളമുണ്ടായിരുന്നു. ഇപ്പുറത്തെ പാടങ്ങളിൽ ഗോതമ്പും ബാർലിയും വിളഞ്ഞു കിടന്നു. പച്ചപ്പിന്റെ ധാരാളിത്തവുമായി മരങ്ങൾ നിരന്നു നിന്നു. ഇപ്പോൾ രാംഗഢിൽ മഴയില്ല. ഡാമിൽ വെള്ളമില്ല. കൃഷിയില്ല. പച്ചപ്പില്ല. വർഷങ്ങളായി രാംഗഢ് ഇങ്ങനെ വരണ്ടുണങ്ങിക്കിടക്കുകയാണ്. ചെറിയൊരു പട്ടണത്തിന്റെ പൊങ്ങച്ചങ്ങളുണ്ടായിരുന്ന രംഗഢിൽ ഇപ്പോഴുള്ളത് ഒന്നുരണ്ട് മാടക്കടകളും കുറേ വാനരന്മാരും ഡാമിലെ ആൽഗ നിറഞ്ഞ അല്പം വെള്ളത്തിൽ പെട്ടുപോയ ഏതാനും മുതലകളുമാണ്. അയൂബിലെ ഗ്രാമീണൻ സങ്കടത്തോടെ രംഗഢിലെ ഭൂമിയെ നോക്കിക്കൊണ്ടു നിന്നു. ഷോലെ ഷൂട്ട് ചെയ്ത സ്ഥലമാണ്. അന്നെന്തു ഭംഗിയായിരുന്നു ഇവിടം. ഇവിടെയാണ് ധർമ്മേന്ദ്രയും ഹേമമാലിനിയും ആടിപ്പാടി നടന്നത്. ഇവിടത്തെ കാട്ടിലാണ് അംജത് ഖാന്റെ അട്ടഹാസങ്ങൾ മുഴങ്ങിയത്.

രാജസ്ഥാനിൽ പല ഭാഗങ്ങളിലും ഇങ്ങനെ സംഭവിക്കുന്നുണ്ട്. നഗരങ്ങളുടെ ചമയങ്ങൾ ഊരിവെച്ച് ദരിദ്രഗ്രാമങ്ങളുടെ സങ്കടങ്ങളിലേക്ക് തലവര മാറി പല പ്രദേശങ്ങളും വഴിമാറുന്നുണ്ട്. ഭാൻഗഢിനും ഇതുതന്നെയാണ് സംഭവിച്ചത്. പതിനാറാം നൂറ്റാണ്ടിലാണ് ആമറിലെ ഭരണാധികാരിയും അക്ബറിന്റെ ദിവാനുമായിരുന്ന രാജാ ഭഗവാൻ ദാസ്, ഭാൻഗഢ് നഗരം പണിയുന്നത്. മുഗളന്മാരുടെ സാമന്തരാജ്യമായിരുന്നു അന്ന് ആമർ (Amer/Amber) രജപുത്രരിലെ കച്ചാ ഗോത്രക്കാരായിരുന്നു ആമർ രാജാക്കന്മാർ. യുദ്ധവീരരായ ഇവരെ മുഗൾ സാമ്രാജ്യം കീഴടക്കിയത് സൈന്യബലംകൊണ്ട് മാത്രമല്ല, അവരുമായി ബന്ധുബലം സ്ഥാപിച്ചുകൊണ്ടുമായിരുന്നു. ഒരു വെടിക്ക് രണ്ടു പക്ഷിയെന്നോ ഒരു പക്ഷിക്ക് രണ്ടു വെടിയെന്നോ ഈ നയതന്ത്രത്തെ വ്യാഖ്യാനിക്കാം.

ആമർ രാജാവായിരുന്ന രാജാ ബാർമലിന്റെ മകനാണ് ഭാൻഗഢ് സ്ഥാപിച്ച ഈ രാജാ ഭഗവാൻ ദാസ്. ഇദ്ദേഹത്തിന്റെ സഹോദരി ജോധാ ബായി മുഗൾ ചക്രവർത്തി അക്ബറിന്റെ പത്നിയായിരുന്നു. ഭഗവാൻ ദാസിന്റെ മകളെ വിവാഹം ചെയ്തിരുന്നത് സലീം രാജകുമാരനായിരുന്നു. ഈ രാജകുമാരൻ പിൽക്കാലത്ത് ജഹാംഗീർ

എന്ന പേരിൽ ചക്രവർത്തിയായി. ഭഗവാൻ ദാസിന്റെ ഇളയ മകൻ മാധോസിങ്ങ് ആണ് ഭാൻഗഢ് കോട്ടയിലിരുന്ന് ഭരണമാരംഭിച്ചത്. മാധോസിങ്ങിനെപ്പോലെ മിടുക്കനായിരുന്നില്ല പിന്നാലെ വന്ന ചത്തർസിങ്ങ്. ചത്തർസിങ്ങിനു ശേഷം വന്നവരെ ചരിത്രംതന്നെ ഓർക്കുന്നില്ല. ഭാൻഗഢ് ക്ഷയിച്ചുകൊണ്ടിരുന്നു. മുഗളന്മാരുടെ സഹായത്തോടെ കോട്ട മാത്രം സംരക്ഷിക്കപ്പെട്ടു. ഔറംഗസേബിന്റെ കാലശേഷം മുഗൾസാമ്രാജ്യം ക്ഷയിച്ചു തുടങ്ങി, കോട്ട തകർന്നും തുടങ്ങി. സംരക്ഷകരില്ലാതെ പോയ ഭാൻഗഢിനെ 1720ൽ ജയ്സിങ്ങ് രണ്ടാമൻ ജയ്പൂരിനോട് ചേർത്തു. (ഇദ്ദേഹമാണ് ജയ്പൂർ നഗരം നിർമ്മിച്ചത്. ജയ്സിങ്ങിൽ നിന്നാണ് ജയ്പൂരിന് ആ പേര് കിട്ടുന്നത്.) എന്നിട്ടും ഭാൻഗഢിന്റെ കഷ്ടകാലം കഴിഞ്ഞില്ല. വടക്കേയിന്ത്യയെ മുഴുവൻ പട്ടിണിക്കിട്ട 1783ലെ വൻക്ഷാമം ഭാൻഗഢ് കോട്ടയെ അനാഥമാക്കി, ഭാൻഗഢിനെ ശൂന്യമാക്കി.

ഇത്രയും ചരിത്രത്തിന്റെ ബ്ലാക്ക് ആൻഡ് വൈറ്റ് പ്രിന്റൗട്ട്. ഇനിയുള്ളത് നാട്ടുകേൾവികളുടെയും കെട്ടുകഥകളുടെയും ഈസ്റ്റ്മാൻ കളർ ഹൊറർ തിരച്ചിത്രമാണ്. ചരിത്രത്തിന്റെ നരച്ച ലിപികളിൽ ഗ്രാമീണർക്ക് താല്പര്യമില്ല. അവർ പാടത്തും വരമ്പത്തുമിരുന്നു മക്കളോടും കൊച്ചുമക്കളോടും പറയാൻ നിറമുള്ള നാടോടിക്കഥകൾ മെനഞ്ഞെടുത്തു. കഥ പറഞ്ഞു പറഞ്ഞു കാലം പുതിയ കഥാപാത്രങ്ങളെ പ്രസവിച്ചു. രത്നവതിയും ദുർമന്ത്രവാദിയും. ബാലുനാഥും കോട്ടയുടെ നിഴലും. അങ്ങനെ ഒരു കോട്ട നിറയെ കഥകൾ.

പഴയ ഭാൻഗഢിലെ സന്ന്യാസിയോ അവധൂതനോ ആയിരുന്നിരിക്കാം ബാലുനാഥ്. ആരവല്ലിയുടെ സ്വച്ഛവും സുന്ദരവുമായ താഴ്വാരം അദ്ദേഹം ധ്യാനത്തിന് തെരഞ്ഞെടുത്തു. ധ്യാനവും സന്ന്യാസവുമായി കഴിയുന്നതിനിടയ്ക്കാണ് ഭാൻഗഢിൽ കോട്ട വരുന്നത്. അനുവാദം അന്വേഷിച്ചു വന്ന രാജാവിനോട് സന്ന്യാസി പറഞ്ഞു, കോട്ടയുടെ നിഴൽ എന്റെ ധ്യാനസ്ഥലത്തേക്ക് എത്തരുത്. അങ്ങനെ വന്നാൽ എന്റെ ശാപം ഈ കോട്ടയിലും പ്രജകളിലും പതിക്കും. ഒരുപക്ഷേ കോട്ടയിലെ ബഹളങ്ങളും അധികരിക്കുന്ന ജനസാന്നിധ്യവും തന്റെ ഏകാന്തതയെ ബാധിക്കരുതെന്നായിരിക്കും മൂപ്പര് ആഗ്രഹിച്ചത്. ഏതായാലും കോട്ട നാലുനിലയിൽ നിർത്തി, ധ്യാനസ്ഥലം നിഴൽബാധയിൽ നിന്നൊഴിവാക്കി രാജാക്കന്മാർ. വർഷങ്ങൾ കഴിഞ്ഞുപോയി. രാജാക്കന്മാർ മാറി വന്നു. നാട് അഭിവൃദ്ധിപ്പെട്ടു. രാജവരുമാനം കൂടി. മരണമില്ലാതെ ധ്യാനത്തിൽ മുഴുകിയ ബാലുനാഥിനെ ഭാൻഗഢ് മറന്നു. കോട്ടയുടെ നിലകൾ കൂടിക്കൂടി വന്നു. അഞ്ച്, ആറ്, ഏഴ്. നീണ്ടുവന്നു വീണ നിഴലിൽ

കോട്ടയിലേക്കുള്ള വഴി

ബാലുനാഥ് പൊട്ടിത്തെറിച്ചു. ശാപവാക്കുകൾ കോട്ടയിലും നാട്ടിലും വന്നു വീണു. കോട്ടയുടെ ഉയർന്ന നിലകൾ തകർന്നു. അനേകം പേർ മരിച്ചു. ബാക്കിയുള്ളവർ ഭാൻഗഢ് ഉപേക്ഷിച്ചുപോയി. ശൂന്യമായ ഭാൻഗഢിൽ ബാലുനാഥ് പിന്നെയും ധ്യാനനിരതനായി. കോട്ട പരിസരങ്ങളിലെവിടെയോ ബാലുനാഥ് നിത്യധ്യാനത്തിലാണെന്നു വിശ്വസിക്കപ്പെടുന്നു.

ഭാൻഗഢിന്റെ ചരിത്രത്തിലൊന്നും കണ്ടെത്താനാവാത്ത രത്നവതി രാജകുമാരിയാണ് രണ്ടാമത്തെ കഥയിലെ നായിക. അവളെ തീവ്രമായി ആഗ്രഹിച്ച സിംഗിയ എന്ന ദുർമന്ത്രവാദി വില്ലൻ. ഒരിക്കൽ രത്നവതിയുടെ ദാസിയിലൂടെ വശീകരണതൈലം കൊടുത്തുവിടുന്നു അയാൾ. ദുർമന്ത്രവാദിയുടെ ദുരുദ്ദേശ്യം മനസ്സിലാക്കാനുള്ള ജ്ഞാനദൃഷ്ടിയുണ്ടായിരുന്നു രാജകുമാരിക്ക്. അവരത് നിലത്തൊഴിച്ചുകളഞ്ഞു. അതിൽനിന്ന് രൂപം കൊണ്ട ഭീമൻ പാറ ഉരുണ്ടുചെന്ന് സിംഗിയയെ കൊന്നുകളഞ്ഞു. മരിക്കുന്നതിനു മുമ്പ് സിംഗിയയും ശാപം പാസ്സാക്കി. രാജകുമാരി കൊല്ലപ്പെടുമെന്നും രാജ്യം നശിക്കുമെന്നും. അടുത്ത വർഷം അജാബ്ഗഢുമായുള്ള യുദ്ധത്തിൽ രത്നവതി കൊല്ലപ്പെട്ടു. രാജ്യം ഛിന്നഭിന്നമായി. രത്നവതി പുനർജ്ജനിക്കുമെന്നും അപ്പോൾ ഭാൻഗഢ് പഴയ പോലെ സമ്പന്നമാകുമെന്നും ഗ്രാമം വിശ്വസിക്കുന്നു. രത്നവതിക്കഥയ്ക്കുതന്നെ ധാരാളം വകഭേദങ്ങളുണ്ടാക്കിയിട്ടുണ്ട് ഗ്രാമീണരസികർ. ഭാൻഗഢിലെ നാടൻ കഥപ്പുരകൾ ഇപ്പോഴും തിരക്കിലാണ്.

കോട്ടയിൽ അതിസാഹസികതയ്ക്ക് ശ്രമിച്ചവർക്കുണ്ടായ തിക്താനുഭവങ്ങൾ. രാത്രി കോട്ടയിൽ തങ്ങി മരണപ്പെട്ടവരുടെ കഥകൾ. ഇരുളും ഭയവും മരണവും ചാലിച്ച കഥകൾ കറുത്തിറങ്ങുകയാണ്. കോട്ടയിലേക്കുള്ള സഞ്ചാരികളുടെ വരവ് കൂടിക്കൊണ്ടിരിക്കുകയാണ്. ഗ്രാമം ഒന്നു മിനുങ്ങിത്തുടങ്ങിയിട്ടുണ്ട്. അടുത്തകാലത്ത് പച്ചപിടിച്ചിട്ടുള്ള മാർബിൾ ശില്പനിർമ്മാണവും ഗ്രാമീണരെ സന്തോഷിപ്പിക്കുന്നു. എവിടെയോ രത്നവതി പുനർജ്ജനിച്ചിട്ടുണ്ട്.

കോട്ടമതിലുകളും കാവൽപ്പുരകളും കോട്ടയും കൊത്തളങ്ങളും ക്ഷേത്രങ്ങളും അങ്ങാടികളും പതിനായിരക്കണക്കിന് പ്രജകളും പാർപ്പിടങ്ങളുമൊക്കെയായി ഒരു ടൗൺഷിപ്പ് തന്നെയായിരുന്നു ഭാൻഗഢ് കോട്ട. കൃഷ്ണയുടെ ജലവിതരണകേന്ദ്രത്തിനടുത്തുനിന്ന് തകർന്നുപോയ ജോഹ്രി ബസാർ ആരംഭിക്കുന്നു. ഇരുവശത്തും നെടുവീർപ്പിട്ടു നിൽക്കുന്ന പൊളിഞ്ഞ ചുമരുകളുടെയും തൂണുകളുടെയും കടമുറികളുടെയും ഇടയിലൂടെ കോട്ടയിലേക്കുള്ള നടവഴി സങ്കടപ്പെട്ടു നടന്നുപോകുന്നു. ചുറ്റിലും പരിസരത്തിന് പഴമയുടെയും പരിഭ്രാന്തിയുടെയും ഭാവം പകർന്ന് താടിയും മുടിയും നീട്ടി ആൽമരങ്ങൾ. വിചിത്രാകാരങ്ങളിലേക്ക് തായ്ത്തടിയും കൊമ്പുകളും വളർത്തി പേരു പറയാത്ത വേറെയും മരങ്ങൾ. ഒറ്റയ്ക്കും തെറ്റയ്ക്കും കുരങ്ങന്മാർ. ആരവല്ലി മലനിരകളിൽനിന്നു വയറു നിറച്ചെത്തുന്ന കാറ്റിന്റെ നീളൻ ഏമ്പക്കങ്ങൾ. നീണ്ടുപോകുന്ന വഴിക്കറ്റത്തു മുറിവേറ്റു വീണ രാക്ഷസനെപ്പോലെ കോട്ട. കോട്ടയെ മടിയിലേക്കെടുത്തുവെക്കുന്നു മൂന്നുവശത്തു നിന്നും ചെരിഞ്ഞിറങ്ങുന്ന ആരവല്ലി. കോട്ടയുടെ വലതുവശത്തു മലയുടെ നിറുകയിൽ ഒരു ഛത്രി കാണാം. പഴയ നിരീക്ഷണഗോപുരമാവാം, കുഴിമാടമാവാം. മല കയറിച്ചെല്ലാൻ നമ്മെ മോഹിപ്പിക്കുംവിധം ഗംഭീരമാണ് അതിന്റെ നിൽപ്പ്. പൊടിവീണ് ചെമ്പിച്ച ചെറിയ മരങ്ങൾ ഛത്രിയിലേക്ക് അലസം കയറിപ്പോകുന്നുണ്ട്. ആരവല്ലി പലയിടത്തും ഇത്തരം ഛത്രികളെ സൂക്ഷിക്കുന്നുണ്ട്.

ജോഹ്രി (ജ്വല്ലറി) മാർക്കറ്റിന്റെ ശേഷിപ്പുകൾ കഴിഞ്ഞെത്തുന്നത് ചെറിയൊരു മൈതാനത്തേക്കാണ്. ഇവിടെ രണ്ടാമത്തെ കോട്ടമതിലിലെ ഇരുമ്പഴികളുടെ ബലമുള്ള വാതിലുകൾ നാം കടക്കുന്നു. ആർക്കിയോളജിക്കാർ പുല്ലൊക്കെ പിടിപ്പിച്ചു മനോഹരമാക്കിയിട്ടുണ്ട് ഇവിടം. വലതുവശത്ത് രണ്ടാൾപ്പൊക്കമുള്ള തറയിൽ ക്രീം നിറത്തിലുള്ള രാജസ്ഥാൻ കല്ലിൽ മനോഹരമായൊരുക്കിയ ഗോപിനാഥക്ഷേത്രം, വടക്കേ ഇന്ത്യയുടെ സ്വന്തമായ 'നഗര'ശൈലിയിൽ 'ശിഖര'മൊക്കെയായി ഒതുങ്ങി നിൽക്കുന്നു. കോട്ടയിൽ പലയിടത്തും പിന്നെയും ചില ക്ഷേത്രങ്ങൾ ചിതറിക്കിടക്കുന്നുണ്ട്. നവീൻ, സോമേശ്വർ, കേശവ് റായ്, മംഗളാദേവി, ഗണേഷ് ക്ഷേത്രങ്ങൾ. കാലം

കോട്ടയ്ക്ക് ഏൽപ്പിച്ചത്ര പരുക്ക് ക്ഷേത്രങ്ങൾക്കില്ല. പലതിലും ഇന്ന് പ്രതിഷ്ഠയോ പൂജയോ ഇല്ല. കോട്ടവാതിലിനോടു ചേർന്നുള്ള ഹനുമാൻ ക്ഷേത്രത്തിൽ മാത്രമാണ് പൂജയും ആളനക്കവുമുള്ളത്. ഈ കോട്ടവാതിലാണ് ഹനുമാൻ ഗേറ്റ്. ഇതിനടുത്തു മോദോ കി ഹവേലി. മോദോ അന്നത്തെ പൗരപ്രമുഖനോ രാജോപദേഷ്ടാവോ ആയിരിക്കാം. അതു കഴിഞ്ഞ് നർത്തകരുടെ വാസസ്ഥലം. ഗോപിനാഥ ക്ഷേത്രത്തിനും കൊട്ടാരത്തിനുമിടയിൽ രാജസഭ കൂടിയിരുന്ന കെട്ടിടം.

മൈതാനത്തിന്റെ ഇടതുഭാഗത്തേക്ക് വേരുകൾക്കിടയിൽ പഴയ കൽക്കെട്ടുകളെ ഒതുക്കി നിർത്തുന്ന ആൽമരങ്ങളെ കടന്നു ചെന്നാൽ മറ്റൊരു ക്ഷേത്രമാണ്. സോമേശ്വരക്ഷേത്രം. അടുത്തു തന്നെയാണ് അമ്പലവാസികളുടെ പാർപ്പിടമായിരുന്ന പുരോഹിത്ജി കി ഹവേലി. ക്ഷേത്രത്തിനോട് ചേർന്നുതന്നെ ചെറിയ കുളം. കുളത്തിലേക്ക് ഒരു ചെറു നീർച്ചാൽ മലകളിൽ നിന്ന് ഒഴുകിയെത്തുന്നുണ്ട്. ചുറ്റും ധാരാളം വാനരന്മാരും മയിലുകളും. കൂട്ടത്തിൽ ഒരു മുട്ടൻവടിയുമായി കല്യാൺ ദാസ്. ദാസിനെ എവിടെയോവെച്ച് കണ്ടിട്ടുണ്ട്. തീർച്ച. നാട്ടുകാരോട് ചോദിക്കാൻ വെച്ചിരുന്ന ചോദ്യം ദാസിനോട് ചോദിച്ചു

‘‘ഇപ്പോ പ്രേതമൊക്കെ വരാറുണ്ടോ?’’

‘‘പത്തുപന്ത്രണ്ട് കൊല്ലങ്ങൾക്ക് മുമ്പ് പ്രേതങ്ങളൊക്കെയുണ്ടായിരുന്നു. ഇപ്പൊ വല്ലപ്പോഴുമൊന്ന് വന്നാലായി. ആൾക്കാർക്കൊന്നിലും വിശ്വാസമില്ലല്ലോ.’’

കല്യാൺ ദാസ് സങ്കടപ്പെട്ടു.

ദൈവവിശ്വാസമാണോ ഭൂതപ്രേതാദികളിലെ വിശ്വാസമാണോ ദാസ് ഉദ്ദേശിച്ചത്? എന്തായാലും വിശ്വാസം, അതല്ലേ എല്ലാം.

അടുത്ത കോട്ടമതിൽ വരെ കല്യാൺ ദാസ് കൂടെ വന്നു. മൊത്തം മൂന്ന് വൻമതിലുകളുടേയും ആരവല്ലിയുടേയും സംരക്ഷണത്തിലാണ് പ്രേതക്കോട്ട. ഭൂമിക്കടിയിലുള്ള അറകളിലേക്കോ ഇളകിക്കിടക്കുന്ന കെട്ടുകളിലേക്കോ സാഹസപ്പെടരുതെന്നുപദേശിച്ച് ദാസ് വാനരന്മാർക്കിടയിലേക്ക് മടങ്ങിപ്പോയി. എവിടെ വെച്ചാണ് ഇയാളെ കണ്ടിട്ടുള്ളത്? എവിടെ വെച്ചാണ് ദാസ് മുമ്പെന്നോട് ഭാൻഗഢിനെക്കുറിച്ച് സംസാരിച്ചത്? പിടികിട്ടുന്നില്ല. കോട്ടയിലെ അദൃശ്യശക്തികൾ എന്റെ ഓർമ്മകളെ കലക്കിക്കളഞ്ഞോ?

രാജസ്ഥാൻ ശിലകൾ നല്കുന്ന ഗരിമ ഈ കോട്ടമതിലിനുമുണ്ട്. ഇവിടെനിന്ന് കോട്ടയുടെ പടിപ്പുരയിലേക്കുള്ള വഴി ചെരിഞ്ഞ്

കയറുന്നു. ഇരുമ്പഴികളിട്ട വലിയ പടിപ്പുരവാതിൽ കയറുമ്പോൾ തടവറയിലേക്ക് കടക്കുന്ന ജീവപര്യന്തക്കാരന്റെയത്രയും വ്യസനങ്ങൾ എവിടെ നിന്നോ മനസ്സിൽ വന്നു തൂങ്ങി. വാതിൽ കടന്നാൽ ഇരുവശത്തുമുള്ള ഉയർന്ന തറയിൽ ഇരിക്കാം, വർഷങ്ങൾ ദ്രവിച്ചടിഞ്ഞ പൊടി നിങ്ങളെ അലോസരപ്പെടുത്തുന്നില്ലെങ്കിൽ. ഞാനും മിനിയും ആ പൊടിയിൽ, അയൂബ് വെയിലിനെ തടയാൻ തന്ന രാജസ്ഥാൻ പത്രിക വിരിച്ചിരുന്നു. വിശപ്പിന്റെയും ക്ഷീണത്തിന്റെയും ഭൂതങ്ങൾ വല്ലാതെ ആക്രമിക്കുന്നുണ്ട്. വെണ്ണ തേച്ച് പുഷ്ടിപ്പെടുത്തിയ ബ്രെഡ്ഡും ധാരാളം വെള്ളവും അകത്താക്കി. ഇപ്പോൾ ഉഷാറായി. ആരവിടെ? എവിടെ ഭൂതത്താൻ കോട്ട?

കോട്ടയിലേക്ക് പൊളിഞ്ഞു തുടങ്ങിയ പടികൾ കയറുമ്പോൾ കേട്ട പ്രേതകഥകളുടെ ഇരുളൊക്കെ ഒഴിഞ്ഞു പോകും. ഉച്ചയുടെ തിളയ്ക്കുന്ന വെയിലിൽ, ധാരാളം ഇടനാഴികളും വരാന്തകളും അഴികളില്ലാത്ത ജനലുകളും തുറപ്പുകളുമായി രഹസ്യമൊന്നുമില്ലെന്ന് മലർന്നുകിടക്കുകയാണ് കോട്ട. കോട്ടയുടെ അടിയിലേക്ക് ചില കുഞ്ഞൻമാളങ്ങൾ തുറക്കുന്നുണ്ട്. കൂരിരുട്ടിന്റെ നാട്ടുരാജ്യത്തിലേക്കിറങ്ങാൻ ശ്രമിച്ച് ഭയപ്പെടുന്നുണ്ട് ചില പോക്കിരിസഞ്ചാരികൾ. മൊബൈലുകളുടെ പുത്തൻ വെളിച്ചം നൂറ്റാണ്ടുകൾ സ്വരുക്കൂട്ടിവെച്ച പഴയ ഇരുളിനോട് തോൽക്കുന്നു. ഇടനാഴികളുടെ അറ്റത്തും ഇത്തരം ഇരുട്ടറകൾ കാണാം. അവിടേക്ക് കടന്നു നോക്കുന്നത് ബുദ്ധിയല്ല. ഭൂതപ്രേതങ്ങളൊന്നുമില്ലെങ്കിലും പാമ്പുകളും മറ്റു വിഷജന്തുക്കളുമുണ്ടാവാം.

കോട്ടയുടെ നടുവിലൂടെ മുകൾനിലകളിലേക്കുള്ള പടിക്കെട്ട് കയറിപ്പോകുന്നു. വശങ്ങളിൽ ഭൂതകാലത്തിൽ നിന്നുണർന്ന് അന്തംവിട്ട് നില്ക്കുന്ന കുറേ മുറികളുണ്ട്. അവിടെ നിന്ന് പൊടിയുടേയും ഈർപ്പത്തിന്റേയും ഗന്ധം സൂര്യവെളിച്ചത്തിലേക്ക് എത്തിനോക്കുന്നുണ്ട്. ചില മുറികളിൽ വവ്വാലുകൾ ശീർഷാസനത്തിലാണ്. നാലു നിലകളും കയറി മുകളിലെത്തിയപ്പോഴേക്കും വശംകെട്ടു പോയിരുന്നു. എന്റെ നീളൻ മുടി ഊർന്നു വീണ് മുഖത്തെ വിയർപ്പിൽ ഒട്ടിപ്പിടിച്ചു. ഏഴു നിലകളോടെ 'സപ്ത മഹൽ ' എന്നറിയപ്പെട്ടിരുന്ന കോട്ട ഇന്ന് നാലു നിലകളോടെ ഭൂത് മഹൽ എന്നാക്ഷേപിക്കപ്പെടുന്നു. ബാലുനാഥിന്റെ സന്ന്യാസത്തിലേക്ക് നിഴൽ നീട്ടിയ മൂന്നു നിലകൾ തകർന്നു പോയിരിക്കുന്നു. മേൽത്തളത്തിൽ കോട്ടച്ചുമരുകളിൽ നിന്നും പിണങ്ങിവീണ കല്ലുകളുടേയും ഇഷ്ടികകളുടേയും കൂമ്പാരങ്ങളാണ്. ചിലയിടങ്ങളിൽ എവിടേക്കാണ് കയറിപ്പോകുന്നതെന്നു മറന്ന് പെട്ടെന്ന് നിന്നുപോയ ചവിട്ടുപടികൾ. ഇവിടെ നിന്ന് മുന്നിലേക്ക് നോക്കിയാൽ കോട്ടയുടെ വിസ്തൃതിയും, പൊളിഞ്ഞും

പൊളിയാതെയും കിടക്കുന്ന കുറേ ക്ഷേത്രങ്ങളും കാവൽഗോപുരങ്ങളും കാണാം. കോട്ടയുടെ പുറംമതിലിനും പുറത്ത് വലിയൊരു മക്ബറയുണ്ട്. കച്ചാ രാജകുടുംബത്തിൽ നിന്ന് ഇസ്ലാമിലേക്ക് മാറിപ്പോയ ഏതോ രാജാവോ രാജകുമാരനോ അവിടെയുറങ്ങുന്നു. പുതിയ കഥകളിൽ ഇത് ബാലുനാഥിന്റെ സമാധിയായിക്കൊണ്ടിരിക്കുന്നുണ്ട്. ഹനുമാൻ ഗേറ്റ് കടന്ന് ആളുകൾ കോട്ടയിലേക്ക് വരുന്നതു കാണാം. ഡെൽഹി ഗേറ്റ്, ലാഹോറിഗേറ്റ്, ഫുൽബാരിഗേറ്റ്, അജ്മീർ ഗേറ്റ് എന്നിങ്ങനെ നാല് കോട്ടവാതിലുകൾ കൂടിയുണ്ട്.

കോട്ടയുടെ പിന്നിലേക്ക് നോക്കുമ്പോൾ കെട്ടിപ്പിടിക്കാവുന്ന ദൂരത്തിൽ ആരവല്ലി. അടുത്തുതന്നെ സിരിസ്ക കടുവാസംരക്ഷണ ദേശീയ പാർക്ക് തുടങ്ങുന്നു. ആരവല്ലി പറഞ്ഞുവിട്ടൊരു ചെറുകാറ്റ് വന്ന് എന്റെ നീളൻ ജുബ്ബയിൽ പിടിച്ചു വലിച്ചു. മുഖത്തേക്ക് ഒട്ടിക്കിടന്നിരുന്ന മുടിയിഴകളെ പറത്തിമാറ്റി ഓ, ആളെ മനസ്സിലായി എന്നു പറഞ്ഞ് മടങ്ങിപ്പോയി.

''ഭാൻഗഢിലെ പഴയൊരു രാജകുമാരനെപ്പോലെയാണല്ലോ നില്പ്?'' മിനി കളിയാക്കി.

ഞാൻ ബാലുനാഥിനെ ഓർക്കുകയായിരുന്നു. രാത്രികാലങ്ങളിൽ പൊളിഞ്ഞുപോയ മൂന്നു നിലകൾക്കു താഴെനിന്ന് അദ്ദേഹം പൊട്ടിച്ചിരിക്കുന്നുണ്ടായിരിക്കും.

നാലു മണിയോടെ ഞങ്ങൾ താഴേക്കിറങ്ങി. അഞ്ചു കഴിഞ്ഞാൽ ജോലിക്കാർ ആളുകളെ പുറത്താക്കിത്തുടങ്ങും. സൂര്യഭഗവാന്റെ സാന്നിധ്യത്തിലല്ലാതെ കോട്ടയിൽ തങ്ങരുതെന്നാണ് ആർക്കിയോളജി വകുപ്പിന്റെ ഉത്തരവ്. ഉദയം മുതൽ അസ്തമയംവരെ മാത്രം പ്രവേശനം. രാത്രിസമയങ്ങൾ പ്രേതഭൂതങ്ങൾക്ക് സംവരണം ചെയ്തിരിക്കുന്നു. ഒരുപക്ഷേ 'പ്രേതബാധിതം' എന്ന് ഔദ്യോഗികമായി പ്രഖ്യാപിക്കപ്പെട്ട ഏക കോട്ടയാകാം ഭാൻഗഢ്. കോട്ടയിലും പരിസരങ്ങളിലും വൈദ്യുതവിളക്കുകളില്ല. ആർക്കിയോളജി സംഘം (ASI-Archeology Socitey of India) ഇവിടെ ഒരോഫീസ്പോലും തുറക്കാതെ കോട്ടയെ ഇരുട്ടിലുപേക്ഷിച്ച് മുങ്ങിയിരിക്കുകയാണ്. അന്ധവിശ്വാസങ്ങളും അബദ്ധവിശ്വാസങ്ങളും പാഴാവുന്നില്ല.

കൗതുകം കൊണ്ട് വരുന്ന സഞ്ചാരികൾ മാത്രമല്ല ഹനുമാൻ ഗേറ്റ് കടക്കുന്നത്. അദൃശ്യ, അമാനുഷ, അസാധാരണ(ദുഷ്ട)ശക്തികളെക്കുറിച്ച് പഠനത്തിലേർപ്പെട്ടവർ, കോട്ടയുടെ വിപണനമൂല്യമറിയുന്ന ടിവി ചാനലുകാർ, പ്രേതങ്ങളില്ലെന്ന് തെളിയിക്കാൻ വെമ്പുന്ന അതിസാഹസികർ, ഭാൻഗഢിനെ പശ്ചാത്തലമാക്കുന്ന എഴുത്തുകാർ, സിനിമാക്കാർ. അങ്ങനെ ഒരുപാടുപേരെ ബാലുനാഥും

രത്നവതിയും ആകർഷിക്കുന്നു. ആജ്തക്, സീ ന്യൂസ് ചാനലുകളുടെ പരിപാടി മുമ്പ് കണ്ടിട്ടുണ്ട്. സീ ന്യൂസ് പാരാനോർമ്മൽ ശാസ്ത്രത്തിൽ വിദഗ്ധരെന്ന് അവകാശപ്പെടുന്ന മൂന്നുപേരേയും കൊണ്ടാണ് കോട്ട കേറിയത്. ഒരാളുടെ കൈയിൽ ഊർജ്ജമളന്നെടുക്കുന്ന ജർമ്മൻ ഉപകരണം. ഒരു വിദഗ്ധയുടെ കൈയിൽ നെഗറ്റീവ് എനർജിയും പോസിറ്റീവ് എനർജിയും വേവ്വേറെ പിടിച്ചെടുക്കുന്ന വിചിത്രസാമഗ്രി. മറ്റൊരാൾ വലിയൊരു ക്രിസ്റ്റൽ ഗോളകവുമായി. രാത്രിയിൽ അവർ കൊട്ടാരത്തിലെ ഇടനാഴികളും മുറികളും അരിച്ചുപെറുക്കി. ഇവിടെ നെഗറ്റീവ് എനർജിയുണ്ട്, അവിടെ പോസിറ്റീവ് എനർജി തീരെയില്ല എന്നൊക്കെ പറഞ്ഞുള്ള ആ കോമാളിപ്പരിപാടി ഇപ്പോഴും ഓർമ്മയുണ്ട്. നെഗറ്റീവ് എനർജിയുണ്ടെന്ന് പറയുമ്പോഴും പ്രേതമില്ല ഇല്ല എന്നാവർത്തിക്കാൻ പാടുപെടുന്ന ഈ വിദഗ്ധാഭിപ്രായത്തേക്കാൾ എത്ര നിഷ്കളങ്കവും കൃത്യവുമായിരുന്നു കല്യാൺജി ഞങ്ങൾക്കു തന്ന മറുപടി. ഇപ്പോഴാണ് ഓർമ്മ വന്നത്, അന്നത്തെ സീ ന്യൂസ് പരിപാടിയിൽ കല്യാൺ ദാസുണ്ടായിരുന്നു. തീർച്ച.

കേരളത്തിൽ ഇത്തരം സ്ഥലങ്ങളിൽ കാണാവുന്ന സാമൂഹ്യവിരുദ്ധരുടെ അസന്മാർഗ്ഗിക അവശേഷിപ്പുകൾ ഇവിടെ കാണുന്നില്ല. സുമൻ+സുമി സമവാക്യങ്ങളോ 'ഹൃദയഭേദക' ചിത്രങ്ങളോ അശ്ലീല ലിഖിതങ്ങളോ ഇല്ല. രത്നവതിയും ബാലുനാഥും ഭൂതഗണങ്ങളും ആർക്കിയോളജി വകുപ്പിലെ ജീവനക്കാരും കോട്ടയെ കാത്തുപോരുന്നുണ്ട്. പഴയ അങ്ങാടിത്തെരുവിലൂടെ തിരിച്ചു നടക്കുമ്പോൾ, രണ്ട് ജീവനക്കാരികൾ വടിയും കുട്ടയുമായി നടന്ന് കുരങ്ങന്മാരുപേക്ഷിച്ച പഴത്തൊലികൾ എടുത്തുമാറ്റുന്നുണ്ട്. നമ്മുടെ കുഞ്ഞുകൃഷ്ണയെ കാണാനില്ല. അവളുടെ രണ്ടു കുട്ടിക്കുടങ്ങളും വടിയും അവിടെയുണ്ട്. കല്ലുകളുടെ ഇടയിലൊളിപ്പിച്ച നാണയങ്ങൾ അവിടെത്തന്നെയുണ്ട്. ഞാൻ കൊടുത്ത പത്തു രൂപ മറ്റൊരു പൊത്തിലൊളിച്ചിരിക്കുന്നുണ്ട്. കൃഷ്ണയ്ക്ക് എല്ലാവരേയും വിശ്വാസമായിരിക്കാം. കുരങ്ങന്മാരേയും ഭൂതങ്ങളേയും സഞ്ചാരികളേയും എല്ലാം.

ഹനുമാൻഗേറ്റിലൂടെതന്നെ ഞങ്ങൾ പുറത്തിറങ്ങി. ഉച്ചച്ചൂടിലൂടെയുള്ള രണ്ടു മണിക്കൂർ നടത്തം ക്ഷീണിപ്പിച്ചിരിക്കുന്നു. പാതയോരത്ത് ഒരു ബോർവെൽ ടാപ്പുണ്ട്. ടാപ്പിനടിയിൽ ഒരു കൊച്ചിരുമ്പു ബക്കറ്റ് വരണ്ടിരിക്കുന്നു. കോട്ടയിലേക്ക് കയറുമ്പോൾ ഈ ടാപ്പ് ശ്രദ്ധിച്ചിരുന്നില്ല. അപ്പോൾ വെള്ളം ആവശ്യമില്ലായിരുന്നല്ലോ. വെള്ളമൊന്നുമുണ്ടാവില്ല എന്ന മുൻവിധിയോടെയാണ് ഞാൻ ബോർവെൽ ടാപ്പിന്റെ ലിവർ താഴ്ത്തിത്തുടങ്ങിയത്. അപ്പോഴാണ് നമ്മുടെ കുഞ്ഞുകൃഷ്ണ എവിടെ നിന്നോ വന്ന്, ഞാൻ വെള്ളമെടുത്ത്

തരാം എന്നു പറഞ്ഞു ലിവറിൽ കയറിപ്പിടിച്ചത്. ജലത്തെ ഭൂമിക്കടിയിൽനിന്നും അവൾ അനായാസം വിളിച്ചുവരുത്തി.

ഞാൻ മുഖവും തലയും നന്നായൊന്നു കഴുകി. എന്തൊരു തണുപ്പാണ് ഈ വെള്ളത്തിന്. എന്തൊരു സുഖം. ഭാൻഗഢ് കോട്ടയിൽനിന്ന് അപ്പോൾ മാത്രം ഇറങ്ങിവന്നൊരു കാറ്റ് ഞങ്ങളെ പിന്നെയും തണുപ്പിച്ചു. ബക്കറ്റിൽനിന്ന് വെള്ളമെടുത്ത് മുഖം കഴുകുന്നതിനിടയിൽ മിനി, കൃഷ്ണയോട് എവിടെയായിട്ടാണ് വീടെന്നു തിരക്കി. അവൾ കിഴക്കോട്ടു ചൂണ്ടിക്കാണിച്ചു. കോട്ടമതിലിനുള്ളിൽ വെച്ച് വീട് വടക്കാണെന്നു കാണിച്ച കൃഷ്ണ ഇപ്പോൾ കിഴക്കോട്ട് വിരൽ ചൂണ്ടുന്നു. അവൾക്ക് ദിക്ക് തെറ്റിയതാണോ? എന്റെ ഓർമ്മ ത്തെറ്റാണോ? കിഴക്കോട്ടും വടക്കോട്ടും മാറിമാറി നോക്കുന്ന എന്നെ വലിയ കണ്ണുകളിലൂടെ നോക്കിക്കൊണ്ടു നിൽക്കുകയാണ് അവൾ. മുഖത്തെവിടെയോ ഒരു ചെറുചിരി ഒളിഞ്ഞിരിക്കുന്നുണ്ട്. ഞാനൊന്നു കൂടി അടുത്തുചെന്ന് അവളുടെ കണ്ണുകളിലേക്ക് സൂക്ഷിച്ചു നോക്കി. കണ്ണുകൾക്ക് വല്ലാത്ത തിളക്കം. അവളുടെ ഭാവങ്ങളും ശബ്ദങ്ങളും ഒഴുകിവരുന്നത് ഈ കണ്ണുകളിലൂടെയാണ്. ദരിദ്രയായ കൊച്ചു പെൺകുട്ടിക്കു മേലുണ്ടായിരുന്ന മാനസികാധിപത്യം എനിക്ക് നഷ്ടപ്പെടുകയായിരുന്നു. ഉച്ചവെയിലും ബോർവെൽ വെള്ളത്തിന്റെ തണുപ്പും ക്ഷീണവും കോട്ടയിലെ ഇരുട്ടറകളും കൃഷ്ണയുണ്ടാക്കിയ ദിഗ്ഭ്രമവും തലച്ചോറിലെ അറകളിൽ വെച്ച് ഗൂഢാലോചന നടത്തിയിട്ടുണ്ട്. അല്ലെങ്കിൽ ഞാനവളോട് ഇങ്ങനെ ചോദിക്കുമായിരുന്നില്ല.

‘‘മോളേ, സത്യമായും നീ രത്നവതിയല്ലേ? കോട്ടയിലെ രത്നവതി?’’

കൃഷ്ണ കണ്ണുകൾ കൂടുതൽ വിടർത്തി മഞ്ഞപ്പല്ലുകൾ കാട്ടിച്ചിരിച്ചു.

‘‘രത്നവതി രാജകുമാരി. ഞാൻ കൃഷ്ണകുമാരി.’’

അവൾ തന്റെ എല്ലിച്ച കാലുകൾ നീട്ടിനീട്ടി വെച്ച് കോട്ടവാതിൽ കയറിപ്പോയി. അല്പം മുമ്പുമാത്രം ഇറങ്ങി വന്ന കാറ്റ് അവളോടൊപ്പം മടങ്ങിപ്പോയി.

നാലുമണി കഴിഞ്ഞിട്ടും വെയിലും ചൂടും കാര്യമായി കുറഞ്ഞിട്ടില്ല. കാറ്റില്ലാത്തതിനാൽ വിയർപ്പും ശല്യപ്പെടുത്തുന്നുണ്ട്. കാറിൽ ഏസിയൊക്കെ ഇട്ട് സുഖമായുറങ്ങുകയാണ് അമ്മയും അയൂബും. അവരെ വിളിച്ചുണർത്തി ഞങ്ങൾ കാറിലെ ഇന്നോവത്തണുപ്പിലേക്ക് കയറിയിരുന്നു.

മിന്നാമിനുങ്ങുകളുടെ വലിയ വെട്ടങ്ങൾ

ബാല്യത്തിലെ മിഴിവാർന്ന ഒരു ബ്ലാക്ക് ആൻഡ് വൈറ്റ് ചിത്രമാണ് വൈകുന്നേരങ്ങളിൽ വീട്ടിനുള്ളിലേക്ക് പാറിവരുന്ന മിന്നാമിന്നികൾ. തൊടിയിൽനിന്നും പാടത്തു നിന്നുമൊക്കെ അവരങ്ങനെ കേറി വരും. വീട്ടിനുള്ളിൽ മുനിഞ്ഞു കത്തുന്ന മണ്ണെണ്ണവിളക്കിനോട് അവരുടെ ഇത്തിരി വെട്ടം കാട്ടി മത്സരിക്കും. മിന്നിമിന്നിത്തെളിഞ്ഞു തെളിഞ്ഞു നിൽക്കുന്ന മിന്നമിനുങ്ങുകളോട് പുക കൊണ്ട് മങ്ങിയ ചിമ്മിനി വിളക്കുകൾ തോറ്റുകൊടുക്കും.

പറന്നു നടക്കുന്ന വെളിച്ചക്കുമിളകളോട് കൊതി മൂത്തൊരു ദിവസം രണ്ടെണ്ണത്തിനെ പിടികൂടി കുപ്പിയിലടച്ചു. ആ ജൈവ വിളക്കുംകൊണ്ട് കളിക്കുമ്പോഴാണ് അപ്പൻ പിടികൂടിയത്. അപ്പന്റെ അടി ഒഴിവാക്കാൻ മിന്നാമിന്നികളെ നിരുപാധികം മോചിപ്പിക്കേണ്ടി വന്നു. അന്ന് വിഷമം തോന്നിയെങ്കിലും ഇന്ന് മനസ്സിലാവുന്നു അതെത്ര നന്നായി എന്ന്. അന്ന് പറന്നുപോയ മിന്നാമിന്നികളിതാ, പെരുകിപ്പെരുകി പതിനായിരങ്ങളായി നക്ഷത്രമരങ്ങളായി ഇന്ന് എന്നെ ഇവിടെ കാത്തിരിക്കുന്നു. മലേഷ്യയിലെ 'കെലിപ്പ് കെലിപ്പ്' എന്നറിയപ്പെടുന്ന വിനോദകേന്ദ്രത്തിൽ.

രണ്ടായിരത്തി പന്ത്രണ്ട് ജൂണിലാണ് എല്ലാവരുംകൂടി മലേഷ്യയിലേക്ക് ഒരു പോക്ക് പോയത്. കുലാലംപൂരിൽ മിനിയുടെ അമ്മാവനും അമ്മായിയുമുണ്ട്. ഹോങ്കോങ്ങിലെ ജോലിയിൽ നിന്നൊക്കെ പിരിഞ്ഞ് മലേഷ്യയിലേക്ക് കുടിയേറിയവർ. വിസ രേഖകളിൽ അവരുടെ വിരുന്നുകാരാണ് ഞങ്ങൾ. അവിടെക്കൂടിയ ഒരു മാസം അവരുടെ പൂർണ സ്പോൺസർഷിപ്പിലായിരുന്നു ജീവിതം. ഭക്ഷണം, താമസം, യാത്ര, ഫോൺ വിളിക്കുള്ള ചിലവുവരെ. ഒരു തരം സമ്പൂർണ പരാന്നഭോജികളായി ഒരു മാസം.

മറ്റു പരിപാടികളൊന്നുമില്ലാതിരുന്ന ഒരു സായാഹ്നത്തിൽ അമ്മാവനാണ് മിന്നാമിന്നികളുടെ അത്ഭുതപ്രവൃത്തികളെക്കുറിച്ച് പറഞ്ഞത്.

കാണേണ്ട കാഴ്ചയാണത്രെ. സാഹിത്യത്തിന്റെ അസ്കൃതകളൊന്നുമില്ലാത്തവരാണ് അമ്മാവനും അമ്മായിയും. അതുകൊണ്ട് കാഴ്ചാവിവരണങ്ങളിൽ അതിശയോക്തിയോ ചമത്കാരങ്ങളോ ഉണ്ടാവില്ല. എന്നാലും ഇവന്മാരെന്ത് അത്ഭുതം കാട്ടാൻ എന്നൊരു ശങ്ക മനസ്സിലുണ്ടായിരുന്നു. ങാ, എന്നാലൊന്ന് കാണാം എന്ന ശങ്കാസമ്മതം മൂളി.

രാത്രികൾ കറുത്തു കറുത്ത് വരുന്ന സമയമാണ്. കറുത്ത വാവിന് നാലു ദിവസം ബാക്കി. അത് ഭാഗ്യം. വെളുത്ത വാവിന്റെ വെള്ളിവെളിച്ചത്തിൽ മിന്നാമിന്നികളുടെ അഭ്യാസങ്ങളൊക്കെ നിഷ്പ്രഭമാവുമത്രെ. ഇനി മഴയൊന്നു മാറി നിന്നാൽ ഭാഗ്യം പൂർണം. പക്ഷേ, മലേഷ്യയിൽ മഴ എപ്പോൾ വേണമെങ്കിലും പെയ്യും.

കുലാലംപൂരിൽനിന്ന് ഒന്നൊന്നേകാൽ മണിക്കൂർ കാറോടിച്ചാൽ വെളിച്ചപ്പൊട്ടുകളുടെ സങ്കേതത്തിലെത്താം. സ്ഥലപ്പേര് കമ്പുൻഗ് കൗന്തൻ. സെലൻഗൂർ സംസ്ഥാനം. കൗല സെലൻഗൂർ എന്ന പട്ടണത്തിൽനിന്ന് ഒൻപതു കിലോമീറ്റർ ദൂരം. സെലൻഗൂർ ഒരു നദി കൂടിയാണ്. മലേഷ്യയുടെ ഗംഗയോ യമുനയോ ഒക്കെയാണ്. ഈ നദീതീരത്താണ് ആ മിന്നുംകൊട്ടാരം.

ടാക്സി വിളിച്ചും പോകാം. ബസ്സുകളും കിട്ടും. അപ്പൊ കംബുൻഗ്, കൊമ്ബുൻഗ് എന്നൊന്നും പറയാൻ നിൽക്കേണ്ട. കെലിപ്പ്, കെലിപ്പ് എന്ന് പറഞ്ഞാൽ മതി. കെലിപ്പ് എന്നാൽ twinkle എന്നർത്ഥം. കെലിപ്പ് കെലിപ്പ് എന്നാൽ twinkles. ബഹുവചനം. മലയ ബെഹ്സേ ഭാഷയുടെ ഒരു സവിശേഷ സൂത്രമാണിത്. അതായത് കുട്ടി, കുട്ടി എന്നാൽ കുട്ടികൾ എന്ന് വരും. പട്ടി, പട്ടി, പട്ടികൾ. എപ്പടി ഭാഷാഭ്യാസം.

റമദാൻ മാസത്തിന്റെ അവസാനം കുറിക്കുന്ന പുതുച്ചന്ദ്രനെ കാണുന്ന ദിവസം മലേഷ്യൻ വീടുകളിലും കവലകളിലും മിന്നും വിളക്കുകളുടെ പ്രളയമാണ്. ഈ വിളക്കുകളെ പറയുന്നത് ലാമ്പു കെലിപ്പ്, കെലിപ്പ് (lampu kelip kelip) എന്നാണ്. പണ്ട് എണ്ണവിളക്കുകളായിരുന്നു. ഇപ്പോൾ മിക്കവാറും ഇലക്ട്രിക് വെളിച്ചങ്ങളാണ്. നമ്മൾ കാണാൻ പോകുന്നത് ജീവനുള്ള വിളക്കുകൾ. മലേഷ്യയുടെ അത്ഭുതവെളിച്ചങ്ങൾ.

വൈകീട്ട് ആറു മണിയോടെയാണ് ഞങ്ങൾ കുലാലംപൂരിൽ നിന്ന് പുറപ്പെട്ടത്. പുറപ്പെടുമ്പോൾ അതിസാധാരണമായ ഒരു മല്ലുപ്പരിപാടി ഒപ്പിച്ചു അമ്മാവൻ. GPSകളിൽ ടോൾ ഒഴിവാക്കിയുള്ള റോഡുകൾ തിരഞ്ഞെടുത്തു. അതുകൊണ്ട് ഒരു ഗുണമുണ്ടായി. ഇരുപത്തഞ്ചോളം കിലോമീറ്ററുകൾ കൂടുതൽ യാത്ര ചെയ്ത് അര മണിക്കൂറോളം വൈകി ഞങ്ങൾ kelip kelip-ലെത്തിച്ചേർന്നു.

യാത്ര ഇരുട്ട് വീണപ്പോഴായതുകൊണ്ട് മലയഗ്രാമങ്ങളുടെ സൗന്ദര്യം ഞങ്ങൾക്ക് നഷ്ടപ്പെട്ടു. എണ്ണപ്പനകളും മറ്റുതരം കൃഷിയിടങ്ങളും നിറഞ്ഞ മലയഹരിതസൗന്ദര്യം പിന്നീടുള്ള യാത്രകളിൽ ഞങ്ങൾ തിരിച്ചുപിടിക്കുകതന്നെ ചെയ്തു. ധാരാളമായിത്തന്നെ, ഒരു പ്രായശ്ചിത്തം പോലെ. എന്നാലും വർഷത്തിൽ എല്ലാ ദിവസവും മഴ തകർത്തുപെയ്യുന്ന മലേഷ്യയിലെ അടിപൊളി റോഡുകൾ ഞങ്ങളെ അത്ഭുതപ്പെടുത്തി, ആ ഇരുട്ടത്തും. നമ്മുടെയൊക്കെ 'കുഴിശപ്തജീവിതം' എന്നു തീരും?

രാത്രി ഏഴര മുതൽ പതിനൊന്നു വരെയാണ് കെലിപ്പ് കെലിപ്പിലെ പ്രവൃത്തിസമയം. പാർക്കിന്റെ പ്രധാന കവാടത്തിനടുത്ത് വാഹനങ്ങൾ നിർത്തിയിടാൻ ധാരാളം സ്ഥലമുണ്ട്. കവാടത്തിന്റെ ആർച്ചിൽ നിങ്ങൾക്കുള്ള സ്വാഗതം റെഡി - സലാമത്ത് ദാടാൻഗ് (selamat datang). അതിനപ്പുറത്ത് ഒന്നുകൂടി കാണാം A communtiy project by Tenaga Nasional. 'ഇതെന്താപ്പോ ടെനഗ നാഷണൽ' എന്ന് തപ്പിപോകുമ്പോഴാണ് മലേഷ്യയിലെ സ്വകാര്യവത്കരണത്തെക്കുറിച്ച് അറിയുന്നത്.

1988ലാണ്, പ്രധാനമന്ത്രി മഹാതിർ മുഹമ്മദ് സ്വകാര്യവത്കരണ നടപടികൾ ആരംഭിച്ചത്. അതിന്റെ ഭാഗമായാണ് സർക്കാരിനു കീഴിലായിരുന്ന National Eletcrictiy Boardനു പകരം ടെനഗ നാഷണൽ, 1990ൽ നിലവിൽ വന്നത്. നമ്മളും നമ്മുടെ ഇന്ത്യയും കടന്നുപോകാനിടയുള്ള വഴികളൊക്കെത്തന്നെ ഇത്. സ്വകാര്യന്റെ കീഴിൽ നമ്മുടെ മിന്നാമിന്നിക്കൂട്ടത്തിനെന്തു പറ്റുന്നോ ആവോ?

പ്രധാന കവാടം കടന്നകത്ത് ചെന്നാൽ ടിക്കറ്റ് കൗണ്ടറും ഒന്നുരണ്ടു ഷോപ്പുകളും കാപ്പിക്കടയും ടോയ്‌ലറ്റുകളുമാണ്. പരിസരങ്ങളിലെ വൃത്തിയും വെടിപ്പും ശ്രദ്ധേയമാണ്. ടിക്കറ്റെടുത്ത് ഞങ്ങൾ ബോട്ടുജെട്ടിയിലെ ക്യൂവിൽ ചെന്നു നിന്നു. തുഴവഞ്ചികളിലാണ് നമ്മൾ മിന്നാമിനുങ്ങുകളെ കാണാൻ പോകുന്നത്. സെലൻഗൂർ നദിയുടെ ഇരുകരകളിലുമുള്ള ചതുപ്പുകളിൽ ആർത്തുവളരുന്ന ബെരേംബൻഗ് (Berembang - Sonneratia Casolaria) എന്നറിയപ്പെടുന്ന കണ്ടൽക്കാടുകളാണ് അവരുടെ പ്ലേഗ്രൗണ്ട്.

ഒരു വഞ്ചിയിൽ നാലു പേർക്ക് കയറാം. നാലുപേർക്കും കൂടി നാല്പത് മലേഷ്യൻ റിൻഗ്ഗെട്ട്സ് (MR). നാൽപ്പത്തഞ്ചു മിനിറ്റ് മിന്നാമിന്നി ദർശനം, ഓരോ കുപ്പി വെള്ളം, സുരക്ഷയ്ക്കായി ലൈഫ് ജാക്കറ്റും ഈ റിൻഗ്ഗെട്ട്സിൽപെടും. പിന്നെ നമ്മുടെ തുഴച്ചിൽക്കാരൻ ഗൈഡ് രസികനാണെങ്കിൽ കെലിപ്പ് കെലിപ്പിനെക്കുറിച്ച് വാതോരാതെ വിവരണവും, മിന്നാമിന്നികളുടെ വളരെ അടുത്ത

ദർശനവും പറ്റുകയാണെങ്കിൽ നിയമം ലംഘിച്ച് ഒന്നിനെ കൈവെള്ളയിലൊതുക്കാനുള്ള അവസരവും ബോണസ്.

ധാരാളം പേർ കാത്തുനിൽക്കുന്നുണ്ട്. ഞങ്ങളുടെ കുറച്ചു മുമ്പിലായി ഒരു യൂറോപ്യൻ കൂട്ടമുണ്ട്. കൊതുകിനെ തുരത്താനുള്ള എണ്ണയിൽ കുളിച്ചു നിൽക്കുകയാണ്. ഏഷ്യൻ രാജ്യങ്ങളിൽ യാത്ര ചെയ്യുന്ന വെള്ളക്കാരന്റെ സ്ഥിരം പരിപാടിയാണിത്. മൂന്നാം ലോകക്കാരോടുള്ള ഒരു പുച്ഛത്തൈലമാണോ ഈ കൊതുകെണ്ണ? അതെന്തായാലും അവരുടെ ഭാഗത്തുനിന്നാണ് 'കൊതുകടികൾ' ധാരാളമായി കേട്ടത്. നമ്മൾ കൊച്ചിക്കാർക്കും തൃശ്ശൂരുകാർക്കും ഇതൊക്കെ ഒരു കൊതുകാണോ?

വഞ്ചികൾ വന്നുപോകുന്നതിനനുസരിച്ച് നാലുപേർ വെച്ച് കൊഴിയുന്നു. കാത്തുനിൽപ്പ് സ്ഥലത്തിനു ചുറ്റും മിന്നാമിന്നികളെക്കുറിച്ചുള്ള വിവരങ്ങളാണ്. നല്ല പോസ്റ്ററുകൾ. അതിലൊന്ന് വളരെ ശ്രദ്ധേയമായിരുന്നു. നെഞ്ചകത്തിൽ പച്ചവെളിച്ചം പേറി നിൽക്കുന്ന അഗ്നികീടത്തിനുമേൽ ഇങ്ങനെ എഴുതിയിരിക്കുന്നു, keep us glowing.

മറ്റനേകം മലയഗ്രാമങ്ങളെപ്പോലെ കൃഷി ചെയ്തും മീൻ പിടിച്ചും സ്വസ്ഥം ഉണ്ടുറങ്ങി കഴിയുകയായിരുന്നു, കൗന്തനും. അപ്പോഴാണ് വ്യവസായവിപ്ലവത്തിന്റെ വരവ്. ചെറുപ്പക്കാരെല്ലാം അതോടെ പട്ടണങ്ങളിലേക്കും വൻനഗരങ്ങളിലേക്കും കെട്ടുകെട്ടി. കൗന്തന്റെ സ്വാസ്ഥ്യവും ഗരിമയുമൊക്കെ അങ്ങനെ കെട്ടുപോയി. അപ്പോഴാണ് എഴുപതുകളിൽ കൗന്തൻ ഗ്രാമത്തിലെ മിന്നാമിനുങ്ങുകൾ ജനശ്രദ്ധയും ശാസ്ത്രശ്രദ്ധയും നേടുന്നത്. ബ്രസീലിലെ ആമസോൺ കാടുകളിൽ മാത്രമായിരുന്നു അതിനു മുമ്പ് ഗൗനിക്കത്തക്ക വിധത്തിൽ ഈ തീത്തുമ്പിക്കൂട്ടത്തെ കണ്ടെത്തിയിരുന്നത്. ഏതായാലും അതിനുശേഷം കൗന്തൻ ഗ്രാമീണർ അവരുടെ പൊയ്പ്പോയ നല്ല കാലം തെളിയിച്ചെടുക്കുകയായിരുന്നു.

ഒരു മണിക്കൂറോളം കാത്തുനിന്നതിനുശേഷം ഞങ്ങൾ വഞ്ചിയിലേക്കെത്തി. നമ്മുടെ ചെറിയ നാടൻവള്ളം. മിന്നാമിന്നികളെ അലസോരപ്പെടുത്താതിരിക്കാനാണ് മോട്ടോർബോട്ടുകൾ ഒഴിവാക്കുന്നത്. ഇതേ കാരണംകൊണ്ടുതന്നെ ഫ്ളാഷ് ഫോട്ടോയെടുപ്പും നടക്കില്ല, പുകവലിയും. അല്ലെങ്കിൽതന്നെ ആയിരക്കണക്കിന് ദൈവിക ഫ്ളാഷുകൾ മിന്നിക്കൊണ്ടിരിക്കുമ്പോൾ നിങ്ങളുടെ ഫ്ളാഷൊക്കെ എത്ര നിസ്സാരം. തോണിയിൽ കുറുകെ ഇട്ടിരിക്കുന്ന മരപ്പലകകളിൽ ഞങ്ങൾ ഇരിപ്പുറപ്പിച്ചു. ലൈഫ് ജാക്കറ്റ് ഇട്ട്, കാമറകളിലെ ഫ്ളാഷുകൾ അണച്ച് ഞങ്ങൾ റെഡിയായി, ദൈവത്തിന്റെ മാജിക് കാണാൻ അന്തംവിട്ടിരിക്കുന്ന കുട്ടികളെപ്പോലെ.

ചുറ്റും കുറ്റാക്കൂരിരുട്ട്. എങ്ങും നിശ്ശബ്ദത. നായ്ക്കൾ ഓരിയിടുന്നില്ലെന്നു മാത്രം. തുഴ വെള്ളത്തിൽ വീഴുമ്പോഴും കാര്യമായ ശബ്ദമില്ല. ഇരുട്ടിൽ തുഴച്ചിലുകാരന്റെ മുഖവും വ്യക്തമല്ല. മുകളിൽ നക്ഷത്രങ്ങളില്ല. പുഴയുടെ കരയോ കണ്ടൽക്കാടുകളോ പുഴയിലെ വെള്ളംതന്നെയോ കാണാനില്ല. ഒരു ഭീകരമാന്ത്രികനോവലിന്റെ ആരംഭരംഗം പോലെ.

സംപാൻ (നമ്മുടെ ചെറിയ നാടൻ വള്ളം) മെല്ലെ നീങ്ങിത്തുടങ്ങി. ഇല്ല, ഒന്നും കാണുന്നില്ല. ഒരത്ഭുതവും സംഭവിക്കുന്നില്ല. എവിടെ കൊട്ടിഘോഷിക്കപ്പെട്ട വെളിച്ചപ്പൊട്ടുകൾ? ഇരുട്ട്, ഇരുട്ട് മാത്രം. ഞങ്ങളുടെ നിരാശ, ഗൈഡും തുഴച്ചിൽകാരനുമായ ഹാലിം തിരിച്ചറിഞ്ഞു.

''കാത്തിരിക്കൂ കുറച്ചുകൂടി, എല്ലാം കാണാം.''

ഹാലിം മൂന്നു വർഷമായി ഇവിടെ കൂടിയിട്ട്. ഇതേ പുഴയിൽ നീന്തി രസിച്ചും മീൻ പിടിച്ചു കുടുംബം പോറ്റിയും വളർന്നവനാണ് ഹാലിം. കെലിപ്പ് കെലിപ്പ് ഒരു കമ്മ്യൂണിറ്റി പ്രൊജക്റ്റിന്റെ ഭാഗമായപ്പോൾ ഇവിടെ കയറിപ്പറ്റി. പകൽ മീൻപിടുത്തം, ഇരുട്ടു വീണാൽ മിന്നാമിന്നിത്തോഴൻ. രസികനാണ് ഹാലിം. മിന്നാമിനുങ്ങുകളെക്കുറിച്ച് നല്ല വിവരവുമുണ്ട്. പാർക്കിലെ നിയമങ്ങൾ പാലിക്കപ്പെടണമെന്ന് നിഷ്കർഷയുമുണ്ട്.

വഞ്ചി മെല്ലെ മുന്നോട്ട് നീങ്ങുകയാണ്. നിശ്ശബ്ദം. ഇരുട്ടിലൂടെ. ഞങ്ങൾ പ്രതീക്ഷയോടെ ഇരുകരകളിലേക്കും ഹാലിമിനെയും നോക്കിയിരിക്കുകയാണ്. ഇപ്പോൾ അവിടവിടെയായി നാലഞ്ച് വെളിച്ചപ്പൊട്ടുകൾ കണ്ടുതുടങ്ങി. ഞങ്ങൾ ഉഷാറായി. ഹാലിം വാചാലനായി.

ലോകത്തിലെ ഏറ്റവും വലിയ മിന്നാമിന്നിക്കോളനിയാണ് ഇവിടത്തേത്. ശുദ്ധജലനദികൾ കടലിലെ ഉപ്പുവെള്ളത്തിലേക്ക് ചേക്കേറുന്നിടത്താണ് മിന്നാമിന്നികളുടെ വാഗ്ദത്തനാട്. ഇവിടെ കരകളിലെ ചതുപ്പുകളിൽ ബെരേംബൻഗ് കണ്ടലുകൾ നന്നായി വളരും. പശിമയുള്ള, കുഴഞ്ഞ ചളിയിൽ ഒച്ചുകളും ധാരാളം. മിന്നാമിന്നികളുടെ പുഴുപ്രായഭക്ഷണമാണ് ഈ ഒച്ചുകളും മറ്റു ചെറിയ പ്രാണികളും. കീഴ്ത്താടിയിൽനിന്നുള്ള ഒരു സ്രവം ഉപയോഗിച്ച് ഇരയെ അലിയിച്ചെടുത്താണ് ശാപ്പാട്. എന്നാൽ വളർച്ചയെത്തിക്കഴിഞ്ഞാൽ ഇവ സാധുക്കളാണ്. ബെരേംബൻഗ് ഇലകളുടെ നീരും കുടിച്ചിരുന്നോളും. ചിലർക്ക് ഭക്ഷണംതന്നെ വേണ്ടത്രെ.

വഞ്ചി മുന്നോട്ടു നീങ്ങി. കൂടുതൽ മിന്നാമിന്നികളെത്തിയിട്ടുണ്ട്. അന്തരീക്ഷത്തിൽ തലങ്ങും വിലങ്ങും പറന്നു വെളിച്ചവരകളുണ്ടാക്കുന്നു. ഇരുട്ടിന്റെ ഭീകരത കുറയുന്നു. വഞ്ചി തീരത്തെ കണ്ടലുകളിലേക്കടുപ്പിക്കുകയാണ് ഹാലിം. ഇതാ സ്വർണപ്പൊടി വാരിയെറിഞ്ഞപോലെ മിന്നാമിന്നികളുടെ പ്രളയം. അനേകായിരം പ്രകാശ

കണികകളുടെ വിസ്മയനൃത്തം. ദൈവികകണങ്ങളുടെ മാസ്മരിക പ്രകടനം. ആകാശത്തു നിന്ന് നക്ഷത്രങ്ങളെയെല്ലാം വാരിയെടുത്ത് ഈ കണ്ടൽമരങ്ങളിൽ വിരിച്ചിട്ടിരിക്കുന്നു. ഓരങ്ങളിൽ ക്രിസ്തുമസ് മരങ്ങൾ അലങ്കരിച്ചു വെച്ച പാതപോലെ സെലൻഗൂർ നദി. ഹൃദയങ്ങൾ മിടിക്കാൻ മറന്ന് നിൽക്കുകയാണ്. മനസ്സ് മായക്കാഴ്ചയ്ക്ക് മുന്നിൽ നമിച്ചു നിൽക്കുകയാണ്. പുഴയും സന്തോഷത്താൽ പുളഞ്ഞതുകൊണ്ടോ, കുഞ്ഞോളത്തുള്ളലുകളുടെ ശബ്ദങ്ങൾ ഇപ്പോൾ കേൾക്കാം.

അത്യാഹ്ലാദത്തിന്റെ ഓളപ്പരപ്പിലേക്ക് ഹാലിം കറുത്ത ഒരു കല്ലെടുത്തിട്ടു. കഴിഞ്ഞ പത്തു കൊല്ലം കൊണ്ട് മിന്നാമിനുങ്ങുകളുടെ ഈ സമൃദ്ധി പകുതിയായിട്ടുണ്ടത്രെ. കൃഷിക്കും വീടുവെപ്പിനും ഒക്കെയുള്ള സ്ഥലം കയ്യേറ്റങ്ങൾ, കീടനാശിനി-രാസവളപ്രയോഗങ്ങൾ, കണ്ടൽക്കാടുകളുടെ വെട്ടിനശിപ്പിക്കൽ, പുഴയിലെ മലിനീകരണം, വായു ശബ്ദ മലിനീകരണങ്ങൾ, അങ്ങനെ ഒരുപാട് കാരണങ്ങൾ. അധികമായ മനുഷ്യസാമീപ്യവും നഗരവൽക്കരണത്തിന്റെ വെളിച്ചത്തിൽ രാത്രികളിൽ ഇരുട്ടില്ലാതായതും അവയുടെ മറഞ്ഞു പോക്കിന് കാരണമായിട്ടുണ്ട്. പിന്നെ മുതലാളിക്കെതിരെ മൊഴി കൊടുക്കുന്ന അപരാധബോധത്തോടെ ഹാലിം ഇത്രയും കൂട്ടിച്ചേർത്തു. "മിന്നാമിന്നിപ്പാർക്കിന്റെ നടത്തിപ്പുകാരായ ടെനഗ നാഷണൽ, സെലൻഗൂർ നദിയുടെ മുകൾഭാഗത്തായി ഒരു അണക്കെട്ട് കെട്ടിയിട്ടുണ്ട്. അതിനുശേഷം നദിയിലേക്കുള്ള ശുദ്ധജലത്തിന്റെ ഒഴുക്ക് കുറഞ്ഞു. ശുദ്ധജലക്കുറവിലേക്ക് കടലിൽനിന്നും ഉപ്പുവെള്ളം തള്ളിക്കയറി. പുഴവെള്ളത്തിലെ ലവണാംശക്കണക്കിന്റെ തകിടം മറിച്ചിൽ ഒച്ചുകളെയും ബെരേംബൻഗ് മരങ്ങളെയും നശിപ്പിച്ചു തുടങ്ങി. ഭക്ഷണവും ഇലനീരും നഷ്ടപ്പെട്ട മിന്നാമിന്നികൾ തിരോധാനവും തുടങ്ങി."

നാട്ടിലെ, പണ്ടത്തെ മിന്നാമിന്നികളെപ്പോലെ മണ്ടന്മാർതന്നെ ഇവിടെയുള്ളവരും. എന്റെ കൈവെള്ളയിലേക്കവ പറന്നുവന്നു. അടുത്തറിയുമ്പോഴല്ലേ ഈ പ്രഖ്യാപിത സുന്ദരന്മാരുടെയും സുന്ദരിമാരുടെയും തനിരൂപം മനസ്സിലാവുന്നത്. ക്ലോസ്എൻകൗണ്ടറിൽ അഞ്ചാറ് മില്ലിമീറ്റർ വലിപ്പമുള്ള കടും തവിട്ടുനിറമുള്ള വണ്ടുകൾ മാത്രം. വയറ്റിലെ പച്ചവെളിച്ചമില്ലായിരുന്നെങ്കിൽ ഇവരെ നമ്മൾ തിരിഞ്ഞുനോക്കില്ലായിരുന്നു. ലൂസിഫെറിൻ ലൂസിഫെറെയ്സ് രസതന്ത്രസൂത്രത്തിൽ കത്തിവരുന്ന, ചൂടില്ലാത്ത പച്ചവെളിച്ചം. ഓക്സിജന്റെ സാന്നിധ്യവും ഈ രാസപ്രക്രിയയ്ക്ക് ആവശ്യമാണ്. പച്ചവെളിച്ചനിർമാണത്തിന്റെ ഫാക്ടറികളായ പ്രകാശകോശങ്ങളിലേക്ക് (Photocytes) ഓക്സിജന്റെ പ്രവേശനം നിയന്ത്രിച്ചുകൊണ്ടാണ് മിന്നാമിന്നികൾ മിന്നും പ്രകടനം സാധ്യമാക്കുന്നത്.

ലോകത്തിന്റെ പല ഭാഗങ്ങളിലും മിന്നാമിന്നികളുണ്ട്. മിന്നുന്നവയും മിന്നാത്തവയുമായി. എന്നാൽ ആയിരങ്ങൾ ഒരുമിച്ചു നടത്തുന്ന ഏകകാലീക സ്ഫുലിംഗപ്രകടനം തെക്കുകിഴക്കൻ ഏഷ്യയ്ക്ക് സ്വന്തം. മിന്നാമിന്നിയുടെ ചഞ്ചലസ്ഫുരണങ്ങൾ ഇണകൾക്കുള്ള പ്രേമലേഖനങ്ങളാണ്. പൂവാലന്മാർ മൂന്ന് സെക്കണ്ടിലൊരിക്കൽ മിന്നിച്ചു കാണിക്കും. കാത്തിരിക്കുന്ന പ്രേമലോലകൾ രണ്ടു സെക്കണ്ട് കഴിഞ്ഞ് തിരിച്ചു കണ്ണിറുക്കും. മിന്നൽപ്പണി അറിയാത്ത കൂട്ടരുമുണ്ട്, ചിലയിടങ്ങളിൽ. അവർ സ്വയംനിർമ്മിത സുഗന്ധം പൂശിയാണ് ഇണകളെ മോഹിപ്പിക്കുന്നത്.

ഇത്രയും ഞങ്ങൾക്കുമറിയാവുന്ന കാര്യങ്ങളാണ്. കെലിപ്പ് യാത്രയ്ക്ക് പുറപ്പെടുംമുൻപ് ഞങ്ങളും അത്യാവശ്യം ഗൃഹപാഠം ചെയ്തിരുന്നു. പക്ഷേ, ഹാലിം പറഞ്ഞുതന്ന കാര്യങ്ങൾ പുതിയ അറിവുകളായിരുന്നു. മിന്നാമിന്നിയും ഒരു ഇരയാണ്. ബേപ്പൂർ സുൽത്താൻ പറഞ്ഞപോലെ സമസ്തജീവജാലങ്ങളും ഒരിക്കൽ വേട്ടക്കാരനും അവസാനം ഇരയുമാണ്. വലിയ ഉറുമ്പുകളും ചെറിയ പക്ഷികളും തവളകളുമൊക്കെയാണ് മിന്നാമിന്നിയെ തിന്നുന്നവർ (തിന്നാൻ ശ്രമിക്കുന്നവർ). ഒരിക്കൽ തിന്നവർ പിന്നെ ആ പച്ച വെളിച്ചം കണ്ടാൽതന്നെ പേടിച്ചോടുമത്രെ. അത്രയും രൂക്ഷമായ ദുസ്സ്വാദാണത്രെ. അതുകൊണ്ടായിരിക്കും മിന്നാമിന്നി ലാർവകളുടെ വയറ്റിലും ദൈവം ഇത്തിരി വെളിച്ചം ഇട്ടു കൊടുത്തത്. അല്ലാതെ ഈ ചിന്നപ്പിള്ളേർക്ക് ഇണയെത്തേടാനുള്ള പ്രായമായിട്ടില്ലല്ലോ.

വഞ്ചി ഏതാണ്ട് മുപ്പതു മിനിട്ടോളം തുഴഞ്ഞു കഴിഞ്ഞു. നാൽപതു നാൽപ്പത്തഞ്ചു മിനിട്ടാണ് നമുക്കിങ്ങനെ കറങ്ങാവുന്നത്. ഇപ്പോൾ നമുക്ക് ചുറ്റും മിന്നാമിന്നിമരങ്ങളുടെ സ്വച്ഛമായ പ്രകാശവലയമാണ്. എന്തൊരസുലഭ നിമിഷങ്ങളാണിത്! ഇണ തേടുന്നവരുടെയും ഇണ ചേരുന്നവരുടേയും ഇടയിൽ നമ്മളിങ്ങനെ, ഇവിടെ, ഈ ഇരുട്ടിൽ, ഈ വഞ്ചിയിൽ, ഈ സെലൻഗൂർ പുഴയിൽ! ഒരൊളിച്ചുനോട്ടത്തിന്റെ മനക്കുത്തുകളില്ലാതെ. ഇതിനുവേണ്ടി മാത്രമാണ് എന്നെ മലേഷ്യ വിളിച്ചത്. ഈ അപൂർവ രാത്രിക്കാഴ്ചയ്ക്കു വേണ്ടിയാണ് എന്റെ ബാല്യത്തിൽനിന്നും അന്നാ മിന്നാമിനുങ്ങുകൾ പറന്നുപോയത്; ഈ സ്വർഗീയ മഹാമൈഥുനമേളയ്ക്ക് സാക്ഷിയാവാൻ.

ധാരാളം വെളിച്ചപ്പൊട്ടുകൾ പാറിനടക്കുന്നുണ്ട്. മരങ്ങളിൽ നിന്ന് മരങ്ങളിലേക്ക്. ചിലത് കണ്ടലുകൾക്കിടയിലെ പുല്ലിലേക്ക്. പാറിനടക്കുന്ന ഈ വെളിച്ചം കണ്ടാൽ ഉറപ്പിക്കാം, അതൊരു ആൺ മിന്നിയാണെന്ന്. മടിച്ചിപ്പെണ്ണുങ്ങൾ ഇങ്ങനെ കറങ്ങിനടക്കില്ല. അവർ ബെരേംബൻഗ് ഇലകളുടെ നീരും കുടിച്ച് രസിച്ചിരിക്കും.

അവർക്കറിയാം ഒന്ന് കണ്ണുകാണിച്ചാൽ (ലൈറ്റ് കാണിച്ചാൽ) ഈ ആണുങ്ങൾ മിന്നിയെത്തുമെന്ന്. പരസ്പരം മനസ്സ് (വെളിച്ചം) കൈ മാറിയാൽ ഇണകൾ പുൽത്തുമ്പത്തോ ചതുപ്പിലോ കണ്ടലിൻ ഇല കളിലോ ഒരുമിച്ചു കൂടും. പിന്നെ ഇണചേരലിന്റെ പവിത്രനിമിഷങ്ങൾ. ആൺമിന്നി പെൺമിന്നിക്കു നൽകുന്ന വിവാഹസമ്മാനത്തിൽ ബീജാണുക്കൾ മാത്രമല്ല ഉള്ളത്. ധാരാളം മുട്ടയിടാനും അതുവരെ ജീവൻ നിലനിർത്താനുമുള്ള ഊർജ്ജം കൂടിയാണ് അവൻ തന്റെ ഇണയിലേക്ക് ഒഴുക്കുന്നത്. അതോടെ അവന്റെ കർമ്മം കഴിഞ്ഞു. കർമ്മാന്ത്യം മരണം. രണ്ടാഴ്ചയോളം പാറിനടന്ന ആ പ്രകാശം കെട്ടുപോകുന്നു. ജീവൻതന്നെ സമർപ്പിച്ചുകൊണ്ടുള്ള തീവ്രപ്രണയം.

മൈഥുനത്തിനു ശേഷം ധാരാളം അണ്ഡങ്ങളുടെ ഒരു ഉറ മാത്ര മാണ് പെൺശരീരം. ചതുപ്പിലോ ഈർപ്പം നിറഞ്ഞു ചീഞ്ഞ ഇലകൾ ക്കിടയിലോ മുട്ടകൾ നിക്ഷേപിക്കും. പിന്നെ അവളും ജീവൻ വെടിയും. രണ്ടോ മൂന്നോ ആഴ്ചകൾകൊണ്ട് മുട്ടകൾ വിരിയും. പിന്നെ ലാർവയായി ശൈത്യത്തിലൂടെ, പ്യൂപ്പയായി വസന്തത്തിലൂടെ കടന്ന് അടുത്ത വേനൽരാത്രികളിലേക്ക് നെഞ്ചിൽ പച്ചവെളിച്ചവു മായി. മിന്നാമിന്നികളായി.

ഞങ്ങൾ മടങ്ങുകയായി. ചൂട്ടും കത്തിച്ച് ഇണയെത്തേടുന്ന മിന്നാമിനുങ്ങുകളോട് വിടപറഞ്ഞ്. ഇണ ചേരുന്ന, ഇണചേർന്ന് തീപ്പെട്ടുപോയ തീക്കുമിളകളോടു വിടപറഞ്ഞ്.

ഞങ്ങൾ മലേഷ്യയിൽ നിന്ന് പറന്നുയരുമ്പോഴേക്കും അതുല്യ പ്രേമത്തിന്റെ ഈ പ്രകാശവാഹകരിൽ ഏറെയും അണഞ്ഞു പോയിരിക്കും. ഞങ്ങൾ വരും. ഞങ്ങളെ സാക്ഷിയാക്കി ഉയിർക്കൊണ്ട അടുത്ത തലമുറയെക്കാണാൻ, അടുത്ത ജൂൺ വെയിലിൽ.

ഹാലിം ഒരു മൂളിപ്പാട്ടും ചേർത്ത് വഞ്ചി കരയിലേക്ക് അടുപ്പിച്ചു. കുട്ടികൾ, അപ്പുവും അമ്മുവും ആ മൂളിപ്പാട്ട് ഇങ്ങനെ വിവർത്തനം ചെയ്തു.

"മിന്നാമിന്നികൾ കാണുന്നില്ല
രണ്ടാമതൊരു വേനൽക്കാലം."

ഒരു യാത്രികൻ അന്ധവിശ്വാസിയാകുന്ന വഴികൾ

റോമിലേക്ക് ചെല്ലുക. റോമിന്റെ വെടിപ്പുള്ള നടപ്പാതകളിലൂടെയും കല്ലുപതിച്ച ഇടവഴികളിലൂടെയും വെറുതെ അലഞ്ഞു നടക്കുക. റോമിന്റെ ജെലാത്തോയും ഫ്രസ്ക്കാത്തി വൈനും ആസ്വദിക്കുക. റോമാക്കാരന്റെ 'ഗ്രാസ്സിയെ'യും 'ബോനോ'യും 'ച്യാവോ'യും ആവർത്തിച്ച് പറയുക, ആവർത്തിച്ച് കേൾക്കുക. റോം നിങ്ങളെ ദത്തെടുക്കും. റോമിൽ ചെന്നാൽ റോമാക്കാരനെപ്പോലെയല്ല, റോമാക്കാരനാകും നിങ്ങൾ.

വൻചത്വരങ്ങളിൽ ഞെളിഞ്ഞും ചെറുവഴികളിൽ ഒളിഞ്ഞും നില്ക്കുന്ന ധാരാളം ജലധാരകൾ. ചരിത്രവും കഥകളും പീഡനങ്ങളും നിലവിളികളും ചോരയും ചേർത്തു കുഴച്ചെടുത്ത കൊളോസിയം. സാധാരണക്കാരായ ആയിരങ്ങൾക്കൊപ്പം ഡസൻകണക്കിന് പുണ്യാളന്മാരും ആകാശസ്വർഗ്ഗത്തിലേക്ക് കൈകളുയർത്തി നില്ക്കുന്ന സെന്റ് പീറ്റേഴ്സ് ബസിലിക്ക. ഭൂതകാലത്തിലേക്ക് അലസം ഒഴുകുന്ന ടൈബർ നദി. പാന്തിയോൺ എന്ന വൃത്താകൃത അത്ഭുതം. പടുവൃദ്ധന്റെ ചിതറിപ്പോയ ചിന്തകൾപോലെ റോമൻ ഫോറം. അങ്ങനെയൊക്കെയാണ് റോം നമ്മെ മോഹിപ്പിക്കുന്നത്. അനന്തകാലത്തോളം അനേകായിരങ്ങളെ മോഹിപ്പിച്ചുകൊണ്ടേയിരിക്കും ഈ അനശ്വര നഗരം. വെറുതെയല്ല, തിരിച്ചുചെല്ലണമെന്ന് തനിക്ക് തോന്നിയ ഒരേ ഒരു നഗരം റോമാണെന്ന് എസ്കെ പറഞ്ഞത്.

ലണ്ടനും പാരീസിനും ശേഷമാണ് ഞങ്ങൾ റോമിലക്ക് കടന്നത്. ഞങ്ങൾ അഞ്ചുപേർ. എന്റെ കൂടെ അമ്മയും അമ്മുവും അപ്പുവും മിനിയും. അത് എട്ടു ദിവസത്തോളം നീണ്ടുനിന്ന തീവ്രപ്രണയത്തിന്റെയും ഇന്നും തുടരുന്ന ഗൃഹാതുരത്വത്തിന്റെയും തുടക്കമായിരുന്നു. ലണ്ടൻ അതിന്റെ നരച്ച ഭാവവും മുഷിഞ്ഞ മുഖവുംകൊണ്ട് ഞങ്ങളെ അകറ്റിനിർത്തി. വെസ്റ്റ് മിനിസ്റ്റർ അബിയിലെ പ്രശസ്ത

റോമൻ അക്വഡക്ട്

ശവകുടീരങ്ങളോ തംസ് നദിയുടെ ശൃംഗാരഭാവങ്ങളോ ഷേക്സ്പിയർ സ്മരണകളോ ഞങ്ങളെ സാന്ത്വനിപ്പിച്ചില്ല. അമിത ചമയങ്ങളണിഞ്ഞ, വിലക്ഷണസ്മിതം തൂകിക്കൊണ്ടിരുന്ന നിശാസുന്ദരിയായിരുന്നു പാരീസ്, ഞങ്ങൾക്ക്. അതേ, ഫാഷൻ വിസ്മയങ്ങളുടേയും ലൂവറിന്റേയും മൊണാലിസയുടേയും പാരീസ്.

ഓരോ നഗരത്തിനും സവിശേഷമായ ഒരാത്മരൂപമുണ്ട്. ഓരോ മനുഷ്യനോടും വ്യത്യസ്തമായി സംവദിക്കുന്ന ഒരാത്മാവ്. ഞങ്ങൾക്കനുഭവപ്പെട്ടിട്ടുണ്ട്, ആത്മാവിലേക്ക് വിരൽ നീട്ടിത്തൊടുന്ന പ്രാചീന നഗരമനസ്സിന്റെ മുതുമുത്തച്ഛൻ തണുപ്പ്. റോം അതാണ് ചെയ്തത്. കാലാകാലത്തോളം സ്വരൂപിച്ചുവെച്ച വാത്സല്യത്തിലേക്ക് കെട്ടിപ്പിടിച്ചെടുത്തു റോം. കാത്തിരിക്കുകയായിരുന്നു, എന്തേയിത്ര വൈകിയത് എന്ന് പരിഭവിച്ച്. റോമിന്റെ മാത്രമായ ജലധാരാവിസ്മയങ്ങളുടെ കുളിർമ്മയിലേക്കും മാർബിൾ മിനുപ്പിലേക്കും ഞങ്ങളെ സ്വീകരിച്ചിരുത്തി.

മാർപാപ്പത്തമ്പുരാക്കന്മാരുടെ മട്ടുപ്പാവുകളിലും പള്ളിക്കൊത്തളങ്ങളുടെ ചുവരുകളിലും മാത്രമല്ല, റോമൻ ശില്പകല മുഖം കാണിക്കുന്നത്. സാധാരണക്കാരന്റെ ചായ്പുകളിലും പാതയോരങ്ങളിലെ ജലധാരകളിലും അത് ജ്വലിച്ചു നില്ക്കുന്നതു കാണാം. മൈക്കൽ ആഞ്ജലോയേയും ഡാവിൻഞ്ചിയേയും മാത്രമല്ല, ബെർണിനിയേയും നിക്കോളായ് സാവിയേയും റോമിൽ ചെന്നാൽ നാം അറിയണം.

വത്തിക്കാനിലേക്കുകൂടി പോകാനുള്ള സൗകര്യത്തിനായി കോർണേലിയ മെട്രോ സ്റ്റേഷനടുത്താണ് താമസം ഒരുക്കിയിരുന്നത്. അന്തോണിനോ സന്ന എന്ന ഇറ്റലിക്കാരനാണ് ഞങ്ങളുടെ ആതിഥേയൻ. പല തവണ ഇമെയിൽ വഴി ബന്ധപ്പെട്ടിരുന്നതുകൊണ്ട് അദ്ദേഹത്തോട് ഒരടുപ്പമൊക്കെ തോന്നിത്തുടങ്ങിയിരുന്നു. മൂപ്പർ ഇറ്റാലിയനിൽ എഴുതി ഗൂഗിൾ ട്രാൻസ്ലേറ്ററിലിട്ട് ആവി കയറ്റി അൻഗ്രേസിയാക്കി കുടഞ്ഞിടുകയാണ് ഇമെയിലുകളിൽ. ഒരു യാന്ത്രിക മൊഴിമാറ്റത്തിന്റെ അപാകതകളൊക്കെ കാണും അതിൽ. തരാതരം പോലെ അർത്ഥം തരപ്പെടുത്തിയെടുക്കും. വെനീസിൽ നിന്ന് റോമിലെ തെർമിനി സ്റ്റേഷനിലെത്തി അവിടെ നിന്ന് ചുവന്ന വര പിടിച്ച് ഞങ്ങൾ കൊർണേലിയയിലെത്തുകയായിരുന്നു.

ചുവപ്പുനീലവരകളിലായി രണ്ടു മെട്രോ ലൈനുകളാണ് റോമിനുള്ളത്. കൊർണേലിയ സ്റ്റേഷനിലിറങ്ങി എസ്കലേറ്റർ കയറിയിറങ്ങി പത്തു പതിനഞ്ചു പടികളും കയറി പുറത്തെത്തിയപ്പോഴാണ് മണ്ടത്തരം മനസ്സിലായത്. എത്തേണ്ട സ്ഥലം കിടക്കുന്നത് രണ്ടു റോഡിനപ്പുറത്ത്. ഒന്നുകിൽ തിരിച്ചിറങ്ങി ശരിയായ എക്സിറ്റ് കണ്ടെത്തി വീണ്ടും എസ്കലേറ്ററും പത്തു പടികളും കയറി അപ്പുറത്തെത്തണം. അത് എഴുപത്തഞ്ചു പിന്നിട്ട അമ്മയ്ക്ക് ബുദ്ധിമുട്ടാകും. അതുകൊണ്ട് നൂറു മീറ്ററോളം മുന്നോട്ടു ചെന്ന് റോഡ് ക്രോസിങ്ങിലെത്തി. റോഡുകൾക്കപ്പുറത്തു നിന്ന് ഒരു നാലരയടിക്കാരൻ കൈവീശിക്കാണിക്കുന്നു. ഇയാളാണോ നമ്മുടെ അന്തോണിനോ സന്ന? ഈ പഹയനെങ്ങനെ കൃത്യമായി ഞങ്ങളെ കണ്ടെത്തി? ഇതുപോലൊരു അത്ഭുതപ്പെടുത്തൽ പാരീസിലെ ഗോൺകോട്ട് മെട്രോ സ്റ്റേഷനിൽ വെച്ച് സ്റ്റീവ് ഞങ്ങൾക്ക് തന്നിരുന്നു. സ്റ്റീവിന്റെ ചെറിയ ഒറ്റമുറി ഫ്ളാറ്റിലെ വലിയ സൗകര്യങ്ങളിലാണ് പാരീസിൽ നാലു ദിവസം കൂടിയത്. മെട്രോയിലെ തിക്കിനും തിരക്കിനും ഇടയിൽ നിന്ന്, ഒരു മണിക്കൂറിലേറെ കാത്തു നിന്ന്, സ്റ്റീവ് എന്നെ പേരു ചൊല്ലി വിളിച്ചു. ഇതെങ്ങനെ പറ്റിച്ചെടാ പഹയാ എന്ന ചോദ്യത്തിന് ഇതായിരുന്നു മറുപടി. It is easy to find out a stranded five member Indian family.

റോഡുകൾ മുറിച്ചു കടന്നെത്തിയപ്പോൾ സന്നച്ചേട്ടൻ കെട്ടിപ്പിടിച്ചുകൊണ്ട് സ്വീകരിച്ചു. കനത്ത കൈകൾ. മുഖത്തെ അന്തസ്സുറ്റ ചുളിവുകൾ മനസ്സിന്റെയും ശരീരത്തിന്റെയും കരുത്തു വിളിച്ചു പറയുന്നു. അടുത്തുതന്നെയുള്ള കെട്ടിടത്തിലെ രണ്ടാം നിലയിലെ ഫ്ളാറ്റിലേക്ക് അദ്ദേഹം ഞങ്ങളെ കൂട്ടിക്കൊണ്ടു പോയി. ഫ്ളാറ്റിലെ സൗകര്യങ്ങളും പരിമിതികളും ഒരേ പുഞ്ചിരിയോടെ അദ്ദേഹം വിവരിച്ചു തന്നു. റോമിലെ ചുറ്റിത്തിരിയലിന് സഹായിക്കുമെന്നു പറഞ്ഞ് ഒരു കെട്ടു പുസ്തകങ്ങൾ പരിചയപ്പെടുത്തുകയും ചെയ്തു. അതിലൊരു പുസ്തകം ഞങ്ങളുടെ റോം കാഴ്ചകളുടെ ഫോക്കസ് മാറ്റിക്കളഞ്ഞു.

Aqueducts of Rome എന്നൊരു ചെറുപുസ്തകം.

മൂർ ഫൗണ്ടൻ, നവോണ സ്ക്വയർ (Fontana del moro)

കാര്യമാത്രപ്രസക്തവും മനോഹരവുമായ വിവരണം. മുന്തിയ ഇനം കടലാസ്സിൽ മിന്നി നില്ക്കുന്ന ചിത്രങ്ങൾ. കുളിയൊക്കെ ക്കഴിഞ്ഞ് ഓരോ കട്ടൻ കാപ്പിയുമായി എല്ലാവരും ഒത്തുകൂടി. അന്നത്തെ സായാഹ്നക്കാഴ്ചകളും പിറ്റേന്നത്തെ മുഴുദിനക്കാഴ്ച കളും ഒന്നുകൂടി തിട്ടപ്പെടുത്തി. വീണ്ടും Aqueducts of Romeലേക്ക്. റോമിന്റെ പല ഭാഗങ്ങളിലായി കിലോമീറ്ററോളം പരന്നും നിരന്നും കിടക്കുന്ന ഈ പുരാതന നീർക്കുഴലുകൾ തീർച്ചയായും മോഹി പ്പിക്കുന്നുണ്ട്. പക്ഷേ, അവ കണ്ടു തീർക്കാൻ മൂന്നോ നാലോ ദിവസ ങ്ങൾ വേണ്ടിവരും. അതിനു ശ്രമിച്ചാൽ റോം യാത്രാപരിപാടികൾ ആകെ തകിടം മറിയും. ഓരോ നീർക്കുഴലും ഒഴുകിയൊഴുകി ചെല്ലുന്നത് പ്രശസ്തങ്ങളായ ജലധാരകളിലേക്കാണ്. നീർക്കുഴലുകൾ വെള്ളം നല്കിപ്പോറ്റുന്ന ജലധാരകളുടെ കാഴ്ചകളിലേക്ക് പോകാൻ ഞങ്ങൾ തീരുമാനിച്ചു. നീർച്ചാലുകളോട് കൂട്ടുകൂടാൻ പിന്നീടൊരി ക്കൽ ഇവിടെയെത്തണം.

പത്തും ഇരുപതും മുപ്പതും കിലോമീറ്ററോളം അകലെയുള്ള ഉയർന്ന സ്രോതസ്സുകളിൽ നിന്നാണ് ഈ നീർക്കുഴലുകൾ ആരംഭി ക്കുന്നത്. മൈലുകളോളം യന്ത്രസഹായമില്ലാതെ ഭൂഗുരുത്വം ഒന്നു

കൊണ്ടു മാത്രമാണ് ഈ ചെരിഞ്ഞിറങ്ങുന്ന ചാലുകളിൽ നീരൊഴുകുന്നത്. മണ്ണിനു മുകളിലും താഴെയുമായി, വെട്ടുകല്ലിലും ചുണ്ണാമ്പുകല്ലിലും ഒരുക്കിയെടുത്ത്, മലകളെ വളഞ്ഞും ചിലപ്പോൾ തുരന്നും താഴ്‌വാരങ്ങളിൽ കമാനത്തൂണുകളിൽ ഉയർന്നും ഈ കൃത്രിമ നീർച്ചാലുകൾ നഗരത്തിലെത്തുന്നു. നഗരത്തിലെ ജലധാരകളിൽ, പ്രഭുകുടുംബങ്ങളിലെ കുളിമുറികളിൽ (Roman baths), കൃഷിയിടങ്ങളിൽ, സാധാരണക്കാരനും മൃഗങ്ങൾക്കും കുടിനീരായി തെരുവോരങ്ങളിലെ തൊട്ടികളിൽ ജലം അവതരിക്കുന്നു.

ഇത്തരം പതിനൊന്നോളം ഓവുകളാണ് പുരാതന റോമിൽ 312BC-112AD കാലയളവിൽ റോമൻ സാമ്രാജ്യാധിപതികൾ നിർമ്മിച്ചത്. ജർമ്മൻ ഗോത്രവർഗമായ ഗോത്തുകളുടെ പടയോട്ടത്തിൽ ഇവയിൽ പലതും തകർക്കപ്പെട്ടു. പിന്നീട് റോമൻ കാത്തോലിക്കാസഭയുടെ സ്വാധീനകാലത്ത് മാർപാപ്പമാരുടെ നേതൃത്വത്തിലും അവരുടെ ആശ്രിതരും അനുഗൃഹീതരുമായ ശില്പികളുടെ കാർമ്മികത്വത്തിലും ചിലതെല്ലാം പുനരുദ്ധരിക്കപ്പെടുകയും ജലധാരകൾ നിർമ്മിക്കപ്പെടുകയും ചെയ്തു. ഈ സമയത്തു തന്നെയാണ് റോം നവോത്ഥാനകാലഘട്ടത്തിലൂടെ കടന്നുപോകുന്നത്. 1950തോടെ എട്ട് ഓവുകൾ പുനർനിർമ്മിക്കപ്പെട്ടു കഴിഞ്ഞിരുന്നു. ഇന്നും ഈ നീർച്ചാലുകൾ തന്നെയാണ് റോം നഗരത്തിന്റെ മുക്കാൽ ഭാഗത്തേക്കും ജലമെത്തിക്കുന്നത്.

അന്നു രാത്രി രണ്ടു മണിക്കൂറോളം കമ്പ്യൂട്ടർ വലയിൽ കുത്തിമറിഞ്ഞു ഞാനും അപ്പുവും. പ്രധാനപ്പെട്ട ജലധാരകളൊക്കെ വലയിലായി. അവയിൽ പ്രശസ്തവും അടുത്തടുത്തു കിടക്കുന്നതുമായവയെ തെരഞ്ഞെടുത്തു. റൂട്ട് മാപ്പ് തയ്യാറാക്കി. സന്ദർശനസമയങ്ങളും തീർച്ചപ്പെടുത്തി. അടുത്ത രണ്ടു രാത്രികളിലായി ഇഷ്ടം കൂടിയ ഫൗണ്ടനുകളെക്കുറിച്ച് ചെറുകുറിപ്പുകൾ തയ്യാറായി. അപ്പുവും അമ്മുവും ചേർന്ന് കുറിപ്പുകളെല്ലാം ചേർത്ത് ഒരു ഫയലാക്കി We love Rome ഫോൾഡറിൽ സേവ് ചെയ്തു. താമസിച്ചിരുന്ന കെട്ടിടത്തിനോടു ചേർന്നുണ്ടായിരുന്ന ചെറുകടയിലെ അപ്പാപ്പൻ, ഞങ്ങൾ അഞ്ചുപേരുടെ നിറഞ്ഞ പുഞ്ചിരികൾക്കും രണ്ടോ മൂന്നോ തവണ നടത്തിയ വാങ്ങലുകൾക്കും പകരമായി അവയെല്ലാം സൗജന്യമായി പത്തു പേജുകളിലായി അച്ചടിച്ചു തന്നു. ഞങ്ങളുടെ ഫയൽ മാനേജർ മിനി അതെല്ലാം ഭംഗിയുള്ള ഒരു ഫയലിലൊതുക്കി, പേരും കൊടുത്തു - Fountains of Rome /റോമിലെ ജലധാരകൾ.

അനേകമനേകം ജലധാരകളെയാണ് റോം നമുക്കായി കരുതിവെച്ചിരിക്കുന്നത്. ഈ സമ്പത്ത് ലോകത്ത് മറ്റൊരു നഗരത്തിനുമില്ല. കണ്ടാലും കണ്ടാലും മതിവരാത്ത കലാപ്രവാഹമാണ് ഓരോ

ഫൗണ്ടനും. ഫൗണ്ടൻ എന്ന വാക്കിനു നിഘണ്ടു നൽകുന്ന അർത്ഥം ജലധാരായന്ത്രം എന്നാണ്. എന്നാൽ റോമിന് അതിന്റെ നീരൊഴുക്കുകളിൽ അത്ഭുതങ്ങൾ തീർക്കാൻ യന്ത്രങ്ങൾ ആവശ്യമില്ല, വെള്ളം പുനരുപയോഗിക്കുന്നയിടങ്ങളിലെ മോട്ടോറുകളല്ലാതെ. അതുതന്നെ ഈ അടുത്ത കാലത്ത് കൂട്ടിച്ചേർത്തതാണ്.

നോക്കിലും വാക്കിലും അവസാനിക്കും ഇന്നത്തെ 'ഭീകര' ജലധാരായന്ത്രങ്ങളുടെ ആസ്വാദനം. ഹൗ, വാഹ്, ഭയങ്കരം എന്നൊക്കെ നമ്മൾ പറഞ്ഞുപോകും. കൂടുതൽ ഉയരത്തിൽ, കൂടുതൽ ശക്തിയിൽ, കൂടുതൽ നിറങ്ങളിൽ, വല്ലാത്ത ശബ്ദങ്ങളിൽ എന്നതാണ് അവയുടെ മുഖക്കുറിപ്പ്. ദുബായിലെ ബുർജ് ഖലീഫ ഫൗണ്ടൻ, ജനീവയിലെ ജെറ്റ് ദ് ഔ. സിംഗപ്പൂരിലെ ഫൗണ്ടൻ ഓഫ് വെൽത്ത് എന്നിവയുടെ മുന്നിൽ ഭ്രമിച്ചും രസിച്ചും ഞങ്ങൾ നിന്നിട്ടുണ്ട്. ദശനിമിഷവേശ്യാസംഗമംപോലെ ക്ഷണികവും അപൂർണവും ആയിരുന്നു ആ ആനന്ദം. കണ്ടുകഴിഞ്ഞെങ്കിൽ വായും പൊളിച്ചു കടന്നുപോകൂ എന്ന് അവയൊക്കെ ഞങ്ങളെ ആട്ടിപ്പായിച്ചിട്ടുണ്ട്.

റോമിലെ ജലധാരകൾ പഞ്ചേന്ദ്രിയങ്ങളിലേക്ക് സൗമ്യമായി പടർന്നുകയറുന്ന ചതുർമാനകലയാണ്. ഓരോ ജലധാരയും ഞങ്ങളെ സ്നേഹപൂർവ്വം സ്വീകരിച്ചു. അവരുടെ മാർബിൾതിണ്ണകൾ ജലം ചാറ്റിക്കഴുകി ഞങ്ങളെ കൈ പിടിച്ചിരുത്തി. കഥകളും കെട്ടുകഥകളും പറഞ്ഞുതന്നു. ചരിത്രത്തിന്റെ അരുവികളിലൂടെ ഞങ്ങളെ ഒഴുക്കി. റോമൻ നവോത്ഥാനത്തിന്റെ നടവഴികളിലേക്ക് കൂട്ടുവന്നു. ശില്പചാതുര്യത്തിന്റെ പെരുംകവലകളിൽ ഞങ്ങളെ കൊണ്ടു നിർത്തി. തിരിച്ചുപോകാനെഴുന്നേൽക്കുമ്പോൾ 'വരണം, തിരിച്ചു വരണം' എന്ന് നനവുള്ള ചുംബനങ്ങൾകൊണ്ട് യാത്ര പറഞ്ഞു.

റോമിനോട് വിട പറയുന്നതിന്റെ തലേ ദിവസമാണ് ഞങ്ങൾ ജലധാരാപര്യടനത്തിനിറങ്ങിയത്. എട്ടര മണിയോടുകൂടി കോർണേലിയാ സ്റ്റേഷനിലെത്തി. അഞ്ചു മിനിറ്റിനുള്ളിൽ ട്രെയിനെത്തി. ചുവന്ന വര മെട്രോയിലൂടെ വത്തിക്കാൻ മ്യൂസിയം, ലെപാൻതോ, സ്പാഞ്ഞ എന്നിങ്ങനെ ആറേഴു സ്റ്റേഷനുകൾ കടന്ന് ബാർബെറീനിയിലിറങ്ങി. ബാർബെറീനി ഫൊന്താന ഡി ത്രെവി (Fontane de Trevi) എന്നാണ് സ്റ്റേഷന്റെ മുഴുവൻ പേര്. നമ്മുടെ അങ്കമാലി ഫോർ കാലടി സ്റ്റൈൽ. ബാർബറീനിയിൽനിന്ന് റിപ്പബ്ലിക്ക എന്നൊരു സ്റ്റേഷൻ കൂടി കഴിഞ്ഞാൽ റോമാ തെർമിനി എന്ന സെൻട്രൽ സ്റ്റേഷനായി.

സ്റ്റേഷനിൽ നിന്നു പടികൾ കയറുന്നത് ബാർബെറീനി ചത്വരത്തിലേക്കാണ്. പടിഞ്ഞാട്ട് ഓടിപ്പോവുന്ന ത്രിത്തോണെ റോഡ്, കിഴക്കോട്ടു മറയുന്ന നിക്കോ ഡി ടോളെന്റിനോ, ബാർബെറീനി

വഴികൾ, വടക്കോട്ട് മണ്ടുന്ന വിത്തോറിയോ വെനെത്തോ എന്നിവ യാണ് ഈ പലവഴിക്കവലയിലെ മുഖ്യചട്ടമ്പികൾ. ചത്വരത്തിലേക്ക് നടക്കുമ്പോൾ കാഴ്ചയിലേക്ക് തെറിച്ചുയരുന്ന ഒരു ജലസ്തംഭം വന്നു വീഴും. ഒരു ബേസിൻ പോലെ തുറന്നു വെച്ച ഷെല്ലിൽ ആന പ്പുറത്തെന്നപോലെ ഇരിക്കുന്ന അർദ്ധമനുഷ്യരൂപം. കൈയിൽ ഉയർത്തിപ്പിടിച്ചിരിക്കുന്ന ശംഖ്. ഈ ശംഖിൽ നിന്നാണ് ഞങ്ങളെ സ്വാഗതം ചെയ്തുകൊണ്ട് ആ ജലധാര ഉയർന്നു വരുന്നത്. ഇത് പ്രശസ്തമായ ത്രിത്തോൺ ഫൗണ്ടന്റെ റിയർ വ്യൂ. ത്രിത്തോണി ലേക്ക് നടക്കുമ്പോൾ കവലയിൽ തിരക്കായി വരുന്നതേയുള്ളൂ. വയ ത്രിത്തോണിൽ (Via Triton) വാഹനപ്പാച്ചിൽ തുടങ്ങിയിട്ടില്ല. ത്രിത്തോൺ റോഡിലൂടെ താഴോട്ടിറങ്ങുമ്പോൾ ഇടതുവശത്തായി ട്ടാണ് ജലധാര. ജലധാരയ്ക്കരികിൽ നാലഞ്ചു ചാരനിറപ്രാവുകളും ചെറുകൂട്ടം സന്ദർശകരും ഇളംവെയിലും മാത്രം. ഒരു റാപ് സംഗീത ത്തിന്റെ ശ്രുതിപോലെ ജലത്തിന്റെ ശ്വാസോച്ഛ്വാസങ്ങൾ. അടുത്ത് ചെന്ന് ആ ജലോച്ഛ്വാസങ്ങളിലേക്ക് കണ്ണും കാതും സമർപ്പിച്ച് ഞങ്ങൾ നിന്നു.

വൃത്താകൃതിയിൽ കെട്ടിയെടുത്ത ബേസിനിൽ വെയിൽ കാഞ്ഞു രസിക്കുന്ന വെള്ളം. വെള്ളത്തിലേക്ക് മുഖം ചേർത്തു നില്ക്കുന്ന നാല് ഡോൾഫിനുകൾ. ഡോൾഫിനുകളുടെ മേലോട്ടുയർത്തിവെച്ച വാലുകൾക്ക് മേൽ തുറന്നു വെച്ചൊരു ചിപ്പി. ചിപ്പിക്കു മേൽ മത്സ്യ രൂപത്തിലുള്ള കീഴ്ഭാഗം (hind region) പിന്നിലേക്കു മടക്കിയിരുന്ന്, രണ്ടു കൈകളിലുമായി ഉയർത്തിപ്പിടിച്ച ശംഖിലേക്ക് ശക്തമായൂതി ജലധാരയ്ക്കുയിർ നല്കുന്ന ട്രൈറ്റൺ. നമ്മുടെ മത്സ്യകന്യകയുടെ, ഗ്രീക്ക് മിത്തോളജിയിലേക്കുള്ള ആൺപരാവർത്തനമാണ് ഈ ട്രൈറ്റൺ. ഗ്രീക്ക് റോമൻ ഇതിഹാസങ്ങളിൽ സാഗരങ്ങളുടെ അധി പരായ പൊസൈഡന്റേയും ആംഫ്റിറ്റയുടേയും മകൻ. തന്റെ ശംഖൊലികൊണ്ട് തിരമാലകളെ പ്രക്ഷുബ്ധമാക്കുകയും പ്രശാന്ത മാക്കുകയും ചെയ്യുന്ന കടലിന്റെ രാജകുമാരൻ, സാഗരദൂതൻ. (അച്ഛൻ പൊസൈഡന്റെ ആയുധമായ ത്രിശൂലം മകൻ ട്രൈറ്റന്റേയും ആയുധമാണ്. അതെ, നമ്മുടെ ശിവനും താക്കറെമാരുടെ ശിവ സേനയും പേറ്റന്റ് എടുത്തുവെച്ചിട്ടുള്ള ത്രിശൂലം തന്നെ.)

ഉന്നതങ്ങളിലുള്ള ജലസ്രോതസ്സുകൾ നല്കുന്ന സമ്മർദ്ദതന്ത്ര ങ്ങളാണ് ജലധാരകൾക്ക് ജലവും ജീവനും നല്കുന്നത്. ട്രൈറ്റനേ ക്കാൾ 130 അടിയോളം ഉയരത്തിലുള്ള, ഇരുപതിൽപരം കിലോമീറ്റർ ദൂരെക്കിടക്കുന്ന മലമുകളിൽ നിന്നുള്ള വെള്ളം അക്വാ ഫെലീസ് നീർച്ചാലുകളിലൂടെയൊഴുകി ട്രൈറ്റന്റെ ശംഖിലൂടെ കുതിച്ചു ചാടുന്നു. ഏഴെട്ടടിയോളം ഉയരത്തിലേക്ക്. അവിടെ നിന്ന് പലതുള്ളികളായി

ട്രൈറ്റൺ ഫൗണ്ടൻ

പിരിഞ്ഞ്, ഇളംവെയിലിന്റെ ചെറുചീളുകളും സ്വന്തമാക്കി താഴേക്ക്. ട്രൈറ്റന്റെ ജടകെട്ടിയ മുടിയിലേക്ക്, പേശീനിബിഡമായ ശരീര വടിവുകളിലേക്ക്, ചിപ്പിത്തോടിന്റെ പരുപരുപ്പിൽ വീണുടഞ്ഞ്, അലസമൊഴുകി താഴെ ഒരുക്കിവെച്ച ജലശയ്യയിലേക്ക്. അവിടെ ക്കിടന്ന് നിറഞ്ഞു തുള്ളുമ്പോൾ ഡോൾഫിനുകളുടെ തുറന്നിരിക്കുന്ന വായിലൂടെ നീർച്ചാലുകളിലേക്ക് മടക്കം. പിന്നെ മറ്റു നീർച്ചാലു കളുമായി ചേർന്നോ ചേരാതെയോ മറ്റു ജലധാരകളിലേക്ക്, സമീപ ഗൃഹങ്ങളിലേക്ക്, പ്രശസ്തമായ റോമൻ ബാത്തുകളിലേക്ക്.

റോമിലെ പുരാതന ജലധാരകളിൽ വെള്ളം ഉയർന്നു ചാടുന്ന തിവിടെ മാത്രമാണ്. ട്രൈറ്റൺ ഫൗണ്ടന്റെ ആരംഭകാലത്ത് ട്രൈറ്റന്റെ ശംഖിൽ നിന്നുയരുന്ന ജലസ്തംഭത്തിന് പതിനാറടിയോളം ഉയര മുണ്ടായിരുന്നുവത്രെ. കാലാന്തരത്തിൽ സ്രോതസ്സിലെ ജലദൗർ ലഭ്യവും ഓവുകളിൽ അടിഞ്ഞുകൂടിയ മണ്ണും ചുണ്ണാമ്പു പൊടിയും ചോർച്ചയും ഒക്കെക്കൂടി ആ പതിനാറടിച്ചാട്ടത്തെ ഇന്നത്തെ ഏഴോ എട്ടോ അടിയിലേക്ക് ചുരുക്കിയിരിക്കുന്നു.

മുൻകാലത്തും ഇതൊരു തിരക്കേറിയ കവലയായിരുന്നിരിക്കണം. നൂറ്റാണ്ടുകൾക്കു മുമ്പ്, ഫൗണ്ടനൊക്കെ ചത്വരം കീഴടക്കുന്നതിനും മുമ്പ്, ഈ ഭാഗത്തായിരുന്നു അനാഥശവങ്ങൾ പ്രദർശിപ്പിച്ചിരുന്നത്.

റോമിലെ തിരിച്ചറിയപ്പെടാതെ പോയ ശവങ്ങൾ അവിടെ നിരത്തിക്കിടത്തി, ഒരു ഔദ്യോഗിക കരച്ചിൽകാരൻ (official crier) നെഞ്ചത്തടിച്ച് വാവിട്ട് നിലവിളിക്കുമായിരുന്നത്രെ. നിലവിളി കേട്ട് ഓടിക്കൂടുന്ന ഹതഭാഗ്യർ ശവക്കൂട്ടത്തിൽനിന്ന് തങ്ങളുടെ ഉറ്റവരെ കണ്ടെത്തും. ഞാനീ പഴങ്കാര്യം പറഞ്ഞുതീർന്നതും ശവത്തിൽ ചവിട്ടിയപോലെ അമ്മു ചാടി മാറിനിന്നു. പിന്നാലെ ബാക്കിയുള്ളവരും 'അതുകൊണ്ടൊന്നുമല്ലെന്ന ഭാവേന' എഴുന്നേറ്റു വലതുവശത്തേക്ക് നീങ്ങി.

ഞങ്ങൾ ട്രെറ്റനു മുമ്പിലെ കരിങ്കല്ലു പാകിയ തറയിലിരുന്നു. ഇവിടെയിരുന്ന് ജലധാര കാണുമ്പോൾ, ഇളംമഞ്ഞയും നീലയും കലർന്ന ആകാശശീലയ്ക്കു മുൻപിൽ ബറോക്ക് കലാശൈലിയുടെ വിസ്മയങ്ങൾ തുടിച്ചുയരുന്നു. ട്രെറ്റനും ഡോൾഫിനുകൾക്കും ജലത്തിനും ഉയിരു ചേർന്നതുപോലെ. ശംഖിലേക്കൂതുമ്പോൾ ട്രെറ്റന്റെ കവിളൊന്നു വീർത്തുവോ, നെഞ്ചിലെ മാംസപേശികൾ ഒന്നു തുടിച്ചുവോ, ഡോൾഫിനുകൾ വെള്ളം വലിച്ചെടുക്കുന്നുണ്ടോ?

ആയിരത്തിഅറുനൂറുകളിൽ, നവോത്ഥാനകാലത്തെ റോമിൽ ഉത്ഭവിക്കുകയും യൂറോപ്പിലാകെ ഒഴുകിയെത്തുകയും ചെയ്ത ചമത്കാരരീതിയാണ് ബറോക്. അതിസൂക്ഷ്മവും അതിവിദഗ്ധവുമായ കലാപ്രയോഗംകൊണ്ട് ആസ്വാദകനെ ശരീരംകൊണ്ടും മനസ്സുകൊണ്ടും കലയുടെ ഭാഗം തന്നെയാക്കുന്നതാണ് ബറോക് ശൈലി. കബളിപ്പിക്കുംവിധം ലളിതമെങ്കിലും സൂക്ഷ്മാംശങ്ങളിലെ ശ്രദ്ധകൊണ്ട്, കൗശലപൂർവ്വമായ ചമയങ്ങൾ കൊണ്ട്, അചേതനങ്ങളായ കലാവസ്തുക്കളെ ചലനാത്മകവും ഭാവസമ്പന്നവുമാക്കുന്നു ഈ ശൈലി. അലങ്കാരസമൃദ്ധവും സമഗ്രവും ധീരവുമാണ് ബറോക്. ശില്പകലയിൽ മാത്രമല്ല, സംഗീതത്തിലും ചിത്രമെഴുത്തിലും രംഗാവതരണങ്ങളിലും ബറോക് മുദ്ര പതിപ്പിച്ചിരുന്നു. ബെർണിനിയും അദ്ദേഹത്തിന്റെ സുഹൃത്തും പിന്നീട് ബദ്ധവൈരിയുമായിത്തീർന്ന ബൊറോമിനിയുമായിരുന്നു റോമിൽ ബറോക് രീതിയുടെ പ്രധാന പ്രയോക്താക്കൾ.

ട്രെറ്റണിലേക്കടുക്കുമ്പോൾ ഒരു കുറിയ കുടവയറൻ ഞങ്ങൾക്കൊരു പുഞ്ചിരി സമ്മാനിക്കുകയും ഇറ്റാലിയനിലും ഇംഗ്ലീഷിലും മാറിമാറി സുപ്രഭാതം നേരുകയും ചെയ്തിരുന്നു. പ്രത്യഭിവാദനം ചെയ്തെങ്കിലും കാര്യമായ സൗഹൃദമൊന്നും ഞങ്ങൾ കാണിച്ചില്ല. ശല്യക്കാരനാകാവുന്ന ഒരു ഗൈഡായി അയാളെ ഞങ്ങൾ തീർച്ചപ്പെടുത്തിയിരുന്നു. അയാളാകട്ടെ, പിശുക്കനായ ഒരു കാരണവരെപ്പോലെ വല്ലപ്പോഴും നാലഞ്ചു ധാന്യമണികൾ പ്രാവിൻകൂട്ടത്തിലേക്കെറിഞ്ഞു കൊടുത്ത് അവയുടെ കലപില കേട്ടു രസിച്ചുനിന്നു.

ഇപ്പോഴയാൾ വിടർന്നൊരു ചിരിയുമായി ഞങ്ങളുടെ അടുത്തേക്ക് വരുകയാണ്. പെട്ടുപോയല്ലോ എന്ന സങ്കടത്തോടെയും ഇയാളെ ഇപ്പൊ ശരിയാക്കിത്തരാം എന്ന ഭാവത്തോടെയും ഞാൻ എഴുന്നേറ്റു. അയാളാകട്ടെ, ഇന്ത്യക്കാരാണല്ലേ എന്ന കുശലത്തോടെ ഞങ്ങൾക്കൊപ്പം കൽത്തറയിലിരുന്നു. പേര് സന. റോമിലെ ഷെയർ മാർക്കറ്റിൽ വിരുതു കാണിക്കുന്നു. റോമിനെക്കുറിച്ച് ഒരു ബ്ലോഗ് കൊണ്ടു നടക്കുന്നു. ഇറ്റാലിയൻ കമ്മ്യൂണിസ്റ്റ് പാർട്ടിയുടെ കടുത്ത അനുഭാവി. ബാലറ്റിലൂടെ അധികാരത്തിലെത്തിയ ആദ്യത്തെ കമ്മ്യൂണിസ്റ്റ് കൂട്ടമായി കേരളത്തിലെ ഇ.എം.എസ്സ് മന്ത്രിസഭയെ അംഗീകരിക്കുന്നു. നമ്മുടെ കോൺഗ്രസ്സുകാർ ആ ക്രെഡിറ്റ് കൊടുക്കുന്നത് ഇറ്റലിക്കുള്ളിൽ കിടക്കുന്ന സാൻമാരിനോയ്ക്കാണ്. മഹാത്മാഗാന്ധി, ഇന്ദിരാഗാന്ധി തുടങ്ങി സകലമാന ഗാന്ധിമാരെക്കുറിച്ചും നല്ല വിവരം. സോണിയയെ ഞങ്ങളുടെ കുട്ടി എന്നാണ് വിശേഷിപ്പിച്ചത്. അപ്പുവിന്റെ കൈയിലെ 'ജലധാരാഫയൽ' അദ്ദേഹം മറിച്ചുനോക്കി, ഫയലിൽ കയറാതെ പോയ ഒരു ചിത്രം വരച്ചു ചേർത്തു. ഇന്ന് എല്ലാം മറന്ന് നമ്മൾ ആസ്വദിക്കുന്ന ജലധാരകൾ വൻസാമ്പത്തിക ബാധ്യതയാണ് അന്ന് റോമിന്റെ മേൽ വീഴ്ത്തിയത്. ഇത് റൊട്ടിച്ചുങ്കം എന്നറിയപ്പെട്ട അധികനികുതിയായി ജനങ്ങളിൽ വന്നു വീണു. ജനങ്ങളിലുണ്ടായ അസ്വസ്ഥതയും പ്രതിഷേധവും തുടർന്നുള്ള വൻ ജലധാരാപദ്ധതികളെ തടസ്സപ്പെടുത്തിയത്രേ. സന ഇതു പറയുമ്പോൾ 'അമ്പടാ കമ്മ്യൂണിസ്റ്റുകാരാ എന്നൊരു ചിരി ഞങ്ങൾ അമർത്തിവെച്ചു.

സനയ്ക്ക് പോകാൻ സമയമായി. ഞങ്ങളെഴുന്നേറ്റു. എത്ര പെട്ടെന്നാണ് ഇയാൾ ഞങ്ങളുടെ സൗഹൃദം കൈക്കലാക്കിയത്. കെട്ടിപ്പിടിച്ചും കൈകുലുക്കിയും വിടപറയുന്നതിനിടയിൽ, മൂപ്പരു പറയുകയാണ്. "ഇന്ത്യയാണല്ലോ ലോകത്തിലെ ഏറ്റവും വലിയ ജനാധിപത്യ..."

ഇന്ത്യയോടും ഇന്ത്യൻ ജനാധിപത്യത്തിനോടുമുള്ള അളവു തെറ്റിയ ആ ആദരപ്രകടനം ഞാൻ മുളയിലേ നുള്ളി.

"ഇല്ലാത്ത കാര്യങ്ങൾ പറഞ്ഞ് എന്റെ രാജ്യത്തെ അവഹേളിക്കരുത്."

ആ ആക്ഷേപഹാസ്യത്തിൽ കുംഭ കുലുക്കിച്ചിരിച്ച് കൈവീശി, സനയെന്ന കുറിയ കമ്മ്യൂണിസ്റ്റുകാരൻ ഷെയർ മാർക്കറ്റ് മന്ദിരത്തിലേക്ക് നടന്നു.

റോമിലെ പ്രശസ്തമായ ബാർബെറീനി കുടുംബത്തിന്റെ ആസ്ഥാനമായതിനാലാണ് ഈ ചത്വരത്തിന് ഈ പേര് കിട്ടിയത്. ബാർബെറീനി കൊട്ടാരം ട്രൈറ്റൻ ഫൗണ്ടന്റെ തൊട്ടടുത്ത് കിഴക്കു വശത്താണ്.

ഇന്നത് പുരാതന കലയുടെ ദേശീയ കലവറയാണ്. 1626ൽ മഫ്ഫിയോ ബാർബെറീനി, അർബൻ viii മാർപാപ്പയാവുന്നതോടെയാണ് ബാർബെറീനിമാരുടേയും ബെർണിനിയുടേയും പുഷ്കലകാലം തുടങ്ങുന്നത്. സ്വജനപക്ഷപാതത്തിന്റ തിരു(പാപ്പാ)രൂപമായിരുന്നു അർബൻ എട്ടാമൻ. മൂപ്പരുടെ ആശ്രിതവാത്സല്യത്തിന് ഇരയായ ഒരു കലാകാരനായിരുന്നു, ബെർണിനി. അർബൻ എട്ടാമന്റെ പ്രത്യേക താല്പര്യത്തിലും ബെർണിനിയുടെ അസാമാന്യ കരവിരുതിലുമാണ് ട്രെറ്റൻ ഫൗണ്ടൻ 1642-43ൽ സംഭവിക്കുന്നത്. റോമിലെ ജനങ്ങൾക്കും പ്രഭുകുടുംബങ്ങളിലേക്കും ജലമെത്തിക്കുന്നതിനായി അക്വാ ഫെലിസ് നീർക്കുഴൽ പുനർനിർമ്മിച്ചതിന്റെ ഓർമ്മയ്ക്കായിട്ടാണ് അർബൻ പാപ്പ ട്രെറ്റൺ ഫൗണ്ടൻ നിർമ്മിക്കുന്നത്. ഈ ജലധാരാശില്പ നിർമ്മാണത്തിന് വളരെ യോജിച്ച പ്രതിഫലംതന്നെയാണ് ബെർണിനിക്ക് ലഭിച്ചത്. അക്വാ ഫെലീസിൽനിന്നും ആവശ്യംപോലെ വെള്ളം സൗജന്യമായി ഉപയോഗിക്കാനുള്ള അവകാശം. ബാർബെറീനി സ്ക്വയറിനടുത്തുള്ള തന്റെ രണ്ടു ബംഗ്ലാവിലേക്ക് വെള്ളമെടുത്തിട്ട് പിന്നെയും വെള്ളം മറ്റു പ്രഭുകുടുംബങ്ങൾക്ക് വില്ക്കുമായിരുന്നത്രെ, ബെർണിനി. നല്ലൊരു ശില്പി മാത്രമായിരുന്നില്ല ബെർണിനി, കൗശലക്കാരനായ ഒരു ബാർബെറീനി സേവകൻ കൂടിയായിരുന്നു. അർബൻ എട്ടാമന്റെ മാർപാപ്പാ കിരീടവും ബാർബെറീനി കുടുംബമുദ്രയായ തേനീച്ചകളേയും ട്രെറ്റൻ ജലധാരയിൽ ഡോൾഫിനുകൾക്കിടയിൽ കൊത്തിവെക്കാൻ അദ്ദേഹം മറന്നില്ല.

ട്രെറ്റന്റെ പശ്ചാത്തലക്കാഴ്ചയിൽ നിരന്നു നില്ക്കുന്ന പുത്തൻ കെട്ടിടങ്ങൾ ഈ ദൃശ്യവിരുന്നിനെ വല്ലാതെ അലസോരപ്പെടുത്തുന്നുണ്ട്. പ്രത്യേകിച്ചും ബെർണിനിപ്പേരും തലയിൽ വെച്ചു നിൽക്കുന്ന ഹോട്ടൽ മന്ദിരം. ജലധാരയുടെ വലതുമൂലയിലേക്ക് ഒന്നുകൂടി നീങ്ങിനിന്നാൽ ഈ കോൺക്രീറ്റ് ശല്യങ്ങളെ കുറച്ചൊക്കെ ഒഴിവാക്കാം. റോഡിനു മറുവശത്തു പടർന്നു പന്തലിച്ചു നിൽക്കുന്ന മരത്തിന്റെ ഹരിതസമൃദ്ധിയപ്പോൾ പശ്ചാത്തലത്തിലേക്ക് സൗഹാർദ്ദപൂർവ്വം കയറിനിൽക്കും. ആ മരച്ചുവട്ടിലേക്ക് ഞങ്ങൾ റോഡ് മുറിച്ചു നടന്നു. അവിടെയും ബെർണിനി നമുക്കായി ചെറിയൊരു ജലധാര ഒരുക്കിവെച്ചിട്ടുണ്ട്. തേനീച്ച ഫൗണ്ടൻ.

ട്രെറ്റൻ ഫൗണ്ടന്റെ ബേസിനിൽ നിന്നായിരുന്നു റോമിലെ ആംആദ്മികൾ വീട്ടാവശ്യങ്ങൾക്കും കന്നുകാലികൾക്കും വെള്ളമെടുത്തിരുന്നത്. മനോഹരമായ ഈ ജലധാരച്ചുവട്ടിൽ നിന്ന് സാധാരണപരിഷകൾ വെള്ളമെടുക്കുന്നത് റോമിലെ 'വെണ്ണപ്പാളി'കൾക്ക് ഇഷ്ടപ്പെട്ടില്ല. ട്രെറ്റന്റെ ശംഖിൽനിന്നുയരുന്ന ജലസ്തംഭം, കാറ്റുള്ള സമയങ്ങളിൽ, വെള്ളമെടുക്കുന്ന സ്ത്രീകളെ നനയിച്ച് 'കൃഷ്ണകുസൃതി' കാട്ടുമായിരുന്നു. മാത്രമല്ല, ട്രെറ്റനിലെ അധിക

ജലത്തിന് ഒരു സംഭരണിയും വേണമായിരുന്നു. ഈ പ്രശ്നങ്ങൾ ക്കെല്ലാം പരിഹാരമായി ബെർണിനിയുടെതന്നെ നിർദേശമായിരുന്നു 1644ൽ തയ്യാറായ ബീ ഫൗണ്ടൻ. ബാർബെറീനി ചത്വരത്തിന്റെ ഇടത്തേ മൂലയിൽ വെനീത്തോ വെനീ വഴികൾ കൂടിച്ചേരുന്നിട ത്താണ് ഇത്. വിടർന്നു നില്ക്കുന്ന ചിപ്പിത്തോടിന്റെ പശ്ചാത്തല ത്തിൽ ചിറകു വിടർത്തി നില്ക്കുന്നൊരു തേനീച്ച. തേനീച്ചച്ചിറകിൽ ഇരുവശങ്ങളിലായി ഒട്ടിനില്ക്കുന്ന രണ്ടു തേനീച്ചകൾ കൂടി. ബാർ ബെറീനിമാരുടെ കുടുംബമുദ്രയാണ് തേനീച്ചകൾ എന്നറിയുമ്പോൾ ഒരാശ്രിതന്റെ മണിയടിയുടെ ഒലികൾ കേൾക്കുന്നില്ലേ?

ചെറുതെങ്കിലും ബറോക് ശൈലിയുടെ നല്ലൊരൊഴുക്കുതന്നെ യാണ് തേനീച്ച ഫൗണ്ടനും. വശങ്ങളിലുള്ള കൊച്ചു തേനീച്ചച്ചിറകുകൾ നടുവിലെ വലിയ തേനീച്ചയുടെ ചിറകിൽ ലയിക്കുന്നതും ഇവ യെല്ലാം തന്നെ വിശറിപോലെ നില്ക്കുന്ന ചിപ്പിത്തോടിലേക്ക് സൗമ്യ മായി കൂട്ടുചേരുന്നതും ഒരു ബറോക് വിരുന്നു തന്നെയാണ്. ആകെ ക്കൂടിയുള്ളൊരു കാഴ്ചയിൽ വലിയ ചിറകു വിടർത്തി നില്ക്കുന്ന ഒറ്റത്തേനീച്ചയാണെന്നാണ് തോന്നുക. തേനീച്ചകളുടെ വായിലൂടെ യാണ്, വഴിപോക്കർക്കു കുടിക്കാനുള്ള സൗകര്യത്തിനു വെള്ളം ഒഴുകിവരുന്നത്. താഴെ ബേസിനിലുള്ളത് കുതിരകൾക്കും മറ്റു മൃഗ ങ്ങൾക്കുമാണ്. തേനീച്ചവായിൽനിന്നും തേൻ പോലെ ഒഴുകിവരുന്ന ജലം, അർബൻ മാർപാപ്പയിൽനിന്നും ഉതിരുന്ന തേൻസമാനമായ ഭാഷണങ്ങളെ സാക്ഷ്യപ്പെടുത്തുകയാണത്രെ. 'ഓ, എന്റെ ബെർണിനീ, നീയൊരു മിടുമിടുക്കൻ ആശ്രിതൻതന്നെ.

കുത്തനെ നില്ക്കുന്ന ചിപ്പിത്തോടിൽ ഇത് പൊതുആവശ്യ ങ്ങൾക്കുള്ളതാണെന്നും അപ്പുറത്തുള്ള ട്രൈറ്റൻ ഫൗണ്ടൻ നഗരാ ലങ്കാരത്തിനാണെന്നും ഇതെല്ലാം പോപ്പ് അർബൻ എട്ടാമന്റെ കരുണ യാണെന്നും രേഖപ്പെടുത്തിയിട്ടുണ്ട്. മാർപാപ്പാ സ്ഥാനലബ്ധിയുടെ ഇരുപത്തിയൊന്നാം വർഷത്തിലാണ്, 1644ലാണ് (in 1644, xxi of his pontificate) ഇതുണ്ടാക്കിയതെന്നും എഴുതപ്പെട്ടിട്ടുണ്ട്. പാപ്പയെ ക്കാൾ വലിയ പാപ്പാ ഭക്തി കാണിച്ച ബെർണിനി ഇരുപത്തിരണ്ടാം വർഷം എന്നാണ് കൊത്തിവെച്ചത്. ഏതാനും ആഴ്ചകൾക്കപ്പുറം ആഗസ്തിൽ ആരംഭിക്കുന്ന ഇരുപത്തിരണ്ടാംവർഷം ബെർണിനിയെ പ്രലോഭിപ്പിച്ചിരിക്കാം. എന്നാൽ റോമാക്കാർ വിട്ടുകൊടുത്തില്ല. ബാർബെറീനിമാർ രാജ്യം മുഴുവൻ കൊള്ളയടിച്ചു, ഇപ്പോൾ സമ യവും തട്ടിയെടുക്കുന്നു എന്നായിരുന്നു അന്നത്തെ ചുവരെഴുത്തു കൾ. ഒടുവിൽ അധികാരികൾ xxii ലെ i വെട്ടിക്കളഞ്ഞു. അത് അറംപറ്റി. പാപ്പസിയുടെ ഇരുപത്തിരണ്ടാം വർഷത്തിന് എട്ടു ദിവസം ഇപ്പുറം വെച്ച് അർബൻ എട്ടാമൻ കാലം ചെയ്തു. അങ്ങനെ മൂപ്പ രുടെ അവസാനത്തെ സംഭാവനയായി ഈ തേനീച്ച ഫൗണ്ടൻ.

അധികാരികൾ അന്നു നടത്തിയ വെട്ട് പിന്നെ ചില തെമ്മാടികൾ തുടർന്നു. ആർട്ട് വാൻഡലിസ്റ്റ് (Art vandalist) എന്ന് ഇവരെ ചിലർ വന്ദിച്ചു വിളിക്കും. ജലധാരയിലെ തേനീച്ചത്തല രണ്ടു വട്ടം ഈ തെമ്മാടികൾ വെട്ടിക്കളഞ്ഞു. പഴയ ഫോട്ടോകളിലൊക്കെ നോക്കി സർക്കാർ ശില്പികൾ തല വീണ്ടും ചേർക്കും. ഇവന്മാർ വീണ്ടും വെട്ടും. നിരാശാഭരിതരായ കലാകാരന്മാരാവാം, വെറും മരുന്നടിക്കാരാവാം, വ്യവസ്ഥിതിയെ തകർക്കാൻ വെമ്പുന്ന അതിവിപ്ലവക്കാരാവാം. ഏതായാലും ഇറ്റലിയിലെ കലാശില്പങ്ങളെല്ലാം ഇത്തരം ഭീഷണി നേരിടുന്നുണ്ട്.

1644ൽ നിർമ്മിക്കപ്പെട്ട ഈ ജലധാര 1887 വരെ ഇപ്പോഴത്തെ സ്ഥാനത്തിനു കുറച്ചപ്പുറത്തായി സിസ്ടിന റോഡിന്റെ മൂലയിലായിരുന്നു. റോഡുകൾ പുനഃക്രമീകരിക്കുന്നതിന്റെ ഭാഗമായി തേനീച്ചകളെ ഇവടെ നിന്നും ഒഴിവാക്കേണ്ടി വന്നു. 1919ൽ വിത്തോരിയോ വെനെത്തോ റോഡിന്റെ മൂലയിൽ പുനർജ്ജനിക്കുന്നതുവരെ തേനീച്ചകൾ റോമിലെ ഏതോ ഗുദാമിൽ വിസ്മൃതിയുടെയും അവഗണനയുടെയും അശ്രദ്ധയുടെയും പൊടിപിടിച്ചു കിടന്നു. ശില്പത്തിന്റെ നടുവിലെ തേനീച്ചയും കുത്തനെയുള്ള ചിപ്പിത്തോടും ഒഴികെ ബാക്കിയുള്ളതെല്ലാം ആ ഗുദാമിൽ കൊഴിഞ്ഞുപോയി. യഥാർത്ഥത്തിൽ 1919ൽ നടന്നത് ജലധാരയുടെ പുനർനിർമ്മാണവും പുനഃപ്രതിഷ്ഠയുമായിരുന്നു.

തേനീച്ചകൾ ചുരത്തുന്ന തേൻവെള്ളവും രുചിച്ചു ജലധാരയോട് വിട ചൊല്ലി ഞങ്ങൾ ട്രൈറ്റൻ റോഡിലേക്കിറങ്ങി (വയത്രിത്തോണെ). അധികം താമസിക്കാതെ ഈ പ്രധാന പാതയോട് പിരിഞ്ഞ് വടക്കു കിഴക്കോട്ട് ഓടിപ്പോകുന്ന ചെറുപാതയാണ്, via Sistina. സിസ്ത്തിന റോഡ്. ഈ വഴി ഓടിപ്പോകുന്നതു പ്രശസ്തമായ സ്പാനിഷ് പടികളുടെയും (Spanish steps) ദേ മോന്തേ പള്ളിയുടെയും മുന്നിലേക്കാണ്.

പള്ളിക്കു മുന്നിലെത്തുമ്പോൾ സിസ്ത്തിന, ചെരിഞ്ഞു കിടക്കുന്ന ഗർഭിണിയെപ്പോലെ ഒരു വശത്തേക്ക് വീർത്തുവരും. ഈ അർദ്ധവൃത്തവിസ്താരവും രണ്ടു വശങ്ങളിലൂടെ പിണങ്ങിപ്പിരിഞ്ഞ് താഴേക്കിറങ്ങിപ്പോകുന്ന പടികളും ചേർന്നാൽ ദേ മോന്തേ ചത്വരമായി. പള്ളിയോളംതന്നെ തലയെടുപ്പുള്ള ഒരു സ്തംഭവും ചത്വരത്തിന് പ്രൗഢി നല്കിക്കൊണ്ട് നടുവിലുണ്ട്. നാലഞ്ചിടങ്ങളിലായി വില്പനയ്ക്ക് വെച്ചിരിക്കുന്ന കാൻവാസ് ഓയിൽ പെയിന്റിങ്ങുകളും വരയ്ക്കലിലും പുകയ്ക്കലിലും മുഴുകിക്കഴിയുന്ന താടിയും മുടിയും നീട്ടിയ അവയുടെ വില്പനക്കാരും ചത്വരത്തിന് വല്ലാത്തൊരു ചന്തം നല്കുന്നുണ്ട്. ചിത്രങ്ങളിൽ പ്രകൃതിദൃശ്യങ്ങളുണ്ട്, പോർട്രെയ്റ്റുകളുണ്ട്, അസംബന്ധത്തോളം ആധുനികമായ നിറക്കൂട്ടുകളുമുണ്ട്.

തേനീച്ച ഫൗണ്ടൻ

ചിത്രങ്ങളിലെ വർണങ്ങളോട് പൊരുതിനിൽക്കുന്ന വസ്ത്രങ്ങളുമായി ധാരാളം സഞ്ചാരികൾ പടിക്കെട്ടുകളിറങ്ങിപ്പോകുന്നുണ്ട്.

1502ൽ ഫ്രാൻസിലെ ചക്രവർത്തി ലൂയി പന്ത്രണ്ടാമനാണ് ഈ പള്ളി പണിയിക്കുന്നത്. ഫ്രഞ്ച് സൈന്യം നാപ്പിൾസ് പിടിച്ചടക്കിയത് ആഘോഷിക്കുകയായിരുന്നു ചക്രവർത്തി. ഇപ്പോഴും ഈ പള്ളിയും അടുത്തുള്ള മെദിചി ബംഗ്ലാവും (Villa Medici) ഫ്രാൻസിന്റെ കീഴിലാണ്. ഫ്രഞ്ച് വിപ്ലവകാലത്ത് നെപ്പോളിയൻ റോമിലെ ഫ്രഞ്ച് അക്കാഡമി ഈ കെട്ടിടത്തിലേക്ക് മാറ്റുകയായിരുന്നു. ഇന്നും യുവ കലാകാരന്മാർക്ക് ആശ്രയമാണ് വില്ല മെദിചി.

പള്ളിയുടെ മുന്നിലുള്ള, ബാൽക്കണി പോലെയുള്ള ദേ മോന്തേ ചത്വരത്തിൽ നിന്ന് താഴേക്ക് നോക്കിയാൽ, പ്രസിദ്ധമായ സ്പാനിഷ് പടികൾ കുണുങ്ങിക്കുണുങ്ങി ഇറങ്ങിപ്പോകുന്നതു കാണാം. ഇരുവശങ്ങളിലായി രണ്ടായി ഇറങ്ങിവന്ന് ഒന്നായിച്ചേർന്ന് താഴേക്കിറങ്ങി

പ്പോകുന്ന 135 പടികളാണ് സ്പാനിഷ് സ്റ്റെപ്പ്സ്. (ചിലർ ഇവിടെ 138 പടികൾ വരെ എണ്ണിത്തീർക്കുന്നുണ്ട്.) ദേ മോന്തേ ചർച്ച് നില്ക്കുന്ന പാസിനി കുന്നിനും താഴെ സ്പാഞ്ഞ ചത്വരത്തിലെ നൗകാജല ധാരയ്ക്കുമിടയിൽ ചാരിവെച്ചൊരു കോണിപ്പാലമാണിത്. സ്പാഗ്ന, ബാർബെറീനി മെട്രോ സ്റ്റേഷനുകളിൽ വന്നിറങ്ങുന്ന സഞ്ചാരികളിൽ വലിയൊരു വിഭാഗം ചെന്നെത്തുന്നത് ഈ നടക്കല്ലുകളിലാണ്. സന്ധ്യ യാകുമ്പോഴേക്കും പടികളിലെല്ലാം ആളുകൾ നിറയും. പല നാടു കളിൽനിന്ന് വന്നവർ. ഭിന്നങ്ങളായ ഭാഷകളുമായി, വസ്ത്രങ്ങളു മായി, സംസ്കാരങ്ങളുമായി അവർ സ്പാനിഷ് പടിക്കെട്ടുകളെ സചേതനമാക്കും. വസന്തകാലത്ത് പടികളുടെ കൈവരികളിലെ വലിയ ചെടിച്ചട്ടികളിൽ നിരയായി പൂത്തുലഞ്ഞു നിൽക്കുന്ന അസ്സെയ്ലിയ (Azaleas) പുഷ്പങ്ങൾ സ്പാനിഷ് സ്റ്റെപ്പുകളിലേക്ക് ചുവപ്പുകൾ വാരിയെറിയും. ചില വേനൽക്കാലരാവുകളിൽ പടികളിലൂടെ പൂച്ചനട യിറങ്ങി വരുന്ന സുന്ദരിമാരുടെ ഫാഷൻ ഷോ നടക്കും. ഈ കാഴ്ച കളെയൊക്കെ അട്ടിമറിച്ച് ഒരിക്കൽ സ്പാനിഷ് പടികൾ കൊച്ചു ബോളുകളെക്കൊണ്ട് നിറഞ്ഞു. ആയിരക്കണക്കിന് കുഞ്ഞൻ പന്തു കൾ. പല നിറങ്ങളിൽ. പ്ലാസ്റ്റിക് പന്തുകൾ പടികളിൽ ഇടം കിട്ടാ നായി തിക്കിത്തിരക്കി. ചിലവ ഉരുണ്ടിറങ്ങിച്ചെന്നു ജലധാരയ്ക്ക് ചുറ്റും പറ്റിക്കൂടി. സഞ്ചാരികൾ അന്തംവിട്ടു നിന്നു. ചിലർ പന്തുകളെ സോവനീറെന്നപോലെ വാരിക്കൂട്ടി. ക്യാമറകൾ മത്സരിച്ചു വാ തുറക്കു കയും പറ്റാവുന്നത്ര 'പന്തുരുളലുകൾ' അകത്താക്കുകയും ചെയ്തു. ചെക്കിനി (Graziam Cecchini) എന്നൊരു തല തിരിഞ്ഞ കലാകാരൻ പടികൾക്കു മുകളിലേക്ക് പിന്നെയും പിന്നെയും പന്തുകൾ എറിഞ്ഞു കൊണ്ടിരുന്നു. ഓരോ പന്തും രാഷ്ട്രീയക്കാരന്റെ ഓരോ നുണയാ ണെന്നാണ് ചെക്കിനി വിളിച്ചുപറഞ്ഞത്. എന്നാലതിന് ഇത്രയും പന്തുകൾ മതിയാവില്ലെന്ന് ജനം തിരിച്ചാർത്തു വിളിച്ചു.

സ്പാനിഷ് പടികളിറങ്ങി താഴെയെത്തുമ്പോൾ, ഒരു പൂമ്പാറ്റ ചിറകു വിരിച്ചിരിക്കുന്നപോലെ സ്പാഞ്ഞ ചത്വരം. രണ്ട് ത്രികോണ രൂപമൈതാനങ്ങൾ ശീർഷങ്ങൾ ചേർത്തുവെച്ചിരിക്കുകയാണ് ഇവിടെ. പൂമ്പാറ്റച്ചിറകുകളിൽ നിറങ്ങൾ നിറച്ച് പല വേഷങ്ങള ണിഞ്ഞ് പല ഭാഷകൾ പറയുന്ന, പല പ്രായക്കാരായ പ്രസന്നവദന രായ സന്ദർശകർ. ചിറകുകൾക്കിടയിൽ തുടിക്കുന്ന ഉടൽപോലെ നൗകാജലധാര. റോമാക്കാരുടെ ഫോണ്ടാണ ഡെല്ല ബാർകാച്ച്യ (Fontana Della Barcaccia) ഇംഗ്ലീഷുകാരന്റെ Fountain of the Ugly/old/leaky boat. നമുക്ക് നൗകാജലധാര എന്നു മതി.

മറ്റു ജലധാരകളിലെപ്പോലെ ഈ വെള്ളത്തിലും ഒരു കഥ നനയു ന്നുണ്ട്. 1598ലെ ക്രിസ്തുമസ് കാലത്ത് ടൈബർനദി കരകവി ഞ്ഞൊഴുകി. റോം മുഴുവൻ വെള്ളത്തിനടിയിലായി. ഗതാഗതം

സ്പാനിഷ് സ്റ്റെപ്സ്

ബോട്ടുകളിലായി. പിന്നീട് വെള്ളവുമായി ടൈബർ പിൻവാങ്ങിയപ്പോൾ ചത്വരത്തിൽ ഒരു ബോട്ട് മാത്രം ബാക്കിയായി. ആ ബോട്ടാണ് നൗകാജലധാരയ്ക്ക് വഴിയൊരുക്കിയത്. ത്രിത്തോൺ ജലധാരയുടെ ലോറെൻസോ ബെർണിനിയുടെ അപ്പൻ ബെർണിനിയാണ് ഇതിന്റെ ശില്പി. നിർമ്മാണം കഴിയുന്നതിനു മുമ്പ് അപ്പൻ മരിക്കുകയും മകൻ ജലധാര പൂർത്തിയാക്കുകയും റോമിലെ ഏറ്റവും പ്രശസ്തനായ ശില്പിയായി വളരുകയും ചെയ്തു.

ഓവൽ ആകൃതിയിൽ ചുറ്റുമതിൽ കെട്ടിയെടുത്ത ജലാശയത്തിലേക്ക് പകുതിയോളം താഴ്ന്നുപോകുന്ന മട്ടിൽ വളരെ താഴ്ത്തിയാണ് ജലധാര നിർമ്മിച്ചിരിക്കുന്നത്. ഇവിടേക്ക് ജലമെത്തിക്കുന്ന അക്വാ വെർജിൻ നീർക്കുഴലിലെ സൂക്ഷ്മമർദ്ദത്തെ ബെർണിനിമാർ അങ്ങനെയാണ് മറികടന്നത്.

ഞങ്ങൾ ഏറ്റവും താഴെയുള്ള സ്പാനിഷ് പടികളിലിരുന്നു. ബോട്ടിനു ചുറ്റുമുള്ള ജലാശയത്തിന് അതിരിടുന്ന ഇരുമ്പുവേലിയിലിരിക്കുന്ന മൂന്നാളുകൾ കാഴ്ചയെ അല്പം ചൊറിയുന്നുണ്ട്. സാരമില്ല. വലിയ സങ്കടങ്ങൾ നിറയുകയായിരുന്നു മനസ്സിൽ. ഒന്ന്, കാലം വസന്തമല്ല. രണ്ട് സമയം സന്ധ്യയല്ല. വിടവാങ്ങുന്ന സൂര്യൻ വിതറുന്ന സ്വർണ്ണശോഭയിൽ വസന്തത്തിൽ ചുവന്നൊലിക്കുന്ന

അസ്സെയ്‌ലിയ പുഷ്പങ്ങളുമായി സ്പാനിഷ് പടികൾ സുരസുന്ദരിയാവും. അസൂയ മൂക്കുന്ന ദേ മോന്തേ പള്ളിയിൽ നിന്നപ്പോൾ ആറു മണിയുടെ മണിയൊച്ച ഉയരും. താഴെ ബോട്ടിലെ സൂര്യമുഖങ്ങളിൽ നിന്ന് ജലം ശക്തിയായി ഒഴുകും. പടികൾ മുഴുവൻ നിറഞ്ഞിരുന്ന് ആളുകൾ പള്ളിയിലേക്കും ബോട്ടിലേക്കും മാറിമാറി നോക്കി കഴുത്തു കഴപ്പിക്കും. വരണം, ഒരു വസന്തത്തിൽ വരണം. സന്ധ്യയ്ക്ക് ഇവിടെ വന്നിരിക്കണം.

ഞങ്ങളുടെ അടുത്തിരുന്നു കൈപ്പുസ്തകം വായിച്ചുകൊണ്ടിരുന്ന മദാമ്മക്കുട്ടി, പുസ്തകത്തിൽ പറഞ്ഞപ്രകാരം നൗകയിൽ നിന്ന് ഏഴു പഴുതുകളിലൂടെ ജലം ചാടുന്നുണ്ടെന്ന് ഉറപ്പു വരുത്തി തിരിച്ചു വന്നിരുന്നു. ''ഈ സ്പാനിഷ് പടികൾ എത്രയെണ്ണമാണെന്നറിയുമോ?'' മിനി അവളോട് ചോദിച്ചു.

''നൂറ്റിമുപ്പത്തിയഞ്ച്.'' നാലാംക്ലാസ്സിലെ ഒന്നാംറാങ്കുകാരിയെപ്പോലെ അവൾ ചാടിക്കേറി ഉത്തരം പറഞ്ഞു.

''ഒന്ന് എണ്ണിനോക്കുന്നോ'' എന്നായി മിനി.

അവൾ എഴുന്നേറ്റ് വന്ന് മിനിയെ തല്ലാനോങ്ങി നിന്നു.

''Naugthy lady... I am not from St.Thomas clan.''

(തല്ലിപ്പൊളിപ്പെണ്ണേ, ഞാൻ തോമാശ്ലീഹായുടെ കുടുംബത്തീന്നല്ല)

അളവറ്റ സൗന്ദര്യം അടക്കിവെച്ച അവളുടെ ചെറിയ മുഖമപ്പോൾ ആവശ്യത്തിലേറെ ചുവന്നിരുന്നു. തുടുത്തിരുന്നു. നിഷ്കളങ്കതയുടെ തോരണങ്ങൾ ചെറിയ കണ്ണുകളിൽ ഇളകിയാടിയിരുന്നു. ആ നിമിഷത്തിൽ അവൾ ഞങ്ങൾക്ക് അയൽവീട്ടിലെ തോമാച്ചായന്റേയും അന്നച്ചേടത്ത്യാരുടേയും മകളായി ജനിച്ച വെളുത്ത സുന്ദരിക്കുട്ടിയായി. രണ്ടു തവണ പേര് പറഞ്ഞിട്ടും, അവളുടെ ഇംഗ്ലീഷിൽ കലരുന്ന എരണംകെട്ട ജർമ്മൻ ചുവ കാരണം ഞങ്ങളുടെ മലയാളിക്കാതുകൾക്ക് അതു വ്യക്തമായില്ല. ഞങ്ങളവളെ ജർമ്മനിക്കുട്ടിയെന്ന് ഓർമ്മയിൽ പതിച്ചു. ജർമ്മനിക്കുട്ടിയും നാളെ തിരിച്ചുപോകുകയാണ്, ട്രെയിനിൽ ഫ്ളോറൻസിലേക്ക്. അവിടെ ഗലേറിയ അക്കാഡമിയിൽ രണ്ടുദിവസത്തെ ക്ലാസുകൾ. അതു കഴിഞ്ഞ് അവിടെയും മിലാനിലും ഒന്നു കറങ്ങി തിരിച്ച് നാട്ടിലേക്ക്.

ഞാൻ ജർമ്മനിക്കുട്ടിയുടെ കീശപ്പുസ്തകം മറിച്ചുനോക്കുകയായിരുന്നു. കുഞ്ഞുകുഞ്ഞു അക്ഷരങ്ങളിൽ ഒരുപാട് കാര്യങ്ങൾ പറയുന്നുണ്ട്, ഒരു പോക്കറ്റ് ഡയറിയുടെ വലുപ്പം മാത്രമുള്ള പുസ്തകം. വത്തിക്കാനിൽ നിന്നു തുടങ്ങി റോമിലെ കാഴ്ചകളിലൂടെയും ചത്വരങ്ങളിലൂടെയും പുസ്തകം ഒരു കാൽനടയാത്ര നടത്തുകയാണ്. ഓരോയിടത്തേയും കാര്യങ്ങൾ സമഗ്രമായി സംഗ്രഹിച്ചിട്ടുണ്ട്. ഞാൻ

വേഗം പിയാസ ഡി സ്പാഞ്ഞയിലേക്കോടിച്ചെന്നു. ഒന്നോടിച്ച് വായിച്ച് അവസാനത്തെ 'രസമുള്ള വസ്തുതകളിലെത്തി' (interesting facts). ത്രെവിയെക്കുറിച്ച് കൂടിയൊന്ന് വായിക്കാം എന്നു കരുതിയതാണ്. സുന്ദരിക്കുട്ടി ചെറിയ കണ്ണുകളിൽ വല്ലാത്ത ദൈന്യത നിറച്ച് പുസ്തകത്തിന് കാത്തുനില്ക്കുന്നു. ക്ഷമാപണത്തോടെ കൊച്ചു പുസ്തകം മടക്കിക്കൊടുത്ത് ഓരോരുത്തരായി കൈ കുലുക്കി ഞങ്ങളവളെ യാത്രയാക്കി. പിന്നാലെ ഞങ്ങളും ബാക്കിയുള്ള നാലഞ്ചു സ്പാനിഷ് പടികളിറങ്ങി.

ഫ്രാൻസിനും സ്പെയിനിനും ഇടയിൽ നിലവിൽ വന്ന സമാധാന ഉടമ്പടിയുടെ ആഘോഷത്തിനും ഓർമ്മയ്ക്കുമായിട്ടാണ് 1726ൽ ഈ പടികൾ പൂർത്തിയാകുന്നത്. ഫ്രഞ്ച് നയതന്ത്രജ്ഞനായ Étienne Gueffierന്റെ ഒസ്യത്തിലെ എഴുപതിനായിരം സ്കൂഡോകൾ (പഴയ ഇറ്റാലിയൻ നാണയം.) ഉപയോഗിച്ച് ഫ്രാൻസിസ്കോ ഡി സ്കാന്റിസ് എന്ന ഇറ്റാലിയൻ ആർക്കിടെക്ടിന്റെ ഭാവനയിലാണ് ഇത് നിർമ്മിക്കപ്പെടുന്നത്. മുകളിലെ ഫ്രഞ്ച് അധീനതയിലുള്ള ദെ മോന്തേ (de monte)പള്ളിക്കും താഴെ സ്പാനിഷ് എംബസി നിന്നിരുന്ന ചത്വരത്തിനും ഇടയ്ക്ക് ഫ്രഞ്ചുകാരന്റെ കാശുകൊണ്ട് ഇറ്റലിക്കാരൻ കെട്ടിയുണ്ടാക്കിയ 135 പടികൾക്ക് സ്പാനിഷ് സ്റ്റെപ്സ് എന്നറിയപ്പെടാനായിരുന്നു യോഗം.

പടികൾക്കെതിർവശത്താണ് കൊണ്ടോട്ടി (via de condotti) റോഡ് തുടങ്ങുന്നത്. റോഡിന്റെ ആരംഭത്തിൽ ഏതാനും കച്ചവടക്കാർ, നമ്മുടെ ഭേൽപുരിക്കച്ചവടക്കാർക്കുള്ള വലിയ തട്ടത്തിൽ ഉപ്പു ചേർത്തു വറുത്ത ആൽമണ്ടും പിസ്റ്റായും പുഴുങ്ങിയ ചെസ്റ്റ്നട്ടും വില്ക്കുന്നുണ്ട്. ഞങ്ങൾ അയാളിൽ നിന്ന് കുറച്ച് ചെസ്റ്റ്നട്ട് വാങ്ങി റോഡിന്റെ ഓരത്തേക്ക് നീങ്ങിനിന്നു. നമ്മുടെ പുഴുങ്ങിയ മധുരക്കിഴങ്ങിനോടടുത്ത മണവും രുചിയുമാണ് പുഴുങ്ങിയ ചെസ്റ്റ്നട്ടിന്.

ഇവിടെ നിന്ന് ജലധാരയ്ക്ക് മുകളിലൂടെ പടിക്കെട്ടുകൾ കയറ്റി കാഴ്ചയെ ദേ മോന്തേപ്പള്ളിയുടെ ഗോപുരങ്ങളിലെത്തിക്കുമ്പോൾ സ്പാഞ്ഞയുടെ കാല്പനിക സൗന്ദര്യത്തിൽ നാം മുങ്ങിപ്പോകും. പടികൾ കയറുമ്പോൾ വലതു വശത്തു കാണുന്ന വീട്ടിലായിരുന്നു ക്ഷയബാധയുടെ ചുവന്ന ചുമകളുമായി ഇംഗ്ലീഷ് മഹാകവി കീറ്റ്സ് അവസാന നാളുകൾ കഴിച്ചുകൂട്ടിയത്. ജലധാരയുടെ നനഞ്ഞ മർമ്മരങ്ങളും സ്പാനിഷ് പടികളിലെ അസ്സെയ്ലിയപ്പൂക്കളും സഞ്ചാരികളുടെ ആരവങ്ങളും അദ്ദേഹത്തിന്റെ ശ്വാസകോശങ്ങളെ ആശ്വസിപ്പിക്കുമായിരുന്നു. റൊമാന്റിസിസത്തിന്റെ ഈ യുവരാജാവ് ഇരുപത്തിയഞ്ചാം വയസ്സിൽ മരിക്കുന്നത് ഇവിടെയാണ്. അദ്ദേഹത്തിന്റെ സമാധിശിലയിൽ പേരെഴുതിയിട്ടില്ല. കീറ്റ്സിന്റെ ആഗ്രഹപ്രകാരം അതിൽ ഇങ്ങനെയാണ് എഴുതപ്പെട്ടത് -Here lies one whose name was writ in water. നൗകാജലധാരയുടെ സാന്ത്വനമായിരുന്നത്രെ ഇങ്ങനെ പരാമർശിക്കപ്പെട്ടത്. കീറ്റ്സിന്റെ പഴയ ഭവനം ഇന്ന് കീറ്റ്സ്-ഷെല്ലി മ്യൂസിയമാണ്.

പടിക്കെട്ടുകളുടെ തൊട്ടിടതു വശത്തുള്ള ക്ലാസിക് റോമൻ ചുവയുള്ള കെട്ടിടത്തിന്റെ മുൻചുമരിൽ ഒരു മാർബിൾ ഫലകത്തിൽ ഇങ്ങനെ എഴുതിവെച്ചിരിക്കുന്നു. ബബിങ്ങ്ടൺസ് ടീ റൂംസ്. 1893ൽ രണ്ട് ഇംഗ്ലീഷ് മദാമ്മമാർ ആരംഭിച്ച ഈ ചായക്കട നൂറിലേറെ വർഷങ്ങളേയും രണ്ട് ലോകമഹായുദ്ധങ്ങളേയും ആഗോളവൽക്കരണത്തേയും അതിവേഗഭക്ഷണശീലത്തേയും അതിജീവിച്ച് ഇന്ന് വർദ്ധിതപ്രൗഢിയോടെ നിലകൊള്ളുന്നു. ഇറ്റലിയിൽ ചായ കുടിക്കണമെങ്കിൽ ഫാർമസിയിൽ പോകണമായിരുന്ന കാലത്താണ് ഇംഗ്ലീഷുകാർക്കായി മദാമ്മകൾ ഇതാരംഭിക്കുന്നത്. ഇന്നത് എഴുത്തുകാർ, ചിത്രകാരന്മാർ, ബുദ്ധിജീവികൾ, രാഷ്ട്രീയക്കാർ, അങ്ങനെ ഒരുപാടു പേരുടെ ഇഷ്ടസംഗമസ്ഥലമാണ്.

കീറ്റ്സ് ഭവനവും സ്പാഞ്ഞയിലെ മറ്റു കെട്ടിടങ്ങളും പടിക്കെട്ടുകളും ഫൊന്താന ബ്രൊക്കാഷ്യയും തട്ടുകച്ചവടക്കാരുമൊക്കെത്തന്നെ ഒരു മെഗാ സിംഫണിയിലേക്കെന്നപോലെ ഉരസലുകളില്ലാതെ ചേർന്നുപോകുന്നു. സഞ്ചാരികളുടെ ബഹളങ്ങളോ വൈവിധ്യങ്ങളോ കുതിരവണ്ടികളുടെ പെടപ്പുകളോ ഗൈഡുകളുടെ പ്രഭാഷണങ്ങളോ അതിൽ അപശ്രുതിയാവുന്നില്ല. ബെർണിനിയുടെ ജലധാരയിൽ കുളിച്ചീറനുമായി, തരളഹൃദയവുമായി ജനാലപ്പടിയിൽ നിൽക്കുന്ന കീറ്റ്സിനു മുന്നിലൂടെ മേലേപ്പള്ളിയിലേക്ക് കയറിപ്പോകുന്ന സ്പാനിഷ് സ്റ്റെപ്പുകളോട് യാത്ര പറഞ്ഞ് പുഴുങ്ങിയ ചെസ്റ്റ്നട്ടിന്റെ മധുരക്കിഴങ്ങൻ രുചിയുമായി ഞങ്ങൾ ത്രിത്തോൺ റോഡിലേക്ക് തിരിച്ചു നടന്നു.

ത്രിത്തോൺ റോഡിലെ തിരക്കും വെയിലിന്റെ ചൂടും അല്പം കൂടിയിട്ടുണ്ട്. രണ്ട് സഞ്ചാരിക്കൂട്ടങ്ങൾ റോഡിനപ്പുറത്തുണ്ട്. ഒന്നിനെ തടിച്ചു കൊഴുത്തൊരു കുള്ളത്തി നയിക്കുന്നു. പൊക്കക്കുറവിനെ മറികടക്കാനാകാം അവളൊരു വലിയ കാലൻകുട ഉയർത്തിപ്പിടിച്ചിട്ടുണ്ട്. അതിന്റെ തുഞ്ചത്തൊരു ചുവന്ന റിബൺ കെട്ടിവെച്ചിട്ടുമുണ്ട്. രണ്ടാമത്തെ സംഘത്തിന്റെ നേതാവ് ഒരു സുന്ദരപുരുഷനാണ്. റോമൻ സൗന്ദര്യത്തിന്റെ പുരുഷപ്രതീകം. ഊർജ്ജം വാരിവിതറുന്ന ഭാവാഹാദികളോടെ ഉറച്ച ഉച്ചാരണത്തോടെ ഉച്ചത്തിൽ വിവരണം. കുള്ളത്തിയുടെ കൂട്ടത്തിൽ കാണുന്ന അലസത ഇവിടെയില്ല. എല്ലാവരും നേതാവിന്റെ സംസാരത്തിലോ സൗന്ദര്യത്തിലോ മുഗ്ധരാണ്. ത്രിത്തോൺ റോഡിൽ നിന്ന് ത്രെവി ജലധാരയിലേക്ക് പോകുന്ന രണ്ട് ചെറുവഴികൾ വയാ പോലിയും (Via Poli) വയാ

സ്റ്റാംപറിനയും (via stamperina) ജലധാരയ്ക്ക് മുന്നിൽ വെച്ച് മൂന്നാമത്തെ വഴിയിൽ കയറുന്നു. അങ്ങനെ മുക്കവലയിൽ നിന്ന്, Tri vei യിൽനിന്ന് ത്രെവിയായി, ത്രെവി ചത്വരമായി, ത്രെവി ജലധാരയായി (Fontana di Trevi).

ഇവിടെ നിന്നും ത്രെവിയിലേക്കുള്ള വഴി കണ്ടെത്താൻ ബുദ്ധിമുട്ടില്ല. ആളുകൾ കൂട്ടത്തോടെ പോകുന്ന രണ്ട് വഴികളിൽ ഏതും തെരഞ്ഞെടുക്കാം. ഞങ്ങൾ വയ പോലിയിലൂടെ നടന്നു തുടങ്ങി. തിരക്കും വീതിയും കുറവാണിവിടെ. അകത്തേക്ക് മോട്ടോർ വാഹനങ്ങളില്ല. വല്ലപ്പോഴും പൊലീസ് വാഹനങ്ങളോ കടകളിലേക്ക് സാധനങ്ങളുമായി ചെറുവാനുകളോ വരും. റെസ്റ്റോറന്റുകൾക്കും ജലാത്തേറിയ (Gelateria) ബോർഡ് വെച്ച ഐസ്ക്രീം കടകൾക്കും മുമ്പിൽ റോഡിലൊരുക്കിയിട്ടുള്ള ഇരിപ്പിടങ്ങൾ മിക്കവാറും ശൂന്യമാണ്. റോമിലെ ജൂൺ സഞ്ചാരികളോട് സൗഹൃദത്തിലല്ല. പതിനൊന്നു മണിയുടെ സൂര്യൻ പതിവിൽകവിഞ്ഞ ദേഷ്യത്തിലുമാണ്. അന്തരീക്ഷത്തിലെ ഈർപ്പം അസ്വസ്ഥതയ്ക്ക് ആക്കം കൂട്ടുന്നുണ്ട്. പക്ഷേ, ത്രെവിയിലേക്ക് നടക്കുന്നവർ ഇതൊന്നും അറിയുന്നില്ല. വഴിയിൽ ക്രോസിഫറി ചത്വരത്തിൽ വെച്ചേ കേൾക്കാം ത്രെവിയിലെ ആരവം. ജലത്തിന്റെ ആരവം. ജനത്തിന്റെ ആരവം. കാഴ്ചയ്ക്കു മുമ്പേ കാതുകളറിയുന്നു ഈ ത്രെവിയെ. ചത്വരത്തിലെത്തുമ്പോൾ ഇടതുവശത്തുള്ള പാലസ്സോ പോലി (Palazo Poli) എന്ന പോലിക്കൊട്ടാരത്തിന്റെ കിഴക്കേ മുഖപ്പിൽനിന്നാണ് ഫൊന്താന ത്രെവിയെന്ന അതിശയശില്പം ആരംഭിക്കുന്നത്.

ആളുകൾ തിങ്ങിനിറഞ്ഞൊരു കവലയിലേക്കാണ് ഞങ്ങൾ കടന്നുചെന്നത്. ഉത്സവപ്പറമ്പിൽ ചെന്നെത്തിയ പ്രതീതി. വിസ്തൃതമായ ജലധാരയും, കാത്തിരുന്നു കണ്ട കാഴ്ച ആഘോഷമാക്കുന്ന ആൾക്കൂട്ടവും കവലയെ പകുത്തെടുക്കുന്നു. എന്തൊക്കെ തരം മുഖങ്ങൾ, വേഷങ്ങൾ, ഭാഷകൾ. ത്രെവിയിലെപ്പോഴും ലോകത്തിന്റെ ഒരു തുണ്ടുണ്ടാകും എന്നിവർക്കൊരു പരസ്യവാചകം തന്നെയുണ്ട്. റോമിൽ നിങ്ങൾക്ക് മൂന്നു മണിക്കൂറുണ്ടെങ്കിൽ തീർച്ചയായും കാണേണ്ട മൂന്നു കാഴ്ചകളിൽ കൊളോസിയത്തിനും സെന്റ് പീറ്റേഴ്സ് ബസിലിക്കയ്ക്കും ഒപ്പം ത്രെവി ഫൗണ്ടനുമുണ്ട്.

വയാ പോലിയിൽനിന്ന് കവലയിലേക്ക് കടക്കുമ്പോൾ വെള്ളത്തിന്റെ കിന്നാരത്തോടൊപ്പം കാഴ്ചയിലേക്ക് കയറിനിന്നത് നേരേ എതിർവശത്തെ മൂലയിലുള്ള പള്ളിയാണ്. കൊഴുത്ത കൊരിന്ത്യൻ തൂണുകൾ താങ്ങിനില്ക്കുന്ന, വിശുദ്ധരായ വിൻസെന്റിന്റേയും അനസ്താസിയസിന്റേയും ദേവാലയം. ആയിരത്തി അറുനൂറുകളിൽ ബറോക് ശൈലിയിൽ നിർമ്മിക്കപ്പെട്ടത്. ഇരുപത്തഞ്ചോളം പാപ്പാമാരുടെ ഹൃദയങ്ങൾ ഇവിടെ എംബാം ചെയ്തു സൂക്ഷിച്ചിരിക്കുന്നു.

പള്ളിക്ക് ഇടതുവശത്തായി, വയ സ്റ്റാംപറിനയും ത്രെവിയുടെ മൂന്നാമത്തെ വയ ആയ മുറാടിനോ(Muratino)യും ചേരുന്ന കോണിൽ ചരിത്രത്തിൽനിന്ന് കത്തുന്ന മഹാവിളക്ക്. രണ്ടു മാലാഖമാർ കാവൽ നില്ക്കുന്ന, വിശുദ്ധമാതാവിന്റെ ചിത്രസാന്നിധ്യമുള്ള ഈ വെളിച്ചമാണ് ആദ്യകാലങ്ങളിൽ ത്രെവിയേയും ജലത്തിലേക്കെറിയപ്പെടുന്ന നാണയങ്ങളേയും സംരക്ഷിച്ചു പോന്നത്. മാലാഖമാരെ ഭയപ്പെടുകയും ഇരുട്ടിലേ മോഷ്ടിക്കാവൂ എന്നു വിശ്വസിച്ചും പോന്ന മണ്ടൻ കള്ളന്മാരുടെ കാലമായിരുന്നു അത്.

മാലാഖവിളക്കിന് തൊട്ടിടതു ചേർന്ന് ജെലാത്തോ കട. ബാർ ജെലാത്തേറിയ എന്ന് ബോർഡ്. മദ്യവും ജെലാത്തോയും ആണ് വില്പന. ജെലാത്തോയെ ഇറ്റാലിയൻ ഐസ്ക്രീം എന്നാണ് പരിചയപ്പെടുത്താറ്. എന്നാൽ ഐസ്ക്രീം എന്ന് വിളിക്കപ്പെടാൻ മാത്രം കൊഴുപ്പില്ല ഇതിൽ. ക്രീം കുറവും പാല് കൂടുതലുമായിരിക്കും. കൊഴുപ്പിന്റെ ആധിക്യം നേർത്ത ഇറ്റാലിയൻ രുചിഭേദങ്ങളെ അപായപ്പെടുത്തുന്നു എന്നതിനാലാണ് ഇത്. ഈ ജെലാത്തേറിയയോട് ചേർന്നാണ് farmacia എന്ന് ബോർഡ് വെച്ച ഫാർമസി. കട അടഞ്ഞു കിടക്കുകയാണ്. ഈ സ്ഥലത്താണ് 1453ൽ ത്രെവി ജലധാര ആദ്യം നിർമ്മിക്കപ്പെട്ടത്. ആഡംബരങ്ങളൊന്നുമില്ലാത്ത തൊട്ടിയും നീർക്കുഴലും ചേർന്നൊരു കൊച്ചുജലധാരയായിരുന്നു അത്. അക്വാ വിർഗോ എന്ന നീർക്കുഴലിന്റെ സ്ഥാപനവും സമാപനവും രേഖപ്പെടുത്തുവാൻ പോപ്പ് നിക്കോലാസിന്റെ നിർദ്ദേശപ്രകാരമായിരുന്നു അത്.

ഞങ്ങൾ ജലധാരയുടെ മുൻവശത്തേക്കെത്തി. അർദ്ധവൃത്തത്തിൽ ജലധാരയെ ചുറ്റിനില്ക്കുന്ന ബാരിക്കേഡ് പിടിച്ച് ത്രെവി എന്ന 'മഹാസംഭവത്തെ' നോക്കിനിന്നു. സ്പാഞ്ഞയിൽ നിന്നുള്ള നടത്തത്തിനുശേഷം സ്വല്പം നേരത്തെ 'പിടിച്ചുനില്പ്' അമ്മയ്ക്കും ആവശ്യമുണ്ട്. മുന്നിൽനിന്നിങ്ങനെ നോക്കിനില്ക്കുമ്പോഴാണ് ജലധാരയുടേയും അതിലെ ശില്പങ്ങളുടേയും ഭീമാകാരം ബോധ്യപ്പെടുന്നത്. ഒരുപക്ഷേ, റോമിലെ ജലധാരകളിൽ മുമ്പിൽ നിന്നു നോക്കുന്നു എന്ന് ഉറപ്പിച്ചു പറയാവുന്നത് ഇവിടെ മാത്രമായിരിക്കാം. പാലസ്സോ പോലിയുടെ ചുമരിൽനിന്നും തുടങ്ങുന്ന ജലശില്പസമുച്ചയത്തിന് പിൻവശദർശനമില്ലല്ലോ. ഇനിയിപ്പോ tri-view. മൂന്നു ദിശയിൽനിന്നു മാത്രം ദർശനം - എന്നതിൽ നിന്നായിരിക്കുമോ ത്രെവി എന്നുണ്ടായത്? എന്റെ ഓരോ മണ്ടത്തരങ്ങളേ. 85x160 അടി അളവുകളുടെ വലിപ്പത്തിലാണ് അതങ്ങനെ നിറഞ്ഞ് നില്ക്കുന്നത്. പാലസ്സോ പോലിയുടെ വടക്കേച്ചുമരും അതിന്റെ തൂണുകളും ജാലികളും മുഖപ്പുകളും അവയിലെ റെലിഫ് ശില്പങ്ങളും എല്ലാറ്റിനും മുകളിൽ മാലാഖമാർ താങ്ങിനില്ക്കുന്ന പാപ്പാ കിരീടവും മുദ്രയും ജലധാരയ്ക്ക് നല്കുന്ന വലിപ്പവും ഗരിമയും ചെറുതല്ല.

ശില്പങ്ങളും അലങ്കാരവേലകളും നിറഞ്ഞ ഈ ചുമരിന് മുന്നിലായി കടലിന്റെ നടത്തിപ്പുകാരായ ഓഷ്യാനസിന്റെയും ത്രിത്തോൺമാരുടെയും കരാരെ മാർബിൾ ശില്പങ്ങൾ. അവിടെനിന്നും താഴോട്ട് ജലം കുണങ്ങിക്കുണുങ്ങിയിറങ്ങിച്ചെല്ലുന്ന വലിയ തൊട്ടി. വശങ്ങളിൽ, കാഠിന്യം കുറഞ്ഞ ട്രാവെർട്ടൈൻ കല്ലുകളിൽ ഒരുക്കിയെടുത്ത പാറക്കൂട്ടങ്ങൾ, റോമായുടെ ഫലവൃക്ഷങ്ങൾ, ജലസസ്യങ്ങൾ, ജലജീവികൾ. ത്രെവിയെ ഭൗതികമായി വിവരിക്കാൻ ഇത്രത്തോളം എളുപ്പമാണ്. പക്ഷേ, പിന്നിൽനിന്നും മുന്നിലേക്കും മുകളിൽ നിന്ന് താഴേക്കുമായി പല തലങ്ങളിൽ ജലമാർബിൾ മിശ്രണം ഒരുക്കിയ സംവിധാന കൗശലത്തെ വിവരിക്കാനാവാതെ ഞങ്ങളങ്ങനെ നിന്നു.

ത്രെവിക്കു മുമ്പിലെ ഉച്ചച്ചൂടിൽ നിന്ന് ആളുകൾ ഒഴിയുന്നുണ്ട്. അപ്പുറവുമിപ്പുറവുമുള്ള ബാർ ജെലാത്തേറിയകളിൽ തിരക്കായിരിക്കുന്നു. ഇറ്റലിയുടെ ഐസ്ക്രീം രുചിവൈവിധ്യങ്ങൾ അമ്പരപ്പിക്കുന്നതാണ്. കഴിഞ്ഞുപോയ ഏതാനും ദിവസങ്ങളിലായി ഞങ്ങളത് സാക്ഷ്യപ്പെടുത്തിക്കൊണ്ടിരിക്കുന്നു. മനുഷ്യൻ അപ്പംകൊണ്ടു മാത്രമല്ല ജീവിക്കുന്നത്, ഐസ്ക്രീംകൊണ്ടുമാകാം ജീവിതം എന്ന് ഞങ്ങളെ പഠിപ്പിച്ചത് ഇറ്റലിയാണ്, മിലാനിൽ വെച്ച്.

മനപ്പൂർവ്വം താറുമാറാക്കിയ യാത്രാപരിപാടി, മിലാൻ പള്ളിക്കു സമീപം ബുക്ക് ചെയ്തിരുന്ന അപ്പാർട്ട്മെന്റ് നഷ്ടപ്പെടുത്തിയിരുന്നു. പകരം കിട്ടിയ അപ്പാർട്ട്മെന്റിലേക്ക് ഇരുപത് മിനിറ്റ് ട്രാം യാത്ര കഴിഞ്ഞെത്തുമ്പോൾ അഞ്ചര മണി കഴിഞ്ഞിരുന്നു, കടകളെല്ലാം അടച്ചിരുന്നു. എങ്കിലും എവിടെ നിന്നെങ്കിലും റൊട്ടിയോ മറ്റോ കിട്ടുമെന്ന് കരുതിയിറങ്ങിയതാണ് ഞാനും അപ്പുവും. ചെന്നെത്തിയത് റോഡ് രണ്ടായി പിരിഞ്ഞുപോകുന്ന കവരയിൽ നിറഞ്ഞു നിന്ന ജെലാത്തേറിയായിൽ. ഉള്ളിലേക്കു ചെന്ന് ഞങ്ങൾ, തേനിൽ മൂക്കു കുത്തിയ കരടിക്കുട്ടന്മാരെപ്പോലെ കണ്ണും മൂക്കും തള്ളി നിന്നു. ചില്ലുപാളികൾക്കു പിന്നിലെ നിറങ്ങൾക്കും രുചിയുടെ തണുപ്പിനും പിന്നിൽ നിന്നും രണ്ട് അതിസുന്ദരികൾ അതീവവശ്യമായി ഞങ്ങളെ ക്ഷണിച്ചു. തണുപ്പും തല തരിപ്പിക്കുന്ന മണവും തരുണികളുടെ കത്തുന്ന സൗന്ദര്യത്തിന്റെ ചൂടും ഒക്കെച്ചേർന്ന് ഞങ്ങളെ വല്ലാത്തൊരു മോഹനിദ്രാവസ്ഥയിലെത്തിച്ചു.

ഞങ്ങൾ കണ്ട ഏറ്റവും സുന്ദരികളായ സ്ത്രീകളായിരുന്നു ഞങ്ങളുടെ മുമ്പിൽ. ഒരുവൾ അല്പം തടിച്ച് ഗോതമ്പ് നിറത്തിൽ. നമ്മുടെ തെക്കനിന്ത്യൻ സൗന്ദര്യവടിവിൽ. അടുത്തവൾ വെളുത്തു മെലിഞ്ഞ്. ഉയരം പാകം, കുറവില്ല. രണ്ടുപേരും അതിമനോഹരമായി പുഞ്ചിരിച്ചു. ശബ്ദവും ഒരുപോലെ വശ്യം, കാതരം. കൊതിയോടെ ശരീരത്തിലിറുകിപ്പിടിച്ച് കിടക്കുന്ന മഞ്ഞ ബനിയൻ അവരുടെ

സൗന്ദര്യത്തെ മുഴപ്പിച്ച് നിർത്തി. വളരെ കാര്യമായി അവരോരോ ഐസ്ക്രീമും ഫ്ളേവറുകളും പരിചയപ്പെടുത്തി. പലതിന്റെയും ചെറിയ സാമ്പിളുകൾ രുചിക്കാൻ തന്നു. ഗംഭീരം, അതുല്യം, ഒന്നാന്തരം എന്നൊക്കെ ഇംഗ്ലീഷിൽ ഒച്ചയുണ്ടാക്കി ഞങ്ങളതിനെ പ്രോത്സാഹിപ്പിച്ചു. കൊതികൊണ്ടൂറി നിറഞ്ഞ ഉമിനീരിൽ പലതരം രുചികൾ നീന്തിക്കളിച്ചു. അരക്കിലോ വീതം വെച്ച് ഞങ്ങൾ ലെമൺ, പിസ്ടാഷ്യോ, ബെറി ഫ്ളേവറുകളിൽ ജെലാത്തോകൾ വാങ്ങിയിറങ്ങുമ്പോൾ, നല്ല ജെലാത്തോ കട കണ്ടെത്താനുള്ള സൂത്രം സൗജന്യമായി പറഞ്ഞുതന്നു സുന്ദരികൾ. ഒന്ന്, കടയ്ക്ക് മുന്നിലെ ബോർഡ് ശ്രദ്ധിക്കുക. ജെലാത്തോ ഫാറ്റോ എൻ കാസോ (നുമ്മടെ വീട്ടിലിണ്ടാക്കീതാട്ടാ) എന്നോ ഫറ്റോനെല്ല നോസ്ട്രാ ഫാബ്രികാ (നുമ്മടെ കമ്പനി തന്നെ ണ്ടാക്കീത്) എന്നിങ്ങനെ എഴുതിയിട്ടുണ്ടെങ്കിൽ സാധനം കൊള്ളാം. രണ്ട്, പിസ്റ്റാഷ്യോ ജെലാത്തോയുടെ നിറം. നല്ല തത്തപ്പച്ചയാണെങ്കിൽ സാധനം ശുദ്ധം, മറ്റുള്ളതും നല്ലതാവും.

അന്ന് തുടങ്ങിയ ജെലാത്തോ തീറ്റ ഇപ്പോഴും തുടരുന്നു. മിലാനിലും ഫ്ളോറൻസിലും വെനീസിലും പിസായിലുമൊക്കെ ജെലാത്തോ തീറ്റ തുടർന്നു. തോന്നിയപ്പോഴൊക്കെ ഞങ്ങൾ ജെലാത്തോ തിന്നു. പലപ്പോഴും പ്രധാന ഭക്ഷണംതന്നെ അതായി. ഈ ജെലാത്തോ വിരുന്ന് ഏറ്റവും ആസ്വദിച്ചത് അമ്മയാണ്. ഓരോ ജെലാത്തോ കടയിലും ഞങ്ങൾ റോമൻ സൗന്ദര്യം തെരഞ്ഞപ്പോൾ അമ്മ ചില്ലലമാരകളിൽ നിന്ന് പുതിയ ഫ്ളേവറുകൾ കണ്ടെത്തിക്കൊണ്ടിരുന്നു. ഐസ്ക്രീം പകർന്നു കിട്ടാൻ കൊതിയോടെ കാത്തുനില്ക്കുമ്പോൾ പണ്ട് പണ്ട് മൂത്തകുന്നത്തും ചെട്ടിക്കാട്ടും പെട്ടി ഐസ്ക്രീം വിറ്റിരുന്ന സേവ്യേട്ടന്റെ പേപ്പേ ഹോണടി കേട്ടുവത്രെ അമ്മ. ഈ പ്രായത്തിലൊക്കെ ഇങ്ങനെ ഐസ്ക്രീമടിച്ചാൽ എന്തെങ്കിലും അസുഖം വരുമെന്ന ഞങ്ങളുടെ ആശങ്കകളൊക്കെ ജെലാത്തോയിൽ അലിഞ്ഞു തീർന്നു. പല കടകളിൽ നിന്ന് എത്രയെത്ര രുചികൾ. അവിടെയൊക്കെ ഞങ്ങൾ കണ്ട സുരസുന്ദരികൾ. ത്രെവിയിലെ ബാർ ജെലാത്തേറിയയിൽ ഉച്ചച്ചൂടിന്റെ തിരക്കുണ്ടായിരുന്നു. ഇത്തരം ഇടങ്ങളിൽ ഇരുന്നു കഴിച്ചാൽ ചിലവ് കൂടും. അതുകൊണ്ട് 'കൊണ്ടു പൊയ്ക്കോളാം' ഓർഡർ കൊടുത്ത് കാത്തു നിന്നു. ദേവ (റോമാ)ലോകത്തെ അപ്സരസ്സുകൾ അമൃത് കോണുകളിലും കപ്പുകളിലും വിളമ്പിത്തന്നു.

അമൃതകുംഭങ്ങളുമായി ഞങ്ങൾ, നടപ്പാതയിൽനിന്ന് അർദ്ധവൃത്തത്തിൽ ജലധാരയിലേക്ക് ഇറങ്ങിപ്പോവുന്ന പടികളിലിരുന്നു. ഇവിടെയിരുന്നങ്ങനെ ത്രെവിയെക്കാണുമ്പോൾ, ബറോക് ശൈലിയുടെ ശില്പകൗശലം പോലിക്കൊട്ടാരച്ചുമരിനെ ചലനാത്മകമാക്കുമ്പോൾ, പണ്ടത്തെ റോമൻ ആംഫി തിയേറ്ററിലിരുന്ന് ഗ്രീക്ക്-റോമൻ പുരാണരംഗാവതരണം കാണുന്ന ആമ്പിയൻസ്.

പോലിക്കൊട്ടാരത്തിന്റെ ഭിത്തിയിൽ അറയെന്നോ മാടമെന്നോ പറയാവുന്ന നിർമ്മിതിക്ക് മുന്നിൽ ഓഷ്യാനസ് ദേവൻ. ഘനഗംഭീരം മുഖം. ദേവാനുചിതം തിളക്കം കണ്ണുകളിൽ. ആഭിജാത്യം ഇഴചേരുന്ന നീണ്ട കനത്ത താടി. നെടുനീളൻ ആകാരം. ത്രസിച്ച് നില്ക്കുന്നു പേശികൾ. വലതുകൈയിൽ അധികാരസൂചകമായി കുറു ദണ്ഡ്. കാറ്റിലാകെയുലയുന്ന മേലാട 'നഗ്നമൂലം' പണിപ്പെട്ട് മറയ്ക്കുന്നുണ്ട്. ഇടതുകാലല്പം മുന്നോട്ടുയർത്തി വെച്ച് ചിപ്പിത്തോടിന്റെ രൂപത്തിലുള്ള രഥത്തട്ടിലെ നിൽപ്പ് മൊത്തം ജലധാരയ്ക്ക് വല്ലാത്തൊരു ചലനാത്മകതയും പ്രൗഢിയും ഉറപ്പാക്കുന്നുണ്ട്. ഓഷ്യാനസിന് പിന്നിൽ അർദ്ധവൃത്തത്തിൽ നിരന്നു നില്ക്കുന്ന കൊരിന്ത്യൻ തൂണുകളും അതിൽ തങ്ങിനില്ക്കുന്ന അർദ്ധകുംഭത്തിന്റെ ചന്തവും ചുമരിൽ സൂക്ഷ്മമായി കൊത്തിയുയർത്തിയ ചിത്രപ്പണികളും തേർത്തട്ടിനെ നന്നായി പൊലിപ്പിക്കുന്നുണ്ട്. കാഴ്ചയ്ക്കു മേൽ സർവ്വാധിപത്യം പുലർത്തുന്ന ഓഷ്യാനസിനു വിധേയമായിട്ടാണ് ജലധാരയുടെ സൗന്ദര്യം വികാസം പ്രാപിക്കുന്നത്.

ഓഷ്യാനസിനു മുമ്പിൽ, ദേവരഥം വലിച്ചു രണ്ടു കുതിരകൾ. കടലിന്റ വിപരീതഭാവങ്ങൾ സാക്ഷ്യപ്പെടുത്തി ഒന്ന് ക്ഷുഭിതം, മറ്റേത് ശാന്തം. അവയെ നിയന്ത്രിച്ചുകൊണ്ട് ഇടതും വലതും ശംഖൊലിയുമായി രണ്ട് ത്രിത്തോൺന്മാർ. നമ്മൾ ത്രിത്തോൺ ഫൗണ്ടനിൽ കണ്ട മെർമാൻ തന്നെ. പൊസൈഡൻ ദേവന്റെ സന്തതി. ത്രിത്തോൺമാരുടെ സാന്നിധ്യമാകാം, ജലധാരയിലെ പ്രധാന പുരുഷശില്പം പൊസൈഡൻ അഥവാ നെപ്ട്യൂൺ ആണെന്ന ധാരണയുണ്ടാക്കിയത്. എന്നാൽ ജലധാര രൂപകല്പന ചെയ്ത നിക്കൊളാസ് സാൽവി തന്നെ അത് ഓഷ്യാനസ് ദേവനാണെന്ന് രേഖപ്പെടുത്തുന്നു.

ഓഷ്യാനസിന്റെ തേരിനു ചുറ്റുംനിന്നുമായി ജലം ഒഴുകിയിറങ്ങുന്നു. പല തലങ്ങളിലായി സൗമ്യമായി ഇറങ്ങിവന്ന് താഴെയുള്ള ജലാശയത്തിലേക്ക് കൂട്ട് തേടിപ്പോകുന്നു. ജലാശയത്തിൽനിന്നും പതിയെ കേൾക്കാം കൂട്ടുചേരുന്ന മർമ്മരങ്ങൾ. ചിലപ്പോഴൊക്കെ പുളകം സഹിക്കാഞ്ഞ് തെറിച്ചുയരുന്നു ജലകണികകൾ. ജലപരിരംഭണത്തിന്റെ കുഞ്ഞലകൾ ജലാശയത്തിന്റെ സുതാര്യതയെ കളങ്കപ്പെടുത്തുന്നില്ല. സന്ദർശകർ പ്രാർത്ഥനാപൂർവ്വം അർപ്പിച്ചുപോയ നാണയങ്ങൾ അടിത്തട്ടിൽ മയങ്ങുന്നത് വ്യക്തമായി കാണാം. ചിലപ്പോഴൊക്കെ, മദ്ധ്യാഹ്നസൂര്യന്റെ രൂക്ഷമായ ഒളിഞ്ഞുനോട്ടം അവയെ വിളിച്ചുണർത്തും. അപ്പോഴൊക്കെയവ നാണംകൊണ്ട് യൂറോ കണക്കിന് തിളങ്ങും. സന്ദർശകരിലേക്ക് പടർന്നു കയറിയ പഴയൊരു റോമൻ(അന്ധ)വിശ്വാസമാണ് ഈ നാണയങ്ങളെ ത്രെവിയുടെ അടിത്തട്ടിലേക്കെത്തിക്കുന്നത്.

പുരാതന റോമക്കാർ നഗരം വിട്ടു പോകുമ്പോൾ നദികളിലും തടാകങ്ങളിലും നാണയങ്ങൾ അർപ്പിക്കുമായിരുന്നു. സുരക്ഷിതമായി റോമിൽ തിരിച്ചെത്തുന്നതിനുള്ള ചെറിയ ഇൻഷുറൻസ് പ്രീമിയം ആയിരുന്നു അത്. റോമിൽനിന്നു പോകുന്ന പുരുഷനെ കൊണ്ടുവന്ന് കാമുകിയോ പ്രതിശ്രുതവധുവോ ത്രെവിയിലെത്തി ഇങ്ങനെ നാണയമെറിയും. മുൻപൊക്കെ കാമുകനുമായി വന്ന്, പുത്തനൊരു കപ്പിൽ ഈ ജലധാരയിലെ വെള്ളം കുടിച്ച്, ആ കപ്പ് ഉടച്ചും കളഞ്ഞ് തങ്ങളുടെ ബന്ധം ഉറപ്പിക്കുമായിരുന്നു റോമൻ സുന്ദരിക്കുട്ടികൾ.

ഏതായാലും ആ വിശ്വാസം നാണയത്തുട്ടുകളായി ഉറയ്ക്കുന്നുണ്ട് ത്രെവിയുടെ അടിത്തട്ടിൽ. ഏകദേശം 3000 യൂറോയാണ് ഒരു ദിവസം അങ്ങനെ വെള്ളത്തിലാവുന്നത്. പാവപ്പെട്ടവർക്കായുള്ള സൂപ്പർ മാർക്കറ്റിന്റെ നടത്തിപ്പിലേക്കാണത്രെ ഇതത്രയും പോകുന്നത്. എന്നാൽ ശ്രമകരമല്ലാത്തൊരു മോഷണത്തിനവസരമായി ത്രെവിയെ കണ്ടവരുമുണ്ട്. അക്കൂട്ടത്തിൽ പ്രഥമസ്ഥാനീയനാണ് റോബെർട്ടോ സെർസിലെറ്റ (Roberto Cercelletta). രണ്ടായിരത്തി രണ്ടിൽ പിടിക്കപ്പെടുന്നതു വരെ മുപ്പത്തിനാല് വർഷമാണ്, റോമാക്കാർ ഡി അർതഗ്നാൻ എന്നു വിളിക്കുന്ന ഇയാൾ നാണയ മോഷണം നടത്തിയത്. കുന്തം പോലെയൊന്നിൽ കാന്തം വെച്ചായിരുന്നത്രെ മൂപ്പരുടെ കൈ നനയാതെയുള്ള നാണയം പിടുത്തം. പലനാൾ കള്ളൻ 2002ൽ ഒരുനാൾ പിടിക്കപ്പെട്ടു. പക്ഷേ, കോടതിയിൽ അർതഗ്നാൻ മോഷണക്കുറ്റം നിഷേധിച്ചു. സന്ദർശകർ വെള്ളത്തിലുപേക്ഷിച്ച നാണയങ്ങളാണ് താനെടുത്തത്. ഉപേക്ഷിക്കപ്പെട്ടത് മോഷ്ടിക്കാനാകുമോ? കോടതി ആ വാദം അംഗീകരിച്ചു. അർതഗ്നാനെ വെറുതെ വിട്ടു. പൊലീസ് വിട്ടില്ല. ജലധാരയിലേക്ക് അതിക്രമിച്ചു കയറിയതിന് ചെറിയൊരു തടവ് തയ്യാറാക്കിക്കൊടുത്തു അവർ. 1999ൽ അങ്ങനെയൊരു നിയമം റോമിൽ നിലവിൽ വന്നിരുന്നു. ശിക്ഷ കഴിഞ്ഞ അർതഗ്നാൻ നേരെ ചെന്നത് ത്രെവിയിലേക്കാണ്. ജലധാരയുടെ വശങ്ങളിലെ മാർബിൾ പാറക്കെട്ടുകളിൽ കയറിനിന്ന് വയറ്റത്തടിച്ച് വലിയവായിൽ നിലവിളിയായി. തന്റെ മാന്യമായ തൊഴിൽ നഷ്ടപ്പെടുത്തിയതിലെ പ്രതിഷേധം. തന്റെ വയറ്റിപ്പിഴപ്പ് തകർത്തവർക്കെതിരെ തന്റെ വയർ കീറിക്കാണിക്കാനും ശ്രമിച്ചു മൂപ്പർ. പൊലീസ് വീണ്ടും പൊക്കി. വീണ്ടും തടവ്. ഉപേക്ഷിക്കപ്പെട്ട നാണയത്തുട്ടുകളുടെ ഈ തമ്പുരാൻ 2013 ഡിസംബറിൽ മരണത്തിന്റെ അവസാനത്തടവറയിലായി, അറുപത്തിരണ്ടാം വയസ്സിൽ.

ജലധാരയ്ക്ക് മുന്നിലെ പടികളിൽ ആളുകൾ കുറഞ്ഞിരിക്കുന്നു. വിശപ്പിന്റെ വിളിയിൽ ഭക്ഷണക്കടകളിലേക്ക് വലിഞ്ഞതാകാം. റോമിന്റെ ജൂൺമാസച്ചൂട് കഠിനമാണ്, പ്രത്യേകിച്ചും നട്ടുച്ചകളിൽ. കഴിഞ്ഞു

പോയ ദിവസങ്ങളിലായി ഞങ്ങൾ അതിനോട് പൊരുത്തപ്പെട്ടിരിക്കുന്നു. ഇടയ്ക്കിടയ്ക്ക് ജെലാത്തോയിങ്ങനെ കിട്ടണമെന്നു മാത്രം.

ത്രെവിയിലേക്ക് നാണയമെറിയൽ ചടങ്ങിന് തയ്യാറെടുക്കുന്നുണ്ട് രണ്ടു പേർ. യുവതി വലിയ ആവേശത്തിലാണ്. യുവാവിൽനിന്ന് ഏതോ യൂറോക്കഷണം വാങ്ങി നെഞ്ചോടു ചേർത്തുവെച്ചൊന്ന് ധ്യാനിച്ച് ഇടതുചുമലിന് മുകളിലൂടെ പുറകിലേക്കെറിയുന്നു. എന്നിട്ട് നാണയം ജലത്തെ ചുംബിക്കുന്ന ശബ്ദത്തിന് കണ്ണടച്ച് കാതോർക്കുന്നു. യുവാവിന്റെ ക്യാമറാ ഫ്ളാഷും അവൾ കാതോർത്ത ശബ്ദവും ഒന്നിച്ച്. ചുവന്നു തുടുത്ത മുഖവുമായി അവൾ തുള്ളിച്ചാടി. ആ സന്തോഷത്തിൽ പങ്കുചേർന്ന് അവളുടെ കുട്ടിപ്പാവാടയും ഇളകിയാടി. അടുത്തത് യുവാവ് നാണയമെറിയുന്നു, അവൾ പടം പിടിക്കുന്നു. മൂപ്പരും സന്തോഷത്തിൽതന്നെ. പക്ഷേ അമിതാവേശമില്ല. ഇനിയെന്തു ചെയ്യേണ്ടൂ എന്നൊന്ന് അന്തംവിട്ടു നിന്ന് സുന്ദരിക്കുട്ടി അമ്മയുടെ അടുത്തു വന്നിരുന്നു, ഗ്രാനീ എന്ന് മനോഹരമായി വിളിച്ചുകൊണ്ട്. അമ്മ പകുതി തിന്നുതീർത്ത ഐസ്ക്രീം കോണിലേക്ക് അവൾ കൊതിയോടെ നോക്കിക്കൊണ്ടിരുന്നു. യുവാവ് അടുത്തുവന്ന് പരിചയപ്പെടുത്തി, ഞങ്ങൾ പോളണ്ടിൽനിന്നാണ്.

പഴയ കമ്മ്യൂണിസ്റ്റ് രാജ്യം. ദൈവത്തിന്റെ സ്വന്തം നാട്ടിലെ നാസ്തികൻ ഉണർന്നു.

''സുഹൃത്തേ, ത്രെവിയിലേക്ക് കോയിനുകളെറിഞ്ഞാൽ റോമിലേക്ക് വീണ്ടും വീണ്ടും തിരിച്ചുവരുമെന്ന് താങ്കൾ വിശ്വസിക്കുന്നുണ്ടോ?''

''ഓ, അത്, അങ്ങനെയൊന്നുമില്ല.''

അയാൾ ചിരിച്ചു. ചിരിക്കുമ്പോൾ കൂട്ടുകാരിയേക്കാൾ കുഞ്ഞായിപ്പോകുന്നുണ്ട് അയാൾ.

''മൂന്നുകൊല്ലം മുമ്പാണ് ഞാനാദ്യമായി ഇവിടെ വരുന്നത്. പോളണ്ടിലെ യൂണിവേഴ്സിറ്റിയിൽ കലാചരിത്രവിഭാഗത്തിൽ ഐക്കണോഗ്രാഫി പഠനത്തിലായിരുന്നു ഞാൻ. സ്റ്റെഫായും അന്നാദ്യമായി വരുകയായിരുന്നു. ഞങ്ങൾക്കന്ന് പരസ്പരം അറിയില്ലായിരുന്നു. പക്ഷേ, ഒരുമിച്ചാണ് ഇവിടെ ഇന്നത്തെപ്പോലെ വന്നുനിന്നത്. തപ്പിനോക്കിയപ്പോൾ എന്റെ കൈയിൽ ഒറ്റ കോയിനുമില്ല. അന്ന് സ്റ്റെഫായാണ് കോയിനുകൾ തന്നത്. ഞങ്ങൾ പരിചയപ്പെട്ടു. കഴിഞ്ഞ കൊല്ലം ഇതേ ദിവസം ഇവിടെ വെച്ച് ഞങ്ങളൊരുമിച്ചു. ഇത്തവണ ഞങ്ങൾ ഒരുമിച്ചാണ് വന്നത്. നാണയമെറിഞ്ഞില്ലെങ്കിലും ഞങ്ങൾ ഇനിയുള്ള വർഷങ്ങളിലും ഇവിടെ വരും. ഒരുമിച്ച്.''

ഐക്കണോഗ്രാഫി ഒരു പുതിയ വാക്കായിരുന്നു ഞങ്ങൾക്ക്. അത്തരമൊരു ഗ്രാഫിയെക്കുറിച്ച് ഒരു ഗ്രാഹ്യവുമില്ലായിരുന്നു.

പോളിഷ് സുഹൃത്ത് ദയാപുരസ്സരം എന്റെ അജ്ഞത തുടച്ചുനീക്കി. ചിത്രങ്ങളിലും നിർമ്മിതികളിലും (പള്ളികൾ, മുഖപ്പുകൾ, അൾത്താരകൾ, കൊട്ടാരങ്ങൾ, ജലധാരകൾ) ഉള്ള രൂപങ്ങളിലൂടെ കലയുടെ വ്യാഖ്യാനമാണ് ലക്ഷ്യം. ബൈസന്റയിൻ, ക്രിസ്ത്യൻ, റോമൻ, ഗ്രീക്ക് എന്നൊക്കെയായി പല വകഭേദങ്ങളുമുണ്ട്. കൂട്ടത്തിൽ ഇന്ത്യൻ ഐക്കണോഗ്രാഫിയും പ്രധാന ഉപവിഭാഗമാണ്. ജലധാരകളിലെ ഐക്കണോഗ്രാഫി സാധ്യതയും സ്റ്റെഫായും ത്രെവിയിൽ വെച്ചാണ് ഇദ്ദേഹത്തിലേക്ക് കയറിക്കൂടുന്നത്.

ഏതായാലും കാലിൽ ചുറ്റിയ 'തേടിയ വള്ളി' പെട്ടെന്നൊന്നും ഊരിക്കളയേണ്ടെന്നു വെച്ചു ഞാൻ. ത്രെവിയും അതിന്റെ ഭാഗമായ പോലിക്കൊട്ടാരച്ചുമരും പ്രതിമകളുടേയും രൂപങ്ങളുടേയും സമൃദ്ധിയിലാണ്, സുഹൃത്താകട്ടെ, ആവേശത്തിലുമാണ്. 'നടുനായകത്വം' വഹിച്ചു നിൽക്കുന്ന ഓഷ്യാനസിന്റെ ഇരുവശത്തുമായി സമൃദ്ധിയുടെയും സൗഖ്യത്തിന്റെയും പ്രാതിനിധ്യപ്രതിമകളാണ്. സമൃദ്ധിയുടെ പെൺരൂപം കൈകളിൽ നിറഞ്ഞ പഴക്കൂട താങ്ങി നിൽക്കുന്നു. താഴെ കാലുകൾക്കടുത്തു പാത്രത്തിൽനിന്ന് ചെടികൾക്കായി ഒഴുകിപ്പോകുന്ന വെള്ളം. ആരോഗ്യസൗഖ്യം സൂചിപ്പിക്കുന്നത് ഇടതു കൈയിൽ കുന്തവും വലതു കൈയിൽ പാത്രത്തിൽ വെള്ളവുമായി നിൽക്കുന്ന മറ്റൊരു സുന്ദരിയാണ്. അവളുടെ കൈയിലെ പാത്രത്തിൽ നിന്ന് മെരുങ്ങിപ്പോയൊരു പാമ്പ് വെള്ളം കുടിക്കുന്നു. ഈ ശിൽപങ്ങൾക്കും മുകളിലായി ഇരുവശത്തുമായി വീണ്ടും രണ്ടു ശിൽപ്പങ്ങൾ. ഒന്നിൽ നമ്മുടെ കഥയിലെ കന്യക അഗ്രിപ്പയുടെ പടയാളികൾക്ക് നീരുറവ കാട്ടിക്കൊടുക്കുന്നു. മറ്റേതിൽ അഗ്രിപ്പ തന്നെയാണ് താരം. ഐക്കണോഗ്രാഫിക്കാരൻ മുകളിലേക്ക് മുകളിലേക്ക് കത്തിക്കയറുകയാണ്. മുകളിൽ ഉരുളൻ തൂണുകളുടെ തട്ടത്തിൽ പ്രതിമകളായി നിൽക്കുന്ന നാല് സുന്ദരികൾ നാല് ഋതുക്കളെ ഓർമ്മപ്പെടുത്തുന്നു. എല്ലാറ്റിനും മുകളിൽ ക്ലെമെന്റ് പന്ത്രണ്ടാമൻ പാപ്പയുടെ അധീശത്വം വിളിച്ചുപറഞ്ഞു കുലചിഹ്നങ്ങളും കിരീടവും താങ്ങിപ്പിടിച്ചു മാലാഖമാർ. പോലിച്ചുമരിലെ പന്ത്രണ്ടു ജാലകങ്ങളും സൂചകപ്രതിമകളും ഒന്നുകൂടിയുഴിഞ്ഞ് ഞങ്ങൾ കണ്ണുകളെ താഴേക്കു കൊണ്ടുവന്നു.

പോളിഷ് സുന്ദരിക്കുട്ടി ഇതിനിടയിൽ രണ്ടു വലിയ കപ്പ് ജെലാത്തോയുമായി വന്നു. അമ്മയുടെ തീറ്റ നോക്കിയിരുന്ന് അവൾക്ക് മടുത്തുകാണും. ഒരു വെട്ടുകിളിയുടെ വേഗത്തിൽ ആ വെകിളിപ്പെണ്ണ് ആ വലിയ കപ്പ് ജെലാത്തോ തിന്നുതീർത്തു. ഗ്രാനിയോട് യാത്ര പറഞ്ഞ് പോകാൻ തുടങ്ങിയപ്പോൾ അമ്മയുടെ പഴയമനസ്സിൽ നിന്ന് ആ പുരാതന ചോദ്യം.

“കുട്ടികളെത്രേണ്ട്?”

ഞങ്ങൾതന്നെ കുഞ്ഞുങ്ങളല്ലേ അമ്മൂമ്മേ എന്നുപറഞ്ഞ് കുഞ്ഞുങ്ങളേക്കാൾ നിഷ്കളങ്കമായി ചിരിച്ചുകൊണ്ട് അവർ നടന്നുപോയി.

'കുഞ്ഞുങ്ങൾ'ക്ക് പിന്നാലെ ഞങ്ങളും പോകാനെഴുന്നേറ്റു. നാണയമെറിയൽകാരുടേയും ഫോട്ടോപിടുത്തക്കാരുടേയും ഇടയിലൂടെ വഴിയിലെത്തി. സെൽഫി സാഹസങ്ങൾ സാധാരണമല്ലാതിരുന്നതുകൊണ്ട് ജലധാരയെത്തന്നെ ഫോക്കസ് ചെയ്യുന്നുണ്ട് ക്യാമറക്കണ്ണുകൾ.

മുമ്പ് കണ്ട റോമൻ സുന്ദരൻ നയിക്കുന്ന ടൂറിസ്റ്റ് സംഘം ത്രെവിയിലെത്തിയിട്ടുണ്ട്. തന്റെ ചടുലവും സ്ഫുടവും ആയ ഇംഗ്ലീഷ് കൊണ്ട് അയാൾ ഇരുപതിലേറെപ്പേരുള്ള കൂട്ടത്തെ ഒരുവിധമൊക്കെ ത്രസിപ്പിച്ചു നിർത്തുന്നുണ്ട്. ഒരുവിധം ഉച്ചത്തിൽ സംസാരിക്കുന്നുണ്ട് ഇദ്ദേഹം. വിജ്ഞാനവിതരണം തന്റെ കൂട്ടം വിട്ടുപോകരുതെന്ന സ്വാർത്ഥതയൊന്നും മൂപ്പർക്കില്ല. ചില ഗൈഡുകളുണ്ട്, അവരുടെ ടിക്കറ്റെടുത്തവർക്കു മാത്രം കേൾക്കുന്ന വിധത്തിൽ ശബ്ദം ക്രമീകരിക്കുന്നതിൽ വിദഗ്ധരായവർ. സൂത്രത്തിൽ അവരെയൊന്നു കേൾക്കാൻ ശ്രമിച്ചാൽ നിരുത്സാഹപ്പെടുത്തും ഈ അല്പന്മാർ. ഞങ്ങൾ മെല്ലെ സുന്ദരന്റെ കുഞ്ഞാടുകളുടെ കൂടെച്ചേർന്നു. യാത്രകളിൽ ഞങ്ങൾ വിജയകരമായി നടപ്പിലാക്കി വരുന്ന ഒരു സാമ്പത്തിക എച്ചിത്തരമാണിത്. ഇത് ഞങ്ങളായി തുടങ്ങിവെച്ചതൊന്നുമല്ല. യാത്രാലഹരി തലയ്ക്കുപിടിച്ച ദരിദ്രവാസി സഞ്ചാരി കാലങ്ങളായി നടപ്പിലാക്കി വരുന്ന ബജറ്റ് ട്രാവൽ ടിപ്സിലുള്ളതാണ്. കാശുള്ളവന്റെ തോളിൽ കയറി നിന്ന് കാശില്ലാത്തവൻ കാഴ്ച കാണുന്ന സുന്ദരസുരഭില സോഷ്യലിസം. തെമ്മാടിത്തരം.

സുന്ദരൻ ഗൈഡ് തുടങ്ങിയിട്ടേയുള്ളൂവെന്ന് തോന്നുന്നു. ചരിത്രത്തിൽ പിടിച്ചു മെല്ലെ കയറിവരുകയാണ്. റോമാ ചക്രവർത്തി ഒക്ടേവിയൻ അഗസ്റ്റസിനൊപ്പം ബിസി പത്തൊമ്പതിൽനിന്ന് നടന്നു തുടങ്ങിയിട്ടേയുള്ളൂ. ഒക്ടേവിയന്റെ പ്രധാന സേനാധിപനും മരുമകനും ആയിരുന്നു അഗ്രിപ്പ. ഇദ്ദേഹമാണ് റോമിലെ ആദ്യത്തെ നീർക്കുഴലായ അക്വാ വിർഗോ (വെർജിൻ) നിർമ്മിക്കുന്നത്. നീരുറവകൾ തേടി വലഞ്ഞ, അഗ്രിപ്പയുടെ പട്ടാളക്കാർക്ക് ജലസ്രോതസ് കാണിച്ചു കൊടുത്ത കന്യകയുടെ ഓർമ്മയ്ക്കാണ് അക്വാ വിർഗോ എന്ന പേര്. അന്നും പെണ്ണിന്റെ പേരിനേക്കാൾ സാംഗത്യം അവളുടെ കന്യകാത്വത്തിനായിരുന്നു. ഇന്നത്തെ പ്രശസ്തമായ പാർത്തിയോണിനടുത്ത് അഗ്രിപ്പയ്ക്കുണ്ടായിരുന്ന റോമൻ ബാത്തുകളിലേക്ക് വെള്ളമെത്തിക്കുക എന്നതായിരുന്നു നീർക്കുഴൽ നിർമ്മാണത്തിലെ സ്വാർത്ഥലക്ഷ്യം.

ജർമ്മൻ ഗോത്തുകളുടെ പടയോട്ടത്തിൽ പുരാതന റോമിലെ മിക്ക നീർക്കുഴലുകളും തകർക്കപ്പെട്ടു. റോമാക്കാരെ വെള്ളംകുടി

മുട്ടിച്ച് തകർക്കുക എന്നതായിരുന്നു ഗോത്തുകളുടെ ലക്ഷ്യം. ഭൂമിക്കടിയിൽ ഒളിച്ചുകിടന്ന് അക്വാ വിർഗോ ഈ ആക്രമണത്തിൽ നിന്ന് രക്ഷപ്പെട്ടു. ഇരുപത്തിയൊന്ന് കിലോമീറ്റർ നീളമുള്ള ഈ നീർക്കുഴലിന്റെ പത്തൊമ്പത് കിലോമീറ്ററും ഭൂമിക്കടിയിലാണ്. പിന്നീട് പാപ്പക്കാലത്താണ് തകർക്കപ്പെട്ട കുഴലുകളുടെ പുനർനിർമ്മാണം നടക്കുന്നത്. പയസ് അഞ്ചാമന്റെ നേതൃത്വത്തിൽ 1570 കളിൽ ഇത് പൂർത്തിയാകുകയും ത്രെവിയിൽ ഒരു ഫൗണ്ടൻ സ്ഥാപിക്കുകയും ചെയ്തു.

സുന്ദരൻ ഗൈഡ് ആവേശത്തിലാണെങ്കിലും മൂപ്പരുടെ സംഘത്തിന് ഇന്നത്തെ കാഴ്ചയിലുള്ള താൽപ്പര്യം പണ്ടത്തെ ചരിത്രത്തിലില്ല. അവരെയൊന്ന് കുലുക്കിയുണർത്താറായെന്നു അദ്ദേഹത്തിന് തോന്നിക്കാണും, ചുവന്ന റിബ്ബൺ കെട്ടിയ കാലൻകുട പൊക്കിപ്പിടിച്ച് ഒരു പ്രൊഫസ്സറുടെ ഭാവാഹാദികളോടെ ഒരു ചോദ്യം.

''എവിടെയാണ് റോം പണിതിരിക്കുന്നത്?''

സദസ്സുണർന്നുവെങ്കിലും നിശ്ശബ്ദം. ഉത്തരമില്ല.

''പത്രോസിന്റെ സിംഹാസനത്തിൻമേലെയാണോ? പത്രോസിന്റെ ശവകുടീരത്തിന്റെ മുകളിലാണോ? വിശ്വാസത്തിന്റെ കുരിശിലാണോ?''

ചോദ്യങ്ങളുടെ ചരൽ വാരിയെറിയുകയാണ് ഗൈഡേമാൻ.

സദസ്സിൽ അമ്പരപ്പ്, കുശുകുശുപ്പ്. ഉത്തരമില്ല.

''സ്വർഗ്ഗത്തിലാണോ? നരകത്തിലാണോ? ടൈബറിന്റെ മടിയിലാണോ? എവിടെയാണ്, എവിടെയാണ് റോം പണിതിരിക്കുന്നത്?''

വീണ്ടും കല്ലേറ്. ഇപ്രാവശ്യം കുറച്ച് കടുപ്പത്തിലാണ് കല്ലേറ്. കാലൻകുടകൊണ്ട് ഓരോ ഭാഗത്തേക്കും ചൂണ്ടിയാണ് ചോദ്യങ്ങൾ. കുടക്കാൽ തിരിഞ്ഞ് തിരിഞ്ഞ് ഞങ്ങൾക്കു നേരെയായ നിമിഷത്തിൽ ആ ഉത്തരം എന്നിൽനിന്ന് ചാടിയിറങ്ങിപ്പോയി.

Rome is build on seven hills.

''അദന്നെ.'' ഗൈഡൻ സായ്‌വ് അലറി.

നുഴഞ്ഞുകയറ്റക്കാരൻ പട്ടാളക്കാരനോട് ഹലോ പറയുന്നതുപോലെയായി അത്. എന്റെ ഉത്തരത്തിൽനിന്ന് ഗൈഡ് പ്രസംഗം തുടർന്നു.

''റോമിലെ ഏഴു കുന്നുകളിൽ ഒന്നാണ് ക്വിരിനാൽ. ഈ കുന്നിൻ പുറത്തായിരുന്നു അന്നത്തെ പാപ്പാക്കൊട്ടാരം. കൊട്ടാരത്തിന്റെ മട്ടുപ്പാവിലിരുന്നു കാണാവുന്ന വിധത്തിലാവണം ത്രെവിയിലെ ഫൗണ്ടൻ എന്നത് അർബൻ എട്ടാമൻ പോപ്പിന്റെ പൂതിയായിരുന്നു. അങ്ങനെയാണ് ഇന്നത്തെ ഫാർമസിയുടെ സ്ഥാനത്തുനിന്ന് ഇന്ന് കാണുന്ന പോലിക്കൊട്ടാരച്ചുമരിലേക്ക് ജലധാര മാറിയത്. ഇഷ്ട

ശില്പിയായ ബെർണിനിയെത്തന്നെയാണ് അർബൻ പോപ്പ് ജല ധാരാ നിർമ്മാണം ഏൽപ്പിച്ചത്. രൂപരേഖയും രൂപത്തറയുമൊക്കെ തയ്യാറായെങ്കിലും സാമ്പത്തിക പ്രശ്നങ്ങളാൽ ആ സംരംഭം മുന്നോട്ടു പോയില്ല. മട്ടുപ്പാവിലിരുന്നു 'ത്രെവിക്കാഴ്ച' കാണാതെ അർബൻ എട്ടാമൻ 1644ൽ കാലം ചെയ്തു. റോമിന്റെ ഏറ്റവും സുന്ദരമായ ജലസൃഷ്ടിയിൽ കയ്യൊപ്പു ചേർക്കാനാവാതെ ബെർണിനി 1680ൽ കാലയവനികയ്ക്കപ്പുറത്തെ ശില്പശാലയിലേക്ക് കയറിപ്പോയി. ത്രെവിയിലെ സ്വപ്നം അങ്ങനെ അനാഥമായി.

ത്രെവിയിൽ ജലചിന്തകൾ വീണ്ടും ഒഴുകിത്തുടങ്ങുന്നത് പിന്നെയും നൂറോളം വർഷങ്ങൾ കഴിഞ്ഞാണ്. 1730ൽ ക്ലെമെൻസ് പന്ത്രണ്ടാ മൻ പോപ്പ് ഒരു മത്സരം നടത്തി. അന്നത്തെ പ്രശസ്ത വാസ്തു ശില്പികളെല്ലാം അവരുടെ ജലധാരാരൂപകല്പനകളും പദ്ധതിരേഖ കളുമായി പാപ്പാക്കൊട്ടാരത്തിൽ ഹാജരായി. ഗലീലിയോ ഗലീലി യുടെ കുടുംബക്കാരനായ അലസ്സൻഡ്രോ ഗലീലി വിജയിയായി. റോമിലെ പൗരന്മാർക്ക് അത് പിടിച്ചില്ല. അലസ്സൻഡ്രോ ഫ്ളോറെൻ സിൽ നിന്നായിരുന്നു. ആരവിടെ, റോമിലൊരു ഫൗണ്ടൻ പണിയാൻ റോമിൽ ആളില്ലെന്നോ? ബഹളമായി. പ്രക്ഷോഭമായി. ഇന്നും നല്ല റേറ്റിങ്ങുള്ള പ്രാദേശികവാദം, സ്വജനപക്ഷപാതം ഒക്കെത്തന്നെ ചേരുവകൾ. അവസാനം രണ്ടാമനും റോമാക്കാരനുമായ നിക്കോ ളാസ് സാൽവി ഒന്നാമനായി. അത്രയൊന്നും പ്രശസ്തനല്ലാതിരുന്ന സാൽവിയുടെ ആദ്യത്തെ വമ്പൻ പദ്ധതിയായിരുന്നു അത്. അവ സാനത്തെയും.

ഹെർണിയകൊണ്ടും പ്രായംകൊണ്ടും വലഞ്ഞിരുന്ന പോപ്പിന് തന്റെ കാലത്തും ജലധാരയുടെ നിർമാണം പൂർത്തിയാകുമോ എന്ന ഭയം ഉണ്ടായിരുന്നു. അതുകൊണ്ട് പണി നടന്നുകൊണ്ടിരിക്കെ ത്തന്നെ ജലസ്പർശമേറ്റിട്ടില്ലാത്ത ജലധാര മൂപ്പർ ഉദ്ഘാടനം ചെയ്തുകളഞ്ഞു, 1735ൽ. ആ വിവരം ജലധാരയുടെ മുഖപ്പിലൊരു മാർബിൾ ഫലകത്തിൽ എഴുതിവെക്കുകയും ചെയ്തു. ത്രെവി ഫൗണ്ടൻ പൂർത്തിയാക്കാതെ പോപ്പ് 1740ലും സാൽവി 1751ലും ജീവിതത്തിൽ നിന്നും പിരിഞ്ഞുപോയി. 1762, മെയ് 22നാണു പോപ്പ് ക്ലെമെൻസ് പതിമൂന്നാമൻ, ജലത്തിന്റെയും മാർബിളിന്റെയും ശില്പചാതുര്യ ത്തിന്റെയും അപൂർവ സങ്കലനമായ ത്രെവി ചത്വരം ഔദ്യോഗിക മായി ഉദ്ഘാടനം ചെയ്യുന്നത്.

ത്രെവിയുടെ നാൾവഴികൾ വിസ്തരിച്ചു പറഞ്ഞതിന്റെ സംതൃ പ്തിയിൽ ഗൈഡൻ ഒന്നു നിർത്തി. തന്റെ സദസ്സിനെ നോക്കി പുഞ്ചിരിച്ചു. സംഘവും സംതൃപ്തമാണ്. അവർ സ്വന്തമായ കാഴ്ച കളുടെയും താല്പര്യങ്ങളുടെയും ചെറിയൊരു ഇടവേളയിലേക്ക്

പിരിഞ്ഞുപോയി. ഞങ്ങൾ ഗൈഡിന്റെ അടുത്തു ചെന്ന് അരമണിക്കൂർ നേരത്തെ സൗജന്യ അറിവുകൾക്കു നന്ദി പറഞ്ഞു. ഞങ്ങൾ ഇന്ത്യക്കാരാണെന്നു മൂപ്പർ ഗണിച്ചെടുത്തു കഴിഞ്ഞിരുന്നു. അമ്മയുടെ സുഖവിവരങ്ങളും ആരോഗ്യകാര്യങ്ങളൊക്കെ സ്നേഹപുരസ്സരം ആരാഞ്ഞു. അമ്മയും മക്കളുമൊക്കെക്കൂടിയുള്ള 32 ദിവസങ്ങൾ നീണ്ടൊരു യാത്രയുടെ അവസാനദിനങ്ങളിലാണ് ഞങ്ങളെന്നത് അദ്ദേഹത്തെ അത്ഭുതപ്പെടുത്തുകയും ആനന്ദിപ്പിക്കുകയും ചെയ്തു. അടുത്ത തവണ റോമിൽ വരുമ്പോൾ തീർച്ചയായും കാണേണ്ട ചില കാഴ്ചകൾ പരിചയപ്പെടുത്തി. അത്രയൊന്നും ആഘോഷിക്കപ്പെടുന്ന കാഴ്ചകളായിരുന്നില്ല അവ. എന്നാൽ ഞങ്ങളുടെ അഭിരുചികളോട് കൃത്യമായി ചേർന്നുപോകുന്നതായിരുന്നു. ഏതാനും നിമിഷങ്ങളിലെ കൊച്ചുവർത്തമാനത്തിൽനിന്ന് ഞങ്ങൾ അഞ്ചു പേരുടെ യാത്രാഫിലോസഫി മനസ്സിലാക്കിയിരിക്കുന്നു അദ്ദേഹം. വെറുതെയല്ല മൂപ്പരുടെ സംഘത്തിൽ ഇത്രയും ആളുകൾ. അദ്ദേഹം ഞങ്ങളെ ട്രെവിയുടെ വലതുഭാഗത്തേക്ക് കൊണ്ടുപോയി, ജലധാരയുടെ കാൻവാസെന്നു പറയാവുന്ന പൊലിക്കൊട്ടാരത്തിന്റെ മുകൾ നിലയിലേക്ക് ചൂണ്ടി.

മുകളിൽ ഇരുവശത്തുമായുള്ള ആറു ജാലകങ്ങളിൽ വലതു വശത്തെ ഒരെണ്ണം ജാലകമല്ല. ജനല് കെട്ടിയടച്ചു ജനൽപ്പാളികൾ വരച്ചുവെച്ചിരിക്കുകയാണ്. പെട്ടെന്ന് തിരിച്ചറിയുകയില്ല. ട്രെവിയെക്കുറിച്ചുള്ള എഴുത്തുകളിൽ ഏറെയൊന്നും വിവരിക്കപ്പെടാത്തതാണ് ഈ fake window. മുമ്പ് വായിച്ചിരുന്നതുകൊണ്ടും വ്യാജനെ കൃത്യമായി അറിയാമായിരുന്നതുകൊണ്ടും ഗൈഡൻ സുഹൃത്തിനെ ഒന്നുകൂടി ഞെട്ടിക്കാൻ കഴിഞ്ഞു. ഈ 'കപട ജാലക'ത്തിനും ഒരു കഥയുണ്ട്. ഇത്തരം കഥകളുടെയും കെട്ടുകഥകളുടെയും കെട്ടഴിച്ചാണ് ഗൈഡുകൾ ട്രെവിയെ പൊലിപ്പിച്ചെടുക്കുന്നത്.

ഇന്ന് ഗ്രാഫിക് കലകളുടെ പ്രദർശനശാലയും ഗവേഷണ സ്ഥാപനവുമായി പ്രവർത്തിക്കുന്ന പോലിക്കൊട്ടാരം മുൻപ് ഏതോ മുന്തിയ പ്രഭുകുടുംബത്തിന്റെ സ്വകാര്യസ്വത്തായിരുന്നു. താവഴിയിലെ ഏതോ തലതെറിച്ച സന്താനം ജനലിലൂടെ വീണോ എറിയപ്പെട്ടോ ട്രെവിയിൽ ജലസമാധിയായി. വത്തിക്കാനും പോപ്പും അടുത്തുള്ളതുകൊണ്ടായിരിക്കും അന്ധവിശ്വാസത്തിൽ അഗ്രഗണ്യരാണ് റോമാക്കാർ. അവർ രാത്രികളിൽ ജനലിലൂടെ താഴേക്കു വീഴുന്ന കറുത്ത രൂപത്തെ കണ്ടുതുടങ്ങി. ആദ്യമൊരു നിലവിളി. പിന്നെ കറുത്ത രൂപം ട്രെവിയിലേക്ക് തുഴയുന്ന നിശ്ശബ്ദത. അവസാനം രൂപം വെള്ളത്തിൽ പതിക്കുന്ന ഘോര ജ്ലൂം നാദം. പൊലിക്കൊട്ടാരത്തിന്റെ വലതുവശത്തെ ജനലപ്പോൾ തുറന്നു കിടക്കും. അധികാരികൾ ആ ജനൽ എടുത്തുകളഞ്ഞ് ഇഷ്ടിക വെച്ചടച്ചു. ജലധാരയുടെയും കൊട്ടാരച്ചുമരിന്റെയും ആർക്കിടെക്ചറൽ സിമ്മെട്രി നിലനിർത്താൻ

ഫൗണ്ടൻ ഓഫ് നെപ്ട്യൂൺ

അവിടെ പഴയപോലൊരു ജനൽ വരച്ചുവെച്ചു. ആ ജനലും ചൂണ്ടിയാണ് ഞങ്ങളും ഗൈഡനും നിൽക്കുന്നത്.

ഗൈഡ് തന്റെ കുട്ടികളെ വിസിലടിച്ചു വിളിച്ചു. അവർ കൈകളിൽ ബർഗറും ജെലാത്തോയും കപ്പൂച്ചിനോക്കപ്പുകളും കൊല (കോള)ക്കുപ്പികളുമായി അലസം തിരികെ വന്നു. ഞങ്ങൾ മനസ്സ് നിറഞ്ഞ കൃതജ്ഞതകളർപ്പിച്ചു ഗൈഡിനോട് വിടപറഞ്ഞു. അദ്ദേഹം അമ്മയുടെ കൈകൾ കൂട്ടിപ്പിടിച്ച് 'ടേക്ക് കെയർ മാതാജി' എന്നു പറഞ്ഞാണ് ഞങ്ങളെ യാത്രയാക്കിയത്. (ഭാരതീയ ടൂറിസ്റ്റുകളുടെ ബാഹുല്യം കൊണ്ടാവാം മാതാജി, പിതാജി, ദീദി വിളികൾ സാധാരണമാണ്). നടന്നു തുടങ്ങിയപ്പോൾ പിന്നിൽനിന്ന് വിളിച്ച് അദ്ദേഹം പിന്നെയും ഓർമ്മപ്പെടുത്തി -പസ്ക്കിനോയെ മറക്കരുത്. വലിയ കാഴ്ചയൊന്നുമല്ല. എന്നാലും കാണണം. ഇപ്പോൾ ആരും അയാളെ ഓർക്കാറില്ല, കാണാറില്ല. ഞങ്ങളുടെ ഇന്നത്തെ അലച്ചിലിന്റെ തീമിൽ പെടാതിരുന്നിട്ടും പസ്ക്കിനോയെ കാണാൻതന്നെ ഞങ്ങൾ തീർച്ചപ്പെടുത്തി.

ത്രെവിയിലേക്ക് നാണയമെറിയാനുള്ള വീട്ടുകാരുടെ ആഗ്രഹത്തെ എന്റെ പിശുക്കും (കപട) നാസ്തികനാട്യങ്ങളും ചേർന്ന് പരാജയപ്പെടുത്തിയിരുന്നു. ത്രെവിയിലെ വെള്ളത്തിൽ ഒളിച്ചു കളിക്കുന്നുണ്ട്

ഏതാനും സൂര്യദൂതന്മാർ. ത്രെവിക്ക് നേരെ മുകളിൽ നിന്ന് വെളിച്ചപ്പൊട്ടുകളുടെ കളി രോഷത്തോടെ നോക്കുകയാണ് സൂര്യൻ. ജലധാരയിലെ പ്രതിമകളിലേക്കും ആ രോഷച്ഛവി പരന്നിട്ടുണ്ട്. ജൂൺ വെയിലിനോട് കലഹിച്ച് ഉടുപ്പുകളെല്ലാം ഊരിയെറിഞ്ഞൊരു മാലാഖക്കുഞ്ഞ് വലതുവശത്തെ പാറക്കൂട്ടങ്ങളിൽ നിന്ന് രസിക്കുന്നു. മൂന്ന് വയസ്സ് പ്രായം കാണും. ജലധാരയിലെ കുസൃതിത്തുള്ളികൾ ഇടയ്ക്കവളെ ഇക്കിളിപ്പെടുത്തി. അപ്പോളവൾ മാതാപിതാക്കളെ നോക്കി കളകളം ചിരിച്ചു. അപ്പു അവളുടെ സന്തോഷത്തെ ക്യാമറയിലേക്ക് ക്ലിക്കിയെടുത്തു. അപ്പോളാണവൾ ജലധാരയിലെ രൂപങ്ങളിലേക്ക് തിരിഞ്ഞു നിന്നത്. ഓഷ്യാനസ് അപ്പൂപ്പന്റെ വലിപ്പം കണ്ടിട്ടോ, കലഹിക്കുന്ന കുതിരയെക്കണ്ടിട്ടോ അവൾ രണ്ടു കൈകളും മേലോട്ടുയർത്തിപ്പിടിച്ച് അലറിക്കരഞ്ഞു. അപ്പുവിന്റെ കാത്തുനിന്ന നിക്കോൺ ലെൻസ് അതും സ്വന്തമാക്കി. ക്യാമറയിലെ എസ്.ഡി. കാർഡിൽ മാലാഖക്കുഞ്ഞിന്റെ ചിരിയും കരച്ചിലും കെട്ടിപ്പിടിച്ച് കിടന്നു.

യാത്രയിലെപ്പോഴും ക്ലിക്കൻ പരുവത്തിലായിരിക്കണം ക്യാമറ, പ്രത്യേകിച്ചും ത്രെവിയിൽ. എപ്പോഴും അപൂർവ്വവും രസകരവുമായ ഒരു സംഭവം ത്രെവി ഫൗണ്ടന്റെ ചന്തത്തിലേക്ക് കയറിനില്ക്കാം. ഒരിക്കൽ ചൂടു മൂത്തിട്ടോ ഭ്രാന്ത് മൂത്തിട്ടോ ഒരു മദാമ്മ തന്റെ മറയില്ലാത്ത സൗന്ദര്യവുമായി ജലധാരയിലേക്കിറങ്ങി നിന്നത്രേ. ഇനിയും ചുവക്കാത്ത റോമിൽ, ത്രെവിയിലെ വെള്ളം 2007ലെ ഒരു ദിവസം ചുവന്നു. എന്തിനോ പ്രതിഷേധിക്കുന്ന ഏതോ ഒരുത്തൻ ചെഞ്ചായം കലക്കിയതായിരുന്നു. പിൽക്കാല സന്ദർശകരുടെ ഭാഗ്യംകൊണ്ട് ത്രെവിയിലെ മാർബിൾ നിർമ്മാണങ്ങൾക്ക് പരിക്കൊന്നും പറ്റിയില്ല.

ഇനി നവോണ സ്ക്വയറിലേക്ക്. ഇരുപതോളം മിനിട്ടുകളിലേക്ക് നീളുന്ന അലസനടത്തത്തിന്റെ ദൂരമുണ്ട് നവോണ സ്ക്വയറിലേക്ക്. ഉച്ചച്ചൂടിന്റെ ഉശിരും ഉച്ചിയിലേക്കിഴയുന്ന ജെലാത്തോ തണുപ്പും മധുരവും ഞങ്ങളെ കൂടുതൽ മന്ദരാക്കിക്കൊണ്ടിരുന്നു. ഒരു ടാക്സി വിളിക്കണമെങ്കിൽ അത് കിട്ടുന്നിടത്തു ചെന്ന് കയറി അത് പോകാവുന്നിടത്തോളം ചെന്നിറങ്ങി പിന്നേയും നടക്കണം. അപ്പോഴും ഇത്രതന്നെ സമയമെടുക്കും. പല ഭാഗങ്ങളിലേക്കും മോട്ടോർ വാഹനങ്ങൾക്ക് പ്രവേശനമില്ലാത്തതിനാലാണ് ഈ സമയസമത്വം. റോം പോലെയുള്ള വളരെ പഴയ നഗരങ്ങൾക്കു മാത്രം അവകാശപ്പെട്ടതാണ് ഈ ഗതാഗതസോഷ്യലിസം. ചതുരക്കല്ലുകൾ പാകി മനോഹരമാക്കിയ ഇടവഴിയിലൂടെ അതിവിശാലമായ നവോണ ചത്വരത്തിലേക്ക് കൊച്ചരുവി കടലിലേക്കെന്നപോലെ ഞങ്ങൾ ചെന്നുചേർന്നു. കാൽനടയ്ക്കിടയിൽ ഞങ്ങൾ കോമ്പസ് എന്നു വിളിക്കുന്ന

നാലു നദീജലധാര - ഗംഗയ്ക്കു മുന്നിൽ അമ്മു

അപ്പു നടത്തിയ ചില ഇടപെടലുകൾ കാരണം ഞങ്ങൾക്ക് രണ്ടു മിനിറ്റ് ലാഭിക്കാനും പാൻതിയോണിനു മുമ്പിലെ തിരക്കൊഴിവാക്കാനും നവോണ സ്ക്വയറിന്റെ ഹൃദയത്തിലേക്കു തന്നെ ചെല്ലാനും കഴിഞ്ഞു.

പഴയ വഴിയായിരുന്നെങ്കിൽ ഒരു മൂലയിൽനിന്ന് ഒളിഞ്ഞുനോട്ടം പോലെയായേനേ ആ പ്രവേശനം. നവോണയിലേക്ക് കയറേണ്ടതിങ്ങനെതന്നെയാണ്. ആദ്യനിമിഷത്തിൽ, ആദ്യദർശനത്തിൽ, ആദ്യത്തെ ചുവടുവെപ്പിൽ ഇന്ദ്രിയങ്ങൾ നിറഞ്ഞു കവിഞ്ഞൊഴുകണം. അതിവിശാലമായൊരു തുറന്ന പ്രദർശനശാലയാണ് നവോണ സ്ക്വയർ. അതിശയിപ്പിക്കുന്ന കലാസൃഷ്ടികളുടെ ആനന്ദദായക സങ്കലനം. മൂന്ന് ഗംഭീര ജലധാരകൾ നിരയായ് നിന്നങ്ങനെ നനയുന്നു. ചത്വരത്തിലേക്ക് നിറയെ അനുഗ്രഹങ്ങൾ വിതറിക്കൊണ്ട് വിശുദ്ധ ആഗ്നസിന്റെ പള്ളിയുടെ മുഖപ്പുകൾ നേരെ മുന്നിൽ. പഴക്കമേറിയിട്ടും അഴകൊട്ടും കുറയാതെ ചത്വരത്തിന് അതിരിട്ടു നിൽക്കുന്ന കെട്ടിടങ്ങൾ. അതിലൊന്ന് ഇന്നസന്റ് പത്താമൻ പോപ്പിന്റെ കുടുംബക്കൊട്ടാരമാണ്. ചുറ്റിലുമുള്ള ഈ കെട്ടിടങ്ങൾക്കു മുമ്പിലെ ടാർപോളിൻ തണലിൽ റോമാക്കാരും സഞ്ചാരികളും ഇറ്റലിയുടെ വിശിഷ്ട ഭോജ്യങ്ങൾ നുണയുന്നു. കാരിക്കേച്ചറുകളും പോർട്രേയ്റ്റുകളും ഇറ്റാലിയൻ ദൃശ്യങ്ങളും വരയ്ക്കുന്ന ചിത്രകാരന്മാർ ധാരാളം. ബാക്കിയുള്ള സ്ഥലത്ത് സഞ്ചാരികൾ തിക്കിത്തിരക്കുന്നു.

ക്രിസ്തുവർഷം 86ൽ ഡൊമീഷ്യൻ ചക്രവർത്തി പണികഴിപ്പിച്ച സർക്കസ് അഗോണാലിസ് എന്ന മത്സര മൈതാനമാണ് പതിനഞ്ചാം നൂറ്റാണ്ടിൽ ഇന്നത്തെ രൂപം പ്രാപിക്കുന്നത്. അതിനിടയിൽ അഗോണാലിസ് ലോപിച്ച് അഗോൺ ആവുകയും പിന്നീട് നവോണും അവസാനം നവോണയും ആയി. ബാർബെറീനിപ്പോപ്പിന് എങ്ങനെയായിരുന്നോ ബാർബെറീനി സ്ക്വയറും ക്വിരിനാൽ കുന്നും അത്രയ്ക്കു തന്നെ പ്രിയപ്പെട്ടതായിരുന്നു ഇന്നസന്റ് പത്താമന് നവോണ. അദ്ദേഹമാണ് പഴയ ജലധാരകൾ പരിഷ്കരിച്ചും ലോകനദികളെ അടയാളപ്പെടുത്തുന്ന fountain of four rivers നിർമ്മിച്ചും വിശുദ്ധ ആഗ്നസിന്റെ ദേവാലയം പണിതും നവോണയെ ഇന്നത്തെ സുന്ദരിയാക്കിയത്. നവോണയിൽ ഇന്ന് മത്സരങ്ങളൊന്നുമില്ല. എങ്കിലും ബറോക് ശില്പികളിൽ മുമ്പന്മാരായ ബെർണിനിയുടേയും ബൊറോമിനിയുടേയും നിശ്ശബ്ദമത്സരവേദിയായി നവോണയെ കാണാനാണ് സഞ്ചാരികൾക്കും റോമാക്കാർക്കും ഇഷ്ടം. ജലധാരകളിൽ, ശില്പങ്ങളിൽ ജീവൻ തുടിപ്പിക്കുന്നത് ബെർണിനിയാണെങ്കിൽ ആഗ്നസ്സിന്റെ പള്ളിയുടെ പകിട്ടിലെ കയ്യൊപ്പ് ബൊറോമിനിയുടേതാണ്. എത്രയോ വിശാലമായ ഈ ചത്വരത്തിൽ എത്രയോ കാഴ്ചകളുണ്ടായിട്ടും കണ്ണുകളിൽ നിറയുന്നത് നാലു നദികളും പള്ളിയുമാണ്. വിശാലമായ കാൻവാസിന്റെ അരികുകളിൽ മറ്റു ജലധാരകളും ദൃശ്യങ്ങളും ഫെയ്ഡ് ഔട്ട് ആകുന്നു.

ഞങ്ങൾ നാലു നദിക്കരയിൽ ചെന്നു നിന്നു. നമ്മുടെ ഗംഗയുടെ തീരത്ത്. ഏഷ്യൻ വൻകരയുടെ പ്രതിനിധിയാണ് ഗംഗ. ആഫ്രിക്കയുടെ

ഫൗണ്ടൻ ഓഫ് ഫോർ റിവേഴ്സ്. ഈജിപ്ഷ്യൻ സ്തൂപവും ആഗ്നസ് പള്ളിയുടെ മുഖപ്പും കാണാം

നൈൽ, അമേരിക്കയുടെ റിയോ ഡി ലാ പ്ലാറ്റ, യൂറോപ്പിന്റെ ഡാന്യൂബ്. അങ്ങനെ നാലു നദികൾ. ഗംഗ ഇവിടെ ദേവിയോ മാതാവോ അല്ല. ത്രസിക്കുന്ന പേശികളും നീണ്ട താടിയും മുടിയുമായി പുരുഷ സൗന്ദര്യത്തിന്റെ സ്വരൂപമാണ്. കാലുകൾക്കിടയിലൂടെ വെള്ളത്തിലേക്കിറക്കി വെച്ച നീണ്ട തുഴ. ചാരത്ത് തഴച്ചുനില്ക്കുന്ന പന.

ചുറ്റിലും ജലസസ്യങ്ങൾ. താഴെ വെള്ളത്തിൽ നീന്തുന്ന കടൽ പ്പാമ്പ്. ഗതാഗതയോഗ്യമായ ഗംഗയെ, തടങ്ങളിൽ വളക്കൂറുള്ള എക്കലിട്ട് ധാന്യങ്ങളും പഴങ്ങളും വിളയിക്കുന്ന ഗംഗയെ, ഇങ്ങനെ യൊക്കെയാണ് ബെർണിനി അടയാളപ്പെടുത്തുന്നത്.

ആഫ്രിക്കയുടെ നൈൽ ദൃഢകായനും മുഖം ഒരു ശീലയാൽ മറച്ചിരിക്കുന്നവനുമാണ്. സമീപത്ത് വെള്ളത്തിലേക്കാഞ്ഞിരിക്കുന്ന ഒരു രുദ്രസിംഹം. നൈലിന്റെ ഉത്ഭവത്തെക്കുറിച്ചും ആഫ്രിക്കയെ ക്കുറിച്ചുതന്നെയും യൂറോപ്യന്മാർക്കുണ്ടായിരുന്ന അജ്ഞതയായി രുന്നു ആ മുഖാവരണം സൂചിപ്പിച്ചത്. കൊടും കാടിനെ സൂചിപ്പിച്ചു ആ വലിയ സിംഹം.

ആഗ്നസ്സിന്റെ പള്ളിയുടെ ഭാഗത്താണ് യൂറോപ്പിന്റെ ഡാന്യൂബും അമേരിക്കയുടെ നദിയായ റിയോ ഡി ലാ പ്ലാറ്റായും. റോമിന്റെ ടൈബറുള്ളപ്പോൾ എന്തുകൊണ്ട് ഡാന്യൂബ്? വോൾഗ കഴിഞ്ഞാൽ യൂറോപ്പിലെ ഏറ്റവും നീളം കൂടിയ നദിയാണ് ഡാന്യൂബ്. ജർമ്മനി യിൽ നിന്നാരംഭിച്ച് പത്തോളം യൂറോപ്യൻ രാജ്യങ്ങളിലൂടെ അതൊഴുകുന്നു. ജർമ്മനി, ആസ്ത്രിയ തുടങ്ങിയ ഇടങ്ങളിലെ പ്രൊട്ടസ്റ്റന്റ് തീരങ്ങളിൽ വീണ്ടും കാത്തോലിക്കാസഭയുടെ അധികാരം മുളപ്പിച്ചെടുത്ത ഇന്നസന്റ് പാപ്പയുടെ മനസ്സറിഞ്ഞുതന്നെയായി രിക്കും ബെർണിനി ഡാന്യൂബിനെ പ്രതിഷ്ഠിച്ചത്. അമേരിക്കയുടെ റിയോ ഡി ലാ പ്ലാറ്റയെ ആഫ്രിക്കൻ അടിമയെക്കൊണ്ട് അവതരിപ്പിച്ച് പിന്നേയും കൃസൃതിക്കാരനാവുന്നുണ്ട് ബെർണിനി. അതേസമയം അമേരിക്കൻ നാടുകളുടെ സമ്പന്നതയെ പ്രതിമയ്ക്കു സമീപ മുള്ള നാണയങ്ങളെക്കൊണ്ട് അടയാളപ്പെടുത്തുന്നുമുണ്ട്. (എന്റെ ഐക്കണോഗ്രാഫിക്കാരാ, എന്റെ കാഴ്ചകൾ കുറേക്കൂടി പൂർണ്ണ മാക്കിയ നിനക്ക് നന്ദി)

നാലു വശങ്ങളിലായുള്ള നാലു നദികളുടെ ഇടയിലെ തറയിൽ നിന്ന് അറുപത്തഞ്ചു മീറ്റർ പൊക്കത്തിലേക്കുയർന്നു പോകുന്നു ഈജിപ്ഷ്യൻ മാതൃകയിലുള്ള സ്തൂപം. മറ്റൊരിടത്തെ റോമൻ ദേവാലയാവശിഷ്ടങ്ങളിൽനിന്ന് ഇവിടെ കൊണ്ടുവന്നു സ്ഥാപിക്കുക യായിരുന്നു ഇത്. സ്തൂപത്തിന്റെ തുഞ്ചത്ത് ഇന്നസന്റ് പത്താമന്റെ പാംഫീലി (Pamphili) കുടുംബമുദ്രയായ സമാധാനപ്രാവ്. ജല ധാരയുടെ വലുപ്പത്തിലേക്ക് ഉയരത്തിന്റേയും ആകാശത്തിന്റേയും അംശങ്ങൾ ചേർക്കുന്നുണ്ട് ഈ സ്തൂപം. നദികളിൽ നൈലും ഗംഗയും, പാപ്പാസിയുടേയും ക്രിസ്തീയതയുടേയും പ്രതീകമായ സ്തംഭത്തിനോട് മുഖം തിരിച്ചിരിക്കുമ്പോൾ ഡാന്യൂബും ഡി പ്ലാറ്റയും അതിനെ ആദരവോടെ നോക്കുന്നതായിട്ടും കൈയുയർത്തി വന്ദി ക്കുന്നതായിട്ടുമാണ് ചിത്രീകരിച്ചിരിക്കുന്നത്. അക്കാലത്ത് ഏഷ്യ യിലും ആഫ്രിക്കയിലും ക്രിസ്തുമതം പ്രചാരത്തിലില്ലായിരുന്നല്ലോ.

എന്നാൽ ഡാന്യൂബിന്റെയും ഡി പ്ലാറ്റയുടെയും ഈ കൈയുയർത്തൽ, മുന്നിലുള്ള ബൊറോമിനി നിർമ്മിച്ച ആഗ്നസിന്റെ പള്ളിമുഖപ്പുകൾ തകർന്നു വീഴുമെന്ന് ഭയന്നിട്ടാണെന്നൊരു ദുർവ്യാഖ്യാനവുമുണ്ട്. റോമൻ ശില്പകലാചരിത്രത്തിലെ ബദ്ധവൈരികളായിരുന്നു ബെർണിനിയും ബൊറോമിനിയും. വാസ്തവത്തിൽ 1651ൽ ജലധാര പൂർത്തിയായതിനുശേഷം പിന്നേയും വർഷങ്ങൾ കഴിഞ്ഞാണ് പള്ളിപണിയിൽ ബൊറോമിനി ചേരുന്നത്. ഇന്നസന്റ് പത്താമന്റെ മരണശേഷം പള്ളിയിലുള്ള അധികാരികളുടെ താല്പര്യം കുറഞ്ഞു. ബൊറോമിനി പദ്ധതിയുപേക്ഷിച്ചു പോയി. പിന്നെ 1670ലാണ് പള്ളി ഇന്നത്തെ രൂപത്തിൽ പൂർത്തിയാകുന്നത്.

ബെർണിനിക്ക് ഈ ജലധാരയുടെ നിർമ്മാണച്ചുമതല ലഭിച്ചതിനു പിന്നിൽ രസകരമായൊരു ഗൂഢാലോചനയുണ്ട്. മുൻഗാമിയായ ബാർബെറീനിപ്പോപ്പിനോട് പോപ്പ് ഇന്നസന്റിനുണ്ടായിരുന്ന താല്പര്യക്കുറവ് അദ്ദേഹത്തിന്റെ ആശ്രിതരോടുമുണ്ടായിരുന്നു. അതുകൊണ്ട് നവോണയിലേക്ക് ശില്പമാതൃകകൾ ക്ഷണിച്ചപ്പോൾ ബെർണിനി ഒഴിവാക്കപ്പെട്ടു. ബെർണിനിയുടെ കടുത്ത ആരാധകനും പോപ്പിന്റെ അടുത്ത ബന്ധുവുമായ ഒരു രാജകുമാരൻ ബെർണിനി തയ്യാറാക്കിയ ചെറു ശില്പമാതൃക പോപ്പിന്റെ സ്വകാര്യ മുറിയിൽ കൊണ്ടുവെച്ചു. അതു കണ്ട പോപ് ഇങ്ങനെ പറഞ്ഞത്രേ - ബെർണിനിയുടെ രൂപകല്പനകൾ ഒഴിവാക്കണമെന്നുള്ളവർ അവ കാണാതിരിക്കാൻ ശ്രദ്ധിക്കണമായിരുന്നു.

നവോണ സ്ക്വയറിന്റെ വിസ്താരവും നിരയായി നില്ക്കുന്ന മൂന്ന് ജലധാരകളും സായാഹ്നവും സൂര്യന്റെ അരിശം അല്പം ശമിപ്പിച്ചിട്ടുണ്ട്. സ്ക്വയറിന്റെ വരമ്പത്തെ റെസ്റ്റോറന്റുകളിലെ കസേരകളൊക്കെ നിറഞ്ഞിരിക്കുന്നു. കൈവരികളും കടന്നുചെന്ന് ജലധാരയുടെ തൊട്ടിത്തിണ്ണയിൽ ഇരുന്നും നിന്നും ഒരോ നദിയേയും നനയുകയാണ് അപ്പുവും അമ്മുവും. മുഖത്തേക്ക് തെറിച്ചെത്തിയ വെള്ളത്തുള്ളികളെ 'ഇത് നമ്മുടെ ഗംഗ, ഇത് നൈൽ' എന്നൊക്കെ തരം തിരിക്കുന്നുണ്ട് അവർ.

ഞങ്ങൾ ബൊറോമിനിയുടെ ആഗ്നസ് പള്ളിയിലേക്ക് നടന്നു.

കുട്ടികൾ കൂടെക്കൂടാൻ കൂട്ടാക്കിയില്ല. മിലാൻ മുതൽ റോം വരെ കണ്ട അനേകം പള്ളികളുടെ അകംപുറം കാഴ്ചകൾ നിറഞ്ഞു കവിയുകയാണത്രെ. അവിചാരിതമായെത്തിയ മറ്റൊരാകർഷണത്തിന്റെ വലയിലുമായിരുന്നു അവർ. ജലധാരയിൽ നിന്നല്പം മാറി, നിലത്ത് വലിയൊരു ഡ്രോയിങ്ങ് ബോർഡ് വെച്ച് അതിന്മേൽ വർത്തമാനപത്രത്താളിനോളം വലിപ്പമുള്ള വെള്ളപ്പേപ്പറിൽ പെൻസിൽ വര തുടങ്ങിയിരിക്കുന്നു ഒരു ചിത്രകാരൻ. നിലത്തൊരു ചെറു കമ്പളം

വിരിച്ച് അതിൽ മുട്ടുകുത്തി നിന്നാണ് വര. അഞ്ചു മിനിട്ട് വര, അഞ്ചു മിനിറ്റ് വിശ്രമം, പിന്നഞ്ചു മിനിറ്റ് ആകാശത്തിന്റെ ഓരോ മൂലയിലേക്ക് നോക്കിയിരിക്കൽ. ഇടയ്ക്കൊരു കപ്പൂച്ചിനോ. ഇട യ്ക്കൊരു സിഗരറ്റ്. ഇടയ്ക്കൊന്ന് എഴുന്നേറ്റ് നടക്കും.അപ്പുവിനും അമ്മുവിനും ആളെ ഇഷ്ടപ്പെട്ടു. വരച്ചുവരച്ച് ഈ വരയെന്താകു മെന്ന കൗതുകത്തോടെ അപ്പുവും ചിത്രകലയിൽ താല്പര്യമുള്ള അമ്മുവും അയാളുടെ അടുത്ത് നില്പായി.

പള്ളിയിലേക്ക് നടക്കുമ്പോൾ ഗംഭീരമായ കുംഭഗോപുരവും വശങ്ങളിലുള്ള സ്തംഭഗോപുരങ്ങളും നമ്മെ ആകർഷിക്കും. ഈ ഗോപുരങ്ങൾ തന്നെയാണ് പള്ളിയുടെ രൂപകല്പനയിൽ ബൊറോ മിനിയുടെ പ്രസക്തമായ സംഭാവന. ഗോപുരങ്ങളോളം തന്നെ ഗരിമയുള്ളതാണ് പള്ളിയുടെ വലിയ വാതിലും. നാല് അൾത്താര കളും ചുമർശില്പങ്ങളും മറ്റലങ്കാരങ്ങളും കണ്ടന്തംവിട്ടു നടക്കാൻ ഞങ്ങൾ അരമണിക്കൂറിലേറെ സമയമെടുത്തു. പഴയ സർക്കസ് അഗോണാലിസിൽ വെച്ച് അറുത്തുമാറ്റപ്പെട്ട വി. ആഗ്നസ്സിന്റെ തല, തലയോടായി ഇവിടെ സൂക്ഷിച്ചിട്ടുണ്ട്. ക്രിസ്തീയത കുറ്റമായ കാലത്ത് ക്രിസ്തുവിനെ മനസ്സാ വരിച്ച പന്ത്രണ്ടു വയസ്സുകാരിയാ യിരുന്നു ആഗ്നസ്സ്. സുന്ദരിയായ അവളെ വേൾക്കാൻ കൊതിച്ച പ്രഭുകുമാരന്മാരൊക്കെ നിരാശരായി. അവരുടെ പ്രലോഭനങ്ങൾക്ക് വഴങ്ങാതെ നിന്ന ആഗ്നസ്സിനെ വധിക്കാൻ തീരുമാനമായി. റോമാ നിയമപ്രകാരം കന്യകയ്ക്ക് വധശിക്ഷ പാടില്ല. അതുകൊണ്ട് ആഗ്ന സ്സിനെ നഗ്നയാക്കി ബലാത്സംഗം ചെയ്യാനായി വേശ്യാലയത്തിലേക്ക് തള്ളിവിട്ടു. ദേഹം മുഴുവൻ രോമം വളർന്ന് അവളുടെ നഗ്നത മറ യ്ക്കപ്പെട്ടു. ബലാൽക്കാരത്തിന് മുതിർന്നവർക്ക് കാഴ്ച നഷ്ടപ്പെട്ടു. അവസാനം നിയമം മറന്നൊരു ജനറൽ ആഗ്നസ്സിന്റെ തല വെട്ടി മാറ്റി. പെൺകുട്ടികളുടേയും കന്യകമാരുടേയും ബലാത്സംഗത്തെ അതിജീവിച്ചവരുടേയും മധ്യസ്ഥയായി വി. ആഗ്നസ് പിൽക്കാലത്ത് വാഴ്ത്തപ്പെട്ടു.

പള്ളിയിൽ നിന്നിറങ്ങുമ്പോൾ നിഴലുകൾ കിഴക്കോട്ട് വല്ലാതെ ചാഞ്ഞുകിടക്കുന്നു. ചിത്രകാരൻ വരയിൽതന്നെയാണ്. ആറേഴ് പേരുള്ള ഒരു ചെറുസംഘം അയാൾക്കു ചുറ്റുമുണ്ട്. അയാളോട് ചേർന്നു തന്നെയുണ്ട് അപ്പുവും അമ്മുവും. അമ്മു നിലത്ത് കുന്തി ച്ചിരുപ്പാണ്. കടലാസ്സിന്റെ അരികുകളിലും ഒത്ത നടുവിലുമൊക്കെ വരകൾ നിറഞ്ഞിട്ടുണ്ട്. നമ്മുടെ ആർട്ടിസ്റ്റ് നമ്പൂതിരിയുടെ മട്ടിലുള്ള വരകൾ. ഒരു മൂർത്തരൂപമായിട്ടില്ല. ഏതായാലും മൂപ്പര് വരച്ചു കഴി ഞ്ഞിട്ടൊന്നു വന്നു കാണണം. ഞങ്ങൾ നവോണ സ്ക്വയറിന്റെ തെക്കേ അറ്റത്തുള്ള മൂർ ഫൗണ്ടനിലേക്ക് നടന്നു.

നവോണ സ്ക്വയർ - വടക്കു നിന്നുള്ള കാഴ്ച

ഗിയാക്കോമോ ഡെല്ലാ പോർട്ട എന്ന ശില്പി രൂപകല്പന ചെയ്തതും പിന്നീട് ഇന്നസന്റ് പത്താമന്റെ നിർദ്ദേശപ്രകാരം ബെർണിനി നവീകരിച്ചതുമാണ് ഈ ജലധാര. രണ്ടു നിലകളിലായുള്ള വെള്ളത്തൊട്ടികളും നടുവിൽ ഒരു ശംഖിൻമുകളിൽ കാലുകൾക്കിടയിൽ ഇറുക്കിവെച്ച ഡോൾഫിനോട് വാലിൽ പിടിച്ച് പൊരുതുന്ന പുരുഷരൂപവുമാണ് ബെർണിനിയുടെ സംഭാവന. ബറോക് ശൈലിയുടെ മറ്റൊരു വിളംബരശില്പമാണിത്. ശില്പത്തിന് ആഫ്രിക്കൻ അറബിയുടെ മുഖമായതിനാൽ ആദ്യകാലത്ത് ഇത് എത്യോപ്യൻ ഫൗണ്ടനെന്നും പിന്നീട് മൂർ ഫൗണ്ടനെന്നും അറിയപ്പെട്ടു. (fountain of moor). മൂർ ശില്പത്തിന് ചുറ്റുമായി ജലത്തിലൊരുക്കിയ പീഠങ്ങളിൽ നാല് ട്രൈറ്റന്മാർ (മത്സ്യകന്യകന്മാർ) ഇരട്ടശംഖിലേക്കൂതുന്നു. ശംഖുകളിലൂടെ ജലം ഒഴുകിയിറങ്ങുന്നു. ഏറ്റവും പുറത്ത് ഏതാനും വിലക്ഷണമുഖങ്ങളും നിരത്തിവെച്ചിട്ടുണ്ട്.

ഇവിടെ സന്ദർശകർ കുറവാണ്. ആളുകൾക്ക് താല്പര്യം 'പരസ്പരം പൊരുതിനിൽക്കുന്ന 'fountain of four rivers ഉം ആഗ്നസ് പള്ളിയും തന്നെയാണ്. ഞങ്ങൾ കിഴക്കുവശത്തെ മരബെഞ്ചിലിരുന്ന് അന്നത്തെ മൂന്നാമത്തെ ജെലാത്തോ സ്വാദിലേക്ക് നാക്കിറക്കി. ഇവിടെയിരുന്നു നോക്കുമ്പോൾ പള്ളിയുടെ പ്രൗഢഗംഭീരമായ മുഖപ്പിന്റേയും സ്തംഭങ്ങളുടേയും സായാഹ്നസന്ദർശകരായ വെൺമേഘങ്ങളുടേയും പശ്ചാത്തലത്തിൽ മൂർ ഫൗണ്ടൻ അതിശയകരമായ

സൗന്ദര്യവും പൗരുഷവും ചലനാത്മകതയും ആർജ്ജിക്കുന്നു. ബറോക് ശൈലിയുടെ കേമത്തം.

നവോണയിലെ മൂന്ന് ജലധാരകളും ആഗ്നസ് പള്ളിയും പാംഫിലി ക്കൊട്ടാരവും 55-200 ലെൻസിന്റെ ഫ്രെയ്മിൽ ഭംഗിയായി ഒതുക്കാനാവാത്തതിന്റെ വിഷമവുമായാണ് ഞങ്ങൾ ചത്വരത്തിന്റെ വടക്കേയറ്റത്തേക്ക് നടന്നത്. മൂലയിലെ ഏതെങ്കിലും കെട്ടിടത്തിൽ കയറിപ്പറ്റിയാൽ സംഗതി നടക്കുമെന്ന് ക്യാമറാമാൻ അപ്പു വെറുതെ പ്രത്യാശിച്ചു. ചത്വരത്തിൽ സന്ദർശകർ കൂടിയിട്ടുണ്ട്. ആ വർദ്ധനവ് നമ്മുടെ ചിത്രകാരന്റെ ചുറ്റുമുണ്ട്. അവർ അയാൾക്ക് ശല്യമാവുംവിധം തിക്കിത്തിരക്കുന്നില്ല.

വടക്കേയറ്റത്തുള്ള നെപ്ട്യൂൺ ഫൗണ്ടനു ചുറ്റും കാഴ്ചക്കാർ തീരെയില്ല. പണ്ടും ഒരു വെള്ളത്തൊട്ടി മാത്രമായി അവഗണിക്കപ്പെട്ടു കിടന്നു ഇത്. മുന്നൂറു കൊല്ലം. മൂർ ഫൗണ്ടന്റെ ആദ്യ ശില്പിയായ ഡെല്ല പോർട്ടയുടെ വകയായിരുന്നു തൊട്ടിനിർമ്മാണം. നാവോണ ചത്വരം നവീകരിച്ചപ്പോൾ ഒക്ടോപസ്സിനെ കുന്തംകൊണ്ട് നേരിടുന്ന നെപ്ട്യൂൺ ദേവൻ മദ്ധ്യത്തിൽ സ്ഥാപിക്കപ്പെട്ടു. ഒക്ടോപസ്സിന്റെ വായിൽനിന്ന് ജലമൊഴുകി അതൊരു ഫൗണ്ടനായി. ചുറ്റിലും അലറുന്ന കുതിരകളും ദേവശിശുക്കളും സുന്ദരികളായ ജലകന്യകകളുമായി മറ്റേതൊരു ജലധാരയോളംതന്നെ സൗന്ദര്യസമൃദ്ധമാണ് ഈ ഫൗണ്ടൻ. നെപ്ട്യൂൺ ദേവന്റെയും നീരാളിയുടെയും രൂപങ്ങൾ മാർബിൾ ശിലയെ ചലനാത്മകമാകുന്ന ബറോക് ശൈലിയുടെ അലർച്ചയാണ്. പക്ഷേ, സഞ്ചാരികൾക്ക് വടക്കേയറ്റത്തെത്താൻ മടിയാണ്.

നെപ്ട്യൂൺ ഫൗണ്ടനിൽനിന്ന് മടങ്ങുമ്പോൾ ചത്വരത്തിന്റെ പടിഞ്ഞാറേ മൂലകളിലൂടെ വെയിലും യാത്രയായിരുന്നു. ഫൗണ്ടൻ ഓഫ് ഫോർ റിവേഴ്സിന്റെ ചാരത്തുണ്ടായിരുന്ന ആൾക്കൂട്ടവും ചിത്രകാരനും ഒഴിഞ്ഞുപോയിരിക്കുന്നു. ഉറക്കമുണർന്നെഴുന്നേറ്റപോലെ നവോണ സജീവമായിരിക്കുന്നു. നിറയെ ആളുകൾ. ബഞ്ചുകളൊക്കെ നിറഞ്ഞിരിക്കുന്നു. രണ്ട് മൊബൈൽ ജെലാത്തേറിയകൾ പള്ളിക്കും നദികൾക്കുമിടയിൽ തത്തി നടക്കുന്നുണ്ട്. അതിലൊന്നിൽ നിന്ന് ഞങ്ങൾ അന്നത്തെ നാലാമത്തെ ജെലാത്തോ കൈക്കലാക്കി. നല്ല തത്തമ്മപ്പച്ചനിറമായിരുന്നതിനാൽ ശുദ്ധമെന്നു കരുതി അഞ്ചു പേരും പിസ്റ്റ തന്നെ വാങ്ങി. വലിയ ഇടവേളകളില്ലാതെ വായിലേക്ക് നുണഞ്ഞു കയറുന്ന ജെലാത്തോകളാണ് പകൽസമയങ്ങളിലെ ഞങ്ങളുടെ ഊർജ്ജസ്രോതസ്. അല്പം വില കൂടുതലുള്ള അഞ്ചു പിസ്ടാഷ്യോ ചെലവായതിന്റെ സന്തോഷത്തിൽ, നവോണയിലെ ചിത്രകാരനെക്കുറിച്ച് ചോദിച്ചപ്പോൾ വിശദമായി പറഞ്ഞുതന്നു, ജെലാത്തോക്കാരൻ.

നവോണ സ്ക്വയറിന്റെ കിഴക്കേ അതിരിലെ ബാർ ജെലാത്തേറിയയുടെ മൊബൈൽ വിഭാഗമാണ് നമ്മുടെ ജെലാത്തോ കച്ചവടക്കാരൻ. ഇയാളുടെ മുതലാളിയുടെ സുഹൃത്താണ് ചിത്രകാരൻ. ബെൽജിയംകാരൻ. കഴിഞ്ഞ നാലു വർഷങ്ങളിലും രണ്ടോ മൂന്നോ പ്രാവശ്യം റോമിലെത്തിയിട്ടുണ്ട്. വന്നാൽ രണ്ടു മാസമെങ്കിലും തങ്ങും. പകൽസമയങ്ങളിൽ ഒന്നോ രണ്ടോ ചിത്രങ്ങൾ വരയ്ക്കും. ചിലപ്പോൾ വാട്ടർ കളറിൽ. ചിലപ്പോൾ ഓയിൽ കളർ ഉപയോഗിക്കും. കഴിഞ്ഞ വരവിൽ ഡോട്ട് പെൻ ഉപയോഗിച്ചായിരുന്നു വര. ഇത്തവണ വന്നിരിക്കുന്നത് ഒരു കെട്ട് പെൻസിലുകളുമായാണ്. വരയെല്ലാം നിലത്തു വിരിച്ച കാൻവാസിലാണ്. ചിലപ്പോഴതിൽ വെയിൽ തിളച്ചു കിടക്കും. ചിലതിൽ മഴയുടെ നനവ്. ചില ചിത്രങ്ങളിൽ പോക്കുവെയിൽ പുരണ്ടിരിക്കും. ചില ചിത്രങ്ങൾ മഞ്ഞു പുതച്ച് വിറച്ചു കിടക്കും. എല്ലാം നവോണയുടേയും ചിത്രകാരന്റേയും കാലാവസ്ഥ പോലെ, മനസ്സ് പോലെ.

ഞങ്ങൾ ജെലാത്തേറിയയിലേക്ക് ചെന്നു. അവിടെ മുതലാളിക്കസേരയ്ക്കടുത്ത ചെറിയ മേശമേൽ ചിത്രം പ്രദർശിപ്പിച്ചിട്ടുണ്ട്. വലിപ്പം പറയാനാവാത്ത വിസ്മയമായിരുന്നു അത്. അത്യാവേശമുള്ള കാമുകിയെപ്പോലെ കടലാസുമേനിയിലാകെ പടർന്നു കയറിയിരിക്കയാണ് കറുത്ത വരകൾ. ആ പരിരംഭണമൂർച്ഛയെ കണ്ടുനില്ക്കെ ഞങ്ങളും ഒന്നു കിതച്ചുപോയി. ചിത്രത്തിന്റെ മുകൾ വലതു മൂലയിൽ ഒരു ഗരുഡമുഖം. താഴേക്ക് ഇറങ്ങിവരുന്ന കിളിക്കണ്ണ്. അതാണ് ചിത്രത്തിന്റെ വീക്ഷണ കോൺ.

ഗരുഡദൃഷ്ടിയുടെ സൂക്ഷ്മത ചിത്രത്തിനുണ്ട്. ചത്വരത്തിലെ എല്ലാ മൂലകങ്ങളേയും പെൻസിൽവരകളിൽ കോർത്തിട്ടുണ്ട്. മൂന്നു ജലധാരകളും ചിത്രത്തെ നനയ്ക്കുന്നുണ്ട്. വിശുദ്ധ ആഗ്നസ്സിന്റെ ആശിസ്സുകളുണ്ട്. അതിരുകളിൽ കെട്ടിടങ്ങളും മേൽക്കൂരകളുമുണ്ട്. ജലധാരയ്ക്കു ചുറ്റുംകൂടി നില്ക്കുന്ന ആളുകൾ. തൊപ്പി വെച്ചവർ. കുട പിടിച്ചവർ. കച്ചവടവണ്ടികൾ. ബാൽക്കണികളിൽ നിന്നൂർന്നിറങ്ങുന്ന വള്ളിച്ചെടികൾ. എത്ര സമർത്ഥമായാണ് ചത്വരത്തിലെ നിർമ്മിതികൾ സഹവർത്തിക്കുന്നത്. ഒരേ ശ്രുതിയിൽ.

ചിത്രകാരൻ അപ്പുറത്തിരുന്ന് ഒരു കോപ്പ ബിയറിൽ നുരയുകയാണ്. മുമ്പ് ചീകിയൊതുക്കി കെട്ടിവെച്ചിരുന്ന മുടി അഴിച്ചിട്ടിരിക്കുന്നു. അച്ചടക്കമില്ലാത്ത താടിയും മീശയും അവരുടെ പങ്ക് ബിയർ പിടിച്ചുവാങ്ങിയിട്ടുണ്ട്. മുന്നിലൊരു വലിയ പെൺകുട്ടി അയാളോട് സംസാരിച്ചുകൊണ്ടിരിക്കുന്നു. ജേർണലിസ്റ്റാവാം, ചിത്രകലാവിദ്യാർത്ഥിയാവാം, അവസരം മുതലാക്കുന്ന മിടുക്കി ബ്ലോഗറാകാം.

അവളുടെ അന്വേഷണങ്ങൾക്ക് ഒരു കൊച്ചുകുട്ടിയുടെ നിഷ്കളങ്കതയോടെ അയാൾ മറുപടി പറയുന്നുണ്ട്. അടുത്ത കസേരകളിലിരുന്ന് നാലഞ്ചു പേർ ആ വർത്തമാനത്തിൽ നുഴഞ്ഞു കയറുന്നുണ്ട്. അവരും ചോദിക്കുന്നുണ്ട്. ചില പ്രതികരണങ്ങൾ രസകരമായിരുന്നു. അപ്പോളവൾ മറ്റുള്ളവരേക്കാൾ ഉച്ചത്തിലും കുലുങ്ങിയും ചിരിച്ചു. അപ്പോൾ അവളുടെ ശരീരവലുപ്പത്തിനു ചേർന്ന സ്തനസമൃദ്ധികൾക്കിടയിൽ തല ചായ്ച്ചുറങ്ങുന്ന മുത്തുമാലയിലെ മരക്കുരിശ് ഞെട്ടിയെഴുന്നേറ്റ് പിടഞ്ഞു. അവരുടെ പിന്നിലായി ഞങ്ങളഞ്ചു പേരും ജെലാത്തോകളുമായി അവരുടെ സംസാരത്തിലേക്ക് കാത് നീട്ടിവെച്ച് ഒതുങ്ങിക്കൂടി.

‘‘എന്തിനാണിങ്ങനെ നവോണയിൽ വന്നിരുന്ന് വരയ്ക്കുന്നത്?’’

‘‘അതെന്റെ ഉയിരിനു വേണ്ടി. ജീവിക്കാൻ വേണ്ടിയുമാണ്.’’

‘‘അതിനിങ്ങനെ. നിലത്ത് കുത്തിയിരുന്ന്? ആളുകൾക്കിടയിലിരുന്ന്?’’

‘‘ഞാൻ വ്യത്യസ്തമായി ജീവിക്കുന്നു. വരയ്ക്കുന്നു.’’

ഇയാളുടെ ഭ്രാന്ത് അത്ര ചെറുതല്ല.

കൂട്ടത്തിലൊരാൾ പഴയൊരു ഇറ്റാലിയൻ മാഗസിൻ നിവർത്തിക്കാണിച്ചു. ചിത്രകാരനെക്കുറിച്ചുള്ള ചെറുവിവരണവും അയാളുടെ വരകളുമാണ്.

‘‘എന്തുകൊണ്ട് ഓരോ തവണയും പുതിയ മീഡിയം? പുതിയ രീതി?’’

‘‘ഞാൻ പറഞ്ഞില്ലേ. ഞാൻ വ്യത്യസ്തമായി വരയ്ക്കുന്നു. ഒരോ ദിവസവും ഒരോ മാസവും പുതിയതാണ്. ഓരോ നിമിഷവും നവോണ വ്യത്യസ്തമാണ്. മാറിക്കൊണ്ടിരിക്കുന്ന നവോണയെ വരയ്ക്കുമ്പോൾ രീതികളും മാറും.

ഇത് ഭ്രാന്ത്. മുഴുത്ത ഭ്രാന്ത്. ഞാൻ മനസ്സിൽ കരുതി.

‘‘എല്ലാ വരകളും മുകളിൽനിന്നുള്ള കാഴ്ചകളാണല്ലോ? എല്ലാം പക്ഷിക്കാഴ്ചകൾ.’’

‘‘അതെ. പക്ഷികളാണ് ഏറ്റവും നന്നായി കാണുന്നത്. വ്യക്തമായി കാണുന്നത്. അവരുടെ കാഴ്ചയാണ് ഏറ്റവും മനോഹരം.’’

ഞാൻ ആ പഴയ ഇറ്റാലിയൻ മാഗസിൻ മറിച്ചു നോക്കുകയായിരുന്നു. ആറ് ചിത്രങ്ങൾ. ആറിലും നവോണ തന്നെ. എല്ലാം മുകളിൽ നിന്നുള്ള നോട്ടങ്ങൾ. പല ഭാഗങ്ങളിൽനിന്ന്. പല കോണുകളിൽ നിന്ന്. ഓരോ മീഡിയത്തിലും അതിൽ പറ്റാവുന്നത്ര സൂക്ഷ്മതയോടെ ചിത്രീകരണം. വീണ്ടും വീണ്ടും അതിശയിപ്പിക്കുകയാണ് നവോണയിലെ ഈ ഭ്രാന്തൻ പക്ഷി.

മാഗസിൻ തിരിച്ചു കൊടുക്കുന്നതിനിടയിൽ ഞാനദ്ദേഹത്തോട് ചോദിച്ചു.

''എന്തുകൊണ്ട് നവോണ മാത്രം? എന്തുകൊണ്ട് ഇതിനേക്കാൾ പ്രശസ്തമായ ത്രെവി വരയ്ക്കുന്നില്ല?''

കാത്തുനിന്ന ചോദ്യം കടന്നുവന്ന പോലെ അദ്ദേഹം ചിരിച്ചു.

''അവിടെ ആകാശമില്ല. താഴെ ആവശ്യത്തിന് ശൂന്യതയില്ല. തലച്ചോറിനെടുക്കാൻ വേണ്ട ശുദ്ധവായുവുമില്ല. ജലധാരയ്ക്ക് നാലാം (പിൻ)വശവുമില്ല.

(No enough sky to look from. No enough empty space to look through. No air to keep brain working)

വെറും ഭ്രാന്തനല്ല ഇയാൾ. നല്ല കാമ്പുള്ള ഭ്രാന്തനാണ്. അയാളെ കേട്ടുകൊണ്ടിരിക്കെ ത്രെവി, ആളുകൾ തിങ്ങിനിറഞ്ഞ കുടുസ്സു മുറിയിലെ കൗതുകവസ്തുവായി.

ചിത്രകാരൻ, 'കിളിയുടെ നവോണ' സ്വന്തമാക്കാൻ എത്തിയ ഒരു സംഘവുമായി ചർച്ചയിലാണ്. സർഗ്ഗവൈഭവത്തിന്റെ അസാധാരണവും അനുപമവുമായ പെൻസിൽ വരകൾക്കു മുന്നിൽ ഏതാനും മിനിറ്റുകൾ കൂടി ഞങ്ങൾ അത്ഭുതപ്പെട്ടു നിന്നു. പിന്നെ നവോണയിൽനിന്ന് പുറത്തേക്കുള്ള ഇടവഴിയിലേക്ക് നടന്നത്, വിട പറയുന്നത് ചത്വരത്തിനോടാണോ ചിത്രത്തിനോടാണോ എന്ന ശങ്കയിലായിരുന്നു.

നവോണ ചത്വരത്തിൽനിന്നും മടങ്ങുന്നതിനു മുമ്പ് ഒരാളെ കാണാനുണ്ട്. ത്രെവിയിലെ ഗൈഡിനു വാക്ക് കൊടുത്തതാണ്. ചത്വരത്തിന്റെ തെക്കേ തുമ്പിൽനിന്നും വയ ഡി പസ്ക്കിനോയിലൂടെ ഒരഞ്ചു മിനിറ്റ് നടത്തം. രണ്ടു റോഡുകൾ കോണോടുചേരുന്ന മൂലയിലാണ് പസ്ക്കിനോയെ കുറച്ചൊക്കെ പുനരുദ്ധരിച്ചു നിർത്തിയിട്ടുള്ളത്. കുറേയേറെ പൊളിഞ്ഞൊരു പീഠത്തിൽ കുറച്ചൊക്കെ തട്ടും മുട്ടും കിട്ടിയ മട്ടിലൊരു വൃദ്ധന്റെ പ്രതിമ. നവോണയുടെ സമീപപ്രദേശങ്ങളിൽ, നിർമ്മാണാവശ്യങ്ങൾക്കായി തെരച്ചിൽ നടത്തിക്കൊണ്ടിരിക്കെ മൂപ്പരെഴുന്നേറ്റു പോന്നു. സഹൃദയരായ റോമാക്കാർ നവോണ ചത്വരത്തിനു സമീപംതന്നെ അങ്ങേരെ പ്രതിഷ്ഠിച്ചു. കാലങ്ങളോളം മിണ്ടാട്ടം മുട്ടിക്കിടന്നതിന്റെ വിഷമം തീർക്കാൻ പ്രതിമ ചറുപറെ സംസാരിച്ചു തുടങ്ങി. പോപ്പിനും ഭരണാധികാരികൾക്കുമെതിരെ രൂക്ഷവിമർശനങ്ങൾ, പൊള്ളിക്കുന്ന ആക്ഷേപഹാസ്യങ്ങൾ, പരാതികൾ. അങ്ങനെ പല കുറിപ്പുകൾ പല ദിവസങ്ങളിലായി പ്രതിമയുടെ ഓരോ ഭാഗങ്ങളിലായി നിരന്നു. ആരാണിത് ചെയ്യുന്നതെന്ന് ആർക്കും അന്ന് മനസ്സിലായില്ല. വത്തിക്കാനിൽ

തുന്നൽപ്പണിക്ക് പോയിക്കൊണ്ടിരുന്ന പസ്ക്കിനോ എന്നൊരു വിരുതനായിരുന്നുവത്രേ ഇതിനു പിന്നിൽ. അധികാരികൾക്കെതിരെ വാ തുറന്നാൽ ജീവിതം അടഞ്ഞുപോകുന്ന കാലത്തായിരുന്നു ഈ ഒളിപ്പോര്. ഈ പേരില്ലാത്തവന്റെ പേരിൽനിന്നാണ് pasquinades എന്ന ഇംഗ്ലീഷ് വാക്കുണ്ടാവുന്നത്. ആക്ഷേപങ്ങൾ കൊണ്ട് വല്ലാതെ പൊറുതിമുട്ടിയ ഒരു മാർപാപ്പ പസ്ക്കിനോയെ കടലിലെറിയാനും ശ്രമിച്ചിരുന്നു. പസ്ക്കിനോയുടെ മരണശേഷം നാട്ടുകാരതേറ്റെടുത്തു. അതിന്നും തുടരുന്നു.

(ഇറ്റലി യാത്രയിലുടനീളം പാപ്പസിയോടുള്ള കടുത്ത വിദ്വേഷം നാട്ടുകാരും ഗൈഡുകളും പ്രകടിപ്പിക്കുന്നത് ഞങ്ങൾ ശ്രദ്ധിച്ചിരുന്നു. ടസ്ക്കനിയിലേക്ക് വൈൻ നുണയൽ യാത്രയ്ക്കു കൊണ്ടുപോയ ഗൈഡ് അതിൽ മുൻപന്തിയിൽ. വൈനിന്റെ മാധുര്യത്തേക്കാൾ പാപ്പാമാരുടെ ചവർപ്പായിരുന്നു സുന്ദരിക്കുട്ടിയുടെ ഇഷ്ടവിഷയം.)

കുറച്ചൊക്കെ വളഞ്ഞും സമയം കളഞ്ഞും ഞങ്ങൾ വീണ്ടും ട്രൈറ്റൺ റോഡിലെത്തി. റോമൻ വഴികളിൽനിന്ന് സൂര്യൻ പൂർണ മായും പിൻവാങ്ങിയിരിക്കുന്നു. വഴിവിളക്കുകളിൽ കുഞ്ഞുസൂര്യ ന്മാർ ഗർവ്വോടെ ഞെളിയുന്നുണ്ട്. വഴികളിൽ ആളും ആരവവും അധികരിച്ചിട്ടുണ്ട്. ബാർബെറീനി സ്റ്റേഷൻ ഭാഗത്തേക്ക് നടക്കുമ്പോൾ ത്രെവിയെ ഒന്നുകൂടി കാണുകയായിരുന്നു ലക്ഷ്യം. അതിനിടയ്ക്ക് മറ്റൊരു കുഞ്ഞൻ ഫൗണ്ടൻ ഞങ്ങളെ ഇടതുവശത്തെ ചെറുവഴി യിലേക്ക് വിളിച്ചു കൊണ്ടു പോയി. ഞങ്ങളുടെ ജലധാരപര്യവേക്ഷണ പ്പുസ്തകത്തിൽ ഇടം പിടിക്കാത്തവനാണ് ഈ കുഞ്ഞൻ. കെട്ടിട ച്ചുമരിലെ മാടത്തിൽ രണ്ടു വശങ്ങളിലായി ഈരണ്ടു പുസ്തകങ്ങൾ. തടിച്ച് കട്ടിക്കവെറൊക്കെയിട്ട്, റഫറൻസ് ഗ്രന്ഥത്തിന്റെ ഗൗരവമുള്ള പുസ്തകങ്ങൾ. അവയ്ക്കിടയിൽനിന്ന് താഴേക്ക് ഒരു മാൻശിരസ്സ്. പുസ്തകങ്ങൾക്ക് താഴെ നിന്നും മാൻശിരസ്സിൽ നിന്നും ജലം താഴെ തൊട്ടിയിലേക്ക് വീണുകൊണ്ടിരിക്കുന്നു. ലളിതം സുന്ദരം ഈ 'ബുക്ക് ഫൗണ്ടൻ'. ഫൗണ്ടനെ പടങ്ങളിലാക്കിക്കൊണ്ടിരിക്കെ ഒരു പെൺകുട്ടി വേഗത്തിൽ നടന്നുവന്ന്, മാനിനെ ചുംബിക്കാനെന്ന പോലെ കുനിഞ്ഞുനിന്ന് വെള്ളം കുടിച്ചു പോയി. ഇറ്റലിയിലെ ഒട്ടുമുക്കാൽ പെൺകുട്ടികളെപ്പോലെ ഇവളും സുന്ദരി തന്നെ. അവൾക്കു പിന്നാലെ ഞങ്ങളും ആ ജലധാരയിൽനിന്ന് വെള്ളം കുടിച്ചു. റോമിന്റെ രുചി. നൂറ്റാണ്ടുകൾക്കപ്പുറത്തു നിന്ന് ഒഴുകിയെത്തുന്ന ജലത്തിന്റെ തണുപ്പ് ട്രൈറ്റണിലും ത്രെവിയിലും മറ്റും അറിഞ്ഞ താണ്. ജലധാരകളിലെ വെള്ളം drinkable എന്നാണ് റോമൻ ചൊല്ലെ ങ്കിലും ഞങ്ങളതിന് ധൈര്യപ്പെട്ടിരുന്നില്ല. മുൻകാലങ്ങളിൽ ത്രെവി യിലെ ജലം ലോലവും രുചികരവുമായിരുന്നു. വീപ്പക്കണക്കിന്

ബുക്ക് ഫൗണ്ടൻ

വെള്ളം ഇവിടെനിന്ന് വത്തിക്കാനിലേക്ക് കൊണ്ടുപോയിരുന്നു. സന്ദർശനത്തിനെത്തുന്ന ഇംഗ്ലീഷുകാരും ഒരു പാത്രം വെള്ളമെങ്കിലും നാട്ടിലേക്ക് കൊണ്ടുപോകുമായിരുന്നു, സ്പെഷ്യൽ ടീ ഉണ്ടാക്കാൻ.

വഴിവിളക്കുകൾ തെളിഞ്ഞിരിക്കുന്നു. കടകളിൽ നിയോൺ വിളക്കുകളുടെ പ്രലോഭനശോഭ. സന്ദർശകരുടെ സംഘങ്ങൾ ധാരാളമായുണ്ട് വഴികളിൽ. വല്ലാത്തൊരു ആകർഷണശക്തിയിലെന്നപോലെ ആളുകളെല്ലാം ത്രെവിയിലേക്ക് തിരിയുന്നു. ഉച്ചച്ചൂടിൽ കണ്ടതുപോലെയല്ല, വഴിയരികിലെ കാപ്പിക്കടകളെല്ലാം വളരെ സജീവമാണ്.

ത്രെവിയിലേക്കെത്തുന്നതിനു മുമ്പേ കേൾക്കാം ജലാരവത്തോട് മത്സരിക്കുന്ന ജനാരവം. ജലധാരയ്ക്ക് മുന്നിൽ ഉത്സവമാണ്. വഴിവിളക്കുകളുടെ മഞ്ഞപ്രഭയെ കീറിമുറിച്ചുകൊണ്ട് ക്യാമറാ ഫ്ളാഷുകളുടെ പടയോട്ടം. ഇവരോട് മത്സരിക്കാൻ ഇന്ന് നിലാവും നിറഞ്ഞെത്തിയിട്ടുണ്ട്. വെളിച്ചങ്ങളുടെ വൈവിധ്യത്തിൽ മായികമായൊരു മൂർച്ഛയിലാണ് ത്രെവി. ബരോക് ശൈലിയുടെ ചലനാത്മകത പാരമ്യത്തിലെത്തിക്കുന്നുണ്ട് ഈ വെളിച്ചവിന്യാസം. ജലവും ഒഴുക്കും പ്രതിബിംബങ്ങളും വെളിച്ചവും നിഴലും ശില്പങ്ങളോടൊപ്പം ബരോക് ആഘോഷത്തിന് മാറ്റു കൂട്ടുന്നുണ്ട്. വർഷങ്ങൾക്കു മുമ്പ് ഇത്തരമൊരു രാത്രിയിൽ തന്നെയായിരിക്കണം ഇറ്റാലിയൻ നടി അനിറ്റ ഏക്ബെർഗ് ത്രെവിയിൽ ഇറങ്ങിനിന്ന് നിലാവിൽ കുളിച്ചത്. പ്രശസ്ത സംവിധായകനായ ഫെല്ലിനിയുടെ ലാ ഡൊൾസേ വിറ്റാ (la dolce vita) എന്ന സിനിമയ്ക്കു വേണ്ടി. ശരീരവടിവുകൾ ശരിക്കും വരച്ചെടുത്ത കറുത്ത സ്ട്രാപ്‌ലെസ് ഗൗണിൽ ത്രെവിയിലെ നീരും നിലാവുമായി നനഞ്ഞു നില്ക്കുന്ന അനിറ്റയുടെ ചിത്രം യൂറോപ്പിൽ നിന്നും അമേരിക്കയിൽ നിന്നും ഒരുപാട് സന്ദർശകരെ ത്രെവിയിലേക്ക് ഒഴുക്കി. മാർസെല്ലോ മാസ്ട്രോയാനി (Masteroianni) ആയിരുന്നു ലാ ഡോൾസെ വിറ്റായിലെ നായകൻ. 1996ൽ അദ്ദേഹം അന്തരിച്ചപ്പോൾ ത്രെവി കറുപ്പ് പുതച്ച് അനുശോചിച്ചു. സൗന്ദര്യത്തിൽ മർലിൻ മൺറോയോട് മത്സരിച്ചിരുന്ന അനിറ്റയുടെ അവസാനകാലം ദുരിതമയമായിരുന്നു. രണ്ടു വിവാഹവും രണ്ടു വിവാഹമോചനവും അനേകം കാമുകരും ഉണ്ടായിരുന്ന അനിറ്റയ്ക്ക് സന്തതികളില്ലായിരുന്നു. രണ്ടായിരത്തി പതിനൊന്നിൽ ഇടുപ്പെല്ലിനേറ്റ ക്ഷതം അവരെ ആശുപത്രിക്കിടക്കയിൽ തള്ളിയിട്ടു. അക്കാലത്ത് വീട്ടിൽ നടന്നൊരു വൻമോഷണവും തീപ്പിടുത്തവും അവരെ ദരിദ്രയാക്കി. ഫെല്ലിനി ഫൗണ്ടേഷനിൽ നിന്ന് അല്പം സാമ്പത്തിക സഹായം നേടാനുള്ള ശ്രമവും പരാജയപ്പെട്ടു. ഞങ്ങൾ 2013ൽ ത്രെവിയിലെത്തുമ്പോൾ ചില ടൂർ ഗൈഡ് പാണന്മാർ 'അനിറ്റ ദുരന്തഗാഥ' പാടി നടക്കുന്നുണ്ടായിരുന്നു.

2015 ജനുവരിയിൽ അവർ മരിക്കുമ്പോൾ ത്രെവിയിൽ വലിയ നവീകരണ പ്രയത്നങ്ങൾ നടക്കുകയായിരുന്നു. അതുകൊണ്ടുതന്നെ ത്രെവിക്ക് കറുപ്പു ചുറ്റി കരയാൻ കഴിഞ്ഞില്ല. ഫൗണ്ടനു മുമ്പിലെ

കെട്ടിടത്തിൽനിന്നും തൂക്കിയിട്ട ചിത്രവും അതിലെ 'ഷാവോ അനിറ്റ' ലിഖിതവുമായിരുന്നു ത്രെവിയുടെ ആദരാഞ്ജലികൾ.

പിന്നേയും പിന്നേയും സഞ്ചാരികൾ വന്നു നിറയുകയാണ്, നവോണയുടെ ഭ്രാന്തൻ ചിത്രകാരൻ പറഞ്ഞ 'ചെറിയ' ത്രെവിയിലേക്ക്. അദ്ദേഹത്തിന്റെ നിരീക്ഷണങ്ങൾ കുറെയൊക്കെ ശരിയാണ്. Space നല്കുന്ന, ശൂന്യമായ ഇടങ്ങൾ നല്കുന്ന ചാരുത ത്രെവിക്കില്ല. തിക്കിത്തിരക്കുന്ന ജനവും വെളിച്ചവും രാത്രിയെ അല്പമായ ആകാശത്തിലൂടെ ഓടിക്കുന്നുണ്ട്. അപ്പോഴും ത്രെവി, റോമിൽ തനിക്കു മാത്രം സ്വന്തമായ ഗാംഭീര്യത്തോടെ ഒരു ചത്വരം മുഴുവൻ നിറഞ്ഞുനിന്ന് വീണ്ടും വീണ്ടും സഞ്ചാരികളെ ആകർഷിക്കുന്നു. അവർ കൂടുതൽ കൂടുതൽ നാണയങ്ങൾ ത്രെവിക്ക് സമർപ്പിക്കുന്നു. ഫെല്ലിനിമാരും അനിറ്റമാരും ത്രെവിയുടെ ജലത്തിലിറങ്ങുന്നു. പഴയൊരു റോമാ നാടകം കാണാൻ കാണികൾ തിങ്ങിനിറയുന്ന ആംഫിതിയറ്ററാണ് ത്രെവി.

മൂന്നു വിതാനങ്ങളിലൂടെയുള്ള ജലസഞ്ചാരത്തിന്റെ അലസനൃത്തഭംഗി. പലതലങ്ങളിലായുണരുന്ന ജലമർമ്മരത്തിന്റെ സ്വർഗീയ നാദലയം. ത്രെവിക്ക് ചുറ്റും ഇരുന്നും നിന്നും നടന്നും ജലശില്പകേളി കാണുന്ന ജനങ്ങളുടെ ആഹ്ലാദാരവങ്ങൾ അത്ര സൗമ്യമല്ല. കലപില കിന്നരിച്ചും ചറുപറെ വെള്ളത്തുള്ളികളെറിഞ്ഞ് കലഹിച്ചും അവരോട് കടുത്ത ചങ്ങാത്തത്തിലാണ് ത്രെവിയിലെ സചേതന ശില്പങ്ങൾ.

മുക്കിലും മൂലയിലും മുന്തിയ മന്ദിരങ്ങളിലും സുന്ദരങ്ങളും പ്രശസ്തങ്ങളുമായ കുറേ ജലധാരാശില്പങ്ങൾ ഒരുക്കിവെച്ചിട്ടും പുതുകാലത്തിന്റെ ജ്വരമായിത്തീർന്ന ത്രെവീശില്പത്തിലെ കയ്യൊപ്പാകാൻ ബെർണിനിക്ക് ഭാഗ്യമുണ്ടായില്ല. പാവം ബെർണിനി. അയാൾ ഈ ആൾക്കൂട്ടത്തിലെവിടെയോ ഇരുന്നു തേങ്ങുന്നുണ്ട്.

കുറേ നേരമായി ത്രെവിക്ക് മുമ്പിലെ പടവിലിരിക്കുന്നു. മുന്നിലൂടെ കടന്നുപോകുന്ന തിരക്ക് പലപ്പോഴും ജലധാരയെ മറയ്ക്കുന്നുണ്ട്. അപ്പോഴും ഞങ്ങൾ ത്രെവിയെ അറിയുന്നുണ്ട്. എട്ടര കഴിഞ്ഞിരിക്കുന്നു. പതിനൊന്ന് വരെയാണ് മെട്രോ പാസ്സിന്റെ പ്രാബല്യം. വൈകുന്തോറും തീവണ്ടികളുടെ എണ്ണവും കുറയും. ഞങ്ങൾ മനസ്സില്ലാമനസ്സോടെ പോകാനെഴുന്നേറ്റു. എല്ലാവരും വിഷണ്ണരാണ്. വിട പറയുന്നത് ത്രെവിയോടു മാത്രമല്ല, റോമിനോടാണ്. ഒരു മാസക്കാലം നീണ്ട യാത്രയോടാണ്. നാളെ മടക്കമാണ്. മനസ്സിന്റേയും ശരീരത്തിന്റേയും ഊർജ്ജം ചോർന്നുപോവുകയാണ്. ഒരോ യാത്രയുടെ അവസാനത്തിലും ഞങ്ങൾ നേരിടുന്നതാണ് ഈ ഊർജ്ജ പ്രതിസന്ധി.

“നമ്മളിവിടേക്ക് വീണ്ടും വന്നില്ലെങ്കിലോ? ഇതിനിയും കഴിക്കാൻ കഴിഞ്ഞില്ലെങ്കിലോ?” എന്നും പറഞ്ഞ് അപ്പുവും അമ്മുവും അന്നത്തെ അഞ്ചാമത്തെ കെട്ട് ജെലാത്തോയുമായെത്തി. തൈരിന്റെ നേരിയ പുളിയുള്ള ജെലാത്തോ നുണയുമ്പോൾ മനസ്സ് തണുത്തു പിടഞ്ഞു. എന്നെങ്കിലും തിരിച്ചു വരണം ഈ മുത്തച്ഛന്റെ അടുത്തേക്ക്. ഈ വഴികളിലൂടെ വീണ്ടും നടക്കണം. ജെലാത്തോകൾ രുചിക്കണം. കാഴ്ചകളൊക്കെ കണ്ടു കഴിഞ്ഞെന്നും പറഞ്ഞ് പിരിഞ്ഞുപോകാവുന്ന നഗരമല്ല റോം. ഏതൊരു യാത്രികനും എപ്പോഴെങ്കിലും എത്തിച്ചേരുന്ന മുതുമുത്തച്ഛൻ തറവാടാണിത്. വരണം. തിരിച്ചു വരണം. തീർച്ചയായും. ബാർബറീനിയിൽനിന്ന് കോർണേലിയയിലേക്കുള്ള ട്രെയിനിലിരിക്കുമ്പോൾ ഞാനത് മനസ്സിൽ പറഞ്ഞു പറഞ്ഞുറപ്പിച്ചു.

അപ്പാർട്ട്മെന്റിലെത്തിയപ്പോഴും മുഖങ്ങൾ മ്ലാനമാണ്. ഉറങ്ങാനുള്ള താല്പര്യമൊന്നുമില്ല ആർക്കും.

“നാളെ ഉച്ചയ്ക്ക് രണ്ടുമണിക്ക് പോയാൽ മതി എയർപോർട്ടിലേക്ക്. സന്നയുടെ മകൻ കാറുമായി വരും. രാവിലെ ഒന്നു കറങ്ങി വരാം.” ഞാൻ പറഞ്ഞു.

ആ തീരുമാനത്തിന്റെ പിന്തുണയിലാണ് ഉറക്കം കിടക്കകളിലേക്ക് മടങ്ങിവന്നത്. ത്രെവിയോടു പറയാതെ പോയാൽ റോമിലേക്ക് ഇനിയും വരാൻ കഴിഞ്ഞില്ലെങ്കിലോ എന്നൊരു ഭയം അന്നത്തെ സ്വപ്നത്തിൽ പെയ്തുകൊണ്ടിരുന്നു.

പിറ്റേന്ന് രാവിലെ എട്ടു മണിക്കുതന്നെ ബാർബെറീനി ചത്വരത്തിൽ വീണ്ടുമെത്തി. രാത്രി പെയ്ത മഴയിൽ ഈറൻ റോഡുകളുമായി ബാർബെറീനി. സൂര്യനും നന്നായി മഴ നനഞ്ഞിട്ടുണ്ട്. വലിയ ചൂടില്ല. വലിയ വെളിച്ചമില്ല. തേനീച്ച ഫൗണ്ടനും ട്രൈറ്റണും ഉണർന്നു വരുന്നു. ട്രൈറ്റണു ചുറ്റും പഴയ പോലെ പ്രാവുകൾ ധാന്യമണികൾ തേടി അലസം നടക്കുന്നു. നമ്മുടെ കുംഭകുലുക്കിക്കമ്മ്യൂണിസ്റ്റ് ഇന്നും ഹാജരുണ്ട്. തലേദിവസം ഇടിഞ്ഞു വീണ ഷെയർ മാർക്കറ്റ് ഉണ്ടാക്കിയ ദുഃഖഭാരം ഞങ്ങളെ കണ്ടതോടെ സന ഇറക്കി വെച്ചു. ഓടിവന്ന് ഓരോരുത്തരുടേയും കൈപിടിച്ച് കുലുക്കി. അമ്മയെ കെട്ടിപ്പിടിച്ചു. ആ സ്നേഹം ഞങ്ങളേയും ഉഷാറാക്കി. ചത്വരത്തിൽ കുറച്ചു കൂടി പ്രകാശം പരന്നു. പ്രാവുകൾ ധാന്യമണികൾക്ക് തിരക്കുകൂട്ടി.

“സഖാവേ, ഞങ്ങളിന്നുച്ചയ്ക്ക് മടങ്ങുകയാണ്. ഇനി വരുമ്പോളൊക്കെ ഞങ്ങൾ താങ്കളെ ഇവിടെ വന്നന്വേഷിക്കും.”

“ആണോ? വീണ്ടും കണ്ടത് ഭാഗ്യമായി.”

സന തന്റെ കുംഭ കുലുക്കി ചിരിച്ചു. ഷാവോ ഷാവോ എന്ന് പറഞ്ഞ് പിന്നെയും പിന്നെയും ഹസ്തദാനം. അമ്മയെ കെട്ടിപ്പിടിച്ച് ഒരു God bless you കൂടിപ്പറഞ്ഞു ആ കമ്മ്യൂണിസ്റ്റനുഭാവി.

"ഞങ്ങൾ ത്രെവി വരെ ഒന്നു പോകുന്നു. യാത്ര പറയണം."

"അത് നന്നായി റോമിൽ നിന്ന് മടങ്ങുമ്പോൾ ത്രെവിയോട് പറയണം. ത്രെവിയോട് ബൈ പറയുമ്പോൾ നാം റോമിനോട് പോയി വരാം എന്ന് പറയുകയാണ്."

ഞങ്ങൾ ട്രൈറ്റൺ പാതയിലൂടെ താഴേക്ക് നടന്നു. വഴിയിൽ ആളുകളും വാഹനങ്ങളും അപൂർവ്വം. രാവിലെതന്നെ പെയ്തു മാറിയ മഴ എല്ലായിടത്തും നനവിന്റെ പുതപ്പിട്ട് മൂടിയിരിക്കുന്നു. ത്രെവിയിൽ നാലഞ്ചാളുകളേയുള്ളൂ. രാവിലെ കുളി കഴിഞ്ഞ് ഈറനുടുത്ത് നില്ക്കുകയാണ് ത്രെവി ചത്വരം. ഓഷ്യാനസ് ദേവൻ ഇപ്പോഴും ഗൗരവത്തിൽതന്നെ, ദൃഢപേശികളൊക്കെ മുഴപ്പിച്ച്. റോമൻ ശില്പവൈദഗ്ധ്യത്തെ തഴുകി ജലത്തിന്റെ അലസനടനം. പിന്നിൽ കാരണവരെപ്പോലെ തലയുയർത്തി പോലിക്കൊട്ടാരം.

ഇത് മൂന്നാം തവണയാണ് ത്രെവിയിലിങ്ങനെ വന്നു നില്ക്കുന്നത്. ഇന്നലെ ഉച്ചച്ചൂടിൽ ജെലാത്തോയെ കൂട്ടുപിടിച്ച്. വൈകുന്നേരം നിലാവിന്റെ മായികവെളിച്ചത്തിൽ. ഇന്നിപ്പോൾ നനവൂറുന്ന തണുത്ത പ്രഭാതത്തിൽ, തിരക്കുകളില്ലാതെ. യാത്ര പറയാൻ ഇതിലും നല്ല പശ്ചാത്തലമില്ല.

ഞങ്ങളഞ്ചു പേരും ത്രെവിക്കു പിന്തിരിഞ്ഞു നിന്നു. ഇന്നലെ എന്റെ കപടനാസ്തികഗീർവാണം സഹിച്ച പോളണ്ടുകാരനും അയാളുടെ കൂട്ടുകാരിയും അവിടെയെങ്ങാനുമുണ്ടോ എന്ന് ഞാനൊന്നു പാളിനോക്കി. പിന്നെ വിടവാങ്ങലിന്റെ വിങ്ങലോടെ, ഒരു ദൈവികാനുഷ്ഠാനത്തിന്റെ വിശുദ്ധിയോടെ, ഇടതുകരം നെഞ്ചോടു ചേർത്തുവെച്ച് വലതു കൈയിലെ നാണയം, തിരിച്ചുവരാനുള്ള കൊതി ചേർത്ത് ഇടതു തോളിന് മുകളിലൂടെ ത്രെവിയിലെ ജലത്തിലേക്കെറിഞ്ഞു. പോലിക്കൊട്ടാരത്തിന്റെ മുകളിൽനിന്നുർന്നിറങ്ങി വന്നൊരു കാറ്റ് ജലധാരയിലൂടെ മദിച്ചുയർന്ന് ക്വിരിനാൽ കുന്നിലേക്ക് നീങ്ങി. അനശ്വര നഗരത്തിന്റെ മുതുമുത്തച്ഛൻ മനസ്സ് ജലത്തിലൂടെ ഉയർന്നുവന്ന് ഞങ്ങളുടെ കവിളുകളിൽ സ്നേഹമുത്തം നല്കി. കവിളുകൾ നനഞ്ഞു. ആ നനവ് ഒരുറപ്പായിരുന്നു. ഹ്രസ്വമെങ്കിലും തീവ്രമായ പ്രണയത്തിന്റെ വിരഹവേദനയോടെ ഞങ്ങൾ തിരിച്ചു നടന്നു.

ഒരു യാത്രികൻ അന്ധവിശ്വാസിയാകുന്നത് ഇങ്ങനെയൊക്കെയാണ്.

ആംബലോക്കിപ്പിയിൽ ഒരു പുലർകാല നടത്തം

ഗ്രീസിലെ യാത്ര ഇന്ന് അവസാനിക്കുകയാണ്. വൈകുന്നേരം അഞ്ചുമണിക്ക് പെഗാസസ് പക്ഷി ആതൻസിൽനിന്ന് ഞങ്ങളെ കൊത്തിയെടുത്ത് പറക്കും. രാവിലത്തെ എട്ടുമണിയടി ഇരുപ്പുമുറിയിലെ വലിയ വട്ടക്ലോക്ക് വെപ്രാളപ്പെട്ട് തീർക്കുന്നു. ഇന്നലെ വളരെ വൈകി, എട്ടരയ്ക്കോ ഒമ്പതിനോ ഇറങ്ങിപ്പോയ പകൽ എപ്പോഴോ തിരിച്ചെത്തിയിട്ടുണ്ട്. ആരും കിടക്ക വിട്ടെഴുന്നേറ്റിട്ടില്ല. ഉറക്കമൊന്നുമല്ല. ഇന്ന് യാത്രാപരിപാടികളൊന്നുമില്ല. അതിന്റെ അലസതയും യാത്ര തീരുന്നതിന്റെ സങ്കടവും കെട്ടിപ്പിടിച്ചു കിടക്കുകയാണ് എല്ലാവരും. ഉത്തേജകൗഷധം പിൻവലിച്ചപോലെ ഊർജ്ജമൊക്കെ ചോർന്നുപോകുന്ന ദിവസം.

എട്ടരയോടെ അലസമായ ആ കിടപ്പും മടുത്ത് ഞാനെഴുന്നേറ്റു. തലേദിവസം സൂര്യഭഗവാൻ സോളാർ പാനലുകളിൽ ഓവർ ടൈം ചെയ്ത് ചൂടാക്കിയിട്ട വെള്ളത്തിലൊരു കുളി. ഒരു കട്ടൻ ചായ. ഉഷാറായി.

ഒമ്പതു മണി. ഒന്നു കറങ്ങിവരാം. വാതിൽ ചാരി പുറത്തിറങ്ങുമ്പോൾ ചെറിയ സ്റ്റൂളിൽ വലിയ പൃഷ്ഠം ഒതുക്കിവെച്ചിരിക്കുന്നു, അഡ്രിയാന അലക്സാന്ദ്ര. ഞങ്ങളുടെ ആതിഥേയ. 'ടൂ റോസസ് ബ്ലൂ ഹൗസ്' എന്ന പേരിൽ കമ്പ്യൂട്ടർ വലയിൽ വിപണനം ചെയ്യപ്പെടുന്ന നീല മുക്കിയ വാടകവീടിന്റെ നടത്തിപ്പുകാരി.

ചോക്ലേറ്റ് കലക്കിയ ചായ മൊത്തിക്കുടിക്കുന്നത് നിർത്തി എഴുന്നേറ്റ് അലക്സാന്ദ്ര ഗുഡ് മോർണിങ് തന്നു. ഇതെന്താ ഇവിടെ എന്നന്തിച്ചുനിന്ന എന്നോട് വീടിന് പുറത്തു നടത്തുന്ന ഇലക്ട്രിക് വയറിങ് പണിയെക്കുറിച്ച് പറഞ്ഞുതുടങ്ങി, ഗ്രീസിൽ ലഭ്യമായ ഏറ്റവും നല്ല ഇംഗ്ലീഷിൽ. ശരിയാണ്, ഇന്നലെ രാവിലെ ഇമെയിലിലൂടെയും വൈകുന്നേരം ഫോൺ വിളിച്ചും അഡ്രിയാന കാര്യം പറഞ്ഞിരുന്നു. ശരീരം 'മദ്ധ്യവയസ്ക' വിട്ടു കുതിക്കുന്നുണ്ടെങ്കിലും

മുഖത്ത് യൗവ്വനം പിടിച്ചുനിർത്തുന്ന വിടർന്ന ചിരി, വലിയ കുസൃതിക്കണ്ണുകൾ. അതാണ് അലക്സാന്ദ്ര.

വീട്ടിൽനിന്ന് റോഡിലേക്കുള്ള ചെറിയ ഇടനാഴിയുടെ വാതിൽ ചാരിയിറങ്ങി. ഇടനാഴിയിലൂടെ പുറത്തെത്തിയാൽ റോഡിനപ്പുറത്ത് ചായക്കട. കഫറ്റേറിയ എന്നു വിളിക്കണം. അതിനുള്ള അന്തസ്സൊക്കെ അതിനുണ്ട്. കടയിൽ കഴിക്കുകയും കുടിക്കുകയും ചെയ്യുന്നവർ കുറവാണെങ്കിലും അകത്തും പുറത്തും കലപില ധാരാളം. കഫ റ്റേറിയയ്ക്ക് ഇടതായി, പലരോട് ചോദിച്ചിട്ടും മനസ്സിലാക്കാൻ കഴി യാതെ പോയ പലനിലക്കെട്ടിടം. ചുറ്റുവട്ടത്തെപ്പോഴും രണ്ടോ മൂന്നോ കടുംനീല യൂണിഫോമുകൾ കടുപ്പിച്ച മുഖത്തോടെ തോക്കുമായി റോന്തു ചുറ്റുന്നുണ്ടായിരിക്കും. ചോദിച്ചവരെല്ലാം തബ തബ കബ കബ എന്ന് വിസ്തരിച്ച് പറഞ്ഞുതന്നു, ഗ്രീക്ക് ഭാഷയിൽ. ഗ്രീക്കു കാർ അങ്ങനെയാണ്. എല്ലാം പറഞ്ഞുതരും. ഗ്രീക്കു ഭാഷയിൽ. നമുക്ക് മനസ്സിലായില്ലെന്നു തോന്നിയാൽ വീണ്ടും പറഞ്ഞുതരും. അതും ഗ്രീക്കിൽതന്നെ. അങ്ങനെ പല തവണകളിലായി പല ശബ്ദ ങ്ങളിലായി, ആംഗ്യങ്ങളിലായി, ഭാവങ്ങളിലായി സംഗതി നമ്മളി ലേക്കരിച്ചരിച്ചിറങ്ങും. അങ്ങനെയാണ് ട്രാഫിക് വകുപ്പിന്റെ ഗൗരവ പ്പെട്ടൊരു മന്ദിരമാണതെന്ന് ഞങ്ങൾക്ക് തോന്നിത്തുടങ്ങിയത്. യഥാർത്ഥത്തിലത് ഹെല്ലെനിക്ക്(ഗ്രീക്ക്) പൊലീസിന്റെ ആസ്ഥാന മന്ദിരമാണെന്ന് ആഗോളവല കുലുക്കി കണ്ടെത്തുകയായിരുന്നു പിന്നീട്.

ഗ്രീസിലെ പ്രധാന ആകർഷണമായ അക്രോപ്പൊലിസിൽനിന്നും രണ്ട് മെട്രോ സ്റ്റേഷനുകൾക്കു മാത്രം ദൂരെയാണെങ്കിലും, പ്രധാന പാത വിട്ടാൽ ഒതുക്കമുള്ളൊരു ഗ്രാമച്ഛായയാണ് ഞങ്ങൾ താമസി ക്കുന്ന ആംബലോക്കിപ്പിക്ക്. (പറഞ്ഞു പറഞ്ഞു ഗ്രീക്കുകാരന്റെ ആംബലോക്കിപ്പിയെ ഞങ്ങൾ അമ്പലംപൊക്കിയാക്കിയിരുന്നു). അതുകൊണ്ടായിരിക്കാം ഒമ്പതു മണിയായിട്ടും വഴിയിൽ ആളുകൾ കുറവാണ്. കടകൾ തുറക്കുന്നതേയുള്ളൂ. സുന്ദരന്മാരും സുന്ദരി മാരും പ്രേമചാപല്യങ്ങളുമായി പുറത്തേക്കെത്തിയിട്ടില്ല. കമിതാ ക്കളെപ്പോലെതന്നെ വെയിലിനും ചൂടു പിടിച്ചിട്ടില്ല.

വീടിനു മുന്നിലെ റോഡ് കഴിഞ്ഞ് വലത്തു വഴിയിലേക്ക് തിരിഞ്ഞ പ്പോൾ പാപാ ജോൺ വെളുക്കെ ചിരിച്ച് ഗുഡ് മോർണിങ്ങ് പറഞ്ഞു. കട തുറക്കുകയാണ് ജോൺ. നാലഞ്ചു ദിവസത്തെ പരിചയം. ഒരു പാക്കറ്റ് ബ്രഡ്ഡും നാലു പാത്രം തൈരും പത്തു കോഴിമുട്ടയും വാങ്ങി യപ്പോൾ ഗ്രീസിലേയും ഇന്ത്യയിലേയും വിശേഷങ്ങൾ കൈമാറി യുണ്ടായ അടുപ്പം. കടയ്ക്കു മുമ്പിൽ പന്തലിച്ചു പച്ചച്ചു നില്ക്കുന്ന മേപ്പിൾ മരത്തിനും പാപായുടെ നീണ്ട ചുരുണ്ട മുടി നിറഞ്ഞ ഹിപ്പി ത്തലയ്ക്കും ഒരേ ഛായയാണ്.

ഈ ചെറിയ തെരുവിന്റെ വലതു വശത്ത് കാറുകൾ പാർക്ക് ചെയ്തിട്ടിരിക്കയാണ്. രണ്ടു വശങ്ങളിലും നല്ല നടപ്പാത. ഓരങ്ങളിൽ സൂര്യവെളിച്ചം പിശുക്കി താഴേക്ക് വിടുന്ന മേപ്പിൾ, ഒലിവ്, ഓറഞ്ച്, ആൽമണ്ട്, അരളി മരങ്ങൾ. റോട്ടിലൊരു പായ വിരിച്ചു കിടക്കാൻ തോന്നും. ആതൻസിലെ ഉൾവഴികളൊക്കെ ഇങ്ങനെയാണ്. അരികുകളിലൊക്കെ മരങ്ങൾ നിറഞ്ഞ്.

വഴി ഇടത്തോട്ട് വളഞ്ഞു പോയി മറ്റൊരു റോഡിന്റെ ശാഖയായി ചേരുന്നു. ഞാൻ വളവിൽനിന്നും വലത്തോട്ടു കയറി. ടെറക്കോട്ട ടൈലുകൾ വിരിച്ച് മനോഹരമാക്കിയ ചെറിയൊരിടം. നാലഞ്ച് ഈന്തപ്പനകൾ പട്ടകൾ വിടർത്തി നില്ക്കുന്നുണ്ട്. അവയ്ക്കിടയിലായി പന്തലിച്ചു നില്ക്കുന്ന രണ്ട് ജക്കരാണ്ട (jacaranda) മരങ്ങൾ. പച്ചപ്പിലും പരിസരങ്ങളിലും തത്തിക്കളിക്കുന്ന സ്വച്ഛത. ശൂന്യമായിക്കിടക്കുന്ന രണ്ട് ചാരുബഞ്ചുകൾ. അവിടേക്ക് ചെറിയൊരു കാറ്റ് കയറിവന്നു. പ്രഭാതത്തിലെ ആദ്യത്തെ കാറ്റായിരിക്കും. പനമ്പട്ടകളും ജക്കരാണ്ടയിലകളും ഇളകിയാടി.

ഒരു ചെറിയ പാർക്കിന്റെ ഭാവമുള്ള ആ കൊച്ചു സ്ഥലം ഞാൻ, അന്ന് കണ്ടുമുട്ടിയ ആദ്യ പ്രണയജോഡികൾക്കൊപ്പം മുറിച്ചു കടന്നു. ഇപ്പുറം ഇരുവരി റോഡാണ്. വാഹനത്തിരക്കായിത്തുടങ്ങിയിട്ടുണ്ട്. യവനജോഡികൾ വലത്തോട്ട് തിരിഞ്ഞ് മെട്രോ ഭാഗത്തേക്ക് നടന്നുപോയി. പയ്യൻ മെലിഞ്ഞ്, പെണ്ണിനോളം പൊക്കമില്ലാതെ. നീട്ടിയ മുടി പിന്നിൽ കെട്ടിവെച്ചിരിക്കുന്നു. താഴേക്ക് നിരങ്ങുന്ന ജീൻസിനും മുകളിലേക്ക് വലിയുന്ന കറുത്ത ബനിയനുമിടയിൽ ഇടയ്ക്കിടയ്ക്ക് തല കാണിക്കുന്ന വെളുത്ത അടിവസ്ത്രം. മുമ്പ് മുഖത്തു കണ്ട ശാന്തത പിന്നിൽനിന്ന് നോക്കുമ്പോഴും അനുഭവപ്പെടും. ആൺകുട്ടിയുടെ വലതുകരം പെൺകുട്ടിയുടെ ഭൂമദ്ധ്യരേഖ ചുറ്റിപ്പോകുന്നു. പെൺകുട്ടി ധരിച്ചിരിക്കുന്ന ചുവന്ന കുട്ടിപ്പാവാടയും മഞ്ഞ കൈയില്ലാത്ത മേലുടുപ്പും അവളുടെ ശരീരവടിവും കാലുകളുടെ ഭംഗിയും പ്രസരിപ്പിക്കുന്നു. ഇളംകാറ്റിൽ പറക്കാൻ ശ്രമിച്ച് പരാജയപ്പെടുന്ന കറുത്ത മുടിയിഴകൾ അവളുടെ പിന്നിൽനിന്നുള്ള കാഴ്ചയ്ക്ക് അഴകു കൂട്ടി.

ആതൻസിലെ കമിതാക്കൾ ഇംഗ്ലണ്ടിലെപ്പോലെ അക്രമാസക്തരല്ല. ലണ്ടനിലെ പാർക്കുകളിലും തെരുവുകളിലും പൊടുന്നനെ അരങ്ങേറുന്ന പ്രണയചാപല്യങ്ങൾ കണ്ടാൽ അവരൊരു ബലാത്സംഗത്തിലേക്ക് കടക്കുകയാണെന്ന് തോന്നും. ഏതായാലും യവനപ്രണയം അതിന്റെ അന്തസ്സ് നിലനിർത്തുന്നുണ്ട്.

പ്രണയിനികളെ കാഴ്ചയിൽനിന്ന് ഇറക്കിവിട്ടപ്പോഴേക്കും റോഡിൽ ചെറിയ ട്രാഫിക് ജാം രൂപപ്പെട്ടിരുന്നു. റോഡ് എളുപ്പത്തിൽ മുറിച്ചു

കടക്കാൻ അത് സഹായിച്ചു. റോഡിനപ്പുറം ലാറി ബേക്കർ നിർമ്മിതിയാണോയെന്ന് തോന്നുന്ന ഒരു പള്ളിയാണ്. പള്ളിക്കു ചുറ്റുമുള്ള സ്ഥലം ഇഷ്ടിക വിരിച്ച് ഭംഗിയാക്കിയിട്ടുണ്ട്. ഇന്നലെ രാത്രി ഇവിടെ വരുമ്പോൾ പിരിഞ്ഞു പോകുന്ന സൂര്യന്റെ മൃദുലപ്രഭയിൽ, പള്ളിക്കു ചുറ്റുമിട്ട കസേരകളിൽ മധുപാനവും മതിവരുവോളം തീറ്റയുമായിരുന്നു. ചുറ്റുമുള്ള റെസ്റ്റോറന്റുകാർ പള്ളിപ്പറമ്പ് കയ്യേറിയതൊന്നുമല്ല. വാടക കൊടുത്ത് ഔദ്യോഗികമായിത്തന്നെയാണ്. നമുക്കിക്കാര്യത്തിൽ തോന്നുന്ന അസ്കൃതയൊന്നും ഇവിടത്തുകാർക്ക് തോന്നുന്നില്ല. ദൈവത്തിനുള്ളത് ദൈവത്തിന്, പള്ളിക്കുള്ളത് പള്ളിക്ക്, പള്ളയ്ക്കുള്ളത് പള്ളയിലേക്ക്. അതാണ് നയം. നമ്മുടെ കപടാദർശങ്ങളേക്കാൾ എത്രയോ തെളിച്ചമുണ്ട് ഈ നേർവഴികൾക്ക്.

വെള്ള പൂശിയ മാടങ്ങളല്ല ഇവിടെ ഈ ദേവാലയങ്ങൾ. മണ്ണിന്റെ നിറമുള്ള പോസ്റ്റ് ബൈസന്റൈൻ നിർമ്മിതികളാണ്. ചുറ്റുമതിലിന്റെ തടവുകളില്ലാതെ മണ്ണിലേക്കും മനുഷ്യനിലേക്കും നീങ്ങിക്കിടക്കുന്ന സുന്ദരനിർമ്മിതികൾ. മതിൽക്കെട്ടിന്റെ മറയിലല്ലാതെ ദേവാലയങ്ങളുണ്ടോ കേരളത്തിൽ. മുമ്പൊക്കെ ചില അമ്പലങ്ങളുണ്ടായിരുന്നു. പാടത്തിന്റെ നടുക്കോ വലിയ മൈതാനത്തോ മതിൽമറവില്ലാതെ സ്നേഹപുരസ്സരം നിന്നവ.

ഒമ്പതു മണിയായിട്ടും ആളുകൾ നന്നേ കുറവാണ് പള്ളിയിൽ. പ്രഭാതപ്രാർത്ഥനകൾ കഴിഞ്ഞതാണോ? ആകെ ആറോ ഏഴോ ആളുകൾ. വെളിച്ചവും മടിച്ചുമടിച്ചാണ് അകത്തേക്ക് കയറുന്നത്. നാലു വരിയായിട്ട ചാരുബഞ്ചുകൾ ഭക്തരുടെ വരവു കാത്ത് സങ്കടപ്പെടുന്നുണ്ട്. അൾത്താരയ്ക്കു താഴെ ചെറിയ കൈവരികളാൽ സംരക്ഷിക്കപ്പെട്ട് സുവർണ്ണകമ്പളത്താൽ പുതച്ച് മേശമട്ടിലൊരു പീഠം. അതിന്റെ ഉയർന്ന ഭാഗത്ത് വശങ്ങളിലെ രണ്ടു മെഴുകുതിരികൾക്കിടയിലായി ഒരു മരക്കുരിശ്. താഴെ ക്രിസ്ത്യാനികളുടെ പട്ടാളപ്പുണ്യാളൻ കുന്തക്കാരൻ സെന്റ് ജോർജ് കുതിരപ്പുറത്തിരിക്കുന്നു. പീഠത്തിനു വലതുഭാഗത്ത് ആർഭാടങ്ങളൊന്നുമില്ലാത്ത തടിക്കസേരയിൽ ഒരു വൃദ്ധപുരോഹിതൻ. നരച്ച തല, നരച്ച താടി, നരച്ച മുഖഭാവം. പുരോഹിതന് തൊണ്ണൂറു ഡിഗ്രിയിലായി പുരോഹിതനേക്കാൾ വാർദ്ധക്യവും സൗമ്യതയും തേജസ്സുമായി ഒരു സ്ത്രീ. സാഹചര്യത്തെളിവുകൾ അതൊരു കുമ്പസാരമെന്നു പറയുന്നുണ്ടെങ്കിലും ഒരു കുശലാന്വേഷണത്തിന്റെ ചേഷ്ടകളാണ് കൂടുതലും. ചുരുണ്ടു ചെമ്പിച്ച മുടിയും വെള്ളാരങ്കൽ കണ്ണുകളുമായി കലണ്ടറിലെ മാലാഖമാർക്കിടയിൽനിന്ന് ഇറങ്ങിവന്നൊരു ചെറുപ്പക്കാരൻ ജനലഴികളും പടികളും തുടച്ചുകൊണ്ട് നില്ക്കുന്നു. അയാളിൽനിന്നാണ് അത് സെന്റ് ദിമിത്രിയോസ് പള്ളിയാണെന്ന് ഞാൻ മനസ്സിലാക്കിയത്. രണ്ടു മിനിട്ടോളം അയാളുടെ ഗ്രീക്ക് കഥകളി കാണേണ്ടിയും വന്നു.

എനിക്കൊന്നും മനസ്സിലായില്ല. ഈ ദിമിത്രിയോസ് തന്നെ കഷ്ടിച്ചാണ് മനസ്സിലായത്. പുണ്യാളൻ ജോർജിന്റെ ഗ്രീക്ക് പരാവർത്തനമാണ് ദിമിത്രിയോസ്. ഗ്രീസിൽ വളരെ ജനപ്രിയനാണ് ദിമിത്രിയോസ്. ചത്വരങ്ങളിലും പള്ളികളിലും ധാരാളമായി അദ്ദേഹം 'കുന്തപ്പെട്ടു' നില്ക്കുന്നതു കാണാം.

കുന്തക്കാരൻ പുണ്യാളനോട് വിട പറഞ്ഞിറങ്ങി. ഇടതുവശം ചേർന്ന് പള്ളിയൊന്നു പകുതി ചുറ്റി, അപ്പുറത്തെ ചെറുവഴിയിലേക്കിറങ്ങി. ഇരുകരകളിലും ചെറിയ കടകളും ബേക്കറികളും ബജറ്റ് റെസ്റ്റോറന്റുകളുമുള്ള ഈ റോഡ് ഉടനെതന്നെ ഒരു മുക്കവലയിലേക്കോടിക്കേറുന്നു.

ഇതേ മുക്കവലയും കവലയിൽനിന്നും മുളച്ചിറങ്ങുന്ന മൂന്നു വഴികളുമാണ് കഴിഞ്ഞ ദിവസം ഞങ്ങളെ അത്ഭുതപ്പെടുത്തിക്കളഞ്ഞത്. ആതൻസ് മെട്രോയിൽ കൂട്ടട്ടിക്കറ്റെടുത്തതിനാൽ യാത്രാച്ചെലവും ബുദ്ധിമുട്ടും കുറവായിരുന്നു. രാവിലെ എട്ടരയ്ക്കു പോയി രണ്ടു മണിക്ക് വെയിൽ മൂക്കുമ്പോൾ വീട്ടിൽ തിരിച്ചെത്തും. പിന്നെ ഇരുകറിച്ചോറും അച്ചാറും വെച്ചൊരു പിടുത്തം. രണ്ടു മണിക്കൂർ കിടത്തം. അനന്തരം കാഴ്ചകളിലേക്ക് വീണ്ടും. അതാണ് പതിവ്. ഇന്നലെ ഒരു മണിക്കു മുമ്പേ വീട്ടിലെത്തിയപ്പോൾ, കുട്ടികളേയും അമ്മയേയും ഉച്ചഭക്ഷണത്തിന്റെ അവസാന മിനുക്കുകളിലേക്ക് വിട്ട് ഞാനും മിനിയും കൂടി പത്തു മുട്ടയ്ക്കും ഇത്തിരി പച്ചക്കറിക്കും അന്വേഷിച്ചിറങ്ങി. മുട്ട പാപാ ജോൺ തരും. പച്ചക്കറി? ഒന്നുരണ്ടു ചെറുകടകളിൽ കയറി ചോദിച്ചു. കണ്ടുമുട്ടിയ നാലഞ്ചു വഴിയാത്രക്കാരോടും ചോദിച്ചു. ഇംഗ്ലീഷിലും മലയാളത്തിലും മാറിമാറി ചോദിച്ചു. വെജിറ്റബിൾ, തക്കാളി, ഉള്ളി, പച്ചക്കറി, ടുമാറ്റോ എവിടെ കിട്ടും? വെജിറ്റബിൾ മാർക്കറ്റ് വേർ? സൗഹാർദ്ദപൂർവ്വം കബതബ പറഞ്ഞ് വഴിമുടക്കി നിന്നതല്ലാതെ വിവരവിനിമയം നടന്നില്ല. അപ്പോഴാണ് ദിമിത്രിയോസ് ദേവൻ പറഞ്ഞുവിട്ട പോലെ ഒരു സുന്ദര തടിയൻ പള്ളിയിൽ നിന്നിറങ്ങിവന്നത്. തടിമാടനെന്നാക്ഷേപിക്കപ്പെടാൻ മാത്രം തടിയൊന്നുമില്ല. മുഖം മുതൽ കാൽനഖം വരെ തുള്ളിക്കളിക്കുന്ന മാംസക്കൂനകളാണ് ശരീരമുദ്ര. മുഖമാംസപ്പരപ്പിൽ നിന്നും തെളിഞ്ഞുയരുന്ന ശിശുസമാന പാൽപ്പുഞ്ചിരി. ഞങ്ങളുടെ ആവശ്യം മനസ്സിലായിട്ടാണോയെന്നറിയില്ല അദ്ദേഹം പള്ളിക്കു പിന്നിൽ ഇടതുവശത്തേക്ക് കൈയുയർത്തിച്ചൂണ്ടി. കക്ഷത്തിനു താഴെയപ്പോൾ മാംസക്കുഞ്ഞുങ്ങൾ ഇളകിയാടി.

"efcharisto." ഞങ്ങൾ ഗ്രീക്കിൽ നന്ദി പറഞ്ഞു.

മൂപ്പർക്കത് ക്ഷ പിടിച്ചു. ഗ്രെക്കോ പാൽപുഞ്ചിരി പരന്നൊഴുകി.

പള്ളിക്കു പിന്നിലെ കവലയിൽ, നെൽക്കതിർ തേടിപ്പറന്ന കിളി നെൽവയലിൽ വീണപോലെ ഞങ്ങൾ അന്തിച്ചുനിന്നു. കവലയിലും

രണ്ടു കൈവഴികളിലും കച്ചവടത്തിരക്കാണ്. ഒരു ഭാഗത്ത് പച്ചക്കറികളുടെ നിറവ്. വിവിധ നിറങ്ങളിൽ പഴക്കൂനകൾ, പച്ചക്കറിക്കൂമ്പാരങ്ങൾ. മഞ്ഞമണിത്തുടുപ്പുമായി ചോളസുന്ദരികൾ. ഇലപ്പച്ചയുടെ താഴ്‌വാരങ്ങൾ. അതിനുമപ്പുറം മുട്ടക്കച്ചവടക്കാർ ഒരുക്കിവെച്ച വെള്ള പിരമിഡുകൾ. അവയുടെ പിന്നിലെ കൂടുകളിൽനിന്ന് കോഴിക്കുരവകളുടെ സിംഫണി. റോട്ടിലേക്കിറക്കി വെച്ച മരത്തട്ടുകളിലും നിലത്തു വിരിച്ചിട്ട തുണികളിലുമാണ് ചരക്കുകൾ. അതിനു പിന്നിൽ നിറയെ ച്ചിരിച്ച് തങ്ങളുടെ വിളകളെ അഭിമാനത്തോടെ പരിചയപ്പെടുത്തുന്ന ആതൻസിന്റെ കർഷകഗ്രാമങ്ങൾ.

കവലയിലെ രണ്ടാമത്തെ വഴിയിൽ കൃഷി ഉപകരണങ്ങൾ, അടുക്കള സാമഗ്രികൾ, മറ്റു ഗൃഹോപകരണങ്ങൾ, വസ്ത്രങ്ങൾ, ചെറു ഫർണീച്ചറുകൾ എന്നിവ കലപില കൂട്ടിക്കിടക്കുന്നു. അവിടേയും തിരക്കിനു കുറവൊന്നുമില്ല. പക്ഷേ, കച്ചവടസ്ഥലത്തെ ചന്തയാക്കുന്ന അലമ്പും ബഹളങ്ങളും ഒന്നുമില്ല താനും, രണ്ടിടത്തും. പണ്ട് ഞങ്ങളുടെ ഗ്രാമത്തിൽ ചീരംകുളങ്ങര പാടത്ത് ആണ്ടിലൊരിക്കൽ നടന്നിരുന്ന വിഷുവാണിഭത്തിന്റെ ആമ്പിയൻസ്.

ഇത് ആതൻസിന്റെ പ്രശസ്തമായ വഴിവാണിഭം. ലെയ്ക്കി മാർക്കറ്റ് (Laiki agora). തൃശ്ശൂർ തേക്കിൻകാട് റൗണ്ടിലെ നടപ്പാത കയ്യേറി നടത്തുന്ന ഞായറാഴ്ചക്കച്ചവടമല്ലിത്. വിൽക്കുന്നവന് ന്യായവിലയും വാങ്ങുന്നവന് ഗുണനിലവാരവും ഉറപ്പാക്കുന്ന ഔദ്യോഗിക സംവിധാനം. കർഷകഗ്രാമങ്ങളുടേയും ഉപഭോക്തൃനാഗരികതയുടേയും സൗഹൃദസമ്മേളനം കൂടിയാണ് ഈ ചന്തകൾ. ഗ്രീസിൽ സൂപ്പർ മാർക്കറ്റുകളുടെ അധിനിവേശത്തെ വലിയൊരു പരിധിവരെ പ്രതിരോധിച്ചത് ഇവരാണ്. കാർഫോർ തുടങ്ങിയ ചന്തഭീകരർ ഇപ്പോൾ ചങ്ങലക്കണ്ണികൾ വിരിച്ചിട്ടുണ്ടെങ്കിലും ഗ്രീക്ക് ആം ആദ്മിക്ക് താല്പര്യം ഈ ചന്തകളാണ്. ഈ വിനീത വാണിഭയിടങ്ങൾ അത്യാഡംബരങ്ങൾ കാട്ടി അവന്റെ ദാരിദ്ര്യത്തെ പരിഹസിക്കുന്നില്ല. അധികാരയുക്തമായ ചേഷ്ടകളിലൂടെ അവനെ അന്യവല്ക്കരിക്കുന്നില്ല. പുതുകാല സാമ്പത്തികമാന്ദ്യത്തിൽ ദാരിദ്ര്യരേഖയ്ക്കു താഴേക്ക് തെന്നിവീഴുന്ന യവനകുടുംബങ്ങൾ ഈ വാണിഭവഴികളിൽ വന്നു നിറയുന്നു. ഒരാഴ്ചയ്ക്കുള്ള പച്ചക്കറികൾ, ഇലവർഗ്ഗങ്ങൾ, മുട്ട, ചീസ് എന്നിവയൊക്കെയുമായി മടങ്ങുന്നു.

ഓരോ ഇനം പച്ചക്കറിയും പല ഗ്രേഡുകളിലുണ്ട്. പുലർച്ചെ നാലിനും നാലരയ്ക്കും കൃഷിപ്പാടങ്ങളിൽ നിന്നും കർഷകർ പുറപ്പെടുന്നത് അന്നത്തെ പുത്തൻവിളവും പറിച്ചെടുത്താണ്. ഇതാണ് ഒന്നാം തരം. പിന്നങ്ങോട്ട് ഗുണവും പഴക്കവും വെച്ച് താഴ്ന്ന തരങ്ങൾ. തരം താഴുമ്പോൾ വിലയും താഴും. സമയം വൈകുമ്പോഴും വിലകൾ താഴേക്ക് വീഴും. രാവിലെ ഏഴരയോടെ തുടങ്ങുന്ന കച്ചവടം

രണ്ടരയോടെ പൂട്ടിക്കെട്ടും. അപ്പോഴാണ് വിലക്കിഴവിന്റെ അയ്യരുകളി. അടുപ്പമുള്ള സുഹൃത്തുക്കൾക്കും സാമ്പത്തികമായി ബുദ്ധിമുട്ടുന്ന കുടുംബങ്ങൾക്കും പച്ചക്കറികൾ വളരെ വില കുറച്ചോ ചിലപ്പോഴൊക്കെ സൗജന്യമായിത്തന്നെ നല്കിയോ ആണ് നന്മ നിറഞ്ഞ ഗ്രാമങ്ങൾ തിരിച്ചുപോകുന്നത്.

ചിത്രകല, ശില്പകല, പുരാവസ്തുശാസ്ത്രം, ഖനനം തുടങ്ങിയ വിഷയങ്ങളിൽ പഠനഗവേഷണങ്ങൾക്കെത്തുന്ന വിദേശവിദ്യാർത്ഥികൾ ഈ ചന്തകൾക്കടുത്ത് താമസസ്ഥലവും ചന്തകളിൽനിന്ന് 'വിലവിമുക്ത' പച്ചക്കറികളും തരപ്പെടുത്തുന്നത് പതിവാണത്രേ. അങ്ങനെ മാനുഷികവും സോഷ്യലിസ്റ്റിക്കുമായ പരിസരം കൂടിയുണ്ട് ഈ ചന്തവഴികൾക്ക്.

ഒന്നരമണി നേരത്ത് ഉച്ചസൂര്യനേയും കൊണ്ട് ഞങ്ങളിവിടെയെത്തുമ്പോൾ കച്ചവടം വിലക്കിഴിവിന്റെ ഉച്ചിയിലായിരുന്നു. മിനി അത്ഭുതലോകത്തെ ആലീസായി. ചിലയിനങ്ങൾക്ക് തൃശൂർ ശക്തൻ മാർക്കറ്റിലെ വിലയേയുള്ളൂ. മൂന്നാം തരങ്ങൾക്ക് അത്ര കൂടി വിലയില്ല. അവയാകട്ടെ നമ്മുടെ ഒന്നാം തരത്തേക്കാൾ മുന്തിയതുമാണ്. ഓരോ കൂനയ്ക്കു മുകളിലും വിലക്കുറ്റികളുമുണ്ട്. വിലപേശലില്ല. പേശാൻ മാത്രം അധികവിലയില്ല.

ചുവന്ന ബനിയനുമേൽ കറുത്ത ജാക്കറ്റിട്ട് വിയർക്കുന്ന ഒരു താടിക്കാരൻ സുന്ദരനിൽനിന്നും മൂന്നാംതരം തക്കാളി നാലെണ്ണമെടുത്ത് വിലയിടാൻ ഏൽപ്പിച്ചു. സുന്ദരനത് തൂക്കിനോക്കാതെ വിലയിടാതെ കബതബ മൊഴിഞ്ഞ് കൊണ്ടുപൊയ്ക്കോളൂ എന്ന് മുദ്ര കാട്ടി. എന്തായിരുന്നു ആ കബതബ? ദരിദ്രവാസികൾ, നാലു തക്കാളിക്ക് വന്നിരിക്കുന്നു എന്നാണോ. ഞങ്ങൾ പ്രതിഷേധപൂർവ്വം സാധനം തിരികെ വെച്ചു. സുന്ദരൻ സൗഹാർദ്ദം ചിന്തുന്ന ചിരിയുമായി ഞങ്ങളെ തടഞ്ഞുനിർത്തി. കബതബേ കുറച്ച് മുദ്രകൾ കൂട്ടി കാര്യം പറഞ്ഞു. എല്ലാം കൂടി ഞങ്ങൾ മനസ്സിലാക്കിയെടുത്തത് ഇങ്ങനെ: കൂട്ടുകാരേ, ഇത് വിലയിടാൻ മാത്രമൊന്നുമില്ല. ഇതിലും കൂടുതൽ നിങ്ങൾക്കാവശ്യവുമില്ലായിരിക്കും. നിങ്ങൾ ടൂറിസ്റ്റുകളല്ലേ, ഞങ്ങൾക്കു പ്രിയപ്പെട്ടവരല്ലേ. ഇത് കൊണ്ടുപോകണം. ഞങ്ങളുടെ സന്തോഷത്തിന്... ഇത്തരം ചെറിയ ചെറിയ സന്തോഷങ്ങളാണ് പലപ്പോഴും യാത്രകളുടെ വലിയ പ്രചോദനങ്ങൾ. പലയിടങ്ങളിൽ നിന്നായി ഞങ്ങൾ പച്ചക്കറികൾ വാങ്ങിക്കൂട്ടി. ആതൻസിൽ നിന്നും രണ്ടു ദിവസത്തിനു ശേഷം മടങ്ങുകയാണെന്നുള്ളത് ഞങ്ങളെയപ്പോൾ സങ്കടപ്പെടുത്തി.

ഇവിടെ കച്ചവടത്തിനെത്തുന്നവർക്ക് രണ്ടുതരം ലൈസൻസാണ് നല്കുന്നത്. സ്വന്തം കൃഷിയിടങ്ങളിൽ നിന്ന് കായ്കനികളുമായെത്തുന്നവർക്ക് ഉത്പാദകൻ ലൈസൻസ് (producer's license).

തുണിത്തരങ്ങൾ, ഉപകരണങ്ങൾ തുടങ്ങിയവ വാങ്ങിവന്ന് വില്ക്കുന്നവർക്ക് പ്രഫഷണൽ ലൈസൻസ്. രണ്ട് ലൈസൻസിനും രണ്ട് വർഷം പട്ടാളസേവനം നിർബന്ധം.

തിരിച്ചു പോരുമ്പോൾ താടിക്കാരൻ സുന്ദരനെ വീണ്ടും കണ്ടു. നിറഞ്ഞ ചിരിയോടെ അയാൾ സ്വീകരിച്ചു. മൂപ്പർക്കും ഉണ്ടാവട്ടെ സന്തോഷം എന്നു കരുതി ഓരോ കിലോ ചെറിപ്പഴങ്ങളും ചോളവും മുന്തിരിയും വാങ്ങി. എല്ലാംകൂടി കണക്കാക്കി വില കൊടുക്കുമ്പോൾ പഴയ നാലു തക്കാളിയുടെ വില കൂടിയെടുക്കാൻ പറഞ്ഞു. നോ നോ യൂ മൈ ഫ്രണ്ട്. നോ യൂറോ. നോ യൂറോ. ദാറ്റ് ഫ്രീ. അടുത്ത കൂട്ടുകാരോടെന്നപോലെ ആംഗ്യങ്ങളുടേയും ബഹളങ്ങളുടേയും പൂത്തിരിച്ചിരിയുടേയും അകമ്പടിയോടെ അത്രയും അയാൾ പറഞ്ഞൊപ്പിക്കുമ്പോൾ ഞാൻ മിനിയോട് പറഞ്ഞു. ''എന്തൊരു സുന്ദരനാണീ താടിക്കാരൻ!''

1923ൽ, യവന കുലപതി എന്ന് വർണ്ണിക്കപ്പെടുന്ന ഇലസ്തേറ്യോസ് വെനിസെലോസ് അവതരിപ്പിച്ചതു മുതൽ മാതൃകാപരമായ നിയന്ത്രണങ്ങളിലും നിരീക്ഷണത്തിലും ആണ് ഈ ജനകീയച്ചന്തകൾ പ്രവർത്തിക്കുന്നത്. ആതൻസിലും തുറമുഖനഗരമായ പൈറിയസിലും സൊസൈറ്റിയാണ് ഇതിന് നേതൃത്വം നല്കുന്നത്. കച്ചവടക്കാരെ ഒരുക്കുന്നതും മൊബൈൽ കെമിക്കൽ ടോയ്ലറ്റുകളടക്കമുള്ള സൗകര്യങ്ങൾ ഏർപ്പെടുത്തുന്നതും ഈ സൊസൈറ്റിയാണ്. ആതൻസിന്റെ പല ഭാഗങ്ങളിൽ ഓരോ ദിവസങ്ങളിലായിട്ടാണ് ഈ ചന്തകൾ നടക്കുന്നത്. ആംബലോക്കിപ്പിയിൽ അത് ഇന്നലെ, ശനിയാഴ്ചയായിരുന്നു.

ഇന്നിപ്പോൾ പഴയ ചന്തസ്ഥലത്തൊക്കെ രണ്ടു വശങ്ങളിലുമായി നിരനിരയായി കിടന്നുറങ്ങുകയാണ് സ്വകാര്യ കാറുകൾ. ലെയ്ക്കികളുള്ള ദിവസങ്ങളിൽ ഇവിടെ പാർക്ക് ചെയ്യുന്നത് ശിക്ഷാർഹമാണ്. കാറുകൾക്കപ്പുറം ഓറഞ്ചു മരങ്ങളുടെ നിരകളാണ്. പച്ചയുടെ യൗവ്വനത്തഴപ്പുകൾക്കിടയിൽ ഒളിഞ്ഞും തെളിഞ്ഞും ഓറഞ്ച് താരുണ്യങ്ങൾ. ടർക്കിയിലെ സെൽജുക്ക് എഫസസ് പ്രദേശങ്ങളിലും ഈ കുഞ്ഞൻ മരങ്ങൾ മഞ്ഞഗോളങ്ങളേയും താങ്ങി പാതയോരങ്ങളിൽ നില്ക്കുന്നത് കണ്ടിട്ടുണ്ട്.

റോഡിന്റെ ഇരുവശങ്ങളിലും വരിയിട്ടു നില്ക്കുന്ന ഈ ഓറഞ്ചു മരങ്ങളും ഫ്ളാറ്റുകളുടെ ബാൽക്കണികളിലെല്ലാം തിക്കിത്തിരക്കി പുറത്തേക്കിറങ്ങുന്ന ഇലച്ചെടികളും പൂക്കളും ചേർന്ന് വല്ലാത്തൊരു കാൽപ്പനിക സൗന്ദര്യം നല്കുന്നുണ്ട് ആതൻസിലെ പാർപ്പിടസ്ഥലങ്ങളിലെ റോഡുകൾക്ക്. ശൈത്യകാലത്തോടടുക്കുമ്പോൾ ഓറഞ്ചുകളുടെ എണ്ണവും ഭംഗിയും വർദ്ധിക്കുമത്രേ. ക്രിസ്തുമസ് മരങ്ങളിലെ മഞ്ഞവിളക്കുകൾ പോലെ അവയങ്ങനെ തൂങ്ങിക്കിടക്കുമത്രേ. നമുക്ക്

പരിചിതമായ മധുരനാരങ്ങകളല്ല ഇവ. കാണാനുള്ള ചന്തമേയുള്ളു, സാധനം ഭയങ്കര കയ്പാണ്. തോല് കളഞ്ഞ് പലതവണ തിളപ്പിച്ച് വെള്ളമൂറ്റിക്കളഞ്ഞ്, പതിന്മടങ്ങ് മധുരം ചേർത്ത് വഴറ്റിയാലേ വായിൽ വെക്കാവുന്ന ജാമെങ്കിലുമാവൂ. ഗ്രീസിലെ ഉൾഗ്രാമങ്ങളിൽ ഇപ്പോഴും അതിഥിസത്കാരത്തിന് ഈ 'മാരകമധുരം' വിളമ്പുന്നുണ്ടത്രേ. വെറുതെയല്ല നവലോകപട്ടിണിക്കാലത്തും ഈ ഓറഞ്ചുകളിങ്ങനെ ആർക്കും വേണ്ടാതെ തൂങ്ങിക്കിടക്കുന്നത്. ഏതായാലും ഏതാനും ദിവസങ്ങളെ മധുരിപ്പിച്ച ഗ്രീസിന്റെ ഓർമ്മയ്ക്ക് കയ്പിന്റെ ഒരു പഴം കൈക്കലാക്കാൻ ഞാൻ ഒരുങ്ങി. കുഞ്ഞൻമരങ്ങളെന്നൊക്കെ തോന്നിയെങ്കിലും ഓറഞ്ചുകൾ അല്പം ഉയരത്തിൽതന്നെയാണ്. സംഗതി നിയമവിരുദ്ധമാകുമോ എന്ന ശങ്ക കൂടിയാവുമ്പോൾ കൈ കളങ്ങോട്ടെത്തുന്നില്ല. അപ്പോഴാണ് വിജനമായ ഞായറാഴ്ചയിൽ നിന്ന് ഒരു സുഹൃത്തെത്തിയത്. തലയിലെവിടെ ഒതുങ്ങിക്കൂടണ മെന്നറിയാതെ പരക്കം പായുന്ന നീണ്ടു ചുരുണ്ട മുടി തൊപ്പി വെച്ചൊതുക്കാൻ ശ്രമിച്ചിട്ടുണ്ട്. അർദ്ധമനസ്സോടെ പൊങ്ങിനില്ക്കുന്ന ചെറിയ മുഖരോമങ്ങൾ. കനത്ത കണ്ണടയുടെ ആഴങ്ങളിൽ നിന്ന് കൂർത്തുവരുന്ന കണ്ണുകൾ. തന്റെ കൂടിയ പൊക്കവും ചെറിയ ചാട്ടവും കൊണ്ട് മൂപ്പർ ഒരോറഞ്ച് പൊട്ടിച്ചു തന്നു.

"ഇൻന്ത്യൻ?"

"അതെ."

"ഇത് ഭയങ്കര കയ്പാണ്."

"എനിക്കറിയാം. ഒരെണ്ണം കയ്യിലിരിക്കട്ടെ എന്നു കരുതി."

"ഞങ്ങളിത് പറിക്കുന്നത് പൊലീസിനെ എറിയാനാണ്. മുൻസിപ്പാലിറ്റിക്കാരെ എറിയാനാണ്."

1967 മുതൽ 74 വരെ ഗ്രീസിൽ നിലനിന്ന മിലിട്ടറി ജുണ്ടയുടെ നേരെ എറിയപ്പെട്ടാണ് ഈ 'മാരകഫലായുധം' സമരരംഗത്തെത്തുന്നത്. 1946ൽ തുടങ്ങി വർഷങ്ങളോളം നീണ്ടുനിന്ന ഗ്രീക്ക് ആഭ്യന്തരയുദ്ധത്തിന്റെ സങ്കടകരമായ പരിണാമമായിരുന്നു ഏഴു ജനറൽമാർ നേതൃത്വം നല്കിയ ഏഴു വർഷത്തെ മിലിട്ടറി ജുണ്ടാവാഴ്ച.

നമ്മുടെ നാടൻ സമരായുധമായ കല്ല് ഇവിടെ പെട്ടെന്ന് കിട്ടില്ലല്ലോ. അപ്പോൾ അധികാരത്തിനു നേരേയുള്ള ഏറ് ഈ കയ്പുപഴങ്ങൾ കൊണ്ടാവട്ടെ. സമരസാദ്ധ്യതകളുള്ള സമയത്ത് അധികാരികൾ ഓറഞ്ചു മരങ്ങളിൽനിന്ന് ഈ അപകടകരങ്ങളായ ആയുധങ്ങൾ പറിച്ചു മാറ്റുക പതിവാണ്. പുത്തൻ സാമ്പത്തിക മാന്ദ്യത്തിന്റെ ദുരിതകാലത്ത് ഒരുപാടു തവണ ഈ നിരായുധീകരണം നടന്നിരിക്കണം.

“ടൂറിസ്റ്റ്?” യുവാവ് കുശലം തുടരുകയാണ്.

“അതെ, ഒന്നു നടക്കാനിറങ്ങിയതാണ്.”

“എങ്കിൽ വരൂ, കുറച്ചു ദൂരം ഒരുമിച്ചു നടക്കാം. ഇന്ത്യക്കാരെ എനിക്കിഷ്ടമാണ്.”

ഇന്ത്യയെക്കുറിച്ച് അല്പസ്വല്പം ധാരണകളൊക്കെയുണ്ട് സുഹൃത്തിന്. ഹിമാലയം. യോഗികൾ. യോഗ. ധ്യാനപരിശീലനം. നഗ്നസന്ന്യാസിമാർ. ആനകൾ. ഐശ്വര്യ റായ്. അങ്ങനെയൊക്കെ.

ഞങ്ങൾ ഒരുമിച്ച് നടന്നു. എന്നേക്കാൾ മെല്ലെയും എനിക്കൊരടി പിന്നിലുമായാണ് അയാൾ നടന്നത്. പക്ഷേ ഭാവാഹാദികൾ അതിവേഗത്തിൽ ധൃതിപ്പെട്ടു നടക്കുന്ന ഒരുവന്റേയായിരുന്നു. അപ്പോഴൊക്കെ പുറത്ത് വിലങ്ങനെക്കിടന്ന് കൂട്ടിലടച്ച വയലിൻ കലപില കൂട്ടി.

ഇടയ്ക്ക് ബ്രേക്കിട്ട പോലെ നില്ക്കും, തൊപ്പിയെടുത്ത് കൈയിൽ വെച്ച് ചുഴറ്റും. എന്നിട്ടാണ് കൃത്യമായ സംസാരം.

“എനിക്ക് ഹിമാലയത്തിൽ പോകണമെന്നുണ്ട്. അവിടെ മഹർഷിമാരുണ്ടല്ലോ. അവരിൽനിന്ന് യോഗ അഭ്യസിക്കണം.”

“സ്വാഗതം. ഇന്ത്യയിലേക്കും ഹിമാലയത്തിലേക്കും. മഹർഷിമാർക്ക് ഇപ്പോഴും ക്ഷാമമൊന്നുമില്ല. യോഗ പിന്നെ ഇന്ത്യയിൽ എവിടെ നിന്നും പഠിക്കാം.”

സുഹൃത്ത് വീണ്ടും ബ്രേക്കിട്ടു.

“താങ്കൾ ഹിമാലയത്തിൽ പോയിട്ടുണ്ടോ? യോഗ ചെയ്യാറുണ്ടോ?”

“ഹിമാലയയാത്ര എന്റേയും സ്വപ്നമാണ്. ഒരിക്കൽ പോകും. യോഗയിൽ എനിക്ക് താല്പര്യമില്ല. എന്റെ മനസ്സിനേയും മൈഗ്രെയ്നേയും സ്വസ്ഥമാക്കുന്ന എന്റെ യോഗ ഈ യാത്രകളാണ്. യാത്രകൾ മാത്രമാണ്.”

“യാത്രകൾ ഞങ്ങൾക്കും ജീവവായുവാണ്. ഇല്ലാതായാൽ ഞങ്ങൾ തീർന്നുപോകും. ഇടയ്ക്ക് ഞങ്ങൾ കൂട്ടുകാരൊക്കെക്കൂടി മുങ്ങും. ഏതെങ്കിലും ദ്വീപിലേക്ക്. അല്ലെങ്കിൽ തെസ്സലോണിക്കിയിലെ മലയോരങ്ങളിലേക്ക്. ബൾഗേറിയൻ കൃഷിക്കളങ്ങളിലേക്ക്. കാപ്രിയിലേക്കോ സിരിൻജിലേക്കോ. അങ്ങനെ. കൂടെയെടുക്കുന്നത് ഞങ്ങളുടെ സംഗീതം മാത്രം. തെരുവുകളിൽ ഞങ്ങൾ നിന്നു പാടും. ചത്വരങ്ങളിൽ കച്ചേരി നടത്തും. കൃഷിക്കാർക്കൊപ്പം കൊയ്ത്തുപാട്ട്. പള്ളിമേടകളിൽ കൊയറിനൊപ്പം. അങ്ങനെ കുറേ നാളുകൾ.”

ഇവരുടെ കൂട്ടം തിരിച്ചെത്തുമ്പോഴേക്കും ആതൻസിൽ പുതിയ സീസണിലേക്കുള്ള ആൾക്കൂട്ടങ്ങൾ എത്തിത്തുടങ്ങും. അക്രോപൊലിസിന്റെ ചുവട്ടിലെ പ്ലാക്കായിൽ കടകളിലും തീൻമേശകളിലും സഞ്ചാരികൾ തിരക്ക് കൂട്ടിത്തുടങ്ങും. ഈ സുഹൃത്തിന്റെ രണ്ട്

കൂട്ടുകാരികൾ ചേർന്ന് പ്ലാക്കായിലെയൊരു തെരുവിൽ കൊച്ചു കട നടത്തുന്നു. ബനിയനുകൾ, സ്കർട്ടുകൾ, സ്കാർഫുകൾ, സഞ്ചികൾ, മേശവിരികൾ, അങ്ങനെയങ്ങനെ.

നമ്മുടെ കക്ഷി അവിടെ നിന്ന് വയലിനിൽ യാത്രികരെ ക്ഷണിക്കും. ചിലപ്പോൾ ഓർഡറനുസരിച്ച് ടീഷർട്ടിലോ തുണിസഞ്ചിയിലോ ലൈവായി ചിത്രങ്ങൾ പെയിന്റ് ചെയ്തു കൊടുക്കും. അഥീനയുടെ ചിത്രം. അക്രൊപൊലിസിന്റെ ചിത്രം. കയ്പൻ ഓറഞ്ചുനിരകളുമായി നില്ക്കുന്ന പ്ലാക്കാ തെരുവുകളുടെ ചിത്രം. യുവ, ഫ്രീക്കൻ സഞ്ചാരികളിലും സഞ്ചാര ബ്ലോഗുകളിലും പേരു വെക്കപ്പെടുന്നവരാണത്രെ ഈ മൂവർകൂട്ടം. ചിലപ്പോഴെങ്കിലും, തലയിലെ തൊപ്പി നിലത്തു മലർത്തി വെച്ച്, തെരുവിലൊരു വയലിൻ കച്ചേരി നടത്തി യൂറോ പിരിവ് നടത്താനും മടിക്കാറില്ലത്രെ നമ്മുടെ ഈ സഖാവ്.

ഇരുപതു മിനിറ്റോളമായി ഞങ്ങൾ ഒരുമിച്ച് നടന്നു തുടങ്ങിയിട്ട്. ചെറിയൊരു നാൽക്കവലയുടെ വക്കിലാണ് ഞങ്ങൾ. ഇവിടെ കുറച്ചൊക്കെ ആൾത്തിരക്കുണ്ട്. കുറച്ചപ്പുറം കുറച്ചധികം ആളുകളും തുറന്നിരിക്കുന്ന കുറേ കാപ്പിക്കടകളുമായി മറ്റൊരു കവലയാണ്. ഒരു കൊള്ളാവുന്ന പാർക്കിന്റെ പച്ചപ്പും മരബെഞ്ചുകളും സന്തോഷങ്ങളും അവിടെയുണ്ട്. പിരിയുന്നതിനു മുമ്പ് എനിക്ക് തിരിച്ചു നടക്കേണ്ട വഴികളൊക്കെ പറഞ്ഞുതന്നു. എന്റെ പേര് ചോദിച്ചു. മോഹൻ എന്ന നിസ്സാര വാക്ക് മൊഹൈനും മൊഹീനുമാക്കി ഉപേക്ഷിച്ചു. പിന്നെ രോമമാകെ വടിച്ച് സ്ത്രൈണമായ മുഖത്ത് നുണക്കുഴികൾ വിരിയിച്ച് ബലിഷ്ഠമായൊരു കൈകുലുക്കലിനിടയിൽ ചോദിച്ചു. “ഇന്ത്യയിൽ കമ്മ്യൂണിസ്റ്റുകാരുണ്ടോ. ഞങ്ങൾക്കിപ്പോ പുതിയൊരു പാർട്ടിയുണ്ട്.”

അപ്പോൾ അയാളുടെ കണ്ണുകളിൽ തീ പൊടിഞ്ഞു. കയറ്റിവെച്ച ബനിയൻ കൈകൾക്കടിയിൽ ബൈസെപ്സുകൾ തുടുത്തുയർന്നു. ഞാൻ ചിരിച്ചുകൊണ്ടു നിന്നു. ഓർമ്മകളിലെയൊരു വിദ്യാർത്ഥി കോർണറിൽ നിന്ന് ഇ.എം.എസ് സംസാരിച്ച് മുറിയുന്നു.

2004ൽ തീവ്ര ഇടതന്മാരും മറ്റ് ഇടതുപക്ഷ പാർട്ടികളും ചേർന്നുണ്ടാക്കിയ സിറിസ എന്ന സംഘടനാസമുച്ചയത്തെക്കുറിച്ചാണ് ഈ സുഹൃത്ത് പറയുന്നത്. ഇതിൽ പരിസ്ഥിതി പ്രവർത്തകരുണ്ടായിരുന്നു, സാമ്രാജ്യത്വ മുതലാളിത്ത വിരുദ്ധ ഗ്രൂപ്പുകളുണ്ടായിരുന്നു. സ്ത്രീവിമോചനപ്രസ്ഥാനക്കാരുണ്ടായിരുന്നു. 2013ലാണ് സിറിസ അതിന്റെ അയഞ്ഞ കെട്ടുമട്ടുകളുപേക്ഷിച്ച് ഏകാഗ്രമായൊരു പാർട്ടിയായത്. അലെക്സിസ് ട്സിപെരാസ് ആണ് ഇതിന്റെ കെജ്രിവാൾ.

വർഷങ്ങൾക്കു മുൻപേ ഒരു ക്ലാസിക്കൽ കമ്മ്യൂണിസ്റ്റ് പാർട്ടി ഗ്രീസിൽ നിലവിലുണ്ട്. ഗ്രീസിലെ ഏറ്റവും മുതിർന്ന രാഷ്ട്രീയ

പാർട്ടി KKE എന്ന് ചുരുക്കി വിളിക്കപ്പെടുന്ന ഗ്രീക്ക് കമ്മ്യൂണിസ്റ്റ് പാർട്ടി. ഇന്ത്യയിലെപ്പോലെ സോഷ്യലിസ്റ്റ് പാർട്ടിയായി തുടങ്ങി മാർക്സിസ്റ്റ് ലെനിനിസ്റ്റ് പാർട്ടിയാകുകയായിരുന്നു ഇതും. വർഷങ്ങൾ നീണ്ട പീഡനങ്ങൾ, തടവ്, നാടുകടത്തൽ, നിരോധനം. ഇപ്പോൾ ജനമനസ്സുകളിൽനിന്ന് മെല്ലെ പടിയിറക്കം. പുതു കമ്മ്യൂണിസ്റ്റ് സംഘമായ സിറിസയുടെ ഒപ്പം ചേരാൻ ഇവർ തയ്യാറുമല്ല. മിക്ക യിടത്തും കമ്മ്യൂണിസ്റ്റ് പാർട്ടികളുടെ ജീവചരിത്രം ഇങ്ങനെയൊക്കെ ത്തന്നെ. 1946ലെ ആഭ്യന്തരയുദ്ധകാലത്ത് വലതുപക്ഷ സർക്കാരി നെതിരെ പട നയിച്ചിരുന്നത് ഇവരാണ്. സ്റ്റാലിന്റെയും ടിറ്റോയുടെ യുഗോസ്ളാവിയയുടേയും ബൾഗേറിയയുടേയും പിന്തുണയോടെ നടത്തിയ പടയോട്ടം പിന്നീട് സ്റ്റാലിന്റെയും ടിറ്റോയുടേയും ഇട യിലുണ്ടായ അഭിപ്രായവ്യത്യാസത്തെത്തുടർന്ന് പുറംപിന്തുണ യില്ലാതെ ക്ഷയിക്കുകയായിരുന്നു.

സുഹൃത്ത് എന്റെ കൈയിൽനിന്നും കയ്പനോറഞ്ചെടുത്തു വെറുതേയൊന്ന് മണപ്പിച്ച് എനിക്കുതന്നെ തിരികെ തന്നു.

-Things are not good as it looks. This bitter orange. Athens. Greek economy.

അടുത്ത കവലയിലെ തിരക്കിലേക്ക് മറയുമ്പോൾ, ഒരു റോക്ക് ബാൻഡ് സ്റ്റേജിലെ അവസാനരംഗം പോലെ കൈകളുയർത്തി വീശി അയാളിങ്ങനെ ഉറക്കെപ്പാടി,

'We will meet in Himalayas....in the Himalayas.'

എതൻസിൽ വീണ്ടും കാണാം. ഞാനും കൈകളുയർത്തി വീശി.

അയാൾ കാണിച്ച വഴികളിലേക്ക് ഞാൻ തിരിച്ചു നടന്നു. കുറ ച്ചൊക്കെ വിയർപ്പിക്കാവുന്ന നീണ്ടൊരു കയറ്റമാണ് മുന്നിൽ. ഇതാണ് മലമുകളിൽ പിറക്കുന്ന മഹാനഗരങ്ങളുടെ കുഴപ്പം. കയറ്റിറക്കങ്ങൾ കൊണ്ട് അവ നമ്മെ പരീക്ഷിക്കും. കയറ്റത്തിന്റെ അറ്റത്ത് പ്രധാന തെരുവിലൂടെ വാഹനങ്ങൾ കടന്നുപോകുന്നുണ്ട്. അറ്റംവരെ പച്ചയും കടുംമഞ്ഞയും ചാലിച്ചു വരച്ച ഓറഞ്ചുമരങ്ങൾ വരിതെറ്റാതെ നില്ക്കുന്നുണ്ട്.

കയറ്റം പകുതിയായപ്പോൾ, പ്രായം കൂനി വലുപ്പം കുറഞ്ഞ ഒരു വൃദ്ധയും പ്രായംകൊണ്ടോ പ്രകൃതം കൊണ്ടോ വലുപ്പം കുറ ഞ്ഞൊരു പട്ടിയും വലതുവശത്തെ ഇടവഴിയിൽനിന്ന് കയറി വന്ന് എന്റെ മുന്നിലായി കയറ്റം കേറിത്തുടങ്ങി. പട്ടി നാക്ക് നീട്ടി അണച്ചു കൊണ്ടിരുന്നപ്പോൾ അമ്മൂമ്മ അവനെ കാത്തുനിന്നു. അമ്മൂമ്മ ക്ഷീണിച്ചു നിന്നപ്പോൾ അവൻ അവരുടെ മുഖത്തേക്ക് ആകാംക്ഷ യോടെ നോക്കിക്കൊണ്ടു നിന്നു. എന്തിനാണാവോ നടത്തത്തിന് ഈ കയറ്റംതന്നെ ഇവർ തെരഞ്ഞെടുത്തത്?

കയറ്റം കഴിഞ്ഞപ്പോഴേക്കും നല്ലൊരു നടത്തത്തിന്റെ അവശത കിട്ടിക്കഴിഞ്ഞിരുന്നു. അത്യാവശ്യം വിയർത്തൊലിച്ചിട്ടുമുണ്ട്. റോഡിൽ തിരക്കുണ്ടെങ്കിലും ഞായറാഴ്ചയുടെ ആലസ്യം നിലവിലുണ്ട്. റോഡിനപ്പുറത്തു നിന്നും കിഴക്കോട്ട് കേറിപ്പോകുന്ന വഴിയിൽ കുറച്ചു റെസ്റ്റോറന്റുകളാണ്. ഒരെണ്ണം മക്ഡൊണാൾഡ് ആണ്. മറ്റൊരെണ്ണത്തിന്റെ ബോർഡ് നിറയെ കബാബുകളുടെ മൊരിച്ചിലാണ്, ടർക്കിഷ് ആയിരിക്കണം. ബാക്കിയുള്ളത് ഗ്രീക്കനോ ഇറ്റാലിയനോ ആവാം. എല്ലായിടത്തും അത്യാവശ്യം ആൾക്കാരുമുണ്ട്. ടൂറിസ്റ്റുകളാകാം, തുച്ഛമായ സ്കോളർഷിപ്പിൽ പഠനം ഉന്തിനീക്കുന്ന വിദേശ വിദ്യാർത്ഥികളാകാം.

റെസ്റ്റോറന്റുകൾക്കപ്പുറം പുത്തൻ സാമ്പത്തിക ക്രമത്തിന്റേയും ഗ്ലോബലൈസേഷന്റേയും ഒരു നോക്കുകുത്തി. ഉജാലത്തെളിമയുള്ള മഞ്ഞ ബനിയൻ. നെഞ്ചിൽ ഗ്രീക്ക് ലിഖിതം. മഞ്ഞയും ചുവപ്പും നീളൻ വരകൾ ഇടകലർന്ന മുക്കാൽ ട്രൗസർ. വാർദ്ധക്യത്തെ ക്ഷണിച്ചുകൊണ്ട് അയഞ്ഞ മുഖപേശികൾ. ധാരാളം പൗഡറിട്ടു മിനുക്കിയ മുഖവുമായി വളരെ സൗമ്യനായി, ഭക്ഷണം കഴിച്ചിറങ്ങുന്നവരോടും വഴിയാത്രക്കാരോടും കൈനീട്ടുകയാണ് അയാൾ. കാൽക്കലിരിക്കുന്ന ചൂരൽപാത്രത്തിൽ ഏതാനും യൂറോകളുണ്ട്. ഗ്രീസിൽ ഭിക്ഷാടനം ഇന്നത്ര അപൂർവമല്ല. മെട്രോ ട്രെയിനുകളിലും സ്ക്വയറുകളിലും അവരെക്കാണാം. 'കരുണയുള്ളവരേ സഹായിക്കൂ' നോട്ടീസുമായുള്ള കേരളീയ ശൈലിയും ട്രെയിനുകളിൽ നിലവിലുണ്ട്. കീറി മുഷിഞ്ഞ വസ്ത്രങ്ങൾ ഓദ്യോഗിക വേഷമായിട്ടില്ലെന്നേയുള്ളൂ. ദാരിദ്ര്യത്തിന്റേയും ഭിക്ഷാടനത്തിന്റേയും കാര്യത്തിലെങ്കിലും ഗ്ലോബലൈസേഷൻ അതിന്റെ പണികൾ ചെയ്യുന്നുണ്ട്.

വഴിപോക്കരെല്ലാവരും നമ്മുടെ യവനഭിക്ഷുവിനെ കാര്യമായി ശ്രദ്ധിക്കുന്നുണ്ട്. ചിലർ ബനിയനിലെ എഴുത്ത് വായിച്ച് കൂട്ടുകാരുമായി ചിരിച്ച് ചർച്ചിക്കുന്നുണ്ട്. എന്തോ പന്തികേടുണ്ട്. ഡൊണാൾഡിന്റെ കടയിൽ നിന്നിറങ്ങിയ തടിമാടൻ നീഗ്രോ യുവാവിന് കാര്യങ്ങൾ ചിരിയിലൊതുക്കാൻ കഴിയുന്നില്ല. അയാൾ ഒന്നു മടങ്ങിനിന്ന് മുട്ടുകളിൽ കൈകളൂന്നി കറുത്തു പൊന്തിയ മുഖത്ത് വെളുത്ത പൊന്തൻ പല്ലുകൾ നിരത്തി വലിയ വായിൽ പൊട്ടിച്ചിരി തുടങ്ങി. അന്തംവിട്ടു നില്ക്കുന്ന എന്നോടായി പിന്നെ കൈയും കലാശവും കൊടുംചിരിയും ചേർത്തുള്ള കഥാപ്രസംഗം.

Ye man, ye man. You know what is written there?(ചിരി. മുഖം പൊത്തിച്ചിരി.) He says, he is original beggar. Genuine. (വലതു കാൽ നിലത്താഞ്ഞു ചവിട്ടി, ദേഹമാകെക്കുലുക്കി) oh my God. beggar. Original beggar!

ഇപ്പോൾ എനിക്ക് സംശമായി. ഇയാളൊരു അസ്സൽ തെണ്ടിയോ, അതോ ദരിദ്രകാലത്തിന്റെ സ്രഷ്ടാക്കളോട് കലഹിക്കുന്ന ക്ഷുഭിത യവനമനസ്സോ? ചുറ്റും നടക്കുന്ന ബഹളങ്ങൾക്കിടയിൽ, മാന്ദ്യ കാലത്തിന്റെ പാർക്കിൻസോണിയൻ മുഖവുമായി അയാൾ കൈ നീട്ടി നിന്നു.

വെയിലിന്റെ ഇളംചൂടും കയ്പനോറഞ്ചു മരങ്ങളുടെ നിഴലും ഇണചേരാൻ തുടങ്ങുന്ന വഴിയിലൂടെ ഞാൻ നടത്തം തുടർന്നു. ഇനിയങ്ങോട്ട് പതിനഞ്ച് മിനിട്ടോളം ചൊടിയിൽ നടന്നാൽ എനിക്കെന്റെ നീലവീട്ടിലെത്താമെന്ന് കൈയിൽ നിവർന്നിരുന്ന് ആംബലോക്കിപ്പി മാപ്പ് പറയുന്നു. സ്വല്പം വഴി തെറ്റിപ്പോയാൽ പ്രോസ്ഫിജിക ഹൗസിങ് കോംപ്ലക്സിലെത്താം. പ്രോസ്ഫിജിക എന്നാൽ അഭയാർത്ഥികൾ. രാജ്യങ്ങൾ ഉണ്ടാവുന്നതും ഇല്ലാതാവുന്നതും അഭയാർത്ഥികളെ സൃഷ്ടിച്ചുകൊണ്ടാണ്. രാഷ്ട്രങ്ങൾ വളരുമ്പോഴും ക്ഷയിക്കുമ്പോഴും അഭയാർത്ഥികൾ ഉണ്ടാവുന്നു. കാലാകാലങ്ങളായി അത്തരം അഭയാർത്ഥിപ്രവാഹങ്ങളെ ഉൾക്കൊണ്ട കടലാണെന്ന് പറയാം ഈ കെട്ടിടങ്ങളെ.

നാലാം നൂറ്റാണ്ടിൽ റോമാമഹാസാമ്രാജ്യം കിഴക്കും പടിഞ്ഞാറുമായി വിഭജിക്കപ്പെട്ടു. കിഴക്കൻ സാമ്രാജ്യം പിന്നീട് ബൈസന്റയിൻ ഭരണത്തിനു കീഴിലും അതിനുശേഷം ഒട്ടോമൻ തുർക്കികൾക്കു കീഴിലുമായി. ഗ്രീസിന്റെ സിംഹഭാഗവും ഒട്ടോമനുകൾ അടക്കിവാണു. ബൈസന്റയിൻ കാലഘട്ടത്തിൽ ഗ്രീക്ക് ഭാഷയും സംസ്കാരവും കിഴക്കൻ സാമ്രാജ്യത്തിലെമ്പാടും ആധിപത്യം നേടിയിരുന്നു. അതിന്റെ ചിഹ്നങ്ങൾ ഇന്നത്തെ ടർക്കിയിലും ഗ്രീസിലും ചിതറിക്കിടക്കുന്നതു കാണാം. എന്നാൽ ഒട്ടോമനുകൾ സാമ്രാജ്യം പിടിച്ചടക്കിയപ്പോൾ ഗ്രീക്ക് പ്രതാപം തകർന്നു.

ഓർത്തഡോക്സ് ക്രിസ്ത്യൻ വിശ്വാസികളായ ഗ്രീക്കുകാർ മുസ്ലീം ഒട്ടോമൻ ആധിപത്യത്തിനെതിരെ നിരന്തരം കലഹിച്ചുകൊണ്ടിരുന്നു. വർഷങ്ങൾ നീണ്ട യുദ്ധങ്ങൾ. ലഹളകൾ. ഒടുവിൽ പ്രശസ്തമായ ഗ്രീക്ക് വിപ്ലവത്തിനുശേഷം 1823ൽ ഗ്രീസ് സ്വതന്ത്രരാഷ്ട്രമായി പ്രഖ്യാപിക്കപ്പെട്ടു. പിന്നേയും പലായനങ്ങൾ പലതുണ്ടായി, ആഭ്യന്തരകലഹങ്ങളുണ്ടായി. തുർക്കിക്കും ഗ്രീസിനുമിടയിൽ പലതവണ ജനസമൂഹങ്ങൾ കൈമാറ്റം ചെയ്യപ്പെട്ടു. സ്വാതന്ത്ര്യാനന്തരം ഭാരതത്തിനും പാക്കിസ്ഥാനുമിടയിൽ ഉണ്ടായ മുറിവുകൾ തന്നെയാണ് അന്ന് അവിടെയുണ്ടായത്. അതിൽ ഏറെ ചോര ചോർന്ന മുറിവാണ് 'സ്മിർണ ദുരന്തം'. (സ്മൈർണി എന്ന് ഗൂഗിൾ അമ്മായി പറയുന്നു. ശരിയാണോ ആവോ.) ഇന്നത്തെ ടർക്കിയിലെ ഇസ്മിർ ആണ് ആയിരക്കണക്കിന് യവനരുടെ ചോര വീണ അന്നത്തെ സ്മിർണ.

ഒട്ടോമനുകളും ഗ്രീക്കുകാരും ശത്രുപക്ഷങ്ങളിൽ നിരന്ന, 1914 മുതൽ 1918 വരെ തുടർന്ന ഒന്നാം ലോകമഹായുദ്ധം മതാടിസ്ഥാനത്തിലുള്ള ജനസഞ്ചയക്കൈമാറ്റത്തെ തടസ്സപ്പെടുത്തി. ആദ്യമഹായുദ്ധത്തിന്റെ അവസാനം ഒട്ടോമൻ സാമ്രാജ്യത്തിന്റേയും അവസാനമായിരുന്നു, 1923 വരെ നീണ്ടുനിന്ന ഗ്രീസ്-ടർക്കി യുദ്ധത്തിന്റെ ആരംഭവുമായിരുന്നു. മുസ്തഫാ കെമാൽ അതാതുർക്കിന്റെ നേതൃത്വത്തിൽ ടർക്കിയെ ഒരു സ്വതന്ത്ര റിപ്പബ്ലിക്കാക്കാനുള്ള ശ്രമങ്ങൾ നടക്കുന്ന സമയവുമായിരുന്നു അത്. പുതിയ റിപ്പബ്ലിക്കിന് വിദേശികളുടെ സാന്നിധ്യം ഭീഷണിയാകുമെന്ന് ആശങ്കപ്പെട്ട കെമാലിസ്റ്റുകൾ ഗ്രീക്കുകാരുടേയും അർമേനിയക്കാരുടേയും വംശഹത്യയ്ക്ക് നേതൃത്വം നല്കി. വംശഹത്യകളുടെ ചരിത്രത്തിൽ ചോരയും ചാരവും നിറച്ചതാണ് സ്മിർണയിലെ തീപ്പിടുത്തം. 1922 സെപ്തംബർ 15നായിരുന്നു അത്. ഭരണാധികാരികൾ നിഷ്കളങ്കത നടിച്ചപ്പോൾ, സ്മിർണയിലെ ഗ്രീക്ക്-അർമേനിയൻ അധിവാസപ്രദേശങ്ങളിൽ തീനാളങ്ങളും തുർക്കികളും ചേർന്നു തീർത്തുകളഞ്ഞത് ഒരു ലക്ഷം പേരെയാണ്. ലക്ഷക്കണക്കിനു പേർ കടൽ കടന്ന് ഗ്രീസിൽ അഭയാർത്ഥികളായി. ഈ കൂട്ടക്കുരുതിക്കു ശേഷം 1923ൽ ജനങ്ങൾ ഒരിക്കൽകൂടി കൈമാറ്റം ചെയ്യപ്പെട്ടു. ഇവരെയൊക്കെ ഉൾക്കൊള്ളാനുള്ള ആതൻസിന്റെ എളിയ ശ്രമമായിരുന്നു എട്ട് കെട്ടിടങ്ങളിലായി 228 അപ്പാർട്ട്മെന്റുകളുമായി മുപ്പതുകളിൽ ഉയർന്നു വന്ന പ്രോസ്ഫിജിക കോംപ്ലക്സ്.

ആംബലോക്കിപ്പിയിലെ പ്രധാന തെരുവായ അലക്സാന്ത്ര റോഡിലൂടെയുള്ള അലസ നടത്തങ്ങളിൽ, കാലവും കാലാവസ്ഥയും കലാപങ്ങളും മാന്തിപ്പൊളിച്ച ഈ കെട്ടിടക്കൂട്ടം സങ്കടപ്പെട്ടു നില്ക്കുന്നത് ഞങ്ങൾ കണ്ടിട്ടുണ്ട്. വിക്കിയും ഗൂഗിളും നല്കിയ വിവരങ്ങൾ സകുടുംബം അങ്ങോട്ട് കടന്നുചെല്ലുന്നതിൽനിന്നും വിലക്കി. ആദ്യ അന്തേവാസികളുടെ പിൻമുറക്കാരായി മുപ്പത് കുടുംബങ്ങളേ ഇപ്പോൾ ബാക്കിയുള്ളൂ. ബാക്കിയെല്ലാം അനധികൃത കുടിയേറ്റക്കാരാണ്. മാന്ദ്യത്തിന്റേയും ദാരിദ്ര്യത്തിന്റേയും ഗ്രാമങ്ങൾ വിട്ടോടിപ്പോന്ന ആഭ്യന്തര അഭയാർത്ഥികൾ. സ്വന്തം രാജ്യങ്ങളിൽ നിന്ന് യുദ്ധങ്ങളും കലാപങ്ങളും കുടഞ്ഞെറിഞ്ഞ സിറിയക്കാർ, ഇറാക്കികൾ, തുർക്കികൾ, ഇറാനികൾ. സ്വാസ്ഥ്യത്തിന്റേയും ബോധത്തിന്റേയും തീരങ്ങളിൽനിന്ന് തൂത്തെറിയപ്പെട്ട ഡ്രഗ്ഗ് അഡിക്റ്റുകൾ. കെട്ടിടങ്ങളെപ്പോലെതന്നെ അലങ്കോലവും അരക്ഷിതവുമാണ് ഇവിടത്തെ താമസവും. പ്രോസ്ഫിജികയുടെ സാമീപ്യം കൊണ്ടു തന്നെയാകാം ഞങ്ങളുടെ ഗംഭീരൻ നീല വീടിന്റെ വാടക ഞങ്ങളുടെ ഇച്ഛയോളം തുച്ഛമായത്.

പ്രോസ്ഫിജിക്ക

പറഞ്ഞു പറഞ്ഞ് ഞാൻ അഭയാർത്ഥിക്കെട്ടിടങ്ങൾക്ക് അടുത്തെത്തിയിരിക്കുന്നു. നിരനിരയായി അടുക്കിവെച്ച ദീർഘചതുരപ്പെട്ടികൾ പോലെ കെട്ടിടങ്ങൾ. മുപ്പതുകളിൽ ഇവ നിർമ്മിക്കുമ്പോൾ കാലത്തിനു മുന്നേ മണ്ണിലുറച്ച വാസ്തുശില്പവൈദഗ്ധ്യം എന്നാണ് വാഴ്ത്തപ്പെട്ടത്. വർഷങ്ങളുടെ പഴക്കവും അധികാരികളുടെ അവഗണനയും ഒത്തുചേർന്നു ശ്രമിച്ചിട്ടും ഇവ തകരാതെ നില്ക്കുന്നത് അന്നത്തെ നിർമ്മാണത്തിലെ കേമത്തംകൊണ്ടാണ്.

കെട്ടിടങ്ങൾക്കിടയിലെ വഴികളിലും പരിസരങ്ങളിലും മരങ്ങൾ നിർലോഭമായി തണൽ വിരിച്ച് നില്ക്കുന്നുണ്ട്. ധാരാളമായുള്ള പാർക്കിങ്ങ് ഇടങ്ങളിൽ കാറുകൾക്കും കുറവില്ല. ചില കെട്ടിടങ്ങളുടെ പുറത്ത് ചെറിയ തോതിലുള്ള അടുക്കള സംവിധാനങ്ങളും കാണാം. തേപ്പുകളടർന്ന് രൂപം കൊണ്ട ഭുപടങ്ങളുടെ അതിർത്തികളെ വെട്ടിപ്പൊളിച്ച് പടർന്നു കയറുന്ന ഗ്രാഫിറ്റിയൻ ചുവരെഴുത്തുകൾ. അവയ്ക്കിടയിൽ ആഭ്യന്തരകലാപം വരച്ചുചേർത്ത വെടിയുണ്ടപ്പാടുകൾ. ബാൽക്കണികളിലിരുന്ന് വാ പൊളിക്കുന്ന ഡിഷ് ആന്റിനകൾ. അലക്കിയുണങ്ങിയിട്ടും മുഷിവു മാറാതെ ബാൽക്കണിയഴികളിൽ തൂങ്ങിത്തേങ്ങുന്ന വസ്ത്രങ്ങൾ. അവയിൽ പലായനത്തിന്റെ ഉറവിടങ്ങൾ വിളിച്ചു പറഞ്ഞുകൊണ്ട് പർദ്ദകൾ, സൽവാറുകൾ, നരച്ചു കീറിയ ജീൻസുകൾ, പല നിലകളിൽ തൊങ്ങലു തൂക്കിയ നീളൻ പാവാടകൾ, ഡിഷ്ദാഷകൾ. ചില്ലുകൾ തകർന്നും പാളികൾ പൊളിഞ്ഞും കാറ്റെന്ന ജാരനെ അകത്തേക്ക് ക്ഷണിക്കുന്നു ചില ജനലുകൾ. പുറംലോകത്തോട് കടന്നുപോകൂ എന്നാക്രോശിച്ച് വീഞ്ഞപ്പലകകൾ തറച്ചടച്ച് മുഖം തിരിച്ചിരിക്കുന്നുണ്ട്, മറ്റു ചില

ജാലകങ്ങൾ. മുറ്റങ്ങളിലും ഇടവഴികളിലും പലയിനം മുഖങ്ങളുമായി ഓടിക്കളിക്കുന്നുണ്ട് കുട്ടികൾ, നാളത്തെ അഭയാർത്ഥികൾ.

അത്ര അസുന്ദരമൊന്നുമല്ല പരിസരങ്ങളെങ്കിലും അനാഥത്വത്തിന്റെ കനവും കയ്പും കയ്പനോറഞ്ചു മരങ്ങൾക്കിടയിലൂടെ പലായനം ചെയ്യുന്ന കാറ്റിലുണ്ട്. നാലാമത്തെ കെട്ടിടം കഴിഞ്ഞുള്ള ഇടവഴിയിൽ നില്ക്കുകയാണ് ഞാൻ. ഗ്രീസിന്റെ ഭൂതത്തിലേക്കും ഭാവിയിലേക്കും നോക്കേണ്ട വർത്തമാനത്തറയിലാണ് ഞാൻ. ഉണങ്ങാൻ തീരുമാനിച്ച രണ്ടു മരങ്ങൾക്കിടയിൽ വലിച്ചുകെട്ടിയിരിക്കുന്നു വലിയൊരു കറുത്ത ബാനർ. അതിൽ രോഷം പൊടിയുന്ന വടിവിൽ ഗ്രീക്ക് എഴുത്തുകൾ. ചില പ്രതീകാത്മക ചിത്രവരകൾ. ഏതാനും മാസങ്ങൾക്കു മുമ്പ് പ്രോസ്ഫിജിക കോംപ്ലക്സ് പൊളിച്ചു മാറ്റാനുള്ള സർക്കാർ തീരുമാനത്തിനെതിരെ പ്രക്ഷോഭങ്ങൾ നടന്നിരുന്നു. അതിന്റെ ബാക്കിയാണിത്. അന്ന് സമരക്കാരുടെ പ്രധാന വായ്ത്താരി ഇങ്ങനെയായിരുന്നു.

-സുപ്രീം കോടതി കത്തിക്കുക. പൊലീസ് ആസ്ഥാനം ബോംബിട്ടു തകർക്കുക. പ്രോസ്ഫിജിക കോംപ്ലക്സ് സംരക്ഷിക്കുക.

കോടതിയും ഹെല്ലെനിക്ക് പൊലീസ് ആസ്ഥാനവും ഈ അഭയാർത്ഥിക്കൂടാരങ്ങളുടെ അയൽക്കെട്ടിടങ്ങളാണ്. രണ്ടായിരത്തിനാലിലെ ഒളിമ്പിക്സ് കാലത്ത്, അക്രൊപൊലിസ് വരച്ചു പൊലിപ്പിച്ച ഭീമൻ കാൻവാസ് കൊണ്ട് പ്രോസ്ഫിജികയെ മറച്ചുവെച്ചിരുന്നു. രണ്ടു ദിവസത്തിനകം ഈ മറ പൊളിഞ്ഞുവീഴുകയും ആതൻസും പ്രോസ്ഫിജികയും ലോകത്തിനു മുന്നിൽ നഗ്നരാവുകയും ചെയ്തു.

പ്രക്ഷോഭങ്ങളുടേയും കോടതി ഇടപെടലുകളുടേയും ഫലമായി 2008ൽ ഇത് സംരക്ഷിത മേഖലയാക്കപ്പെട്ടു. അതിനു ശേഷവും അധികാരികൾ തുടർന്ന കുത്തിത്തിരിപ്പുകളാണ് കഴിഞ്ഞ മാസങ്ങളിലെ ജാഥകൾക്കും കുത്തിയിരുപ്പ് സമരങ്ങൾക്കും ഇടയാക്കിയത്.

ബാനറിനു പിന്നിലായുള്ള ചുമരിന്റെ പകുതിയിൽ മങ്ങാൻ മടിച്ചു നില്ക്കുന്നുണ്ട് കറുപ്പും ചുവപ്പും തീയും കലർന്നൊരു ചിത്രം. ആളുന്ന തീ. തകർന്നു വീഴുന്ന കെട്ടിടങ്ങൾ. ഓടുന്ന കാലുകൾ. വാവിട്ടു കരയുന്നവർ ആകാശത്തിലേക്കെറിഞ്ഞ കൈകൾ. സ്മിർണയാണോ? ഓർമ്മകൾ ഉണ്ടായിരിക്കണമെന്ന് പറയുകയാണോ? ചുമർചിത്രത്തിലേക്കങ്ങനെ നോക്കിനിൽക്കേ ശരീരം മെല്ലെ പൊള്ളുന്നു. പഴകിയ ചാരത്തിന്റെ ഗന്ധം മൂക്കിലേക്ക് മെല്ലെ വലിഞ്ഞു കയറുന്നു. അവ്യക്തമായിട്ടാണെങ്കിലും നിലവിളികൾ കേൾക്കുന്നുണ്ടോ? യവനചരിത്രത്തിന്റെ സങ്കടങ്ങളിൽനിന്ന് രക്ഷപ്പെട്ടോടുന്ന അഭയാർത്ഥിയെപ്പോലെ ഞാൻ അലക്സാന്ത്ര തെരുവിലേക്ക് വേഗത്തിൽ നടന്നു.

അലക്സാന്ദ്ര റോഡിലെത്തി ഇടത്തോട്ട് തിരിഞ്ഞപ്പോൾ മുമ്പിൽ ആയാസപ്പെട്ടു നീങ്ങുന്നു ഒരു നിതംബസമൃദ്ധ. വലിയ ചന്തികളു രുട്ടിയുരുട്ടിയങ്ങനെ. പിന്നിൽനിന്നുള്ള കാഴ്ചയിൽ മറ്റുള്ള ശരീര അളവുകൾ സാധാരണം.

കുറച്ചു ദൂരം ആ മാംസക്കുന്നുകൾ നോക്കി നടന്ന് ഹെല്ലനിക്ക് പൊലീസ് ആസ്ഥാനം കടന്ന് ഞാൻ ഇടത്തോട്ട് തിരിഞ്ഞു. ഇനി രണ്ട് മിനിറ്റ്. ഞാൻ എന്റെ നീലവീട്ടിലെത്തും. തന്റെ നിതംബ സമൃദ്ധിയും നോക്കിക്കൊണ്ടൊരാൾ പിന്നാലെയുണ്ടെന്നറിഞ്ഞ പോലെ അപ്പോൾ അവർ തിരിഞ്ഞുനിന്ന് പുഞ്ചിരിച്ചു. അക്രൊപ്പൊലീ സിലെ മാർബിൾ തൂണുപോലെ ഞാൻ മണ്ണിലുറച്ചു നിന്നുപോയി. സ്മിർണയിലെ ചൂടും ചാരത്തിന്റെ ചൂരും നിലവിളികളും മനസ്സിൽ നിന്നൂർന്നുപോയി. ഒന്നര മണിക്കൂർ നേരത്തെ കയറ്റിറക്ക നടത്ത ത്തിന്റെ വിയർപ്പൊക്കെ വലിഞ്ഞു പോയി. അവരുടെ അരക്കെട്ടിന്റെ അരോചകമായ ധാരാളിത്തമോ അലക്സാന്ദ്ര തെരുവിൽ തിരക്കു കൂട്ടുന്ന വാഹനങ്ങളോ കാഴ്ചയിലില്ല. അതീവസുന്ദരമായൊരു മുഖം എന്നെ നോക്കി മാദകമായി പുഞ്ചിരിക്കുന്നു. കണ്ണുകൾ കാതുകൾ, പുരികങ്ങൾ, നീണ്ട നാസിക, തേനിറ്റുന്ന ചെഞ്ചുണ്ടുകൾ, നുണക്കുഴികളെ പൊലിപ്പിച്ച് തുടുത്ത കവിളുകൾ, എല്ലാം ഒന്നി നൊന്നു സുന്ദരം. യവനസ്ത്രീസൗന്ദര്യത്തിന്റെ മുഖക്കാഴ്ച. യവന ചരിത്രകഥകളിലെ ഏതോ അപ്സരസ്സിന്റെ മോഹിപ്പിക്കുന്ന മുഖം. അഥീനയുടേതാണോ? അതോ അർടെമിസോ അഫ്രോഡിറ്റോ?

യാത്രകളിൽ ഇങ്ങനെയാണ്. കാഴ്ചകൾ ഇങ്ങനെയാണ്. അസുഖകരങ്ങളായ അനുഭവങ്ങൾക്കിടയിൽ, മടുപ്പിക്കുന്ന അലച്ചിലു കൾക്കൊടുവിൽ, അനാകർഷകമായ ദൃശ്യങ്ങൾക്കപ്പുറം ഏതെങ്കിലും ഒരു വളവു തിരിയുമ്പോൾ, ജീവിതാവസാനംവരെ മനസ്സിലിരിക്കുന്ന ഒരു അതിസുന്ദരൻ കാഴ്ച നിങ്ങൾക്കായി കാത്തിരിക്കുന്നുണ്ടാവും.

രണ്ടു മൂന്നു നിമിഷങ്ങൾക്കു ശേഷം വീട്ടിൽ തിരിച്ചെത്തുമ്പോൾ എല്ലാവരും കുളിച്ച് തയ്യാറായിക്കഴിഞ്ഞിട്ടുണ്ട്. ഞങ്ങളുടെ നീല വീടിന്റെ പിൻവരാന്തയിലെ ചെറിയ വട്ടമേശയിൽ പ്രാതലിനുള്ള പാത്രങ്ങൾ നിരന്നിരിക്കുന്നു. പിൻവരാന്തയിലെ പിച്ചിച്ചെടിപ്പന്തൽ വിതറിയ കുഞ്ഞിപ്പൂക്കളെ മൂലയിലേക്ക് ഒതുക്കിക്കിടത്തിയിട്ടുണ്ട്. പുതുചൈതന്യം നല്കുന്ന പൂമണം വരാന്ത മുഴുവൻ പരന്നിട്ടുണ്ട്.

മലേഷ്യയിലെ ഞണ്ടുരുത്ത്

കോലാലംപൂർ സെൻട്രൽ സ്റ്റേഷനിൽ നിന്ന് പോർട്ട് ക്ലാങ്ങിലേക്കുള്ള ട്രെയിൻ കയറണം. പറ്റുമെങ്കിൽ ഒമ്പതിനും പത്തിനും ഇടയിലുള്ള വണ്ടിതന്നെ പിടിക്കണം. തിരക്കില്ലാത്ത വൃത്തിയുള്ള തീവണ്ടിക്കള്ളിയിലെ ഏസിത്തണുപ്പ് മൊത്തമായി വലിച്ചെടുക്കാം. ഒന്നര മണിക്കൂർ സുഖയാത്ര. നിങ്ങൾ പോർട്ട് ക്ലാങ്ങിലെത്തിയിരിക്കുന്നു. സ്റ്റേഷനിൽ നിന്നിറങ്ങി റോഡ് മുറിച്ചു കടന്നാൽ ഏതാനും കടകളും വൃത്തികെട്ട മൂത്രപ്പുരകളും ഇംഗ്ലീഷ് തെല്ലുമറിയാത്ത പൊലീസുകാരും ആളില്ലാത്ത ടിക്കറ്റ് കൗണ്ടറുമായി ബോട്ട് സ്റ്റേഷൻ നിങ്ങളെ സ്വാഗതം ചെയ്യും. സ്റ്റേഷനിൽ ക്രാബ് ഐലൻഡിലേക്കും തിരിച്ചുമുള്ള ബോട്ടുകളുടെ സമയവിവരങ്ങൾ, ടിക്കറ്റ് നിരക്കുകൾ എന്നിവ വായിച്ചു നില്ക്കാം. ക്രാബ് ഐലൻഡിലേക്കുള്ള സഞ്ചാരികളുടേയും സാധനങ്ങളുടേയും പോക്കുവരവാണ് ബോട്ട് സ്റ്റേഷന്റെ പ്രധാന ഇടപാട്. അതുകൊണ്ടാകാം, വലിയൊരു ക്രാബിന്റെ സ്വർണ്ണവർണ്ണശില്പമുണ്ട് ഇവിടെ. അതിന്റെ ഒന്നു രണ്ടു ഫോട്ടോ പിടിക്കാം. ബോട്ട് വരാൻ തീർച്ചയായും ഇനിയും സമയമെടുക്കും. നിങ്ങളുടെ ഈ കാത്തുനില്പുസമയമാണ് ജെട്ടിയിലെ രണ്ട് പെട്ടിക്കടകളുടേയും രണ്ടു മൂത്രപ്പുരകളുടേയും ഒരു ചൈനീസ് ഭക്ഷണശാലയുടേയും കച്ചവടസമയം.

ക്രാബ് ഐലൻഡ് എന്ന് പറഞ്ഞുപറഞ്ഞ് ഞങ്ങൾക്ക് മടുത്തു. കാത്തിരിപ്പും മടുത്തു തുടങ്ങി. അപ്പോഴാണ് പെട്ടിക്കടയിൽ നിന്നും കുടിച്ച ഇളനീരിന്റെ ഉത്തേജനത്തിൽ ഞങ്ങൾ ക്രാബ് ഐലൻഡിനെ ഞണ്ടിൻതുരുത്ത് എന്ന് തർജ്ജമ ചെയ്തത്. പറഞ്ഞുപറഞ്ഞ് കാലാന്തരത്തിൽ അത് ഞണ്ടുരുത്ത് എന്ന് ലോപിച്ചു. ഈ കാലാന്തരം എന്നു പറയുന്നത്, ഞങ്ങൾ ബോട്ട് കാത്തിരുന്ന മുക്കാൽ മണിക്കൂറോളം വരും.

പതിനൊന്നേമുക്കാലായി ഞണ്ടുരുത്തിലേക്കുള്ള ബോട്ടെത്തിയപ്പോൾ. പഴഞ്ചനെങ്കിലും ഓമനത്തമുള്ള കൊച്ചുബോട്ട്. ഓടിച്ചെന്ന് കേറാൻ തോന്നും. ചെന്നു കേറി. ഉൾവശവും കൊള്ളാം. വൃത്തിയുണ്ട്.

ഏസിയുണ്ട്. പാട്ടുണ്ട്. സുഖമുള്ള ഇരിപ്പിടങ്ങളും. ഞണ്ടുരുത്തിൽ നിന്നു വന്ന പെട്ടികൾ ഇറങ്ങുന്നു. ഞണ്ടുരുത്തിലേക്ക് സാധനങ്ങൾ കയറുന്നു. യാത്രക്കാർക്ക് ഏഴര റിഗ്ഗറ്റ്സിന്റെ ടിക്കറ്റുകൾ കൊടുത്തു കഴിഞ്ഞാൽ ബോട്ട് ഓടിത്തുടങ്ങുകയായി. ഒരു മണിക്കൂർ യാത്രയിൽ പുറത്തേക്ക് നോക്കിയിരുന്നാൽ മലാക്കസ്ട്രെയ്റ്റിൽ നിന്ന് മത്സ്യക്കൊയ്ത്ത് കഴിഞ്ഞു വരുന്ന കപ്പലുകളെക്കാണാം. ചെറുതുരുത്തുകൾക്കിടയിൽ വഞ്ചികളിൽ നീങ്ങുന്ന ചൈനീസ് മുക്കുവന്മാരെക്കാണാം. ദൂരക്കാഴ്ചയിൽ തീരങ്ങളിലെ കണ്ടൽപ്പച്ച കാണാം. പിന്നേയും കുറേ പോയാൽ, നീല കാലി വീപ്പകളിൽ പൊങ്ങിക്കിടക്കുന്ന മാടങ്ങളും മുളങ്കാലുകളിൽ വലകെട്ടിത്തിരിച്ച കളങ്ങളുമായി Caged Aqua Farms കാണാം.

അതും കഴിഞ്ഞാലാണ് തുരുത്തുകളും ഗ്രാമങ്ങളും കാഴ്ചയിലേക്കെത്തുക. സുഗായ് ലിമയാണ് ആദ്യം. വെള്ളത്തിനടിയിലേക്ക് താഴ്ത്തിച്ചവിട്ടിയ നീളൻ മര, കോൺക്രീറ്റ് കാലുകളുമായി നീലയും വെള്ളയും മഞ്ഞയും വാരിപ്പൂശിയ മരത്തടിവീടുകൾ ചന്തം കാട്ടി നില്ക്കുന്നു. ജലത്തിലെ നിറമാർന്ന പ്രതിബിംബങ്ങളെ ഓടിച്ചെന്ന് മായ്ച്ച് ബോട്ട് ഞണ്ടുരുത്തിന്റെ ജെട്ടിയിൽ ചെന്നു നിന്നു.

ഞാനൊരു കൊച്ചുദ്വീപാണെന്ന വിനയം ഞണ്ടുരുത്ത് ജെട്ടി മുതലേ കാണിക്കുന്നുണ്ട്. ഞണ്ടുരുത്തിലിറങ്ങിയാൽ വാടക സൈക്കിളുകളുടെ കൊച്ചുപ്രളയമാണ് ആദ്യ കാഴ്ച. ബോട്ടിൽ നിന്നിറങ്ങിയ ദ്വീപ് വാസികൾ അവരവരുടെ സൈക്കിളിൽ കേറിപ്പോകുന്നു. കാഴ്ചയ്ക്കെത്തിയവർ അടുത്ത കടകളിൽനിന്ന് സൈക്കിളുകൾ വാടകയ്ക്കെടുക്കുന്നു. ഞങ്ങൾ നടക്കാൻ തീരുമാനിച്ചു. അപ്പോൾ കുറേ നേരം നടക്കാം. കുറേ നേരം തുരുത്തിനെ കാണാം. കുറേക്കൂടി വ്യക്തമായി, അടുത്തു നിന്ന്. ഇടയ്ക്ക് വീടുകളിലേക്ക് ഒളിഞ്ഞു നോക്കാം. തരം കിട്ടിയാൽ കേറിനോക്കാം. വഴിയിലെമ്പാടുമുള്ള ചൈനീസ് ക്ഷേത്രങ്ങളിൽ കയറി മലയാളത്തിൽ പ്രാർത്ഥിച്ച് ദൈവങ്ങളെ കുഴപ്പിക്കാം. പണ്ട് ടർക്കിയിലെ ഗ്രാമത്തിലെ സൈക്കിൾ സവാരിക്കിടയിൽ തലയിടിച്ചു വീണത് മിനി ഓർമ്മിക്കുകയും ചെയ്തു. ഇവിടെയാണെങ്കിൽ ചിലയിടത്ത് മരപ്പാലങ്ങൾക്ക് കൈവരികളില്ല. വീണുപോയാൽ ചളിയും പരിക്കും പറ്റും. സൂര്യൻ നല്ല ചൂടിലാണെങ്കിലും നടക്കുകതന്നെ നല്ലത്.

നടത്തം തുടങ്ങുമ്പോൾതന്നെ 'റിമെമ്പർ മി' റെസ്റ്റോറന്റ് ഓയ്സ്റ്റർ മണംകൊണ്ട് കൊളുത്തിവലിച്ചു. പുറത്തേക്കിറക്കിവെച്ച 'ദോശത്തട്ടിൽ' ഓയ്സ്റ്ററും മുട്ടയും മത്സരിച്ച് മൊരിയുകയാണ്, ഓയ്സ്റ്റർ ഓംലറ്റാവാൻ. ഭക്ഷണത്തോടുള്ള എന്റെ കൂററിയുന്ന മിനിയും അമ്മുവും പിടിച്ചുവലിച്ചു. "ആദ്യം നടത്തം. പിന്നെ തീറ്റ."

റെസ്റ്റോറന്റിനു മുന്നിലാണ് ഞണ്ടുരുത്തിന്റെ പൊലീസ് സ്റ്റേഷൻ. ഒരു കൊച്ചു ദ്വീപിൽ വൈവിധ്യമില്ലാത്ത അല്പം വിഭവങ്ങളെ ആശ്രയിച്ച് പതിനായിരത്തോളം പേർ കഴിയുമ്പോൾ പൊലീസ് വേണം. അങ്ങനെ ഓരോരോ ആവശ്യങ്ങൾക്കനുസരിച്ചാണ് ദ്വീപിലെ അടിസ്ഥാന സൗകര്യങ്ങൾ തയ്യാറായി വന്നത്. അറുപത്തിയേഴിൽ ദ്വീപിലൊരു തീപ്പിടുത്തമുണ്ടായി. നൂറോളം വീടുകൾ കത്തിപ്പോയി. എഴുപത്തിരണ്ടിൽ ദ്വീപിന് വിണ്ടും തീപിടിച്ചു. വീണ്ടും നൂറ് വീടുകൾ കത്തിത്തീർന്നു. അപ്പോൾ ഞണ്ടുരുത്തിന് ഫയർബ്രിഗേഡ് ഉണ്ടായി. പിന്നീട് കൊച്ചു കുട്ടികൾക്കായി കിന്റർഗാർട്ടൻ ഉണ്ടായി. കുട്ടികൾ വളർന്നപ്പോൾ അത് പ്രൈമറി സ്കൂളായി. പിന്നെയും വളർന്നപ്പോൾ സെക്കണ്ടറി സ്കൂളായി. അതിലും മുകളിലേക്ക് പഠിക്കേണ്ടവർ മലേഷ്യൻ കരയിലേക്ക് ബോട്ട് കേറിപ്പോയി. അവിടെ ഹോസ്റ്റലുകളിൽ താമസിച്ചു പഠിച്ചു. അപ്പോൾ തുരുത്തിൽനിന്ന് തുരുതുരാ കത്തുകൾ പോയിത്തുടങ്ങി. തുരുത്തിൽ പോസ്റ്റോഫീസായി. മുമ്പ് പൊലീസ് സ്റ്റേഷൻ തന്നെയായിരുന്നു പോസ്റ്റോഫീസും. കത്തുകളും കടന്ന് സംസാരം മുറുകിമുറുകി ഇവിടെയിപ്പോൾ മൊബൈൽ ഫോൺ സിഗ്നലുകളുമായി. ഒരു പ്രൈവറ്റ് ക്ലിനിക്കും ഒരു സർക്കാർ ക്ലിനിക്കും കൂടിയാവുമ്പോൾ ഞണ്ടുരുത്തിലെ അടിസ്ഥാനസൗകര്യങ്ങൾ ഏതാണ്ട് പൂർത്തിയാവുന്നുണ്ട്.

ബോട്ട്ജെട്ടിയിൽ നിന്ന് തുടങ്ങുന്ന പ്രധാന തെരുവും അതിന്റെ അനുബന്ധവഴികളും മിക്കവാറും കോൺക്രീറ്റ് ആയിക്കഴിഞ്ഞു. രണ്ടും മൂന്നും മീറ്റർ പൊക്കം പുറത്തു കാട്ടുന്ന, പത്ത് മീറ്ററോളം ചതുപ്പിനടിയിലേക്ക് ചെല്ലുന്ന തൂണുകൾക്ക് മുകളിലൂടെ മരത്തിലും കോൺക്രീറ്റിലും ഞണ്ടുരുത്തിലെമ്പാടും വഴിവലകൾ നെയ്യപ്പെട്ടിരിക്കുന്നു. ജെട്ടിയിൽനിന്ന് വീടുകളിലേക്ക്. വീടുകളിൽനിന്ന് വീടുകളിലേക്ക്, സ്കൂളുകളിലേക്ക്, ആരാധനാലയങ്ങളിലേക്ക്. പൊയ്ക്കാലുകളിൽ പൊങ്ങിനില്ക്കുന്ന വീടുകളും വഴികളും ചേർന്നാൽ ഞണ്ടുരുത്തിന്റെ മൗലികരൂപമാകും.

ഞങ്ങൾക്കു മുമ്പേ ഇവിടെ എത്തിയവരിൽ പ്രധാനികൾ മൂന്നു പേരാണ്. മൂന്നു മുക്കുവന്മാർ. ഹൈനാനുകൾ എന്നറിയപ്പെടുന്ന ചൈനീസ് മുക്കുവഗോത്രക്കാർ. ജലം കേറിയും ഇറങ്ങിയും കളിക്കുന്ന ചതുപ്പിലെ കണ്ടൽത്തഴപ്പുകൾക്കിടയിൽ അവർ ഞണ്ടുകളുടെ സമൃദ്ധി കണ്ടെത്തി. ആദ്യമൊക്കെ ഞണ്ടുകൾ നിറഞ്ഞ കൊട്ടകളുമായി അവർ കരയിലേക്ക് മടങ്ങി. പിന്നെ രണ്ടും മൂന്നും ദിവസത്തെ ഞണ്ടുകൊയ്ത്തു കഴിഞ്ഞായി മടക്കം. പിന്നെ അവർ വീട്ടുകാരെ കൊണ്ടുവന്നു. കൂട്ടുകാരെ കൊണ്ടുവന്നു. ബന്ധുക്കളെ കൊണ്ടുവന്നു. കണ്ടലുകൾക്കിടയിൽ നീളൻ മരത്തടികൾ താഴ്ത്തി നീളത്തിൽ വീട് വെച്ചു. നീളൻവീടുകളിൽ ഒരുമിച്ച് താമസിച്ചു. അവർ തുരുത്തിന്

ഞണ്ടുകളുടെ ദ്വീപ് എന്നർത്ഥം വരുന്ന പുലാവു കെത്താം (Pulau Ketam) എന്നു പേരിട്ടു. ആയിരത്തി തൊള്ളായിരത്തി ഇരുപതിലാ യിരുന്നു അത്. 1945ലും 47ലും ജപ്പാൻ-ചൈനീസ് യുദ്ധകാലത്ത് കൂടുതൽ ചൈനക്കാർ ഇവിടെയെത്തി. ഇന്ന് എണ്ണായിരത്തോളം വരുന്ന ഞണ്ടുരുത്തുകാരിൽ തൊണ്ണൂറ്റിയഞ്ചു ശതമാനം ചൈനീസും നാല് ശതമാനം മലേഷ്യനും ഒരു ശതമാനം ഇന്ത്യക്കാരനുമാണ്.

നട്ടുച്ചയ്ക്കിങ്ങനെ നട്ടം തിരിയാൻ നട്ടപ്രാന്തുള്ള സന്ദർശകരെ യൊന്നും ഇന്നു കാണാനില്ല. ഇവിടത്തുകാരും നിരത്തുകളിൽ അപൂർവ്വമായേയുള്ളൂ. വീടുകൾക്കുള്ളിലും ജീവിതത്തിന്റെ തിരക്കു കളില്ല. വളരെക്കുറച്ചു വീടുകളുടെ മാത്രം മുൻവാതിൽ തുറന്നു കിടന്നു. മിക്ക വീടുകൾക്കു മുമ്പിലും നമ്മുടെ പ്രാവിൻകൂട് പോലെ യുള്ള സംവിധാനം കാണാം. ഒന്നര മീറ്റർ മരത്തൂണിൽ രൂപക്കൂടു പോലൊന്ന്. ചെറിയ ബുദ്ധപ്രതിമ, ചൈനീസ് അക്ഷരങ്ങളുള്ള ഏതാനും ഗിൽറ്റ് പേപ്പറുകൾ, പകുതിയിലേറെയെരിഞ്ഞു നിന്നു പോയ ഒരു കെട്ടു സാമ്പ്രാണി, അത് പുറന്തള്ളിയ ചാരം. ഇത്രയു മാണ് കൂട്ടിലെ ഈശ്വരസാന്നിധ്യസൂചകങ്ങൾ. ചൈനീസ് വീടു കളിലെ ഒന്നാംമുറിയിലും ഉണ്ടാകും സമാനമായൊരു 'തുളസിത്തറ'.

അര മണിക്കൂർ നടത്തം മിനിയേയും അമ്മുവിനേയും തളർത്തി യിരിക്കുന്നു. കടലിലേക്ക് മുഖം നോക്കുന്ന ഒരു ചൈനീസ് ക്ഷേത്ര ത്തിന്റെ ചാരുബെഞ്ചിലേക്ക് അവർ സ്കൂട്ടായി. വളഞ്ഞും പുളഞ്ഞും പിരിഞ്ഞകന്നും പോകുന്ന നീളൻ പാലത്തിലൂടെ നടന്നിട്ടും നടന്നിട്ടും തീരാത്ത ആവേശത്തോടെ ഞാൻ നടത്തം തുടർന്നു. തണലുകളൊ ന്നുമില്ലാതെ ചുട്ടുപഴുക്കുകയാണ് ദ്വീപ്. വീടുകൾക്കിടയിൽ ചതു പ്പിൽ ചിലയിടത്ത് കണ്ടലുകൾ ആർത്തു വളരുന്നുണ്ട്. പക്ഷേ, അവയുടെ നിഴലുകൾ നടവഴിയിലേക്കെത്തില്ല.

കോൺക്രീറ്റ് വഴികളെ വിട്ട് ഞാൻ പലകപ്പാലവഴികളിലൂടെ നടത്തം തുടങ്ങി. ഇവ മിക്കവയും ഉപേക്ഷിക്കപ്പെട്ട പഴയ വഴി കളാണ്. അതിന്റെ സങ്കടം കറുത്ത് ദ്രവിച്ച പലകകൾ പറയുന്നുണ്ട്. ഇത്തരം മീറ്റർഗേജ് വഴികൾക്ക് കൈവരികളൊന്നുമില്ല. രണ്ടു മൂന്ന് പഴയ വീടുകൾക്കിടയിലൂടെ ഊർന്നിറങ്ങി ഇവ കടലിന്റെ തുമ്പത്തു പോയി നില്ക്കും. അവിടെ പാതി മുങ്ങിയ ചെറുവഞ്ചിയുടേയും പഴയ ബോട്ടിന്റെ അസ്ഥിപഞ്ജരത്തിന്റെയും പടമെടുത്ത് ഞാൻ മടങ്ങും.

വഴിയിൽ വെച്ചു കണ്ടുമുട്ടിയ ചൈനീസ് അപ്പൂപ്പൻ ഇങ്ങോട്ടു വന്ന് പരിചയപ്പെടുകയായിരുന്നു. ചുണ്ടിലെരിയുന്ന സിഗരറ്റിനടി യിലൂടെ ഇംഗ്ലീഷ് തപ്പിയും തടഞ്ഞും വീണുകൊണ്ടിരുന്നു. ഇവിടെ യാണ് ജനിച്ചത്. ഇവിടെയാണ് വളർന്നത്. ഭാര്യ ഇവിടെത്തന്നെ

തീർന്നു. ഒരിക്കൽപോലും ദ്വീപ് വിട്ട് കരയിലേക്ക് പോയിട്ടില്ല. കടലിൽ പോകും. മീനുമായി തുരുത്തിലേക്ക് തിരിച്ച് വരും. അതായിരുന്നു പതിവ്. ഇപ്പോൾ വയ്യ. രാവിലെയെഴുന്നേറ്റ് സൂര്യോദയം കാണും. വൈകുന്നേരം അസ്തമയവും. രണ്ടിനുമിടയിൽ ഇരുപതോളം സിഗരറ്റു പുകച്ചു തീർക്കും. കണ്ടുമുട്ടുന്ന നാട്ടുകാരോടും സന്ദർശകരോടും കുശലം പറഞ്ഞിരിക്കും. അങ്ങനെ കഴിയുന്നു. അതിനുള്ള കാശ് കരയിൽനിന്ന് വരും. മക്കളയച്ചു കൊടുക്കും. അവരൊക്കെ 'കര' പറ്റിയിട്ട് വർഷങ്ങളായി.

ഈ അപ്പൂപ്പന്റെ മക്കളും പേരമക്കളും മാത്രമല്ല, ഞണ്ടുരുത്തിലെ പുതിയ തലമുറയിൽ മിക്കവരും മലേഷ്യൻകരയിലേക്ക് കൂടുമാറുകയാണ്. തുരുത്തിലെ ഏകതാനവും വിരസവുമായ ജീവിതം അവർക്ക് മടുത്തിരിക്കുന്നു. പുതിയ താവളങ്ങളിലേക്ക്, പുതിയ ജോലികളിലേക്ക്, പുതിയ സന്തോഷങ്ങളിലേക്കും സങ്കടങ്ങളിലേക്കും അവർ ജലം മുറിച്ചു പോകുന്നു. പതിനയ്യായിരത്തോളമുണ്ടായിരുന്ന ഞണ്ടുരുത്തിന്റെ ആൾത്തിരക്ക് എണ്ണായിരത്തിലെത്തിയതങ്ങനെയാണ്.

അപ്പൂപ്പന്മാർ തുരുത്തു വിട്ടുപോയില്ല. ഓരോ ദിവസവും പുതിയ കഥ പറയുന്ന കടലാണ്. എത്രയോ വർഷങ്ങളായി. അപ്പുപ്പന്മാർ പോയാൽ പിന്നാരോട് കഥ പിറുപിറുക്കും കടൽ? കടലിന്റെ തരംഗോച്ചാരണം പുതിയ കുട്ടികൾക്കറിയില്ല. അവർക്കെല്ലാം നോട്ടിക്കൽ മൈൽസാണ്. തുരുത്തുജീവിതത്തിന്റെ സുഖകരമായ ഞണ്ടിറുക്കങ്ങളെ പഴയ മുക്കുവന്മാർക്ക് മറക്കാനാവില്ല. വീടുകൾക്കിടയിലെ ചതുപ്പിൽ വളർന്നു വരുന്ന കണ്ടൽക്കിടാങ്ങളെ അവർക്ക് ഉപേക്ഷിക്കാൻ വയ്യ.

''ഒരിക്കലും ഇവിടെ വിട്ടുപോയിട്ടില്ലേ?'' ഞാൻ ചൈനീസ് അപ്പൂപ്പനോട് ചോദിച്ചു.

''ഇല്ല. കടലിലേക്കല്ലാതെ ഇല്ല.''

''അതെന്തേ?''

അപ്പൂപ്പൻ സിഗരറ്റൊന്നാഞ്ഞു വലിച്ച് ചുണ്ടുകൾക്കിടയിൽ നിന്നെടുത്തു മാറ്റി. കടൽക്കാറ്റ് ചേർത്ത് സിഗരറ്റ് പുക വിഴുങ്ങി.

''പോണന്ന് തോന്നീല്ല. പോയില്ല. ഇനി പോവൂല്ല.''

പിന്നെ സിഗരറ്റ് ചുണ്ടിലേക്ക് തിരികെവെച്ച് നടന്നുകൊണ്ടു തന്നെ ഫോട്ടോയ്ക്ക് പോസ് ചെയ്ത് അദ്ദേഹം യാത്രയായി. ഞാനപ്പൂപ്പന്റെ കാലടികളിലേക്ക് നോക്കിക്കൊണ്ടു നിന്നു. എത്ര തവണ മണ്ണിനെ സ്പർശിച്ചുകാണും ആ പാദങ്ങൾ. കടലിനു നടുവിൽ കടലിൽ നിന്നും ചതുപ്പിൽ നിന്നും ഉയർത്തിയ തൂണുകളിൽ ഒരു ഗ്രാമം. കടലിന്റെ കുറുമ്പുകൾക്കനുസരിച്ച് വീടുകൾക്കടിയിൽ കടലാകാം, ചതുപ്പാകാം, ചെളിയാകാം. ഉയർത്തിക്കെട്ടിയ വഴികളിലൂടെ

ഭൂസ്പർശമില്ലാതെ എത്ര കാതങ്ങൾ നടന്നിരിക്കും അപ്പൂപ്പൻ. ചില പ്പോൾ ആ കാലുകൾ മണ്ണിനെ അറിഞ്ഞിട്ടേയുണ്ടാവില്ല!

അപ്പൂപ്പൻ നടക്കുന്നത് ഞണ്ടുരുത്തിന്റെ അറ്റത്തേക്ക് പോകുന്ന മരപ്പാലത്തിലേക്കാണ്. അതിന്റെയറ്റത്ത് ചെറിയ പൊയ്ക്കാൽക്കുടിൽ. താഴെ തൂണിനോട് ചേർത്തു കെട്ടിയ ചെറിയ പഴയ വഞ്ചി. പിന്നിൽ കടൽ. മുന്നിൽ ചതുപ്പ്. ചതുപ്പിൽ ഓടിത്തിമർക്കുന്ന ഞണ്ടുകളെ നോക്കിയിരിക്കും അപ്പൂപ്പൻ. ഇരുട്ടുന്നതുവരെ. അവരെല്ലാം കൂട്ടിൽ കേറിക്കഴിഞ്ഞാൽ പിന്നിലെ കടലിന്റെയടുത്തേക്ക് തലവെച്ച് മൂപ്പർ കിടക്കും. കടൽ കഥ പറഞ്ഞു തുടങ്ങും. രാത്രിയുടെ പതിഞ്ഞ ഒച്ച യിൽ. അപ്പൂപ്പൻ ഉറങ്ങും.

അപ്പൂപ്പനെ വിട്ടിട്ട് നടത്തം തുടർന്നു. വഴികൾക്ക് ജീവൻ വെച്ചിരി ക്കുന്നു. സ്കൂൾ വിട്ടു വരുന്ന കുട്ടികൾ വഴിവലക്കണ്ണികളിലൂടെ ചവിട്ടു സൈക്കിളുകളിലും ഇലക്ട്രിക് സൈക്കിളുകളിലും അഭ്യാസം കാണിച്ചു പോകുന്നു. കാൽനടക്കാരനെ ശല്യപ്പെടുത്താതിരിക്കാൻ അവർ ശ്രദ്ധിക്കുന്നുണ്ട്. തിരിഞ്ഞും പിരിഞ്ഞും പോകുന്ന വഴികൾ കുറേ പിന്നിട്ടു കഴിഞ്ഞു. സ്കൂളുകളും ഒരേയൊരു കളിസ്ഥലമായ ബാസ്കറ്റ്ബോൾ കോർട്ടും ഒരേയൊരു ബാങ്കും (മേ ബാങ്ക്) എടിഎമ്മും കണ്ടുകഴിഞ്ഞു. ഇനി മടങ്ങണം. അമ്മുവിനേയും മിനി യേയും കൂട്ടണം. വഴിതെറ്റിത്തിരിയാനും തെറ്റിയ വഴി തിരുത്തി തിരിച്ചെത്താനുമുള്ള സമയം കരുതി വേണം ഞണ്ടുരുത്തിലെ കാൽ നടകൾ പ്ലാൻ ചെയ്യാൻ.

ഇനി സീഫുഡ് ഫെസ്റ്റിവൽ

ഉപ്പും മുളകും രുചിക്കൂട്ടുകളും ചേർന്നു വേവുന്ന കടലായിരുന്നു റിമെംബർ മി റെസ്റ്റോറന്റ്. ചെമ്മീൻ, കൂന്തൾ, ഞണ്ട്, കക്ക, ഓയ്സ്റ്റർ, പിന്നെ വലുതും ചെറുതുമായി പലതരം മീനുകൾ. എല്ലാം പല കൂട്ടുകളിൽ പല വിധത്തിൽ മൊരിയുകയും വേവുകയുമാണ്. അല യടിക്കുന്ന കടലുപോലെ വന്നു പൊതിഞ്ഞുലയ്ക്കുകയാണ് രുചി യുടെ പുതിയ ഗന്ധങ്ങൾ.

പുരുഷനോളം പേശീമികവുള്ള മദ്ധ്യവയസ്കയാണ് ഭക്ഷണ ശാലയുടെ നടത്തിപ്പുകാരി. ചുമരിൽ പതിച്ചിട്ടുള്ള വലിയ മെനു വിൽ കസ്റ്റമേഴ്സിന് വിഭവങ്ങൾ പരിചയപ്പെടുത്തുകയാണ് അവർ. ഇംഗ്ലീഷിലല്ല. ഇടയ്ക്ക് യൂ, ഐ, ഗുഡ് എന്നിങ്ങനെ ചില ആംഗലേയ ത്തുള്ളികൾ തെറിച്ചുവീഴുന്നുണ്ടെന്നു മാത്രം. ഒരു മണിക്കൂർ അല ച്ചിലിനുശേഷം മെനുവിളംബരം കേൾക്കാൻ ഞങ്ങൾ തുനിഞ്ഞില്ല. വയറ്റിൽ വിശപ്പിന്റെ കടൽ അത്രയ്ക്ക് പ്രക്ഷുബ്ധമായിരുന്നു. അതിനെ യൊന്നു മെരുക്കിയെടുക്കാൻ ഞങ്ങൾ ഓരോ ഇളനീർ ഓർഡർ ചെയ്തു. നല്ലവണ്ണം വെട്ടിയൊതുക്കി വൃത്തിയാക്കിയ ഇളനീർ. നല്ല

തണുപ്പും. ഉള്ളിലെ കടൽ തണുത്തടങ്ങി. പിന്നെ ആർത്തിപിടിച്ചൊരു ഓർഡർ നല്കലായിരുന്നു. ഞണ്ട് ചില്ലി ഫ്രൈ ഒരു കിലോ. ഓയ്സ്റ്റർ ഓംലറ്റ് രണ്ട്. കക്ക ഒരു പ്ലേറ്റ്. ചില്ലിച്ചെമ്മീൻ ഒന്ന്. അമ്മുവും മിനിയും ഞാനും കൂടിയാൽ ഇതൊക്കെ തിന്നുതീരുമോ എന്നൊന്നും ആലോചിച്ചില്ല. വരുംപോലെ തിന്നാം എന്നു വെച്ചു. ചോറും കൂടി വിളമ്പാനുള്ള റെസ്റ്റോറന്റുകാരുടെ ശ്രമം ഞാൻ തടഞ്ഞു. ഇന്ന് എക്സ്ക്ലൂസീവ് തീറ്റയാണ്. ഓൺലി കടൽ. വിഭവങ്ങൾക്കെല്ലാം നല്ല എരിവും രുചിയും. സംരംഭത്തിന്റെ അവസാനമായപ്പോഴാണ് ഒരു സംശയം. ഓയ്സ്റ്ററിൽ സ്വല്പം ഉപ്പുകൂടി ചേർത്താൽ നന്നാവില്ലേ? ചെമ്മീനിലും ആവാം ഇത്തിരി കൂടി ഉപ്പ്. മേശമേലൊന്നും ഉപ്പോ കുരുമുളകോ ഇല്ല. ചുവന്ന മുളകുപൊടിയുണ്ട്. പച്ചമുളകും റെഡി. പുരുഷപേശിയെ വിളിച്ചു പറഞ്ഞു. അല്പം ഉപ്പ് വേണം. ഉപ്പ്-നമക്-സാൾട്ട് എന്നിവയിൽ തീരുന്ന ഞങ്ങളുടെ ലവണ വിജ്ഞാനം മതിയായില്ല അവരെ ഞങ്ങളുടെ ആവശ്യം ബോധ്യപ്പെടുത്താൻ. അവർ സ്മാർട്ട് ഫോൺ നീട്ടി എഴുതിക്കൊടുക്കാൻ പറഞ്ഞു. ഞാൻ എഴുതിക്കൊടുത്ത SALT അവർ ഗൂഗിൾ ട്രാൻസ്ലേറ്ററിന്റെ അടുപ്പത്തു കേറ്റി. ഓ പിടികിട്ടി എന്ന് പൊട്ടിച്ചിരിച്ച് ഉപ്പുമായെത്തി. ബാക്കി ചെമ്മീനും ഓയ്സ്റ്ററും ചടേന്ന് തീർന്നു.

മടക്കം

ഇനി കറങ്ങി നടക്കാൻ വയ്യ. വയറ് നിറഞ്ഞുകവിഞ്ഞിരിക്കുന്നു. ചോരയോട്ടം ഇപ്പോൾ ആമാശയത്തിലേക്കേ ഉള്ളൂ. തലയും കാലുകളും മന്ദിപ്പിലാണ്. ഇവിടെത്തന്നെയിരിക്കാം. ഇരിപ്പുകൂലി ടിപ്പായി കൊടുത്തിട്ടുണ്ട്. നാലു ഫാനുകളും ഒരു കൂളറും റെസ്റ്റോറന്റിനെ മത്സരിച്ച് തണുപ്പിക്കുന്നുമുണ്ട്. ബോട്ടുജെട്ടിയിലേക്ക് അഞ്ചു മിനിട്ട് നടത്തമേയുള്ളൂ. മൂന്നരയായി. നാലു മണിക്കാണ് മടങ്ങാനുള്ള ബോട്ട്.

ചെറിയ കടൽതുരുത്തുകൾക്ക് വലിയൊരു പ്രത്യേകതയുണ്ട്. ചെറിയ സമയംകൊണ്ട് അവ നമ്മെ കെട്ടിപ്പിടിച്ചു സ്വന്തമാക്കും. തിരിച്ചുപോക്കിനുള്ള നൗകകളെയൊക്കെ പുറംകടലിൽ തടഞ്ഞിട്ട് അത് നമ്മളെ പുണർന്നുകൊണ്ടേയിരിക്കും. കുറേ സമയമായി ജെട്ടിയിൽ കാത്തുനിൽപ്പ് തുടങ്ങിയിട്ട്. നാലുമണിക്ക് പുറപ്പെടേണ്ട ബോട്ട് നാലരയായിട്ടും എത്തിയിട്ടില്ല. കുറച്ചു സമയത്തിനുള്ളിൽ എത്തുമായിരിക്കും.

ഞണ്ടിറച്ചിയുടെ മണമുള്ള ഏമ്പക്കങ്ങൾ വിട്ടുകൊണ്ട് ഞങ്ങൾ ബോട്ടിനായി പിന്നേയും കാത്തു നില്ക്കുന്നു.

കണ്ണീർത്തടാകത്തിലെ കാഴ്ചകൾ

കംബോഡിയയുടെ നെഞ്ചിന് കുറുകെ തൂങ്ങിക്കിടക്കുന്ന വയലിനാണ് തോൺലെ സാപ് (Tonle Sap). ഇങ്ങനെ പറഞ്ഞത് ഈ തടാകത്തിലൂടെ യാത്ര ചെയ്തെത്തി ആംഗോർ വാട്ട് എന്ന വിസ്മയത്തിലേക്ക് ലോകത്തെ ക്ഷണിച്ച ഹെൻട്രി മോഹോട്ട് (Henri Mouhot) എന്ന ഫ്രഞ്ച് ദേശപര്യവേക്ഷകനാണ്. കംബോഡിയയിലെ രണ്ടു പ്രധാന നഗരങ്ങളായ, മരണമൈതാനങ്ങളുടെ നഗരമായ നോംപെന്നിനും ആംഗോർ ക്ഷേത്രങ്ങളുടെ നഗരമായ സിയാം റീപ്പിനും ഇടയിൽ അതങ്ങനെ നീണ്ടും നിറഞ്ഞും കിടക്കുകയാണ്. ഈ വയലിനിൽനിന്നും ഇന്നും ഒഴുകിയെത്തുന്നത് കണ്ണീരിന്റെ കനമുള്ള രാഗങ്ങളാണ്. കംബോഡിയക്കാരന്റെ കണ്ണീർത്തടാകമാണ് തോൺലെ സാപ്. (ഖമറിൽനിന്ന് മൊഴിമാറ്റിയാൽ വലിയ തടാകം)

വെള്ളത്തിൽ പൊങ്ങിക്കിടക്കുകയോ, തടിത്തൂണുകളിൽ വെള്ളത്തിൽ നിന്നും പൊന്തിനിൽക്കുകയോ ചെയ്യുന്ന ജലഗ്രാമങ്ങളാണ് തടാകത്തിലേക്ക് സഞ്ചാരികളെ പ്രലോഭിപ്പിക്കുന്നത്. പ്രധാനമായും നാല് ഗ്രാമങ്ങൾ. ചോങ്ങ്ക്നീസ്, കാംപോങ്ങ് ഫ്ളക്, കാംപോങ്ങ് ലുവാങ്ങ്, കാംപോങ്ങ് ഖ്ളീങ്ങ്. സിയാം റീപ്പിനടുത്തു കിടക്കുന്ന ഗ്രാമങ്ങളാണ് ചോങ്ങ്ക്നീസും ഫ്ളക്കും. അതുകൊണ്ടുതന്നെ ടൂറിസ്റ്റുകളുടെ തിരക്കും ടൂറിസ്റ്റ് കമ്പനികളുടെ തട്ടിപ്പും ഇവിടെ കൂടും. ഗ്രാമീണർക്ക് ഈ തിരക്കുകൊണ്ട് ഒരു ഗുണവുമില്ല. ലുവാങ്ങാവട്ടെ വളരെ ദൂരെയാണ്. നാലര മണിക്കൂറോളം ദൂരെ. തലസ്ഥാനമായ നോംപെന്നിൽനിന്ന് എത്താനാണ് എളുപ്പം.

അങ്ങനെ ഖ്ളീങ്ങിലേക്കുള്ള ഒന്നര മണിക്കൂർ യാത്രയ്ക്ക് തുടക്കമായി. ടംടാക് ഗ്രാമം വിട്ടാൽ കംബോഡിയയുടെ ദാരിദ്ര്യം മരക്കാലുകളിൽ ഉയർന്നു വരും. തുള വീണ ഓലച്ചുമരുകളും പരുക്ക് പറ്റിയ മേൽക്കൂരകളുമായി അവയങ്ങനെ നിരന്നു നിൽക്കുന്നുണ്ട്. മരത്തൂണുകളിൽ വലിച്ചുകെട്ടിയ ഹമ്മോക്കുകളിൽ അലസഗ്രാമീണ

ജീവിതം മയങ്ങുന്നുണ്ട്. ചില വീടുകളിൽ തറനിരപ്പിലെ സിമന്റ് ബഞ്ചുകളിലിരുന്ന് ആളുകൾ ഭക്ഷണം കഴിക്കുന്നു. സിമന്റുമേശയിലെ അല്പമായ വിഭവങ്ങൾക്കു താഴെ വളർത്തുപട്ടിയും കോഴികളും കാത്തുനിൽക്കുന്നുണ്ട്. ഇടയ്ക്കിടയ്ക്ക് കംബോഡിയൻ പീപ്പിൾസ് പാർട്ടിയുടെ വലിയ ബോർഡുകൾ അർഹതയില്ലാത്ത അഹങ്കാരത്തോടെ തലപൊക്കുന്നു. കുണ്ടും കുഴിയും കല്ലും നിറഞ്ഞ മൺവഴികളിലൂടെ പിശുക്കില്ലാതെ പൊടിപറത്തി ഞങ്ങളുടെ ബെൻസ് വാൻ കടന്നു പോകുന്നു.

കാംപോങ്ങ് ഖ്ളീങ്ങിൽ ചെന്നിറങ്ങിയത് ബുദ്ധക്ഷേത്രത്തിന്റെ മുറ്റത്തേക്കാണ്. പകിട്ടില്ലാത്ത ജീവിതങ്ങൾക്കിടയിലേക്ക് സ്വർണ വർണത്തിന്റെ ഗർവ്വോടെ തള്ളിനിലക്കുന്ന പഗോഡാ നിർമ്മിതി. ബുദ്ധമതവിശ്വാസിയായ ഡ്രൈവർ ഫല്ല ആദ്യം ചൂണ്ടിക്കാട്ടിയതും അതായിരുന്നു. അപ്പോഴേക്കും രണ്ടു കുട്ടികൾ ഞങ്ങളുടെ ശ്രദ്ധ പിടിച്ചെടുത്തു. ഓലകൊണ്ടും തുണികൊണ്ടുമുള്ള ചെറിയ കളിപ്പാട്ടങ്ങൾ വിൽക്കാനാണ് ശ്രമം. സിയാം റീപ്പിൽ ഉണ്ടായ ദിവസങ്ങളിൽ ഒരാളു പോലും പിച്ചതെണ്ടിയെത്തിയില്ല. എന്തെങ്കിലും ഏൽപ്പിച്ച് പണം വാങ്ങാൻ മാത്രം ശ്രമിച്ചു. അവരുടെ കഷ്ടപ്പാടുകൾ പറഞ്ഞ് അപൂർവ്വം ചിലർ പ്രലോഭിപ്പിച്ചു. സ്കൂളിൽ പോകാൻ കാശില്ലെന്ന് കള്ളം പറഞ്ഞു. സർക്കാരൊന്നും സഹായിക്കില്ലെന്ന് സത്യം പറഞ്ഞു.

ഒരു ഡോളർ കൊടുത്ത് രണ്ടോലക്കിളികളെ വാങ്ങി. അവർ സന്തോഷത്തോടെ മടങ്ങിപ്പോയി. അവരുടെ സന്തോഷത്തിന്റെ പിന്നാമ്പുറത്തു തടാകത്തിൽ നിന്നും ഉയർന്നു പോകുന്ന നീണ്ട മരക്കാലുകളിൽ തങ്ങുന്ന മരവീടുകൾ നിരന്നു നിന്നു. ഇരുകരയിലും ഇരുവശത്തേക്കും നിരനിരയായങ്ങനെ. വല്ലാത്തൊരു കാഴ്ചയാണത്. നൂറുകണക്കിന് പൊയ്ക്കാൽ വീടുകൾ. മാംസമൂർന്നു പോയ പട്ടിണിക്കോലങ്ങളെപ്പോലെ. ദാരിദ്ര്യത്തിന്റെ ഈ 'കാല്പനികസൗന്ദര്യം' ആസ്വദിക്കാനാണ് സിയാം റീപ്പിൽ നിന്ന് അമ്പത്തഞ്ചു കിലോമീറ്ററോളം യാത്ര ചെയ്ത് ഞങ്ങളെത്തിയിട്ടുള്ളത്.

ക്ഷേത്രപരിസരത്തുനിന്ന് പടികളിറങ്ങി വേണം ബോട്ട് ജെട്ടിയിലെത്താൻ. കടവിൽ വെള്ളം നന്നേ കുറവാണ്. ഒരു ചെറുപുഴയുടെ ഗമയേയുള്ളു, ഗ്രാമത്തിന്റെതന്നെ പേരുള്ള ഖ്ളീങ്ങ് നദിക്ക്. നദിക്കപ്പുറം ചെറിയൊരു തുരുത്തുണ്ട്. അതുകൊണ്ട് ഇവിടത്തെ പൊയ്ക്കാൽ ഗൃഹങ്ങൾക്ക് മുൻഭാഗം(?) ജലവും പിൻഭാഗം മണ്ണുമാണ്. മൂവായിരത്തോളം പേർ താമസിക്കുന്ന ചോങ്ങ്ക്നീസിൽ വെള്ളത്തിൽ പൊങ്ങിക്കിടക്കുന്ന വീടുകളേയുള്ളൂ.

അമ്മയും മിനിയും തടാകയാത്രയിൽനിന്നും മാറിനിന്നു. അമ്മയ്ക്ക് ബോട്ടിൽ കയറാനും പടികളിൽ ഇരിക്കാനും ബുദ്ധിമുട്ടാവും.

ഇരുപത് ഡോളറാണ് ഒരാൾക്ക് ബോട്ട് യാത്രയ്ക്കുള്ള ചെലവ്. ഇരിപ്പിടങ്ങൾപോലുള്ള ആർഭാടങ്ങളൊന്നുമില്ല ഇവിടുത്തെ ബോട്ടുകൾക്ക്. എഞ്ചിൻ ഘടിപ്പിച്ച ചെറുവള്ളമാണ് ബോട്ടെന്ന പേരിലുള്ളത്. ചോങ്ക്നീസ്, കാംപോങ്ങ് ഫ്ളക് തുടങ്ങിയ ജലഗ്രാമങ്ങളെല്ലാം ടൂറിസം കോർപ്പറേറ്റുകൾ കയ്യടക്കിയിരിക്കുന്നു. ഗ്രാമീണരുടെ ജീവിതവും വേദനയും വിറ്റ് അവർ ധനികരായി. കംബോഡിയൻ കോരന്മാർ കുമ്പിളിലെ കഞ്ഞിയും തടാകത്തിലെ മീനുമായി കഴിയുന്നു. ചിലപ്പോഴൊക്കെ ടൂറിസ്റ്റുകളെ പ്രലോഭിപ്പിച്ച് ഒരു കെട്ട് പെൻസിലും ഒരു കൂട് മിഠായിയും സ്കൂൾ കുട്ടികൾക്ക് കൊടുത്താലായി. ചോങ്ക്നീസ് നിവാസികളെ അടിസ്ഥാനസൗകര്യങ്ങളൊക്കെയുള്ള കരഭൂമിയിലേക്ക് മാറ്റിപ്പാർപ്പിക്കാൻ ഏഷ്യൻ ഡെവലപ്മെന്റ് ബാങ്ക് പദ്ധതി നൽകിയിരുന്നു. ആ ശ്രമത്തെ മുളയിലേ നുള്ളിക്കളഞ്ഞത് ഈ ടൂറിസം ഭീമന്മാരും സർക്കാരും ചേർന്നാണ്. ജലത്തിലങ്ങനെ പൊങ്ങിക്കിടന്നു നരകിക്കാൻ അവരില്ലെങ്കിൽ പിന്നെ ഇവിടെയെന്ത് കാഴ്ച? എന്ത് ടൂറിസം?

ഞങ്ങൾ വഞ്ചിയിലേക്ക് കയറുമ്പോൾ മഴ ചാറിത്തുടങ്ങി. വഞ്ചിയുടെ തകരമേൽക്കൂരയിൽ അത് മേളവും തുടങ്ങി. മഴയേക്കാൾ ബഹളമുണ്ടാക്കിയത് ടോ എന്ന് പേരുള്ള ഞങ്ങടെ വഞ്ചിക്കാരനാണ്. അവന്റെ പേരിനു ചേർന്ന ശബ്ദഘോഷം. അവൻ ആകാശത്തേക്ക് എന്തോ വിളിച്ചു പറയുന്നു. ബോട്ട് ജെട്ടിയിലേക്ക് വിളിച്ചു പറയുന്നു. മരവീടുകളിലെ ബാൽക്കണികളിൽനിന്ന് മറുകൂക്കുകൾ വരുന്നു. ഞാൻ കപ്പിത്താൻ പയ്യനോട് കാര്യം തിരക്കി.

നമ്പർ വൺ റെയ്ൻ

അവന്റെ ബെസ്റ്റ് അവെയ്ലബിൾ ഇംഗ്ലീഷിൽ മറുപടി. ഇക്കൊല്ലത്തെ ആദ്യ വർഷം. മൺസൂണിന്റെ വിളംബരം. പുറത്തുയരുന്ന ബഹളങ്ങളിൽ പുതുമഴയുടെ സന്തോഷമുണ്ട്. മഴക്കാല കെടുതികളുടെ സന്ദേഹമുണ്ട്. (അന്ന് വൈകീട്ട് ആംഗോർ വാട്ടിൽ ചെന്ന് വൻക്ഷേത്രത്തെ ഇക്കൊല്ലത്തെ ആദ്യമഴയിൽ നനയ്ക്കാനുള്ള നിയോഗവും ഞങ്ങൾക്കുണ്ടായിരുന്നു.)

മഴ പെയ്ത് പെയ്ത് തടാകം നിറയും. ഹിമാലയത്തിലെ മഞ്ഞുരുകി നിറയുന്ന മെക്കോങ്ങ് അപ്പോഴേക്കും ടിബറ്റൻ പീഠഭൂമിയിൽ നിന്ന് പുറപ്പെട്ടിട്ടുണ്ടാകും. മെക്കോങ്ങിനും തടാകത്തിനുമിടയിലെ പൊക്കിൾക്കൊടി ബന്ധമാണ് തടാകത്തിന്റെ തന്നെ പേരുള്ള തോൺലെ സാപ് നദി. ടിബറ്റൻ പീഠഭൂമികളിൽനിന്ന് ഒഴുകിത്തുടങ്ങി ചൈന, ബർമ്മ, തായ്ലാൻഡ്, ലാവോസ്, വിയറ്റ്നാം, കംബോഡിയ എന്നീ രാജ്യങ്ങളെ സന്ദർശിക്കുന്ന അന്താരാഷ്ട്ര നദിയാണ് മെക്കോങ്ങ്. ലോകത്തിലെ പന്ത്രണ്ടാമത്തെ വലിയ നദിയാണിത്. തെക്കു കിഴക്കനേഷ്യയിലെ ഏറ്റവും വലിയ നദി. മെക്കോങ്ങ് അതിന്റെ നീണ്ട

യാത്ര അവസാനിപ്പിക്കുന്നത് ചൈനാകടലിലാണ്. അതിനു മുൻപ് നോം പെന്നിൽ വെച്ച് തോൺലെ സാപ് നദി മെക്കോങ്ങിൽ ചേരും. മെക്കോങ്ങിനും തടാകത്തിനുമിടയിൽ വർഷാവർഷം രസകരമായൊരു കൊടുക്കൽ വാങ്ങൽ നടക്കുന്നുണ്ട്. വളരെ അപൂർവ്വമായ കൊടുക്കൽ വാങ്ങൽ. തോൺലെ സാപ് നദിയാണ് ഇടനിലക്കാരൻ. ജൂലായ് മുതൽ നവംബർ വരെ മഴ പെയ്തും മഞ്ഞുരുകിയും നിറയുന്ന മെക്കോങ്ങ് അധികജലം തടാകത്തിനു നൽകിയേ കടലിലേക്ക് പോകൂ. നവംബർ അവസാനിക്കുമ്പോഴേക്കും മഴ പെയ്തു കൂട്ടിയ ജലസമൃദ്ധികൊണ്ട് വീർപ്പുമുട്ടും തടാകം. മെക്കോങ്ങിന്റെ പ്രതാപസമയം കഴിഞ്ഞു തുടങ്ങിയിട്ടുണ്ടാകും. തടാകം അപ്പോൾ തോൺലെ സാപ് നദി വഴി തിരിച്ചൊഴുകും, മെക്കോങ്ങിലേക്ക്. പഴയ 'വെള്ളക്കടം' വീട്ടും.

ഈ ഒഴുക്കും തിരിച്ചൊഴുക്കും കംബോഡിയയ്ക്ക് വളരെ പ്രധാനപ്പെട്ടതാണ്. തടാകതീരത്തുള്ള കൃഷിയിടങ്ങളെ സമ്പന്നമാക്കുന്നത് ഈ സമയത്ത് വന്നടിയുന്ന എക്കൽ മണ്ണാണ്. ദേശത്തിന്റെ എൺപത് ശതമാനം ധാന്യങ്ങളും പച്ചക്കറികളും വരുന്നത് ഇവിടെ നിന്നാണ്. മത്സ്യസമ്പത്തിന്റെ 'തിമിംഗലഭാഗം' വരുന്നതും ഇവിടെ നിന്നുതന്നെ. ഈ സമ്പത്ത് തന്നെയാണ് ചരിത്രത്തിലെ രാജാക്കന്മാർക്ക് ആംഗോറിലെ ഭീമക്ഷേത്രങ്ങൾ നിർമ്മിക്കാനുള്ള നീക്കിയിരുപ്പുണ്ടാക്കിയത്. അന്ന് പ്രളയകാലത്ത് തടാകത്തിലൂടെ ഒഴുക്കിക്കൊണ്ടുവന്ന വലിയ ശിലാഖണ്ഡങ്ങളാണ് പിന്നീട് ആംഗോറിലെ ക്ഷേത്രങ്ങളും കൊട്ടാരങ്ങളുമായത്.

ഒന്നു ചാറിയപ്പോഴേക്കും ടോയും കൂട്ടരും ഉണ്ടാക്കിയ ബഹളത്തിൽ പേടിച്ചു മഴ തിരിച്ചുപോയി. ടോ നിശബ്ദനുമായി. ബോട്ട് മാത്രം അതിന്റെ കുറുമ്പൻ ശബ്ദം തുടരുന്നുണ്ട്. ടോയോട് ഒരുപാട് കാര്യങ്ങൾ ചോദിച്ചു മനസ്സിലാക്കാനുണ്ടായിരുന്നു. ടോയ്ക്കും എന്തൊക്കെയോ പറഞ്ഞു തരണമെന്നുണ്ട്. രണ്ടു കൂട്ടർക്കും മനസ്സിലാവുന്ന തരത്തിലൊരു ഇംഗ്ലീഷ് ഞങ്ങൾക്കിടയിൽ ഇല്ലാതെ പോയി. പീക്ക് സീസണിൽ പോലും ദിവസം ഇരുപതിൽ കൂടുതൽ ടൂറിസ്റ്റുകളെത്തുന്നില്ല ഇവിടെ, ഇരുപതിനായിരത്തോളം പേർ താമസിക്കുന്ന ഏറ്റവും വലിയ ജലകോളനിയായിട്ടും. പിന്നെന്തിന് ഇംഗ്ലീഷ് പഠിക്കണം എന്ന് ടോ കരുതിയിരിക്കാം.

കരയിലേക്ക് തലവെച്ചുറങ്ങുന്ന ചെറുവഞ്ചികൾക്കിടയിലൂടെ, നദിയിൽ കുത്തിനിർത്തിയ മുളകളിൽ വലിച്ചു കെട്ടിയിരിക്കുന്ന വലകളെ ശല്യപ്പെടുത്താതെ, പാഞ്ഞുപോകുന്ന പ്രാദേശികവള്ളങ്ങൾക്ക് വണങ്ങിക്കൊടുത്ത് ഞങ്ങൾ മെല്ലെ നീങ്ങുകയാണ്. ഇരുതീരങ്ങളിൽ നിന്നും ഉയർന്നുപോകുന്ന മരക്കാലുകളുടെ തിരക്കാണ് യാത്രയുടെ തുടക്കക്കാഴ്ച. എട്ടുപത്തു മീറ്റർ പൊക്കത്തിലാണ്

തോൺലെ സാപ് തടാകത്തിലെ മരക്കാൽ വീടുകൾ

വീടുകളെ താങ്ങിനിർത്തുന്ന തൂണുകൾ. പത്തുപന്ത്രണ്ടു വീടുകൾ അടുപ്പിച്ചടുപ്പിച്ചുണ്ടാവും. നാട്ടിൽ വാർക്കാൻ തട്ടടിക്കുന്ന പോലെ ഓരോ വീടിനെയും താങ്ങിനിർത്തുന്നത് അത്തരം ഇരുപതും മുപ്പതും തൂണുകളാണ്. തൂണുകൾക്കു മേലെനിന്നു ദാരിദ്ര്യത്തിന്റെയും അവഗണനയുടെയും 'ഉന്നതലോകം' യാത്രയിലുടനീളം ഞങ്ങളെ അസ്വസ്ഥരാക്കി. പല വീടുകളിലേക്കും എത്തണമെങ്കിൽ മുപ്പതും നാൽപ്പതും പടികൾ കയറണം. രണ്ടു നീളൻ മരക്കുറ്റികൾക്കിടയിൽ വിലങ്ങനെ മരക്കഷണങ്ങൾ കെട്ടിയുറപ്പിച്ചതാണ് ഈ കോണികൾ. എത്ര അനായാസമാണ് കൊച്ചു കുട്ടികൾ അതിലൂടെ കയറുകയും ഇറങ്ങുകയും ചെയ്യുന്നത്.

ഒക്ടോബർ-നവംബർ മാസങ്ങളിൽ തടാകം ഈ പടികളൊക്കെ കയറി അവരുടെ 'മുറ്റ'ത്തെത്തും. അപ്പോൾ അവർ വീട്ടിൽനിന്നിറങ്ങി കോണിയോടു ചേർത്തുകെട്ടിയ വഞ്ചികളഴിച്ചു യാത്ര ചെയ്യും. സ്കൂളിലേക്ക്, മാർക്കറ്റിലേക്ക്, പള്ളിയിലേക്ക്, അപ്പുറത്തെ വീട്ടിലേക്ക്, അടുത്ത ഗ്രാമത്തിലേക്ക്.

മുന്നോട്ട് പോകുംതോറും നദിയുടെ വലുപ്പം കൂടിവരുന്നു. വീടുകളുടെ വലുപ്പവും ഉയരവും കുറഞ്ഞു വരുന്നു. തുടക്കത്തിൽ കണ്ട വീടുകളുടെ ഗരിമ ഇപ്പോഴാണ് മനസ്സിലായത്. കാണെക്കാണെ

വീടുകൾ ചെറുതായി ജലത്തിലേക്ക് ഇറങ്ങിവരുന്നു. ജലത്തിൽ നിന്ന് ഒരു മീറ്റർ മാത്രം പൊക്കമുള്ള ചെറുതൂണുകളിൽ കൊച്ചു കുടിലുകൾ. ഇവിടത്തെ ജീവിതം ബോട്ടിലിരുന്നു കാണാം. ചട്ടിയും കലവും കുട്ടികളും പട്ടികളും വളർത്തു കോഴികളും മീൻവലകളും പട്ടിണിയുടെ പരവേശവുമായി മുതിർന്നവർ ആ കൊച്ചുമുറികളുടെ വലുപ്പത്തെ പരീക്ഷിക്കുന്നുണ്ട്. താഴെ ചളിനിറമുള്ള വെള്ളത്തിൽ തിമർത്തു കളിച്ചു വിശപ്പ് മറയ്ക്കുകയാണ് കുട്ടികൾ. വെള്ളത്തിൽ മുങ്ങിയും പൊങ്ങിയും മടുക്കുമ്പോളവർ തൂണുകളിൽ കെട്ടിയിരിക്കുന്ന വള്ളങ്ങളിലേക്ക് വലിഞ്ഞുകയറും. അപ്പോൾ ജലം മറച്ചു പിടിച്ചിരുന്ന അവരുടെ പൂർണ്ണനഗ്നതയിൽ നാം ലജ്ജാവിവശരാവും. പാശ്ചാത്യർക്കിത് ദാരിദ്ര്യത്തിന്റെ രസകരമായ അടയാളങ്ങളാണ്. നമുക്കിത് സാമ്യപ്പെടലിന്റെ വേദനയാണ്.

കംബോഡിയയിലെ വിയറ്റ്നാമീസ് വംശജരിൽ തൊണ്ണൂറു ശതമാനവും കഴിയുന്നത് ഇങ്ങനെ വെള്ളത്തിലാണ്. വാട്ടർ എറൗണ്ട് വില്ലകളിൽ താമസിക്കാൻ കൊതി മൂത്ത്, വെള്ളത്തിൽ മരക്കുറ്റി നാട്ടി വീട് പണിതതല്ല അവർ. ഗതികേടുകൊണ്ടാണ്. ഖമറൂഷിന്റെ വേട്ടക്കാലത്ത് വിയറ്റ്നാമിലേക്കും മറ്റും ഓടിരക്ഷപ്പെട്ടവരാണ് അവർ. രക്ഷപ്പെടാൻ കഴിയാതെ പോയ അവരുടെ ബന്ധുക്കൾ വധിക്കപ്പെടുകയോ, രോഗവും പട്ടിണിയും മൂലം ചത്തൊടുങ്ങുകയോ ചെയ്തു. പോൾ പോട്ടിന്റെ പതനത്തിനുശേഷം അവർ പഴയ മണ്ണിലേക്ക് തിരിച്ചുവന്നു. അപ്പനപ്പൂപ്പൻ തലമുറകൾ അലിഞ്ഞു ചേർന്ന മണ്ണിലേക്ക്. പക്ഷേ, പഴയ വേരുകൾ കണ്ടെത്താനോ പുതിയ വേരുകളാഴ്ത്താനോ അവർക്കായില്ല. കംബോഡിയയിൽ അവർ അനധികൃത കുടിയേറ്റക്കാരായി.

പൗരത്വമില്ലാത്തവർക്ക് കരഭൂമി വാങ്ങിക്കാനോ വീടുവെക്കാനോ കംബോഡിയൻ നിയമങ്ങൾ അനുവദിക്കുന്നില്ല. തോൺലെ സാപിലെ ജലത്തിന് അത്തരം കാർക്കശ്യങ്ങളൊന്നുമില്ലാത്തതുകൊണ്ട് അവർ ജലത്തിന്റെ സൗജന്യസംരക്ഷണത്തിലേക്ക് മരക്കുറ്റിയിറക്കി ജീവിതം നാട്ടി. ഭൂമി വാങ്ങിക്കാനും വീടുവെക്കാനും സർക്കാരിന് കരവും ഉദ്യോഗസ്ഥർക്ക് കൈക്കൂലിയും നല്കാനും വകയില്ലാത്ത ഖമറുകളും മറ്റു വംശജരും അവരുടെ കൂടെക്കൂടി. അങ്ങനെ തോൺലെ സാപിലും നദികളിലുമായി അമ്പതിനായിരത്തോളം ജീവിതങ്ങൾ പൊങ്ങിക്കിടന്നു; അവരുടെ പൊള്ളയായ പ്രതീക്ഷകൾക്കൊപ്പം. ചിലർ പൊയ്ക്കാൽവീടുകളിൽ. ചിലർ വീടായി മാറിയ ബോട്ടുകളിൽ. ചിലർ ചങ്ങാടങ്ങളിൽ ഒരുക്കിയ മുറികളിൽ.

കലാപങ്ങളിൽ, യുദ്ധങ്ങളിൽ, ഭരണകൂടഭീകരതയിൽ, കൊടും പട്ടിണിയിൽ രാജ്യാതിർത്തികളറിയാതെ ചിതറിത്തെറിച്ചുപോയ ജീവിതങ്ങൾ. സങ്കടങ്ങളുടെ തുരുത്തുകൾക്കിടയിൽ ദാരിദ്ര്യത്തിന്റെ

തോൺലെ സാപ് - വീപ്പകൾക്ക് മുകളിൽ ഒരു വീട്

വക്രരേഖകളിൽ അവർ ജീവിതം തുഴഞ്ഞു. പല ജലഗ്രാമങ്ങളിലും വിയറ്റ്നാമീസുകളും ചൈനക്കാരും ഖമറുകളും ചാമുകളും തായ്കളും ഒരുമിച്ചു താമസിച്ചു. ചിലയിടത്ത് ഓരോരുത്തരും വെവ്വേറെ ജല കോളനികളുണ്ടാക്കി.

ഞങ്ങളുടെ സാരഥി ഏത് വംശാവലിയിലാണെന്ന് അവന്റെ മുഖം പറയുന്നില്ല. വർഷങ്ങളിലൂടെ വംശങ്ങളെല്ലാം കൂടിക്കുഴഞ്ഞ തായിരിക്കാം. സ്കൂളിലൊന്നും പോയിട്ടില്ല നമ്മുടെ ടോ. തടാക ത്തിലെ എല്ലാ ഗ്രാമങ്ങളിലേയും സ്ഥിതി ഇതുതന്നെയാണ്. ചില ക്രിസ്ത്യൻ മിഷണറികൾ ചങ്ങാടവിദ്യാലയങ്ങൾ ആരംഭിച്ചിട്ടുണ്ടെ ങ്കിലും ഒന്നോ രണ്ടോ വർഷങ്ങൾക്കപ്പുറത്തേക്ക് ആരും അവിടെ പോകില്ല. അത്യാവശ്യം ഖമർ എഴുതാനും വായിക്കാനും പഠിക്കും. ചെറിയ കണക്കുകൂട്ടലുകൾ പഠിക്കും. സ്വരുക്കൂട്ടലുകളില്ലാത്ത ജീവിതത്തിന് അതൊക്കെ മതി. പിന്നെ മീനിനെത്തേടി വെള്ളത്തി ലേക്ക്. കതിരുകൾ തേടി പാടത്തേക്ക്. ടൂറിസ്റ്റുകൾക്കായി വഞ്ചി തുഴയാൻ, ബോട്ട് ഓടിക്കാൻ കടവിലേക്ക്.

ടോ നിർവ്വികാരനായിരുന്ന് ബോട്ടോടിക്കുകയാണ്. ടൂറിസ്റ്റുകളുടെ ബോട്ടുകളൊന്നും ഇപ്പോൾ കാണാനില്ല. മോട്ടോർ വെച്ച കൊച്ചു വള്ളങ്ങളിൽ തടാകവാസികൾ അങ്ങോട്ടും ഇങ്ങോട്ടും പോകുന്നുണ്ട്. ചിലത് തുഴഞ്ഞുതന്നെയാണ് നീങ്ങുന്നത്. ഒരു വഞ്ചിയിൽ തുഴ യെറിയുന്ന സ്ത്രീയുടെ മുലയിൽ തൂങ്ങി ഒരു കുഞ്ഞ്. രണ്ടു വയസ്സ് തോന്നിക്കുന്ന ഉടുപ്പൊന്നുമില്ലാത്ത ഒരാൺകുട്ടിയും ഒരു ചാവാലി പ്പട്ടിയുമായിരുന്നു വഞ്ചിയിലവർക്ക് കൂട്ട്. തടാകത്തിൽ തെക്കുവടക്ക് തുഴയുന്ന വള്ളങ്ങളിലേറെയും വിയറ്റ്നാമികളാണ്. ഹോചി മിൻ

തൊപ്പിവെച്ച മുതിർന്നവർ. രണ്ടോ മൂന്നോ നഗ്നബാല്യങ്ങൾ. വഞ്ചിയിലിരുന്നു മടുക്കുമ്പോൾ അവർ വെള്ളത്തിലേക്കെടുത്തു ചാടും. ഒന്ന് നീന്തിത്തുടിക്കും. വീണ്ടും വള്ളത്തിലേക്ക് വലിഞ്ഞു കേറും. തുഞ്ചത്തിരുന്ന് ആണൊരുത്തൻ മെല്ലെത്തുഴയുന്നുണ്ടാവും. അല്ലെങ്കിൽ കീറിയ ട്രൗസറിട്ട പത്തോ പന്ത്രണ്ടോ വയസ്സുകാരൻ. ആർക്കും തിരക്കൊന്നുമില്ല. 'ഫ്ളോട്ടിംഗ് മാളിൽ' നിന്ന് വാങ്ങിയ അൽപ്പം പലവ്യഞ്ജനം. കറിവെക്കാനുള്ള ഏതെങ്കിലും ഇലകൾ. കണ്ടൽക്കാടുകളുടെ അരികുകളിൽ നിന്നും ശേഖരിച്ച ചുള്ളിക്കൊമ്പുകൾ. ചാർജ് നിറച്ചെടുത്ത ഒന്നോ രണ്ടോ സ്റ്റോറേജ് ബാറ്ററികൾ. ചിലപ്പോൾ സ്ത്രീകളിരുന്നു മീൻ വൃത്തിയാക്കുന്നുണ്ടാവും. മീൻകുടലും മറ്റും വെള്ളത്തിലേക്കുതന്നെ. മീൻ കഴുകുന്നതും തടാകത്തിൽതന്നെ. വള്ളങ്ങളിലിരുന്നു തടാകത്തിലെ അഴുക്കുവെള്ളത്തിൽ തുണി കഴുകുന്നവരേയും കാണാം. ചില കൊച്ചുവള്ളങ്ങളിൽ കുട്ടികൾ മാത്രമാവും. അങ്ങനെ അതിശയിപ്പിക്കുന്ന വൈവിധ്യങ്ങളോടെ ഒഴുകിത്തീരുകയാണ് ജീവിതങ്ങൾ. കരയിൽ കയറിയാലും ഇവരുടെ കാര്യങ്ങൾ ഇങ്ങനെയൊക്കെത്തന്നെ. അലസവും അറ്റമില്ലാത്തതുമായ ആശയറ്റ ഒഴുക്ക്.

ഗ്രാമത്തിൽ കരയിലേക്ക് കേറിക്കിടക്കുന്ന കുറച്ചു വീടുകളിലേക്കേ സർക്കാർ വൈദ്യുതി എത്തുന്നുള്ളൂ. (ബാക്കി വീടുകളിലും ബോട്ടുകളിലും ഉപയോഗിക്കുന്നത് സ്റ്റോറേജ് ബാറ്ററികളാണ്). ഭരണകൂടത്തിന്റെ കണക്കിൽ അവരേയുള്ളൂ. ബാക്കിയൊക്കെ അനധികൃതം. ഇവരാണ് ഗ്രാമത്തിന്റെ ഫൈനാൻസിയേഴ്സ്. വള്ളത്തിനും വലയ്ക്കും വീടുപണിക്കും ചികിത്സയ്ക്കും ഒക്കെ പാവപ്പെട്ട ഗ്രാമീണർ ഇവരുടെ കടക്കാരാവും. ആരോഗ്യസംരക്ഷണസംവിധാനങ്ങളില്ലെന്നുതന്നെ പറയാം. ജർമ്മൻ സൗജന്യത്തിലൊരു ഒഴുകുംക്ലിനിക്ക് തമ്പടിച്ചു കിടക്കുന്നുണ്ട്. അവ എത്രത്തോളം സജ്ജമാണെന്നറിഞ്ഞുകൂടാ. പൊതുവെ കാട്ടുമരുന്നുകളും നാട്ടടവുകളും മന്ത്രവും തന്നെ ചികിത്സാരീതി. പൊയ്ക്കാൽ കുടിലുകളിലോ തടാകത്തിൽ കെട്ടിയുണ്ടാക്കിയ താൽക്കാലിക പേറ്റുപുരകളിലോ സ്ത്രീകൾ പ്രസവിക്കുന്നു. മറുപിള്ളകളേയും ചാപിള്ളകളേയും തടാകം കടലിലേക്കൊഴുക്കിക്കളഞ്ഞു. പുതുപിള്ളകളെ തടാകം മീനും ചോറും പട്ടിണിയുമൂട്ടി വളർത്തി.

അനധികൃതജനം എന്ന ലേബലുള്ളതിനാൽ അധികൃതർ ഇവരുടെ ജീവിതത്തിലേക്ക് തിരിഞ്ഞു നോക്കാറില്ല. അടുത്ത കാലത്തായി ഇവിടെ ജനിക്കുന്നവർക്ക്, ജനനം രജിസ്റ്റർ ചെയ്തിട്ടുണ്ടെങ്കിൽ പൗരത്വത്തിന് അവകാശമുണ്ട്. എന്നാൽ അതിനുള്ള ഫീസ് ഒന്നര ഡോളറാണ്. അധികൃതർക്ക് നൽകേണ്ട കൈക്കൂലി കൂടി ചേർത്താൽ അത് രണ്ടു ഡോളർ കവിയും. ഈ ജലവാസികളുടെ ശരാശരി

ദിവസവരുമാനം അര മുതൽ ഒന്നര ഡോളർ വരെയാണ്. അതുകൊണ്ടു തന്നെ ഇവിടെ ജനനങ്ങൾ രേഖപ്പെടുത്തപ്പെടുന്നില്ല. ചില ഗ്രാമങ്ങളിൽ UNICEFന്റെ മുൻകൈയിൽ ഇത് സൗജന്യമായി ചെയ്തു നൽകുന്നുണ്ട്. ഗ്രാമത്തലവന്മാർ മുഖേനയാണ് ഇത് നടപ്പാവുന്നത്. മുപ്പതു ദിവസത്തിനുള്ളിൽ രജിസ്ട്രേഷൻ നടത്തിയില്ലെങ്കിൽ മാതാപിതാക്കൾക്ക് രണ്ടു ഡോളർ പിഴയിടും. എന്നാൽ ജലഗ്രാമങ്ങളിലേക്കൊന്നും യൂണിസെഫിന്റെ ഈ സൗഹൃദം എത്തിയിട്ടില്ല.

കുറേ നേരവും ഒരുപാട് ദൂരവും കഴിഞ്ഞിരിക്കുന്നു. ഖ്ളീങ്ങ് നദിയുടെ വീതി കൂടിവരികയാണ്. പൂർണഗർഭിണിയുടെ നിറവയർ പോലെ അത് വീർത്തിരിക്കുന്നു. അൽപ്പം കഴിഞ്ഞാൽ കാലുകളകത്തിവെച്ച് നദി തടാകത്തിലേക്ക് പ്രസവിക്കും. നദിയിലിപ്പോൾ ഞങ്ങൾ മാത്രമായി. മറ്റു വഞ്ചികളോ ബോട്ടുകളോ കടന്നുപോകുന്നില്ല. നോക്കെത്തും ദൂരത്തു നദി ശൂന്യമാണ്. ടോ ആകാശത്തേക്ക് നോക്കിയാണ് ബോട്ടോടിക്കുന്നത്. അവിടെ മേഘങ്ങൾ കറുത്തും വെളുത്തും തിക്കുകൂട്ടുകയാണ്. നദിയിലെ വെള്ളത്തിൽ ചളിതീണ്ടി തെളിയുന്നത് ഇതേ ആകാശമാണ്. കരയിൽ ഒറ്റപ്പെട്ടുപോയ മരങ്ങൾ മേഘങ്ങളുടെ പശ്ചാത്തലത്തിൽ മോഹിപ്പിക്കുന്ന ഫ്രെയിമുകൾ തീർക്കുന്നുണ്ട്. അവയും കഴിഞ്ഞതോടെ ഞങ്ങൾ തടാകത്തിലേക്ക് പ്രവേശിച്ചു.

തടാകം വലുപ്പംകൊണ്ടും വിജനതകൊണ്ടും ഞങ്ങളെ ഭയപ്പെടുത്തി. ശുഷ്കകാലത്ത് ഇങ്ങനെയാണെങ്കിൽ നവംബറിലെ പ്രതാപത്തിൽ എങ്ങനെയായിരിക്കും തടാകം? പതിന്മടങ്ങുകൾ വളർന്ന് പ്രളയജലംകൊണ്ട് കരകളെ വെട്ടിപ്പിടിച്ചു പതിനയ്യായിരം സ്ക്വയർ കിലോമീറ്റർ അളവിൽ തടാകമൊരു കരക്കടലാവും അപ്പോൾ. ഒരു വശത്ത് മാത്രമിപ്പോൾ കണ്ടൽക്കാടുകളുടെ മങ്ങിയ പച്ചപ്പ് കാണാം. പിന്നെയെല്ലായിടത്തും തടാകം പരന്നു പരന്നു ചെന്ന് മേഘങ്ങൾക്കൊപ്പം ആകാശത്തേക്കു ചേക്കേറുകയാണ്. മേഘങ്ങൾക്കാകട്ടെ കറുപ്പും ക്രൗര്യവും കൂടിയിരിക്കുന്നു. താമസിയാതെ അവ മഴ ചീറ്റിത്തുടങ്ങി. ആകാശവും തടാകവും മഴനൂലുകളാൽ ബന്ധിക്കപ്പെട്ടു. കാഴ്ചകൾ മങ്ങി. മഴയോട് കൂട്ടുകൂടാൻ വന്ന കാറ്റ് ബോട്ടിനെ പിടിച്ചുലച്ച് ശൗര്യം കാണിക്കുന്നു. ഇവിടെ വെച്ചെന്തെങ്കിലും സംഭവിച്ചാൽ? ആകാശത്തേക്കു വിട്ട അമ്പ് പോലെ ബോട്ട് തടാകത്തെ കീറുകയാണ്. ടോ നിർവികാരനായിരുന്നു മഴയോടൊപ്പം ബോട്ടോടിക്കുകയാണ്. ഞങ്ങളുടെ ഭയങ്ങളൊന്നും ആ മുഖത്തില്ല. കരകാണാത്ത ദുരിതങ്ങളെ എത്രയോ തവണ നീന്തി വീഴ്ത്തിയവരാണ് ഇവന്റെ മുൻതലമുറകൾ! ഞങ്ങൾ ആംഗലേയത്തിലും ആംഗ്യത്തിലും ടോയോട് തിരിച്ചുപോകാമെന്ന് പറഞ്ഞു. അതിലൊന്ന് അവനു പിടികിട്ടി. ബോട്ട് മടക്കയാത്ര തുടങ്ങി. മഴനൂൽക്കാലുകൾ നീട്ടിനീട്ടി വെച്ച് മഴയും പിന്നാലെ കൂടി.

തടാകത്തിൽ മഴ നിറഞ്ഞാൽ കണ്ടൽക്കൂട്ടങ്ങളും കുറ്റിക്കാടുകളും ചെറുമരങ്ങളും വെള്ളത്തിനടിയിലേക്ക് ഒളിച്ചുകളിക്കാൻ പോകും. അവയുടെ വേരുകൾക്കിടയിലും ഇലകളിലും മീനുകൾ മണിയറ തീർക്കും. പ്രജനനത്തെ തടസ്സപ്പെടുത്താതിരിക്കാൻ സർക്കാർ ഈ സമയങ്ങളിൽ മത്സ്യബന്ധനം നിരോധിക്കുന്നുണ്ട്. നവംബർ മാസത്തോടെ അശാന്തമായ കടൽപോലെ നിറഞ്ഞുമറിയുന്ന തടാകത്തിൽ തോണിയിറക്കുന്നത് അപകടവുമാണ്. എന്നാലും പട്ടിണി തടാകവാസികളെ ആ അപകടത്തിലേക്ക് വഞ്ചി കേറ്റിവിടും. ഇപ്പോൾ താമസസ്ഥലത്തോടു ചേർന്ന് മുളക്കാലുകളിൽ വലകെട്ടിത്തിരിച്ച് തടാകത്തിലെ സ്വാഭാവികമത്സ്യങ്ങളെ തടവിലാക്കി വളർത്തുന്ന (Cage Farming) പതിവുണ്ട്. മത്സ്യസംസ്കരണത്തിനും അധിക മത്സ്യം സൂക്ഷിക്കാനുമുള്ള പ്രാകൃതസൗകര്യങ്ങൾ ചിലയിടത്തെങ്കിലും ഇതോടൊപ്പമുണ്ടാവും. പ്രളയകാലത്ത് പട്ടിണിയെ പടിക്കു പുറത്തു നിർത്തുന്നത് ഈ മത്സ്യകൃഷിയാണ്.

മഴക്കാലം തോർന്നു തുടങ്ങിയാൽ തടാകം മെക്കോങ്ങ് നദിയിലേക്ക് തിരിച്ചൊഴുകും. തുടക്കത്തിൽ വേഗത്തിലാണ് ഈ തിരിച്ചൊഴുക്ക്. ഒഴുക്കിന്റെ വഴികളിൽ വല വിരിച്ചും മുളക്കെണികൾ നാട്ടിയും ജനം മത്സ്യങ്ങളെ കോരിയെടുക്കുന്ന കാലമാണിത്. വെള്ളത്തിൽ നിന്നും പൊങ്ങിവരുന്ന കുറ്റിക്കാടുകളിൽ നിന്നും കണ്ടലുകളിൽ നിന്നും മീൻ 'പറിച്ചെടുക്കുന്നതും' അക്കാലത്തെ കാഴ്ചയാണത്രേ. ഗ്രാമം അതിന്റെ വിശപ്പിൽ നിന്നും വിടുതൽ നേടുന്ന ദിവസങ്ങളാണിനി. കൂടുതൽ മത്സ്യം. കൂടുതൽ കച്ചവടം. അധികം വരുന്ന മത്സ്യം ഉണക്കിയും പേസ്റ്റാക്കിയും (ഖമറിൽ ഇതിനെ പ്രഹോക് എന്ന് പറയും) സൂക്ഷിക്കുന്ന തിരക്കിലാവും അപ്പോൾ ഗ്രാമീണർ. മത്സ്യത്തിന്റെ ഒരു ഭാഗവും കളയില്ല. കുടലും ചിറകും മറ്റും ജലത്തിന് മടക്കിക്കൊടുക്കും. തടാകജലത്തിലെ അടുത്ത തലമുറ അത് തിന്നു വളരും. മീൻനെയ്യിൽനിന്ന് സോപ്പുണ്ടാക്കും. ഉപയോഗിക്കാത്ത മീൻതലകളും മുള്ളും എല്ലും ഉണക്കിപ്പൊടിക്കും. പിന്നീടു നെൽവയലുകളിലവ കതിരുകളായി ചിരിക്കും. ഒരു സാധാരണ കംബോഡിയൻ നിവാസിക്ക്, അവനേത് വംശമായാലും മീനാണെല്ലാം. ഭക്ഷണമേതായാലും ഒപ്പം മീനുണ്ടാവും. ചിലപ്പോൾ മീൻ തന്നെയാവും മെയിൻ കോഴ്സ്. മിക്ക കറികളിലും അരിവിഭവങ്ങളിലും മീൻ പേസ്റ്റ് ചേർത്തു മത്സ്യച്ചുവ വരുത്തും.

ചില മത്സ്യങ്ങൾ ഈ തിരിച്ചൊഴുക്കിനുമുമ്പേ മത്സ്യവേട്ടക്കാരെ വെട്ടിച്ച് തിരിച്ചു നീന്തും. തിരിച്ച് തോൺലെ സാപ് നദി വഴി മെക്കോങ്ങിലേക്ക്. മെക്കോങ്ങിലൂടെ അതിന്റെ ആരംഭത്തിലേക്ക് മെല്ലെയവർ നീന്തിക്കേറും. ചിലർ തടാകത്തിൽതന്നെ കൂടും. നിറവിലും ഒഴിവിലും. തിരിച്ചുപോകാതെ തടാകക്കരയിൽ പറ്റിപ്പിടിച്ചു കഴിയുന്ന വിയറ്റ്നാമികളെപ്പോലെ. അങ്ങനെ തടാകത്തിൽ ഒതുങ്ങിക്കൂടുന്ന,

കംബോഡിയക്കാരന്റെ പ്രിയ മത്സ്യമാണ് അവർ റീൽ എന്നു വിളിക്കുന്ന സിൽവർ കാർപ്പ്. ഇവനെയോർത്താണ് കംബോഡിയയുടെ കറൻസി റീൽ ആയത്. കാർപ്പ് മത്സ്യത്തിന്റെ രുചിയൊന്നും ഈ നാണയത്തിനില്ല. നാലായിരത്തിലധികം റീൽ വേണം ഒരു ഡോളർ ആകാൻ. കറൻസി റീൽ ആണെങ്കിലും ക്രയവിക്രയം മിക്കതും നടക്കുന്നത് ഡോളറിലാണ്. എ.ടി.എം. നൽകുന്നതും ഡോളർ തന്നെ.

പത്തുപതിനഞ്ച് മിനിട്ട് കഴിഞ്ഞപ്പോൾ ഞങ്ങളെ ഓടിച്ചുവിട്ടതിന്റെ സന്തോഷത്തിൽ മഴ തിരിച്ചുപോയി. മഴയിൽനിന്ന് മറയാൻ ബാഗുകളിലേക്ക് കയറിപ്പോയ ക്യാമറകൾ ഡിഎസ്എൽആർ സൂം ശൗര്യത്തോടെ പുറത്തു വന്നു. കാനണിന്റെ 60 ഗുണം സൂം തീരവാസികളുടെ പുരവിശേഷങ്ങളിലേക്ക് കണ്ണെത്തിച്ചു. വീടിന് തൊട്ടു താഴെയുള്ള നിലയിലെ കൂടുകളിൽ കോഴിയും പന്നിയും വളരുന്നുണ്ട്. അവിടെത്തന്നെ കാണാം ചരടിൽ കോർത്ത് ഉണങ്ങാനിട്ടിരിക്കുന്ന മീൻ തോരണങ്ങൾ. ചിലയിടത്ത് ഉണക്കിയെടുത്ത് കെട്ടിവെച്ച ചുള്ളിക്കൊമ്പുകൾ. ചില വീടുകളുടെ 'ബാൽക്കണിയിൽ' കൂടില്ലായ്മയുടെ സ്വാതന്ത്ര്യം കുരച്ചാഘോഷിക്കുന്നുണ്ട് ശുനകന്മാർ. ചിലയിടത്തൊക്കെ കുടിവെള്ളത്തിന്റെ വലിയ കാനുകളും സ്റ്റോറേജ് ബാറ്ററികളും കാണാം. എല്ലായിടത്തുമുണ്ട് തൂണുകൾക്കിടയിൽ വലിച്ചുകെട്ടിയ ഹമ്മോക്കുകൾ. കംബോഡിയയുടെ ദേശീയശയന സംവിധാനമാണ് ഹമ്മോക്കുകൾ.

ഇന്നു തുടങ്ങിയ മഴകൾ പെയ്തുതോരണം തടാകക്കാർക്ക് ചാകരക്കാലമാവാൻ. ചാകരക്കാലത്ത് തടാകം വലയും വഞ്ചികളും നിറഞ്ഞു വലയും. പിശുക്കില്ലാതെ പൊഴിയുന്ന നിലാവിലിരുന്ന് കുഞ്ഞൻ കംബോഡിയക്കാർ വഞ്ചികളിലേക്ക് മത്സ്യങ്ങളും സ്വപ്നങ്ങളും വാരിനിറയ്ക്കും. നൂറും ഇരുന്നൂറും കിലോ കുഞ്ഞൻമത്സ്യങ്ങൾ നിറഞ്ഞ വഞ്ചികളിലിരുന്ന് വലിയ വായിലവർ സന്തോഷം പാടും. കഴിഞ്ഞുപോയ പ്രളയകാലസങ്കടങ്ങൾ തടാകത്തിൽ വിതറിക്കളയും. തടാകം അപ്പോൾ മെക്കോങ്ങിലേക്ക് തിരിച്ചൊഴുകി ദേശാടനത്തിന് പുറപ്പെടും. ഈ ചാകരക്കാലം കഴിയുന്നതോടെ പഴയ ദുരിതക്കടവുകളിൽ തന്നെയെത്തും ഈ പാവങ്ങൾ. മഴയും പ്രളയവും എത്തുന്നതോടെ ഇവരുടെ ജീവിതം വീണ്ടും കരയിൽ വീണ മീൻ പോലെ പിടയും. വഞ്ചികൾ തകർന്നുപോകും. കൂരകൾ ഒലിച്ചുപോകും. വീട്ടുസാമാനങ്ങൾ നശിച്ചുപോകും. പിന്നെ മിച്ചം വന്ന ചെറു സമ്പാദ്യവും കൊള്ളപ്പലിശക്കാരന്റെ വലിയ കടവും ചേർത്ത് ജീവിതം ഒന്നിൽ നിന്ന് എണ്ണിത്തുടങ്ങണം. ചോങ്ങ്ക്നീസ് പോലുള്ള പൂർണ്ണജലഗ്രാമങ്ങളിലുള്ളവരാണ് ഏറ്റവും കൂടുതൽ കഷ്ടപ്പെടുന്നത്.

കുഞ്ഞൻ കംബോഡിയക്കാരന്റെ സ്വപ്നങ്ങൾക്കും സങ്കടങ്ങൾക്കും എന്നും കൂട്ടുനിന്നു തോൺലെ സാപ്. അവർ കരഞ്ഞപ്പോൾ (ചരിത്രത്തിന്റെ അരികുകളിലിരുന്ന് ഒരുപാട് കരഞ്ഞവരാണ് ഖമറുകൾ, വിയറ്റ്നാമികൾ, യുനുകൾ) കണ്ണീരൊപ്പിയെടുത്ത് നിറഞ്ഞു. വിപ്ലവങ്ങളിലും പ്രതിവിപ്ലവങ്ങളിലും മരിച്ചവരെ ഒഴുക്കിക്കൊണ്ടുപോയി കടലിൽ സംസ്കരിച്ചു. പീഡനങ്ങളുടെ കാലങ്ങളിൽ അവരെ വിയറ്റ്നാമിലേക്കും തായ്ലാൻഡിലേക്കും രക്ഷപ്പെടുത്തി കൊണ്ടുപോയി. തോക്കുകൾ തേടിവന്നപ്പോൾ അവരെ പലകരകളിൽ മാറ്റിപ്പാർപ്പിച്ചു. അവർക്ക് വിശക്കുമ്പോൾ അവരുടെ ചൂണ്ടകളിലേക്കും വലകളിലേക്കും നിറയെ മത്സ്യങ്ങളെയെത്തിച്ചു. നെല്പാടങ്ങളിൽ നിറയെ കതിരുകളെത്തിച്ചു. വർഷങ്ങളിൽ നിറഞ്ഞും വേനലിൽ തിരിച്ചൊഴുകിയും മെക്കോങ്ങ്, തോൺലെ സാപ് നദികളിലെ ജലവിതാനം നിലനിർത്തി.

മുക്കാൽ മണിക്കൂറിനു ശേഷം ബോട്ടുജെട്ടിയിൽ തിരിച്ചിറങ്ങുമ്പോൾ ഒരു ജലയാത്രയുടെ സന്തോഷമൊന്നും മനസ്സിലില്ല. രേഖകളില്ലാത്തതിനാൽ ജലത്തിൽ പെട്ടുപോയവരുടെ രേഖകളിലില്ലാത്ത പുതുതലമുറ വെള്ളത്തിൽ മുങ്ങിക്കിടന്ന് നഗ്നത മറയ്ക്കുന്ന ചിത്രമായിരുന്നു മനസ്സിൽ. രണ്ടര ഡോളർ നീക്കിവെക്കാനില്ലാത്തതുകൊണ്ട് ജനനം അടയാളപ്പെടുത്താതെ പോകുന്നവരുടെ ദാരിദ്ര്യം ഭിക്ഷയ്ക്കായി കൈ നീട്ടുന്നില്ലെന്നത് മടക്കത്തിലും ഞങ്ങളെ അത്ഭുതപ്പെടുത്തി.

ഫല്ലയുടെ ബെൻസ് വാനിൽ മടങ്ങുമ്പോൾ മഴ വീണ്ടും തുടങ്ങി. ഇത്തവണ തകർത്തു പെയ്യുകയാണ്. പെയ്ത് പെയ്ത് തടാകവും മെക്കോങ്ങ് നദിയും നിറയും. മെക്കോങ്ങിൽ നിറയുന്ന വെള്ളം തോൺലെ സാപ് നദി വഴി തടാകത്തിലെത്തും. തടാകം പതിന്മടങ്ങ് വലുപ്പത്തിൽ കരയിലേക്ക് വളരും. ഞങ്ങൾ ഇപ്പോൾ കടന്നുപോവുന്ന മൺവഴികളൊക്കെ വെള്ളത്തിലേക്കിറക്കിവെച്ച വിരലുകൾ പോലെ മറഞ്ഞുപോകും. വഴിയോരത്തെ വീടുകളിൽ തറനിരപ്പിൽ കണ്ട സിമന്റ് മേശയിലും ബെഞ്ചിലും ജലം കയറിയിരിക്കും. ആളുകളും അവരുടെ ആശ്രിതമൃഗങ്ങളും മരത്തൂണുകളിലെ ഒന്നാം നിലയിലേക്ക് ഒതുങ്ങും. നവംബറിനു ശേഷം മഴയും മെക്കോങ്ങും മെലിയുമ്പോൾ തടാകം തോൺലെ സാപ് വഴി തന്നെ മെക്കോങ്ങിലേക്ക് തിരിച്ചൊഴുകും. അങ്ങനെ തോൺലെ സാപിലെ ഒഴുക്ക് ആറുമാസം തെക്കുകിഴക്കായും ആറു മാസം വടക്കുപടിഞ്ഞാറായും ചാഞ്ചാടുന്നു. കംബോഡിയയ്ക്കു വേണ്ടി വലിയ തടാകം അങ്ങനെ മിടിച്ചുകൊണ്ടിരിക്കും.

പുരാതന അഗോറയും ആതൻസിലെ ചെരുപ്പുകുത്തികളും

മൊണാസ്റ്റിറാക്കി മെട്രോ സ്റ്റേഷനു മുന്നിൽ, നിരത്തിന്റെ ഓരം ചേർന്നുള്ള പൊക്കം കുറഞ്ഞ നീളൻതിണ്ണയിൽ ഇരിക്കുകയാണ് ഞങ്ങൾ അഞ്ചുപേർ. അമ്മ, മിനി, അപ്പു, അമ്മു, ഏറ്റവും അറ്റത്ത് കുപ്പിയിലെ വെള്ളം മടമടാ കുടിച്ചുകൊണ്ട് ഞാൻ. കനപ്പെട്ട കാഴ്ചകളിലൂടെ കറങ്ങാനുള്ള ഊർജ്ജമൊന്നും ഇനി ബാക്കിയില്ല. ശരീരം എപ്പോഴേ രാജി തന്നുകഴിഞ്ഞു. മനസ്സപ്പോഴും പുതിയ കാഴ്ചകളിലേക്കുള്ള കിളിവാതിലുകൾ തേടുകയാണ്. മുന്നിലെ ഹേഡ്രിയൻ ലൈബ്രറി(Hadrian's Library)യുടെ വൻതൂണുകളുടെ മറവിൽ നിഴലുകളുമായി തഞ്ചത്തിൽ കളിക്കുകയാണ് നാലുമണിവെയിൽ. വലതുവശത്തെ ഉയരങ്ങളിൽ അക്രൊപൊലിസ് കാണാം. അവിടെ പാർത്തനോൺ ക്ഷേത്രത്തിന്റെ വലുപ്പത്തിനും പഴക്കത്തിനും മുമ്പിൽ ചെറുതായിപ്പോയ സന്ദർശകർ അരിച്ചരിച്ചു നീങ്ങുന്നുണ്ട്. ചുറ്റിലും

ആതൻസ്

ബീസികൾ ബാക്കിവെച്ച അടയാളങ്ങളാണ്. ഈ മെട്രോ സ്റ്റേഷനും കടകളും തീറ്റശാലകളും ആതൻസിനെത്തേടിയെത്തിയ ആൾക്കൂട്ടവും മാത്രമാണ് ഏഡിക്കു സ്വന്തം. ഇടതുഭാഗത്ത് നിരനിരയായിക്കിടക്കുന്ന ഉന്തുവണ്ടികളിലേക്ക് പഴക്കച്ചവടക്കാർ ഉച്ചത്തിൽ ക്ഷണിക്കുന്നുണ്ട്. ചെറിയും പ്ലമ്മും പെയറും മുന്തിരിയും പേരറിയാത്ത വേറെയും പഴങ്ങളും അവിടെ ഇരുന്നു മോഹിപ്പിക്കുന്നുണ്ട്.

ബീസികളുടെ ബിംബപ്പറമ്പാണ് മൊണാസ്റ്റിറാക്കിക്കു ചുറ്റും. പഴക്കത്തിന്റെ ഗർവ്വോടെയും അംഗഛേദത്തിന്റെ ജാള്യത്തോടെയും പൊടിപൂശി നില്ക്കുന്ന വൻ തൂണുകൾ എല്ലാ ഫ്രെയിമിലുമുണ്ടാകും. പുരാതന അഗോറ, റോമൻ അഗോറ, ഹേഡ്രിയാന്റെ ലൈബ്രറി, അക്രോപൊലിസ്, ക്രമിക്കോസ് അങ്ങനെ പുരാതന ഗ്രീസിന്റെ വാസ്തുശില്പശേഷിപ്പുകളിലേക്കുള്ള തീർത്ഥാടനങ്ങൾ തുടങ്ങേണ്ടത് ഇവിടെ നിന്നാണ്. മൊണാസ്റ്റിറാക്കി അഥവാ ചെറിയ ആശ്രമം എന്നു വിളിക്കപ്പെടുന്ന ഈ ചത്വരത്തിൽനിന്ന്. ഈ പ്രദേശത്തെ പുരാവസ്തു ഖനനങ്ങൾക്കിടയിൽ വലിയ ആശ്രമം ഭാഗികമായി തകർന്ന് ചെറിയ ആശ്രമം (monastiraki) ആവുകയായിരുന്നു.

രാവിലെ ഒമ്പതിനു തുടങ്ങിയതാണ് ആതൻസിലെ ബീസിക്കാഴ്ചകൾ. (ഇത് അപ്പുവിന്റെ പ്രയോഗമാണ്. ഗ്രീക്ക് റോമൻ കാഴ്ചകൾക്ക് ഇതിലും നല്ലൊരു തലക്കെട്ട് നല്കാനില്ല) ബീസിക്കാഴ്ചകൾക്ക് ചില പ്രത്യേകതകളുണ്ട്. ഇടയ്ക്കിടയ്ക്ക് കണ്ണുകളടയ്ക്കണം. മനസ്സ് തുറക്കണം. ഉള്ളിൽ കാണണം കാഴ്ചകൾ. ഒറ്റപ്പെട്ടും പൊട്ടിയും പൊടിപിടിച്ചും നില്ക്കുന്ന വലിയ മാർബിൾ സ്തംഭങ്ങൾക്കപ്പുറവും ഇപ്പുറവുമെല്ലാം പുതിയ തൂണുകൾ ചേർത്തുവെക്കണം. അവയ്ക്കു മേലെ പഴയ ഗ്രീക്ക് സ്റ്റൈലിൽ മേൽക്കൂര ചേർക്കണം. യവന സുന്ദരീസുന്ദരന്മാരെ ആവാഹിച്ചു വരുത്തണം. അധികാരത്തിന്റെയും അടിമയുടേയും ശബ്ദങ്ങൾ ചിട്ടപ്പെടുത്തണം. അടഞ്ഞ കണ്ണുകളും മനസ്സിൽ തെളിയുന്ന ചരിത്രജ്ഞാനവും ചേർന്നാണ് കാഴ്ചകൾ മുഴുമിപ്പിക്കുന്നത്. പിന്നെ എത്ര തിരക്കു കൂട്ടിയാലും കാലത്തിന്റെ മന്ദഗതിയെ നമുക്കിവിടെ മറികടക്കാനാവില്ല. കാലത്തിന് പതിഞ്ഞ താളമാണിവിടെ. കാഴ്ചകൾക്കിടയിൽ കാലുകളുടെ വേഗം കൊണ്ട് ആ താളം തകർക്കാൻ ശ്രമിക്കരുത്.

നാല് ദിവസം കൊണ്ട് കണ്ടു തീർക്കാനായി, അക്രോപൊലിസ് അടക്കമുള്ള ആറ് കാഴ്ചകളിലേക്കായി പന്ത്രണ്ട് യൂറോയുടെ ടിക്കറ്റ് വടക്കേ ഗെയ്റ്റിൽ നിന്നും വാങ്ങി ഒമ്പതുമണിക്കായിരുന്നു അഗോറ പ്രവേശനം. പ്രശസ്തമായ പാർത്തനോണിന്റെ പടം പ്രൊഫൈൽ ആയിട്ടുള്ള ടിക്കറ്റ് തന്നെ ലളിത മനോഹരമാണ്. പാർത്തനോണിന്റെ ഇരുവശത്തുമായാണ് ആറ് കാഴ്ചകളിലേക്കുള്ള ടിക്കറ്റുകൾ.

പുരാതന അഗോറയുടെ ഏക്കറുകളോളം പരന്നുകിടക്കുന്ന ശേഷപ്പറമ്പുകളിലൂടെയുള്ള നടത്തം അമ്മയ്ക്ക് വലിയ ബുദ്ധിമുട്ടാകും. അതുകൊണ്ട് ടിക്കറ്റ് ബൂത്തിൽ അമ്മയെ ഏൽപ്പിക്കുകയായിരുന്നു. അവരാകട്ടെ ബൂത്തിനോടു ചേർന്ന് ഒരു മരത്തണലിൽ അമ്മയെ സസ്നേഹം കസേരയിട്ടിരുത്തി.

അഗോറപ്പറമ്പിലേക്ക് കടക്കുമ്പോൾ ബീസികളിലേക്ക് തലവെച്ച് കിടക്കുന്ന ചരിത്രത്തിന്റെ ഈർപ്പഗന്ധം ഒമ്പതു മണിയുടെ പൊള്ളിക്കുന്ന വെയിലിലും നമുക്ക് കിട്ടും. ഒരു ശ്മശാനത്തിലേക്ക് നടക്കുന്നതുപോലെ കാലുകൾ സങ്കടപ്പെടും. നേരെയപ്പുറത്ത് അക്രോപൊലിസ് അതിന്റെ പഴക്കവും പ്രൗഢിയും പൊക്കിപ്പിടിച്ച് നില്ക്കുന്നുണ്ട്. മലമുകളിലെ പാർത്തനോണോ എറക്തിയോണോ കാഴ്ചയിൽപെടാതെ ആതൻസിലൂടെ നടക്കാനാവില്ല.

പുരാതന ഗ്രീസിലെ പൊതുസ്ഥലങ്ങളാണ് അഗോറകൾ. ചന്തകളും ചർച്ചാവേദികളും യവനദൈവഗണത്തിനായുള്ള ക്ഷേത്രങ്ങളും പ്രതിമകളും കിണറുകളും ജലസംഭരണികളും ജലവിതരണ സംവിധാനങ്ങളുമൊക്കെയായി സഗൗരവം കാത്തിരിക്കുകയാണ് ഈ പുരാതന അഗോറ. (Ancient Agora. റോമൻ അഗോറ വേറെയാണ്. അവിടെ നമുക്ക് പിന്നെപ്പോകാം.)

അഗോറയുടെ വടക്കുവശത്തുനിന്ന് തുടങ്ങിയാൽ നമ്മൾ നടക്കുന്നത് പുരാതന പനാത്തെനെയ്ക്ക് നടവഴിയിലേക്കാണ്. പുരാതന ഗ്രീസിന്റെ ഉത്സവപ്പാത. നന്നാലു വർഷങ്ങൾ കൂടുമ്പോൾ ഗ്രേറ്റ് പനാത്തെനെയ്ക്ക് ഉത്സവത്തിന്റെ (great panathenaic festival) ഘോഷയാത്രകൾ, നഗരവാതിലായ ഡിപൈലോണിൽ നിന്ന് തുടങ്ങി അഗോറയെ കോണോട് മുറിച്ചുകടന്ന് പാർത്തനോണിലേക്കുള്ള പടികൾ കയറിപ്പോയി. അനേകം വാദ്യങ്ങളുടെയും ആയിരങ്ങളുടെ ആർപ്പുവിളികളുടേയും അകമ്പടിയോടെ. ആതൻസിന്റെ സ്വന്തം ദേവതയായ അഥീനയ്ക്ക് ചാർത്താനുള്ള പുത്തനങ്കിയുമായാണ് ഈ യാത്ര. ആതൻസിലെ പ്രഭുകുമാരികളുടെ മാസങ്ങളോളം നീളുന്ന കൈവേലയാണ് മനോഹരമായ അങ്കിയാവുന്നത്.

ഒളിമ്പിക്സിന് വളരെ മുമ്പേ തുടങ്ങിയിട്ടുള്ളതാണ് പനാത്തെനെയ്ക്കിലെ മത്സരങ്ങൾ. ഒളിമ്പിക്സിൽ നിന്ന് വിഭിന്നമായി പനാത്തെനെയ്ക്ക് ഫെസ്റ്റിവലിൽ കായികമത്സരങ്ങൾക്ക് പുറമെ കവിത ചൊല്ലലും പാട്ടുപാടലും നൃത്തവും വിവിധ വാദ്യോപയോഗങ്ങളും ഉണ്ടായിരുന്നു. മസിലു മുഴച്ചവർ, കുതിരകൾ വായുവേഗത്തിൽ വലിച്ചോടുന്ന രഥങ്ങളിൽ നിന്ന് ആയുധങ്ങളോടെ ചാടിയിറങ്ങുകയും പിന്നാലെ ഓടിച്ചെന്ന് തിരിച്ചുകയറുകയും ചെയ്തു. കലാകാരന്മാർ മരത്തണലുകളിലിരുന്ന് വാദ്യങ്ങൾ വായിച്ചു. കവികൾ അഥീനയെ

വാഴ്ത്തി കവിതകൾ ചൊല്ലി. തത്ത്വജ്ഞാനികൾ വഴിവക്കിലെ സദസ്സുകളിൽ തർക്കങ്ങളിൽ മുഴുകി.

പനാത്തെനെയ്ക്ക് ഉത്സവത്തിലെ കുതിരയോട്ടമത്സരങ്ങൾക്കും ശരീരവേഗമത്സരങ്ങൾക്കും വേണ്ടി നിർമ്മിക്കപ്പെട്ടതായിരുന്നു അക്രോപൊലിസിന് തൊട്ടപ്പുറമുള്ള പനാത്തെനെയ്ക്ക് സ്റ്റേഡിയം. വർഷങ്ങളും ഭരണാധികാരികളും അതിനെ പരിഷ്കരിച്ചെടുത്ത് 1896ലെ ആദ്യ ആധുനിക ഒളിമ്പിക്സിന്റെ വേദിയാക്കി. പൂർണ്ണമായും ഇരിപ്പിടങ്ങളടക്കം മാർബിളിൽ നിർമ്മിക്കപ്പെട്ട ലോകത്തിലെ ഏക സ്റ്റേഡിയമാണ് ഇത്.

പനാത്തെനെയ്ക്ക് പാതയുടെ കാര്യമായ അടയാളപ്പെടുത്തലുകളൊന്നുമില്ല ഇപ്പോൾ. ഇരുവശത്തുമുണ്ടായിരുന്ന കൽച്ചാലുകളുടെ അവശിഷ്ടങ്ങൾ ചിലയിടത്തെല്ലാം പഴയ നനവുകളോർത്ത് നെടുവീർപ്പിടുന്നുണ്ട്. അക്രോപൊലിസിലെ പാർത്തനോണിലേക്ക് കയറിപ്പോകുന്ന കൽപ്പടവുകളാണ് ഈ പാതയുടെ പരുക്ക് പറ്റാത്ത ഭാഗങ്ങൾ. ബാക്കിയെല്ലാം നൂറ്റാണ്ടുകൾ നിറച്ച ചരലിൽ പുതഞ്ഞു കിടക്കുന്നു. എങ്കിലും ചരിത്രമറിയുന്നവന്റെ കാലടികൾ പഴയ ഉത്സവത്തേരോട്ടത്തിന്റെ ചക്രച്ചാലുകൾ തേടിപ്പോകും.

ബീസി ആറാം നൂറ്റാണ്ടു മുതലാണ് ചരിത്രകാരന്മാർ അഗോറയുടെ പഴക്കമളക്കുന്നത്. അതിനും നൂറ്റാണ്ടുകൾക്കു മുമ്പേ ഇതൊരു ജനവാസകേന്ദ്രമായിരുന്നു. കൂട്ടിച്ചേർക്കലുകളും പുതുക്കിപ്പണിയലുമൊക്കെയായി ഏക്കറുകളോളം വലുപ്പമുള്ളൊരു ദീർഘചതുരമായി അഗോറ വളരുന്നത് ബീസി രണ്ടാം നൂറ്റാണ്ടോടെയാണ്. പിന്നീട് റോമാക്കാരുടേയും പേർഷ്യക്കാരുടേയും മറ്റും അധിനിവേശത്തിൽ അഗോറ തകർക്കപ്പെടുകയും പിന്നീട് വിസ്മരിക്കപ്പെടുകയും ചെയ്തു. അനേകം കൊല്ലങ്ങളുടെ കനത്തിൽ അഗോറയ്ക്ക് മേൽ മണ്ണു മൂടുകയും അതിന് മുകളിൽ പുതിയ ആതൻസിന്റെ പുതിയ പാർപ്പിടങ്ങൾ ഉയരുകയും ചെയ്തു.

മെട്രോ പാതയുടേയും ആതൻസ്-പൈറിയസ് റെയിൽപ്പാതയുടേയും കുഴിക്കൽ പണികളാണ് അഗോറയെ കണ്ടെത്തിയത്. പന്ത്രണ്ടേക്കറോളം സ്ഥലത്തെ വീടുകളും കെട്ടിടങ്ങളും മാറ്റിയാണ് ആർക്കിയോളജിക്കാർ അഗോറയെ പുറത്തെത്തിച്ചത്. ഗ്രീക്ക്, ജർമ്മൻ, അമേരിക്കൻ പുരാവസ്തു ഗവേഷകർ അവരുടെ ഖനനങ്ങളും പുനർനിർമ്മാണങ്ങളും ഇപ്പോഴും തുടരുന്നു. കല്ലിൻമേൽ കല്ലു ചേർന്ന് അഗോറ അതിന്റെ പൂർവ്വരൂപത്തിലേക്ക് പതിയെ പുനർജ്ജനിക്കുകയാണ്.

അഗോറപ്പറമ്പിൽ ചരിത്രത്തിന്റെ ഗരിമ കാണിക്കുന്നത് മൂന്ന് നിർമ്മിതികളാണ്. തെക്കോട്ടുള്ള നോട്ടത്തിൽ അക്രോപൊലിസ്

നിങ്ങളുടെ കാഴ്ചയെ മോഷ്ടിക്കുന്നില്ലെങ്കിൽ വിശുദ്ധ അപ്പോസ്തല ന്മാരുടെ പേരിലുള്ള ചെറിയ പള്ളി കാണാം. വലതുവശത്ത് ഹെഫേസ്റ്റസിനായുള്ള ക്ഷേത്രം (Temple of Hephaestus). ഇടതുവശത്ത് പൂർണ്ണമായും പുനർനിർമ്മിക്കപ്പെട്ട സ്റ്റോവ ഓഫ് അറ്റ്ലോസ് കെട്ടിടം. (Stoa of Atlos.)

ഗ്രീക്ക് പുരാണകഥകളിലും സോക്രട്ടീസ്, ഡയോജെനസ് മുതലായ തത്ത്വജ്ഞാനികളിലും താല്പര്യമുള്ള അമ്മുവാണ് ആദ്യം ഹെഫേസ്റ്റസിന്റെ അടുത്തു പോകാം എന്നു പറഞ്ഞ് അഗോറൈ സേഷന്റെ ദിശ നിശ്ചയിച്ചത്. (അമ്മുവിന്റെ ഈ ഗ്രീക്ക് താൽപര്യം ഞങ്ങളേയും ചിലപ്പോൾ അവളെത്തന്നെയും അത്ഭുതപ്പെടുത്താറുണ്ട്.) ദേവസഭയിൽ ഒരുപാട് വകുപ്പുകൾ കൈകാര്യം ചെയ്തിരുന്നുവെങ്കിലും നിർഭാഗ്യവാനായ ഒരു ദേവനാണ് ഹെഫേസ്റ്റസ്. ഗ്രീക്ക് പുരാണങ്ങളിലെ ദേവേന്ദ്രനും ഇന്ദ്രാണിയുമായ സിയൂസിന്റേയും ഹീരയുടേയും മകൻ. തന്റെ സമ്പർക്കമില്ലാതെ സിയൂസ് സ്വന്തം നെറ്റിത്തടത്തിൽനിന്നും അഥീനയ്ക്ക് ജന്മം നല്കിയതിൽ പ്രതിഷേധിച്ച് ഹീര തന്റെ തുടയിൽനിന്നും വലിച്ചൂരിയെടുത്തതാണ് ഹെഫേസ്റ്റസ്. ജന്മനാ വിരൂപനും ശോഷിച്ച കാലുകളോടു കൂടിയവനുമായിരുന്നു ഈ ദേവസന്തതി. ഹെഫേസ്റ്റസിന്റെ കുറവുകളിൽ അസ്വസ്ഥയായ ഹീര മകനെ സ്വർഗ്ഗത്തിൽ (ഗ്രീക്കുകാരുടെ ഒളിംപസ്, നമ്മുടെ ഇന്ദ്രപ്രസ്ഥം.) നിന്നും വലിച്ചെറിഞ്ഞു. ഒമ്പത് ദിനരാത്രങ്ങൾ നീണ്ട ആ വീഴ്ചയിലും കിട്ടി ദേവന് കുറേ വൈകല്യങ്ങൾ. കടലിൽ ചെന്നു വീണ ഹെഫേസ്റ്റസ് ഒമ്പതു വർഷക്കാലം സാഗര ദേവന്മാരുടെ സംരക്ഷണത്തിൽ കഴിഞ്ഞു. അത്രയും കാലം ഹെഫേസ്റ്റസ് അവിടെയിരുന്ന് ദേവന്മാർക്കുവേണ്ടി കൊല്ലപ്പണി ചെയ്തു. അഥീനയുടെ പരിചയും കുപ്പിഡിന്റെ (കാമദേവൻ) അമ്പുകളും മറ്റു ദേവന്മാർക്കു വേണ്ട ആയുധങ്ങളും തയ്യാറാക്കിയത് ഇദ്ദേഹമാണ്.

പിന്നീട് ഒളിംപസിൽ തിരിച്ചെത്തിയ ഹെഫേസ്റ്റസ്, തന്റെ പിതൃത്വം വെളിപ്പെടുത്താത്തതിന്, പ്രത്യേകം തയ്യാറാക്കിയ സ്വർണ്ണക്കസേരയിൽ ഹീരാദേവിയെ ബന്ധിച്ചു. അമ്മയുടെ അവഗണനയും ക്രൂരതകളും മറക്കാനായില്ലെങ്കിലും ഹെഫേസ്റ്റസിന്റെ മാതൃസ്നേഹം നിലനിന്നു. പിതൃത്വമില്ലാത്ത മാതൃസൃഷ്ടിയായിരുന്നല്ലോ അദ്ദേഹം. ഒരിക്കൽ മാതാപിതാക്കൾക്കിടയിലെ ഒരു ദൈവികശണ്ഠയിൽ മൂപ്പര് ഹീരാമ്മയുടെ പക്ഷം പിടിച്ചു. ഇതിൽ ക്ഷുഭിതനായ സിയുസ് ഹെഫേസ്റ്റസിനെ കാലിൽ പിടിച്ചെടുത്ത് ഭൂമിയിലേക്ക് ചുഴറ്റിയെറിഞ്ഞു. ഇത്തവണ വേഗത്തിലായിരുന്നു വീഴ്ച. ഒറ്റ ദിവസംകൊണ്ട് ലെമ്നോസ് ദ്വീപിൽ വന്നുപതിച്ചു.

വീണ്ടും ഒളിംപസിലേക്ക് തിരിച്ചെത്തിയ ഹെഫേസ്റ്റസ് ഒരു വർക്ക് ഷോപ്പൊക്കെ തട്ടിക്കൂട്ടി ദേവലോകത്തെ ആസ്ഥാന കൊല്ലനായി

ഒതുങ്ങിക്കൂടി. സീയുസിന്റെ ഉത്തരവിൽ ദേവലോകസുന്ദരിയായ അഫ്രോഡിറ്റിനെ വിവാഹം ചെയ്തു. അനേകം ജാരന്മാരുണ്ടായിരുന്ന അതിസുന്ദരിക്ക് ഹെഫേസ്റ്റസിനോട് ഒരിക്കലും വിശ്വസ്തത പുലർത്താനായില്ല. ഹെഫേസ്റ്റസ് തന്റെ ആലയിൽ ഒരു പ്രത്യേക ലോഹവല തയ്യാറാക്കി, ഭാര്യയുടെ കട്ടിലിനു മുകളിൽ ഒരുക്കി വെച്ചു. അന്നത്തെ ജാരസംഗമത്തിൽ രണ്ടുപേരും വലയിലായി. നഗ്നരായി, കാലുകൾ പിണഞ്ഞുചേർന്ന് ദേഹങ്ങൾ പരസ്പരം അലിഞ്ഞുചേർന്ന് അവരങ്ങനെ വലയിൽപെട്ട് നാണംകെട്ട് കിടന്നു. മുറിക്കു പുറത്തു നിന്ന് ഹെഫേസ്റ്റസ് ചിരിക്കുകയോ കരയുകയോ ചെയ്തിരിക്കാം.

ക്ഷേത്രത്തിലേക്കുള്ള വഴിനീളെ അമ്മു ഹതഭാഗ്യനായ ഹെഫേസ്റ്റസിനെക്കുറിച്ച് അങ്ങനെ പറഞ്ഞുകൊണ്ടേയിരുന്നു. അദ്ദേഹത്തോടുള്ള അനുകമ്പ അമ്മുവിന്റെ വാക്കുകളിലും അവയുടെ താളത്തിലും ഉണ്ട്. കൂടപ്പിറപ്പിന്റേയോ അടുത്ത കൂട്ടുകാരന്റേയോ സങ്കടങ്ങളെന്നപോലെയാണ് അവൾ പറഞ്ഞുകൊണ്ടിരുന്നത്.

ഡോറിക് (doric) ശൈലിയിലുള്ള ഉയർന്ന മാർബിൾ തൂണുകളിൽ പൊതിഞ്ഞ് ആദരം ജനിപ്പിക്കുന്ന ഗാംഭീര്യവുമായി നില്ക്കുകയാണ്, ഹെഫേസ്റ്റസിന്റെ ക്ഷേത്രം. അഗോറയോസ് കൊളോണോസ് എന്ന ചെറുകുന്നിന് മുകളിലാണ് ഈ ക്ഷേത്രം. ചുറ്റിലും ഉയർന്നുവന്ന പുതിയ ആതൻസ് നഗരവും കാലം മണ്ണിട്ട് തൂർത്തെടുത്ത പഴയ അഗോറയും ആ കുന്നിന്റെ ഉയരം പിന്നെയും കുറയ്ക്കുന്നുണ്ട്. ദേവനോളം കാലക്കേട് ദേവാലയത്തിനുണ്ടായിട്ടില്ല. പുരാതന ഗ്രീസിൽ നന്നായി സംരക്ഷിക്കപ്പെട്ടുപോന്ന അപൂർവ്വം പുരാണ ക്ഷേത്രങ്ങളിൽ ഒന്നാണിത്. ഇടക്കാലത്ത് ഓർത്തഡോക്സ് പള്ളിയായും മ്യൂസിയമായും ഈ ക്ഷേത്രം കൂറുമാറി. മന്ദിരത്തിന്റെ ഈ മെയ്‌വഴക്കമാണ് ഇതിനെ ഈ കാലത്തേക്ക് സംരക്ഷിച്ചു നിർത്തിയത്. ഭൂമിയുടെ പിണക്കങ്ങളും രാജാക്കന്മാരുടെ പടയോട്ടങ്ങളും മേൽക്കൂരയ്ക്കും മാർബിൾ തൂണുകൾക്കും അല്പം പരിക്കേൽപ്പിച്ചിട്ടുണ്ടെങ്കിലും.

ഏതാനും കുറ്റിച്ചെടികൾക്കിടയിലൂടെ ചെരിഞ്ഞുകയറുന്ന, ഇടയ്ക്ക് പൊളിഞ്ഞടർന്ന കല്പടവുകളുള്ള വഴിയിലൂടെ ഞങ്ങൾ ഹെഫേസ്റ്റസിനടുത്തേക്ക് കയറിത്തുടങ്ങി. ക്ഷേത്രത്തിനു ചുറ്റും ഏതാനും ചെറുമരങ്ങളെ വെട്ടിയൊതുക്കി മെരുക്കി നിർത്തിയിട്ടുണ്ട്. അതിനപ്പുറത്തേക്ക് കുറച്ചു പച്ചപ്പിനെ പ്രകൃതി സ്വതന്ത്രരായി അഴിച്ചുവിട്ടിട്ടുണ്ട്. അക്കൂട്ടത്തിൽ ഒന്നുരണ്ടു ക്രിസ്തുമസ് മരങ്ങൾ സൂര്യനു നേരെ വിരൽ ചൂണ്ടി നിൽക്കുന്നുണ്ട്. വെയിലേറ്റ് മങ്ങിയും മുറിവേറ്റും ഒരു പുൽത്തകിടി ഒരു വശത്തുണ്ട്.

അകലെ നിന്ന് അനേകം അഴികളുള്ള ആനക്കൊട്ടിലിന്റെ ആനച്ചന്തം അണിഞ്ഞിരുന്ന ഹെഫേസ്റ്റസ് ക്ഷേത്രം അടുത്തെത്തുമ്പോൾ

ഹെഫേസ്റ്റസ് ക്ഷേത്രം

ഗജഗാംഭീര്യവും കഴിഞ്ഞ് വളരുകയാണ്. തെക്കു വടക്ക് ഭാഗങ്ങളിൽ 13 വീതവും കിഴക്കും പടിഞ്ഞാറും ആറു വീതവുമായി മുപ്പത്തിയെട്ട് തടിയൻ തൂണുകളിൽ അതങ്ങ് ഉയർന്നു പോകുന്നു. ഉടൽ നീളത്തിൽ ഇരുപത്തിനാല് പൊഴികളുമായി, മൂന്നോ നാലോ ഘനഖണ്ഡങ്ങളിലായി, വെയിലിൽ തുടുക്കുന്ന ക്രീം കളറിൽ തൂണിടകളിൽ കൊച്ചു ശില്പസൗന്ദര്യങ്ങളുമായി അനേകം തൂണുകൾ മരവും മാർബിളും ചേർന്ന മേൽക്കൂരയ്ക്കു കീഴിലങ്ങനെ ഞെളിഞ്ഞു നില്ക്കുന്നു. ഉള്ളിലായി പന്ത്രണ്ട് തൂണുകളുടെ മറ്റൊരു ദീർഘചതുരച്ചുറ്റുണ്ട്. അതിനും ഉള്ളിലായിട്ടാണ് ഹെഫേസ്റ്റസിന്റെ 'പ്രതിഷ്ഠ' യുള്ള ക്ഷേത്രഗർഭം. ക്ഷേത്രത്തിന്റെ ഒരു ഭാഗത്തേക്കും പ്രവേശനമില്ല. അടർന്നു മാറിയ മേൽക്കൂരക്കീറുകളിലൂടെയും തൂണുകൾക്കിടയിലൂടെയും നുഴഞ്ഞുകയറുന്ന വെളിച്ചം തറയിലും ചുമരിലും വരയ്ക്കുന്ന പ്രാകൃത ജാമിതീയരൂപങ്ങളെ നോക്കിനില്ക്കാം. പടിഞ്ഞാറു ചെന്ന് ചെമ്പോട് മേഞ്ഞ അഥീനിയൻ മേൽക്കൂരകൾ കണ്ട് ലൈക്കബെറ്റസ് കുന്നും (Lycabettus hill) കണ്ട് ഞങ്ങൾ കൊളോണോസ് കുന്നിറങ്ങി. ദിശാസൂചകമായി അക്രോപൊലിസ് ദൂരെ കാത്തു നിൽക്കുന്നുണ്ട്. (അമ്മുവിന്റെ ഹെഫേസ്റ്റസ് വിവരണം മൂപ്പരോട് വല്ലാത്തൊരനുകമ്പയും അടുപ്പവും ഉണ്ടാക്കിക്കഴിഞ്ഞിരുന്നു. അതുകൊണ്ടാണ് ക്ഷേത്രത്തിൽ മൂപ്പർക്കൊപ്പം അഥീനയുടെ പ്രതിഷ്ഠ കൂടിയുള്ള വിവരം ഞാൻ ഒഴിവാക്കിയത്. എനിക്കിവിടെ ഹെഫേസ്റ്റസ് മാത്രം മതി.)

താഴെ ഭൂതകാല നിദ്രയിൽനിന്നുണരാൻ മടിക്കുന്ന കൽക്കെട്ടുകളും അംഗച്ഛേദങ്ങളിൽ കരയുന്ന ശിൽപങ്ങളുമായി അഗോറയുടെ സമതലം. ഹെഫേസ്റ്റസ് കഴിഞ്ഞാൽ കാഴ്ചയെ നേരിട്ട് മെരുക്കുന്നത് അപ്പോസ്തലന്മാരുടെ പള്ളിയും പൂർണ്ണമായും പുനരുദ്ധരിക്കപ്പെട്ട അറ്റലോസിന്റെ സ്റ്റോവയുമാണ്. മേൽക്കൂരയുള്ള നടവഴികളെയോ കെട്ടിടങ്ങളുടെ ചായ്പുകളെയോ ആണ് പുരാതന ഗ്രീക്കുകാർ സ്റ്റോവ എന്നു പറഞ്ഞിരുന്നത്. റോയൽ സ്റ്റോവ, പെയിന്റഡ് സ്റ്റോവ, മിഡിൽ സ്റ്റോവ എന്നിങ്ങനെ പിന്നെയും 'മോന്തായം മൂടിയ' ഇടങ്ങളുണ്ടായിരുന്നു അഗോറയിൽ. ഇന്ന് അവയുടെ അൽപ്പാവശിഷ്ടങ്ങളോ സ്ഥാനം സൂചിപ്പിക്കുന്ന ചെറിയ ബോർഡുകളോ മാത്രമേയുള്ളൂ. പിന്നെയുള്ളത് റോമൻ ജനറലായിരുന്ന അഗ്രിപ്പ (റോമിൽ പാൻതിയോണും ത്രെവി ഫൗണ്ടനിലേക്കുള്ള അക്വാഡക്ടും നിർമ്മിച്ച അഗ്രിപ്പ തന്നെ.) പണി കഴിപ്പിച്ച വലിയ സംഗീതശാലയുടെ ബാക്കി നില്ക്കുന്ന ശിലകൾക്കും ശൂന്യതയ്ക്കും കാവൽ നിൽക്കുന്ന മൂന്ന് വലിയ പ്രതിമകളാണ്. കുറെയൊക്കെ വെട്ടും തട്ടും കാലം നല്കിയിട്ടും വൻ പീഠങ്ങളിൽ നിവർന്നുനിന്ന് അവർ കാവൽപ്പണി തുടരുന്നു.

കൊളോണോസ് കുന്നിറങ്ങി ഞങ്ങൾ അഗോറയുടെ തെക്കുപടിഞ്ഞാറ് മൂലയിലേക്ക് നടന്നു. വഴിയിൽ ധാരാളം പഴച്ചെടികളും പാഴ്ച്ചെടികളുമുണ്ട്. ഒരാകാരവും നിരൂപിച്ചെടുക്കാൻ പറ്റാത്ത വിധത്തിൽ കാലം കുത്തിനിർത്തിയ മാർബിൾ പലകകളും കൽക്കെട്ടുകളുമുണ്ട് എമ്പാടും. തണലുകളിലിത്തിരി തങ്ങിയും നടന്നും ഞങ്ങൾ അടയാളക്കല്ലിലെത്തി. അഗോറയുടെ അതിരടയാളപ്പെടുത്തുന്ന കല്ല്. ഈ അതിരടയാളത്തിനപ്പുറത്ത് കുശവന്മാരുടേയും കൊല്ലന്മാരുടേയും ചെരുപ്പുകുത്തികളുടേയും വീടുകളുടേയും പണിശാലകളുടേയും നിരകളായിരുന്നു. അഗോറയുടെ സ്റ്റോവാകളിൽ ഇടം കിട്ടാതെ പോയ അധഃകൃതർ. അത്തരമൊരു പണിപ്പുര കോംപ്ലക്സിലാണ് ഞങ്ങൾ കയറിനില്ക്കുന്നത്. ആതൻസിന്റെ പഴയ ചെരുപ്പുകുത്തിയായ സൈമണിന്റേതാണ് ഈയിടമെന്ന് ചരിത്രകാരന്മാരും ഖനനങ്ങളും ഘോഷിക്കുന്നു.

അഗോറക്കാലത്തെ അധികാരികൾക്കും യുവജനങ്ങൾ അപകടകാരികളാണെന്ന് അറിയാമായിരുന്നു. അറിവുകൾ ആഗിരണം ചെയ്തവർ പൊട്ടിത്തെറിക്കുമെന്ന് അവർ ഭയപ്പെട്ടു. അഗോറയിൽ നിന്നും അവിടത്തെ ഔദ്യോഗിക വ്യവഹാരങ്ങളിൽ നിന്നും ചർച്ചാവേദികളിൽ നിന്നും വിലക്കപ്പെട്ട അവർ അഗോറയുടെ അരികുകളിലെ വീടുകളിലും കടകളിലും പണിശാലകളിലും പറ്റിക്കൂടി. ജ്ഞാനികൾ യുവാക്കളെത്തേടി അവിടെയെത്തി. അത്തരമൊരു

പണിശാലയായിരുന്നു 'സൈമൺ ദ ഷൂ മേക്കർ' എന്ന് ഗ്രീക്ക് ചരിത്രത്തിൽ അറിയപ്പെടുന്ന സൈമണിന്റെ ചെരുപ്പു നിർമ്മാണശാല. മഹാജ്ഞാനിയായ സോക്രട്ടീസിന്റെ ഒരു താവളമായിരുന്നു ഇത്.

അക്രൊപൊലിസിൽ കൽപ്പണിയിലും ശില്പ നിർമ്മാണത്തിലും ഏർപ്പെട്ടിരുന്ന സോഫ്രോണിക്കസിന്റെ മകനായിരുന്നു സോക്രട്ടീസ്. ശില്പിയായിത്തന്നെ അദ്ദേഹം ജീവിതം ആരംഭിച്ചു. പക്ഷേ, ശിൽപ്പങ്ങളുടെ അപൂർണ്ണതയിൽ അയാൾ അസ്വസ്ഥനായിക്കൊണ്ടിരുന്നു. മനുഷ്യരുടേയും ദേവന്മാരുടേയും യഥാർത്ഥ സൗന്ദര്യം അവരുടെ ഉള്ളുകളിലാണെന്നും ആ അകംപൊരുളുകൾ ശില്പങ്ങളിലേക്ക് പകർത്തപ്പെടുന്നില്ലെന്നും അദ്ദേഹം ദുഃഖിച്ചു. ബുദ്ധിയുടേയും നന്മയുടേയും പെരുപ്പിക്കലിലൂടെ മനുഷ്യൻ കൂടുതൽ സുന്ദരനാവേണ്ടതുണ്ടെന്ന് അദ്ദേഹം കരുതി. സോക്രട്ടീസ് മനസ്സിന്റേയും ചിന്തകളുടേയും കൊത്തിമിനുക്കുകളിലേക്ക് വഴിമാറി. നിരന്തരം ചോദ്യങ്ങൾ ചോദിച്ചും എന്നാൽ ആർക്കും ഉത്തരം നല്കാതെയും അയാൾ അഗോറയുടെ അകത്തും പുറത്തും അലഞ്ഞു. സോക്രട്ടീസിന്റെ ചോദ്യങ്ങളേറ്റ് പൊങ്ങച്ചക്കാരുടെയും വികടപണ്ഡിതന്മാരുടെയും 'വായുസഞ്ചികൾ' ശൂന്യമായി.

അയാളുടെ ചോദ്യങ്ങൾ തന്നെയായിരുന്നു വലിയ ഉത്തരങ്ങൾ എന്നറിഞ്ഞ ചെറുപ്പക്കാർ സോക്രട്ടീസിന്റെ ശ്രോതാക്കളായി. ചിലർ അടുത്ത ശിഷ്യരായി. സൈമണിന്റെ ഉമ്മറത്തിരുന്ന് സോക്രട്ടീസ് അവരോട് സംവദിച്ചു. തർക്കവിതർക്കങ്ങൾ കഴിഞ്ഞ് ആളുകളൊഴിഞ്ഞപ്പോൾ സൈമൺ അതെല്ലാം ഓർമ്മയിൽ നിന്നെടുത്ത് പകർത്തിവെച്ചു. മുപ്പത്തിരണ്ടദ്ധ്യായങ്ങൾ. ഷൂമേക്കർ ഡയലോഗ്സ് എന്നറിയപ്പെട്ട ആ ചുരുളുകൾ പലതും അഗോറയിലെ ഖനനങ്ങളെയും കബളിപ്പിച്ച് ഒളിച്ചു കഴിയുന്നു. സോക്രട്ടീസാകട്ടെ തന്റെ ശിഷ്യരുടെയും അനുയായികളുടേയും ചരിത്രവിദ്യാർത്ഥികളുടേയും ബോധത്തിലല്ലാതെ ഒന്നും രേഖപ്പെടുത്തിയില്ല. പാശ്ചാത്യതത്ത്വജ്ഞാനത്തിന്റെ ഉറവ ഉയിരെടുക്കുന്നത് സോക്രട്ടീസിൽനിന്നാണ്, ചെരുപ്പുകുത്തി സൈമണിന്റെ പണിപ്പുരയിൽ നിന്നാണ്. അനേകം വിഖ്യാതരായ ശിഷ്യരിലൂടെ അതങ്ങനെ ഒഴുകുന്നു.

അരിസ്റ്റോക്ലിസ് തന്റെ ചിന്തകളും പ്രബന്ധങ്ങളും പേരു തന്നെയും തീയിലെറിഞ്ഞ് സോക്രട്ടീസിന്റെ പ്ലേറ്റോ എന്ന ശിഷ്യനായി. പേരെടുത്ത ഗുസ്തിക്കാരനായിരുന്ന അദ്ദേഹം പിന്നീട് സോക്രട്ടിയൻ കളരിയിൽ 'ദ റിപ്പബ്ലിക്ക്' എഴുതിയ ചിന്തകനായി. ഒരു തത്ത്വജ്ഞാനിയാണ് ഏറ്റവും നല്ല ഭരണാധികാരിയെന്ന് ഉദ്ബോധിപ്പിച്ച രചന. പ്ലേറ്റോയുടെ പ്രിയശിഷ്യനായിരുന്നു അരിസ്റ്റോട്ടിൽ. പിൽക്കാലത്ത് മഹാനായ അലക്സാണ്ടർ ചക്രവർത്തിയുടെ ഗുരുവായി അദ്ദേഹം.

യുവാക്കൾക്ക് പുത്തനറിവുകൾ നൽകി വഴിതെറ്റിച്ചതിന് സോക്രട്ടീസ് വധശിക്ഷയ്ക്ക് വിധിക്കപ്പെട്ടു. സൈമണിന്റെ വീടിനടുത്ത് അഗോറയിലെ കാരാഗൃഹത്തിൽ അദ്ദേഹം വിചാരണ നേരിടുകയും വിധിപ്രകാരം വിഷം കഴിച്ച് മരിക്കുകയും ചെയ്തു. അദ്ദേഹത്തിന്റെ പ്രബോധനങ്ങൾക്ക് വേദിയായ സൈമണിന്റെ കടയ്ക്കും മരണം നടന്ന ജയിലറയ്ക്കും ഇടയിൽ ഏതാനും വാരകൾ മാത്രം. രാഷ്ട്രീയസൂചനകൾ ആപൽക്കരമെന്ന് തോന്നിയപ്പോൾ അരിസ്റ്റോട്ടിൽ ആതൻസിൽനിന്ന് കടന്നുകളഞ്ഞു. അല്ലെങ്കിൽ ജ്ഞാനാന്വേഷണത്തോട് രണ്ടാം തവണയും ആതൻസ് പാപം ചെയ്തേനേ.

ഞാൻ സൈമൺഗൃഹത്തിന്റെ തിണ്ണയിൽ കണ്ണടച്ചിരുന്നു. പാശ്ചാത്യ ജ്ഞാനോദയത്തിന് ഊർജ്ജം പ്രവഹിച്ചത് ഇവിടെ നിന്നാണ്. ഒരു ചെരുപ്പുകുത്തിയുടെ ഉമ്മറത്തുനിന്ന്. സോക്രട്ടീസ്, പ്ലേറ്റോ, അരിസ്റ്റോട്ടിൽ, ആന്റിസ്തെനെസ് പിന്നെ അത്ര പ്രശസ്തരല്ലെങ്കിലും മിടുക്കരായ അനേകം ശിഷ്യർ. എല്ലാം ഇവിടെ നിന്നാണ് തുടങ്ങിയത്. അവിടെ നിന്നിറങ്ങി വിശുദ്ധ അപ്പോസ്തലന്മാരുടെ പള്ളിയിലേക്കുള്ള നീണ്ട നടത്തത്തിന് പ്ലേറ്റോയുടെ വരികൾ കൂട്ടുപോന്നു, 'ജീവൻ ശരീരത്തിൽ കുടുങ്ങിപ്പോയ ആത്മാവു മാത്രമാണ്.'

പുരാതന മേൽക്കൂരച്ചന്തകൾ (സ്റ്റോവാകൾക്ക് എന്റെ വികല തർജ്ജമ) ബാക്കിവെച്ച കല്ലട്ടികൾക്കും മാർബിൾ ഖണ്ഡങ്ങൾക്കും ശില്പങ്ങൾ മറഞ്ഞുപോയ പീഠങ്ങൾക്കും ഇടയിലൂടെ ഞങ്ങൾ നടന്നു. അഗോറയുടെ കിഴക്കേ ഭാഗത്ത് ഒതുക്കിപ്പണിത ശില്പം പോലെ പള്ളി. അഗോറയിലെ കുഴിച്ചുമറിക്കലിൽ പല പള്ളികളും നഷ്ടപ്പെട്ടു. പതിനൊന്നാം നൂറ്റാണ്ടിലെ ഈ ബൈസന്റയിൻ നിർമ്മിതി നിലനിന്നു. മണ്ണിഷ്ടികകളുടെ കാവി ക്രീം നിറസങ്കലനവും വൈവിധ്യമാർന്ന ക്രമീകരണങ്ങളുണ്ടാക്കുന്ന മനോഹരങ്ങളായ പാറ്റേണുകളുമാണ് ഈ ബൈസന്റയിൻകാല ക്രിസ്ത്യൻ ദേവാലയത്തിന്റെ പ്രത്യേകതകൾ. ഗ്രീസിലേയും ടർക്കിയുടെ ഓർത്തഡോക്സ് ക്രിസ്ത്യൻ മേഖലകളിലേയും പള്ളികൾ ഇങ്ങനെയാണ്. പല തട്ടുകളിലും ആകൃതിയിലുമായി മേൽക്കൂരകൾ. നിരനിരയായിക്കിടന്ന് മേൽക്കൂരയ്ക്ക് ചന്തംകൂട്ടുന്ന മങ്ങിയ ചുവപ്പുമായി മേച്ചിലോടുകൾ. ഏറ്റവും ഉയർന്നു നില്ക്കുന്ന പ്രധാന കുംഭഗോപുരത്തിന്റെ തുഞ്ചത്ത് വെയിലേറ്റ് വെട്ടിത്തിളങ്ങുന്ന കുരിശ്. ഇഷ്ടികകളുടെ ഇടത്തേപ്പിൽ നിന്നോ ജാലികളിൽ നിന്നോ പടരുന്ന പാടലവർണ്ണച്ഛവി. ആകെക്കൂടെ ശില്പഭംഗിയിലും ലാളിത്യത്തിലും നമ്മുടെ ലാറി ബേക്കറെ തോൽപ്പിക്കും ഈ ദേവാലയം. മിനിയെയും അപ്പുവിനെയും എന്നിട്ടും ഈ പള്ളി കാര്യമായി ആകർഷിച്ചിട്ടില്ല. അവർ അപ്പുറത്തെ സ്റ്റോവ ബാക്കിവെച്ച വലിയൊരു മാർബിൾ പാളിയിൽ കയറിയിരുപ്പാണ്.

നഗരത്തിൽ ബാക്കിയുള്ള കാഴ്ചകളെക്കുറിച്ചുള്ള വർത്തമാനത്തിലാണവർ.

അമ്മു എന്റെ കൂടെ പള്ളിക്കുള്ളിലേക്ക് പോന്നു. ഓയിൽ പെയിന്റിംഗിൽ കമ്പവും വാസ്തുവിദ്യയിൽ താല്പര്യവും ഗ്രീക്ക് ചരിത്രത്തിലും ഐതിഹ്യങ്ങളിലും ആസക്തിയുമുള്ള അമ്മുവാണ് ഇത്തരം ഭാഗങ്ങളിൽ എനിക്ക് കൂട്ടാവുന്നത്. പള്ളിയുടെ ഉൾഭാഗം പത്താം നൂറ്റാണ്ടിലെത്തുന്ന പഴക്കത്തോട് നീതി പുലർത്തുന്നുണ്ട്. പുറംഭാഗം പഴക്കം നടിക്കുകയാണെന്ന് ഒറ്റനോട്ടത്തിൽ നമുക്ക് മനസ്സിലാവും. ഇതാണ് പുനർനിർമ്മാണത്തിന്റെ പ്രശ്നം. എത്ര ഗവേഷണവും ശ്രദ്ധയും ആത്മാർത്ഥതയുമുണ്ടെങ്കിലും നൂറ്റാണ്ടുകളുടെ പഴക്കം ചുമരുകളിൽ തേച്ചുവെയ്ക്കാൻ പ്രയാസമാണ്. പത്താം നൂറ്റാണ്ടിലെ ഈ നിർമ്മിതി 1950കളിലാണ് വീണ്ടും കെട്ടിപ്പൊക്കുന്നത്. സമീപത്തെ പള്ളികളിൽ നിന്ന് പുരാവസ്തുഗവേഷകർ കണ്ടെത്തിയ ചുമർചിത്രങ്ങളാണ് ഇവിടെ ചുമരുകളിൽ പറ്റിപ്പിടിച്ചിരിക്കുന്നത്. ചുമരുകളിൽ പറ്റാവുന്നിടത്തൊക്കെ ഞങ്ങൾക്ക് പരിചയമില്ലാത്ത പുണ്യവാളന്മാർ തിക്കിത്തിരക്കുന്നുണ്ട്. സമഭുജങ്ങളോടെയുള്ള ഗ്രീക്ക് കുരിശിന്റെ ആകാരമാണ് ഉൾത്തടത്തിന്. നാല് ഭാഗത്തും പ്രാർത്ഥനാബലിവേദികളാണ്. ഉയർന്നു പോവുന്ന നാലു റോമൻ തൂണുകളിലാണ് കുംഭഗോപുരത്തിന്റെ നില്പ്. അവിടേയും കൂട്ടിന് ചുമരും താങ്ങി നില്ക്കുന്ന വിശുദ്ധരുണ്ട്.

പള്ളിയിൽ നിന്നിറങ്ങുമ്പോൾ പടിഞ്ഞാറെക്കോലായിൽ ചാരിയിരിക്കുന്നുണ്ട് ഒരു കുരിശ്. കയറിയിരിക്കാൻ ത്രോണോസോ മദ്ബഹയോ ഗോപുരത്തുഞ്ചമോ കിട്ടാതെ പോയ പാവം. കുരിശിനോളംതന്നെ അനാഥത്വവും വിഷാദവുമായി ഒരു നായ അടുത്തു തന്നെ നിവർന്ന് കിടക്കുന്നുണ്ട്. നമ്മുടെ നാടൻ ചേലിലുള്ള, മൂക്കത്തും മുതുകത്തും കറുപ്പ് മയങ്ങുന്ന മങ്ങിയ വെള്ളനിറമുള്ള ചാവാലി. ഗ്രീസിന്റെ തണുപ്പുകാലത്തോട് 'കുരച്ചു' നിൽക്കാൻ അല്പം പൂട കൂടുതലുണ്ടെന്നു മാത്രം. പഴയ മാർബിൾ ഇരിപ്പിടം ഉപേക്ഷിച്ച് അപ്പുവും മിനിയും പള്ളിക്കു കിഴക്ക് പനാത്തെനൈയ്ക്ക് പാതയോട് ചേർന്നുള്ള മരത്തണലിലേക്ക് മാറിയിരുന്നിരുന്നു. അങ്ങോട്ട് നടന്നുതുടങ്ങിയപ്പോൾ പട്ടിയെഴുന്നേറ്റ് അമ്മുവിന്റെ കൂടെച്ചെന്നു. ഞാൻ കൂടുതൽ അനാഥമായ കുരിശിനോടൊപ്പം കുറച്ചു നേരം കൂടിയിരുന്നു.

നായക്കൂട്ടുമായി ചെന്ന അമ്മുവിനെക്കണ്ട് മിനിയും അപ്പുവും അമ്പരന്നു.

''ഇത് ഡയോജെനിസിന്റെ നായ.'' അമ്മു പ്രഖ്യാപിച്ചു.

മുഖമുയർത്തി അമ്മുവിനെ നോക്കിയും കുരയ്ക്കും കരച്ചിലിനും ഇടയ്ക്കു വെയ്ക്കാവുന്ന ഒരു പ്രത്യേക ശബ്ദമുണ്ടാക്കിയും നായ

ആ ഉടമസ്ഥാവകാശം സ്ഥിരീകരിച്ചു. മരത്തണലിലിരിക്കുന്ന ഞങ്ങൾ നാല് പേർക്കും മുമ്പിലായി അവൻ കുന്തിച്ചിരുന്നു.

അമ്മുവിന്റെ പ്രിയപ്പെട്ട ഗ്രീക്ക് ഹീറോയാണ് ഡയോജെനെസ് (Diogenes). സോക്രട്ടീസോ പ്ലേറ്റോയോ അവളെ ഇത്രയ്ക്ക് ആകർഷിച്ചിട്ടില്ല. എനിക്കും ഏറെ പ്രിയപ്പെട്ടതാണ് ഡയോജെനെസ് എന്ന അരാജകജീവിതം. ദാരിദ്ര്യം ഇത്രയും ആഘോഷിച്ച ഒരു ചിന്തകനും ഉണ്ടായിട്ടില്ല. നാട്ടുവഴികളിലിരുന്ന് തെണ്ടുകയും തോന്നിയിടത്തിരുന്ന് തിന്നുകയും സ്ഥലമോ സമയമോ നോക്കാതെ 'പ്രകൃതിയുടെ വിളികളെ' സാധിക്കുകയും ചെയ്തു. അഗോറയിലെ കടത്തിണ്ണകളിലും ചായ്പുകളിലും മരത്തണലിലും ആളുകളോട് സംവദിച്ചു. ആൾക്കൂട്ടത്തിന്റെ പൊതുവിശ്വാസങ്ങളെയും പൊങ്ങച്ചങ്ങളെയും അദ്ദേഹം അപഹസിച്ചു. അഗോറയിലേയും ആതൻസിലേയും ആൾക്കൂട്ടങ്ങളിൽ അയാൾ സ്ഥിരം ശല്യക്കാരനായി. പകൽനേരങ്ങളിൽ തന്റെ തൂക്കുവിളക്കുമായി നല്ല മനുഷ്യനെത്തേടി നടന്നു. രാത്രിയിൽ വക്കു പൊട്ടിയ വലിയ മൺജാറയിൽ ചുരുണ്ടു കിടന്നുറങ്ങി. മനുഷ്യരേക്കാൾ നായ്ക്കളായിരുന്നു കൂട്ട്. ഇന്ന് ആത്മതിരസ്കാരം, പരപുച്ഛം, തീവ്രവലാളിത്യം, പുത്തൻ ചിന്തകൾ എന്നിവയൊക്കെ ചേർന്നു വന്നാൽ ഡയോജെനസ് സിൻഡ്രോം എന്നു പേരിട്ട് ഭ്രാന്തനാക്കാനുള്ള സംവിധാനങ്ങളുണ്ട്.

പഴയ പനാത്തെനെയ്ക്ക് വീഥിയിലൂടെ ഞങ്ങൾ തെക്കേ ഗെയ്റ്റിലേക്ക് നടന്നു. പഴയ പ്രൗഢിയുടെ ഗർവൊന്നുമില്ലാത്ത അഗോറയുടെ മണ്ണ് കാലടികളിൽ ഒതുങ്ങിയമർന്നു. തേർച്ചക്രച്ചാലുകൾക്കും കുതിരക്കുളമ്പടിപ്പാടുകൾക്കും മീതെ എത്ര മണ്ണടരുകളായിരിക്കും കാലം ഇട്ടുമൂടിയത്. ഗെയ്റ്റ് വരെ വന്ന്, ഡയോജെനെസിന്റെ നായ തന്റെ സാമ്രാജ്യാതിർത്തിയിൽനിന്ന് മരച്ചുവട്ടിലേക്ക് തിരിച്ചുപോയി.

അഗോറയുടെ തെക്കേ ഗേറ്റും കടന്ന് നില്ക്കുകയാണ് ഞങ്ങൾ. ഇവിടെ നിന്ന് നോക്കുമ്പോൾ അക്രൊപൊലിസിലേക്ക് കയറിപ്പോകുന്ന യാത്രക്കാരെ കാണാം. എവിടെ നിന്നു കണ്ടാലും അക്രൊപൊലിസ് ഒരു യവനകാമുകിയെപ്പോലെ നമ്മെ മോഹിപ്പിക്കും. മുകളിലേക്ക് മാടിവിളിക്കും. എല്ലാ നടത്തവും നീങ്ങേണ്ടത് അങ്ങോട്ടാണെന്ന് അത് നിർബന്ധിക്കും. ആതൻസിലെ യാത്രികനുള്ള വെല്ലുവിളിയാണിത്. പന്ത്രണ്ടുമണിച്ചൂടിലും ആ മോഹവലയത്തിൽ ഞങ്ങൾ വീണുപോയി. പക്ഷേ, മുകളിലേക്ക് കയറിപ്പോകാൻ കൃത്യമായ വഴികളൊന്നും കാണാനില്ല. ഗേറ്റിനു ചേർന്നു തന്നെയുള്ള ചെറിയ കാബിനിലിരുന്ന് ഒരു ആഫ്രോയൂറോ സുന്ദരി യാത്രികർക്ക് നിർദ്ദേശങ്ങൾ വാഗ്ദാനം ചെയ്യുന്നുണ്ട്. അവൾക്ക് മുന്നിലെ കിളിവാതിലിലൂടെ ഞാനും അമ്മുവും ചെന്ന് വഴി ചോദിച്ചു. അത്തരം ചോദിച്ചു ചോദിച്ചു പോകലിൽ വിശ്വാസമില്ലാത്ത അപ്പു കൈയിലുള്ള മാപ്പുകളിൽ ആ വഴിക്കായി ഖനനം ചെയ്യുകയായിരുന്നു.

ആഫ്രോ സുന്ദരി വലതുവശത്തെ വാതിൽ തുറന്ന് പുറത്തു വന്നു. ആഫ്രിക്കയോളംതന്നെ വലുതായിരുന്നു അവളുടെ ശരീരം. ഒരാഫ്രിക്കൻ സംഘഗാനം പോലെയായിരുന്നു അവളുടെ സംസാരം.

"So you want to climb to acropolis now?"

"Yes."

അകത്തേക്ക് വരൂ എന്നു ക്ഷണിച്ച് അവരെന്നെ ആ ചെറിയ കാബിനിലേക്ക് വലിച്ച് കയറ്റി. ആഫ്രിക്കക്കാരി ബാക്കിവെച്ച, കേരളം പോലൊരു മെലിഞ്ഞ സ്ഥലത്ത് ഞാൻ ഒതുങ്ങിനിന്നു. അക്രോപൊലിസിലേക്കുള്ള വഴിവരചിത്രം ചുമരിൽ പതിച്ചിരിക്കും എന്നാണ് കരുതിയത്. പക്ഷേ, അവരെന്നെ ചുമരിലെ നീളൻ കണ്ണാടിക്കു മുമ്പിൽ നിർത്തുകയായിരുന്നു.

"See man. How you look like."

മുഖമൊക്കെ കറുത്തു കൂരച്ചു വിയർപ്പ് തേച്ചൊട്ടിച്ച മുടിയുള്ളൊരാൾ ഷർട്ടിൽ നനഞ്ഞ ഭൂപടങ്ങളുമായി എന്നെ നോക്കി ഇളിച്ചു കൊണ്ടു നിൽക്കുന്നു. ഒന്നര മണിക്കൂർ നടത്തവും മനസ്സിന്റെ അമിതാവേശവും സൂര്യന്റെ പൊള്ളുന്ന വികൃതികളും എന്നെ വല്ലാത്ത രൂപത്തിലാക്കിയിരിക്കുന്നു. ഞാൻ പുറത്തു നില്ക്കുന്ന അമ്മുവിനേയും അപ്പുവിനേയും മിനിയേയും നോക്കി. അവരും ഇതുപോലെ തന്നെ. അപ്പോഴും പുതുകാഴ്ചകളിലേക്ക് വെമ്പുന്ന മനസ്സിന്റെ ആവേശം എല്ലാവരിലും ചിരിച്ചു നില്ക്കുന്നുണ്ട്.

ആഫ്രിക്കൻ സുന്ദരി കാബിനിന്റെ പൊക്കത്തിൽനിന്ന് ഞങ്ങളോട് പ്രസംഗിച്ചുതുടങ്ങി. നൂറ്റാണ്ടുകൾക്കു മുമ്പ് സോക്രട്ടീസിന്റെയും പെരിക്ലിസിന്റെയും പ്രഭാഷണങ്ങൾക്ക് കാതോർത്തിരുന്ന ശിഷ്യരെപ്പോലെ ഞങ്ങൾ അവരെ ശ്രദ്ധിച്ചു കേട്ടു.

"സുഹൃത്തുക്കളേ, നിങ്ങൾ ഇന്ത്യയിൽ നിന്നാണെന്ന് ഞാൻ ഊഹിക്കുന്നു. നിങ്ങളിപ്പോൾ ക്ഷീണിതരും അവശരും ആണ്. മനസ്സിൽ എത്ര ആവേശമുണ്ടെങ്കിലും ഇവിടെ നിന്ന് ഈ പൊരിവെയിലത്ത് അക്രോപൊലിസിലേക്ക് കയറിയെത്തുക ദുഷ്കരമാണ്. സൂര്യൻ ഒരു ദയയും കാണിക്കില്ല. നാലു ദിവസത്തേക്കുള്ളതാണ് നിങ്ങൾ വാങ്ങിയിട്ടുള്ള ടിക്കറ്റ്. അതുകൊണ്ട് സമയമുണ്ട്. നാളെ രാവിലെ വെയിൽ കനക്കുന്നതിന് മുമ്പ് തെക്കുഭാഗത്തുനിന്ന് കയറിത്തുടങ്ങുക. ഇപ്പോൾ മടങ്ങിപ്പോയി വടക്കേ ഗെയ്റ്റിലൂടെതന്നെ പുറത്തു കടക്കുക. അതിന് ഒരിരുപത് മിനിറ്റെടുക്കും. അവിടെ നിറയെ റെസ്റ്റോറന്റുകളുണ്ട്. ഏസിയുള്ള ഏതെങ്കിലും റെസ്റ്റോറന്റിലിരുന്ന് ഭക്ഷണം കഴിക്കുക. എപ്പോഴും ധാരാളം വെള്ളം കുടിക്കുക."

ഇത്രയും പറഞ്ഞ് ശുഭയാത്രയും നേർന്ന് തന്റെ തടിച്ച കൈവിരലുകളുയർത്തിയിളക്കി ഞങ്ങളെ പിരിച്ചുവിട്ട് അവൾ കാബിനിലേക്ക്

തിരിച്ചു പോയി. വിവരമുള്ളവരുടെ നിർദ്ദേശങ്ങൾക്ക് മുമ്പിൽ ഞങ്ങൾ എപ്പോഴും അനുസരണയുള്ള കുട്ടികളാണ്. അവൾക്കു മുന്നിൽ ചെന്ന് 'താങ്ക്യൂ കോറസ്' പാടി ഞങ്ങൾ തിരിച്ചു നടന്നു തുടങ്ങി. ഇനി അക്രൊപൊലിസും കയറി പനാത്തെനോണും എറെക്തിയോണും കണ്ട് മല തിരിച്ചിറങ്ങി വടക്കെ ഗെയ്റ്റിൽ നിന്ന് അമ്മയേയും കൂട്ടി പോകാമെന്ന് കരുതിയത് ഞങ്ങളുടെ ആനമണ്ടത്തരം. അല്ലെങ്കിൽ അമിതാവേശം.

തിരിച്ചു നടക്കുമ്പോഴും മണ്ണോളം കുനിഞ്ഞു വിനയപ്പെടുന്ന ശിലാഖണ്ഡങ്ങൾ ചരിത്രത്തിന്റെ പുറമ്പോക്കിൽ കിടന്ന് പുരാതന അഗോറിയൻ കഥകൾ അയവിറക്കുന്നുണ്ട്. ഇടതുവശത്ത് പഴയ അവശേഷിപ്പുകൾ തടുത്തുകൂട്ടി ചരിത്രം കളം വരച്ചു കളിക്കുന്നുണ്ട്. പഴയ മരത്തണലിൽ ഡയോജെനെസിന്റെ നായ കിടപ്പുണ്ട്. ഞങ്ങളെ ക്കണ്ടതോടെ അവൻ ചാടിയെഴുന്നേൽക്കുകയും വാലാട്ടുകയും ആൽഫാ ബീറ്റ ഗാമ ചേലിൽ സ്നേഹം മുരളുകയും ചെയ്തു. ഡയോജെനെസിനു ശേഷം അവന് ഒരു സഹയാത്രികന്റെ കരുതൽ നല്കിയത് ഞങ്ങളാണെന്ന് തോന്നുന്നു. അവനോട് ഡയോജെനെസിനെക്കുറിച്ച് ഇനിയും സംസാരിക്കാനുണ്ട്. ഞങ്ങൾ അവനോടൊപ്പം മരത്തണലിൽ ചെന്നിരുന്നു. ആഫ്രോ സ്ഥൂലസുന്ദരി ബോധ്യപ്പെടുത്തിയ 'ക്ഷീണം' കൂടിയാണ് അവിടെ ഞങ്ങളെ പിടിച്ചിരുത്തിയത്. ഓ ഇനി ഇവരാ കിളവനെക്കുറിച്ച് കുറേ പറഞ്ഞോണ്ടിരിക്കും എന്ന് പിറുപിറുത്ത് നായ കാലൊക്കെ നീട്ടിവെച്ച് കാതുകൾ മടക്കിയിട്ട് കണ്ണുകളടച്ചു.

സോക്രട്ടീസിന്റെ ആരാധകനായിരുന്നു ഡയോജെനെസ്. എന്നാൽ സോക്രട്ടീസിന്റെ പ്രധാന ശിഷ്യനായ പ്ലേറ്റോയെ ഡയോജെനെസ് വെറുത്തു. സോക്രട്ടീസ് ചിന്തകളുടെ പ്ലേറ്റോ വ്യാഖ്യാനങ്ങളെ അവസരം കിട്ടിയപ്പോഴൊക്കെ അയാൾ അപഹസിച്ചു. വലിയ ശബ്ദത്തിൽ ചെറിയ ചോദ്യങ്ങൾ ചോദിച്ചും കേൾവിക്കാർക്കിടയിലിരുന്ന് തന്റെ ദരിദ്രഭക്ഷണം കഴിച്ചും പ്ലേറ്റോയുടെ ക്ലാസുകളിൽ അയാൾ ശല്യക്കാരനായി. ഒരിക്കൽ തൂവലുകളില്ലാത്ത ഇരുകാലിയെന്ന് പ്ലേറ്റോ മനുഷ്യനെ വിശേഷിപ്പിച്ചു. അടുത്ത ദിവസങ്ങളിൽ ഡയോജെനെസ് പ്ലേറ്റോയുടെ പ്രസംഗങ്ങൾക്കെത്തിയത് തൂവലെല്ലാം പറിച്ചുകളഞ്ഞൊരു കോഴിയെ പൊക്കിപ്പിടിച്ചുകൊണ്ടാണ്. ഇതാ പ്ലേറ്റോയുടെ മനുഷ്യനെന്ന് വിളിച്ചു പറഞ്ഞുകൊണ്ട്.

സോക്രട്ടീസിന്റെ മറ്റൊരു ശിഷ്യനായിരുന്ന ആന്റിസ്തെനസിനെയായിരുന്നു ഡയോജെനെസ് ഗുരുവായി സ്വീകരിച്ചത്. ഡയോജെനെസിന്റെ തെരുവുജീവിതവും അരാജകശൈലിയും ഇഷ്ടപ്പെടാതിരുന്ന ആന്റിസ്തെനെസ് ആദ്യമൊക്കെ അദ്ദേഹത്തെ ആട്ടിപ്പായിച്ചിരുന്നു. വിശ്വസ്തനായൊരു നായയെപ്പോലെ വിടാതെ പിന്തുടർന്നും ആട്ടും തുപ്പും സഹിച്ചുമാണ് അദ്ദേഹം ശിഷ്യത്വം ഉറപ്പിച്ചത്.

ഗുരുവിനേക്കാൾ ശിഷ്യനെ പ്രശസ്തനാക്കിയാണ് ചരിത്രം അന്റി സ്തെനെസിനോട് പകരം വീട്ടിയത്.

ഡയോജെനെസിന്റെ നായ ഞങ്ങളെ ഒറ്റക്കണ്ണിട്ടു നോക്കി. 'വിശ്വ സ്തനായ നായ' പ്രയോഗം അവൻ ശ്രദ്ധിച്ചെന്ന് തോന്നുന്നു. ഇനി കാണാനുള്ളത് പെർഗമോണിലെ അറ്റലോസ് രാജാവ് 100-150 ബീസി കളിൽ പണി കഴിപ്പിച്ച സ്റ്റോവയാണ്. ഇവിടെ നിന്ന് നോക്കുമ്പോൾ ഒരു പുത്തൻ ഇരുനില കെട്ടിടമാണത്. അഗോറയുടെ പഴമ പതി യുന്നേയില്ല ഈ കെട്ടിടത്തിൽ. അതുകൊണ്ടുതന്നെ അങ്ങോട്ട് പോകാൻ ഒരു താല്പര്യക്കുറവുണ്ടായിരുന്നു ഞങ്ങൾക്ക്. പക്ഷേ, അഗോറയിൽ നിന്ന് ഗവേഷകർ കണ്ടെടുത്ത പൊട്ടും പൊടിയും സൂക്ഷിക്കുന്ന മ്യൂസിയം കൂടിയാണത്. അങ്ങോട്ടു പോകാതെ വയ്യ. എഴുന്നേറ്റു. കൂടെ നായയും.

ഒരു ചിരകാല സുഹൃത്തെന്നപോലെ അവൻ ഞങ്ങളെ അറ്റ ലോസിന്റെ സ്റ്റോവയിലേക്ക് (Stoa of Attalos) കൂട്ടിക്കൊണ്ടുപോയി. പ്രൗഢഗംഭീരമായ ഇരുനില കെട്ടിടമാണിത്. ഇടത്തോട്ടുള്ള ഉമ്മറ സ്ഥലത്ത് തൂണുകളുടെ രണ്ടു നീളൻ നിരകളാണ്. സ്തംഭനിരകളുടെ ആ ഫ്രെയിം അപ്പുവിനെ ഇളക്കിയിട്ടുണ്ട്. DSLR ഉം അപ്പുവും അമ്മുവും ബിസിയാണ്. ഞാനും മിനിയും സ്റ്റോവയിലെ ചാരുബഞ്ചി ലിരുന്നു. വിശ്വസ്തനായ നായ തറയിലും, അടുത്തുതന്നെ.

രണ്ടു തരം തൂണുകളാണ് സ്റ്റോവയുടെ തറനിലയിൽ നിരന്നു നിൽക്കുന്നത്. ഡോറിക് (Doric) ശൈലിയിൽ പുറംനിരയും അയോ ണിക് (Ionic) ഉൾനിരയും. മുകൾനിലയിലും തൂണുകളുടെ സംവി ധാനം ഏതാണ്ട് ഇതുപോലെതന്നെ. അല്പം അലങ്കാരങ്ങൾ കൂടു മെന്നു മാത്രം. പ്രധാനമായും നാലുതരം തൂണുകളാണ് ഗ്രീക്ക് റോമാ വാസ്തുവിൽ കാണപ്പെടുന്നത്. ഡോറിക് തൂണിന് ചുറ്റും നെടുനീളത്തിൽ ഇരുപത്തിനാല് ചാലുകളുണ്ടകും. അയോണിക്കിന് ഇത് ഇരുപത് ചാലുകളാണ്. (ഈ പൊഴികളില്ലാതെയും ചിലയിടത്ത് അയോണിക് സ്തംഭങ്ങളുണ്ട്.) പിന്നെയുള്ളത് റോമൻ, കൊരിന്ത്യൻ തൂണുകളാണ്. ഇവയിൽ ഏറ്റവും 'ലളിതഗാത്രൻ' റോമൻ തൂണാണ്. തൂണുകളുടെ തലക്കെട്ടുകൾക്കും വ്യത്യാസങ്ങളുണ്ട്. തൂണുകളെ ക്കുറിച്ച് പഠിച്ചുകഴിഞ്ഞപ്പോൾ കെട്ടിടങ്ങൾ കാണാതായി. എങ്ങും തൂണുകൾ മാത്രം.

തൂണുകളുടെ നിര കഴിഞ്ഞാൽ പിന്നെയുള്ളത് കാൽ അര മുക്കാൽ പ്രതിമകളാണ്. പഴയൊരു വാൾപ്പടയിൽ വീണുപോയ വീരാളിക ളെപ്പോലെയാണ് സ്റ്റോവായുടെ ഉമ്മറത്ത് 'കുത്തിവെച്ചിട്ടുള്ള' പ്രതി മകൾ. മിക്കവയ്ക്കും തലയില്ല. ചിലതിന് കൈയില്ല. ചിലതിന് കാലുകളില്ല. അഗോറയിൽ ദ്വാരപാലകരായും അലങ്കാരങ്ങളായും

നിന്ന് തളർന്നവർ. നൂറ്റാണ്ടുകളോളം മണ്ണിനടിയിൽ ഒളിച്ചു കിടന്ന തിന് അമേരിക്കൻ ഖനനപ്പൊലീസ് കുഴിച്ചിട്ടു പിടിച്ച മൺപാത്രങ്ങ ളേയും നാണയങ്ങളേയും ആയുധങ്ങളേയും മുകൾനിലയിൽ ചില്ലു കൂടുകളിൽ തടവിലിട്ടിരിക്കുകയാണ്. ഞങ്ങളെപ്പോലുള്ള മണ്ട ന്മാർക്ക് നിസ്സാരന്മാരെന്ന് തോന്നുന്ന ഈ പ്രതികളാണ് പഴയ അഗോറ യുടെ സംവിധാനങ്ങളെക്കുറിച്ചും പഴക്കത്തെക്കുറിച്ചും സാക്ഷ്യം പറഞ്ഞത്. പുരാവസ്തുഗവേഷകർ കുഴിച്ചെടുത്ത വിവരങ്ങളെല്ലാം വെച്ച്, അന്നത്തെ വലുപ്പത്തിലും ഗരിമയിലും അഗോറതന്നെ സംഭാ വന ചെയ്ത കല്ലും മണ്ണും മാർബിൾ തൂണുകളും വെച്ചാണ് ആർക്കി യോളജിക്കാർ ഈ കെട്ടിടം പുനരാവിഷ്കരിച്ചത് എന്നത് ഞങ്ങളെ അത്ഭുതപ്പെടുത്തി.

മുകൾനിലയിലെ കാഴ്ചകൾ കണ്ടിറങ്ങി വന്നപ്പോഴേക്കും നായ ഒരു ഡോറിക് തൂണിന്റെ നിഴലിൽ, 'മുക്കാൽകായ' പ്രതിമച്ചുവട്ടിൽ ഉറക്കം തുടങ്ങിയിരുന്നു. ഒരു കൂട്ടം നല്ല സുഹൃത്തുക്കളെ കണ്ടെ ത്തിയ സംതൃപ്തി ആ ഉറക്കത്തിനുണ്ടായിരുന്നു. ഡയോജെനെസി നാണ് വിളക്കും വെളിച്ചവും വേണ്ടത്. കുറച്ചു ദൂരം കൂടെ നടന്നാൽ, കുറച്ചു നേരം കൂട്ടിരുന്നാൽ നായയ്ക്ക് നല്ല മനുഷ്യരെ തിരിച്ചറിയും.

ഞങ്ങൾ ആ പഴയ 'മാളിൽ' നിന്നിറങ്ങി ഗേറ്റിലേക്ക് നടന്നു. അഗോറയിൽ ഇപ്പോഴും അധികം സന്ദർശകരില്ല. മണ്ണിൽനിന്നു യർന്നു നിൽക്കാത്ത ചരിത്രത്തോട് ആളുകൾക്ക് താല്പര്യമില്ല. അവരുടെ കാഴ്ചകളെ സന്തോഷിപ്പിക്കുകയോ സംഭ്രമിപ്പിക്കുകയോ ചെയ്യുന്ന യാതൊന്നും അഗോറയിലില്ല. അതുകൊണ്ടാകാം, വിയർ ത്തൊലിച്ച് പലവട്ടം അവർ അക്രോപൊലീസിലേക്ക് കയറിപ്പോകു ന്നത്. ഉയർന്നു നില്ക്കുന്ന എറക്തിയോണും പാർത്തനോണും കണ്ട് ആവേശം കൊള്ളുന്നത്. അവർ ഓർക്കാതെ പോകുന്ന, അവർക്ക് നഷ്ടമാവുന്ന ചരിത്രസത്യങ്ങളാണ് അഗോറയിലേക്ക് ഞങ്ങളെ ക്ഷണിച്ചു കൊണ്ടുപോയത്. ഇവിടത്തെ കടത്തിണ്ണകളിലും മര ച്ചുവടുകളിലും വഴിസദസ്സുകളിലുമാണ് ജനാധിപത്യത്തിന്റെ നാനാ തരം ചേരുവകൾ തയ്യാറായത്. ഇവിടെ വെച്ചാണ് തർക്കവിതർക്ക ങ്ങളിൽനിന്ന് പൈത്തഗോറസ് തിയറം തീർച്ചയാവുന്നത്. ഈ വസ്തുതകളൊക്കെ അറിയുന്നതുകൊണ്ടാണ്, അഗോറയിലൊന്ന് ചുറ്റിനടക്കാനായില്ലല്ലോ എന്ന് സങ്കടപ്പെട്ട് വടക്കേ ഗേറ്റിനരികിലൊരു പ്ലാസ്റ്റിക് കസേരയിൽ അമ്മയിരിക്കുന്നത്.

അഗോറയിലേക്ക് കയറുമ്പോൾ എന്തൊരു ശൂന്യമായിരുന്നു ഇവിടം. എത്ര നിശ്ശബ്ദമായിരുന്നു. ഇപ്പോളങ്ങനെയല്ല. കാലത്തിന്റെ ചരൽവർഷങ്ങളിലൂടെ തേർച്ചക്രങ്ങളുരുളുന്ന കിരുകിരുപ്പ് അറിയു ന്നുണ്ട്. പനത്തെനെയ്ക്കുത്സവത്തിൽ പങ്കെടുക്കുന്ന ജനാരവമുണ്ട്. തേർത്തട്ടിലേക്കോടിച്ചാടിക്കേറുന്ന മത്സരാർത്ഥികളുടെ അലർച്ചകൾ

കേൾക്കാം. അവരെ പ്രോത്സാഹിപ്പിച്ചുകൊണ്ട് കാണികളുടെ കൂക്കി വിളികൾ, കയ്യടികൾ, ആക്രോശങ്ങൾ. കച്ചവടക്കാരുടെ വായ്ത്താരി കൾ. ഭോജനശാലയിലെ ഇരിപ്പിടങ്ങളിലിരുന്ന് കൂട്ടുകാരുമായും അനുയായികളുമായി തർക്കിക്കുന്ന ജ്ഞാനികൾ. ആൾത്തിരക്കി ലേക്ക് ഒരു തൂക്കുവിളക്കുമായി നടന്നുകയറുന്ന ജ്ഞാനിയായൊരു വൃദ്ധൻ. ആതൻസിലെ മുതിർന്ന പൗരന്മാരോട് ജീവിത മൂല്യങ്ങളെ ക്കുറിച്ച് തർക്കിച്ചുകൊണ്ട് മറ്റൊരു തത്ത്വജ്ഞാനി. കാരണവന്മാരി ങ്ങനെ അവഹേളിക്കപ്പെടുന്നതു കണ്ടാനന്ദിക്കുന്ന യവനയുവാക്കൾ. അതെ, അഗോറ സജീവമാണിപ്പോൾ. വളരെ വളരെ സജീവം.

ഗേറ്റിലെ കസേരയ്ക്കടുത്ത് അമ്മയ്ക്ക് കൂട്ടുകാരായിക്കഴിഞ്ഞി രുന്നു, മൂന്ന് യൂറോപ്യൻ വിദ്യാർത്ഥികൾ. രണ്ടു പെൺകുട്ടികളും ഒരാൺകുട്ടിയും. ഇരുപത്-ഇരുപത്തിരണ്ടു വയസ്സിന്റെ ഔത്സുക്യം മൂവരിലുമുണ്ട്. പെൺകുട്ടികൾക്ക് ഒരേ ഉടുപ്പുകളാണ്. അയഞ്ഞ പൈജാമയിൽ നിറയെ ആനച്ചിത്രങ്ങൾ. കറുത്ത ടോപ്പിൽ കഥകളി ത്തല. അതുകണ്ടാണ് അമ്മ കേറി പരിചയപ്പെട്ടത്. അമ്മയുടെ തെറ്റും പൊട്ടുമുള്ള ഇംഗ്ലീഷും പിള്ളേരുടെ യൂറോപ്യൻ ആക്സന്റും ഏറ്റു മുട്ടാൻ തുടങ്ങിയിട്ട് അരമണിക്കൂർ കഴിഞ്ഞത്രേ. കഥകളിക്കുപ്പായം ഇന്ത്യയിൽ നിന്നൊന്നുമായിരുന്നില്ല. അപ്പുറത്തെ മൊണാസ്റ്റിറാക്കി യിലെ ബാർഗെയിൻ ഷോപ്പിൽനിന്നാണ്. അപ്പുവും അമ്മുവും അമ്മ യുടെ സംരക്ഷണം ഏറ്റെടുത്തതോടെ യൂറോപ്യൻ ഉണ്ണികൾ ഹായ് ലില്ലി സീയു എഗൈൻ പറഞ്ഞ് പിരിഞ്ഞു പോയി. ഗ്ലാഡിസ്, വെറോ ണിക്ക, സ്റ്റീഫൻ, അമ്മ ഓരോരുത്തരേയും പേരു ചൊല്ലി യാത്ര പറഞ്ഞു.

ഏതാനും മണിക്കൂർ അമ്മയെ സേഫ് കസ്റ്റഡിയിൽ വെച്ചതിന് ടിക്കറ്റ് കൂട്ടിലെ കൂട്ടുകാരോട് നന്ദി പറഞ്ഞ് ഞങ്ങൾ പുറത്തെ അഡ്രിയാനോ തെരുവിലേക്ക് കടന്നു. ആഫ്രോ സുന്ദരി പറഞ്ഞ പാകത്തിലൊരു തീറ്റക്കട കണ്ടുപിടിച്ച് ഏസിത്തണുപ്പിൽ ഒതുങ്ങി യിരുന്നു. അമ്മു ഹെഫേസ്റ്റസിന്റേയും ഡയോജെനസിന്റേയും ബാധ യിൽനിന്ന് മുക്തയായിട്ടില്ല. അഗോറയിൽ നിന്ന് അവരേയുംകൊണ്ടാണ് അവൾ പോന്നത്. അമ്മയോട് വാതോരാതെ വിസ്തരിക്കുന്നുണ്ട്. അമ്മ സശ്രദ്ധം കേട്ടുകൊണ്ടിരിക്കുന്നു.

മുടി നീട്ടിവളർത്തി പിന്നിൽ കെട്ടിവെച്ചൊരാളാണ് ഓർഡറെടു ക്കാൻ വന്നത്. മുടിയിലും ഭംഗിയായി വെട്ടിയൊതുക്കിയ താടിയിലും ഉപ്പും കുരുമുളകും കലരുന്നുണ്ട്. നല്ല ഇംഗ്ലീഷ് സംസാരിക്കുന്നുണ്ട്. ചോദിച്ചും ചർച്ചിച്ചും ഭക്ഷണം തീരുമാനിക്കാൻ ഞങ്ങൾ പത്തു മിനിട്ടോളം എടുത്തു. ഇടംകൈ കൊണ്ട് കൊച്ചുപുസ്തകത്തിൽ

എല്ലാം കുറിച്ചിട്ട് അയാൾ പറഞ്ഞു. ''ഇരുപത് മിനിട്ടോളം എടുക്കും എല്ലാം തയ്യാറാവാൻ. തിരക്കു കൂട്ടണ്ട. ഞങ്ങൾക്ക് ഒരു തിരക്കുമില്ല. നിങ്ങൾക്കൊരു വിശ്രമവുമാവട്ടെ.''

കള്ളൻ, ഇവിടെയിരിക്കുന്ന സമയത്തിനും കാശു വാങ്ങുമായിരിക്കാം. എനിക്കാധിയായി.

''Do you charge us for that extra time?''

അയാളൊന്നന്തിച്ചു നിന്നു. പിന്നെ ഇടതുകൈയിലെ പേനകൊണ്ട് തലയ്ക്കടിച്ച്, ഒരു പുരാതന ഗ്രീക്ക് ക്ഷേത്രം തകർന്ന് മർബിൾ കല്ലുകൾ കൂട്ടത്തോടെ ഇളകിവീഴുന്ന ശബ്ദത്തിൽ ആർത്തുചിരിച്ച് അകത്തേക്ക് പോയി. അടുത്ത മേശകളിലെ തീറ്റക്കാർ ഞങ്ങളെ നോക്കിച്ചിരിക്കുകയും തുറിച്ചു നോക്കുകയും പെട്ടെന്നുതന്നെ ഭക്ഷണത്തിലേക്ക് തിരിച്ചു പോവുകയും ചെയ്തു.

റെസ്റ്റോറന്റിന്റെ എതിർവശത്ത് നിരനിരയായി സോവനീർ ഷോപ്പുകളും വസ്ത്രക്കടകളുമാണ്. അവിടെ തൂങ്ങിനിറയുന്ന ബനിയൻ ടോപ്പുകളിൽ അഥീനയുടെയും ഏറെക്തിയോണിന്റെയും ചിത്രങ്ങൾക്കിടയിൽ കഥകളിത്തലയും ഉണ്ട്. റെസ്റ്റോറന്റിന്റെയും എതിരെയുള്ള തുണിക്കടയുടെയും കാവൽക്കാരനെന്ന മട്ടിൽ ഒരു കറമ്പൻ നായ അങ്ങോട്ടും ഇങ്ങോട്ടും മാറിമാറിയിരിക്കുന്നുണ്ട്. ഇരുകടയിലേക്കും കയറുന്നവരേയും ഇറങ്ങുന്നവരെയും കാര്യമായി നിരീക്ഷിക്കുന്നുണ്ട് കറമ്പൻ. ലുക്കൊക്കെ ഗംഭീരമാണെങ്കിലും ഇവനും ഒരു തെരുവു നായ തന്നെയാവാം. ഒറ്റയ്ക്കും തെറ്റയ്ക്കുമായി ആതൻസിലും മറ്റു നഗരങ്ങളിലും യജമാനരഹിതശ്വാനന്മാരെ കാണാം. ഇന്ത്യൻ നഗരങ്ങളിലെപ്പോലെ ഒരു കലാപത്തിലേക്കെത്തും വിധത്തിൽ എണ്ണത്തിലോ ശൗര്യത്തിലോ ആതൻസിലെ പട്ടികൾ ഭയപ്പെടുത്തുന്നില്ല. യവനശ്വാനന്മാർ നല്ല നിലയിൽ പട്ടിപ്പൗരബോധമുള്ളവരാണ്. സഞ്ചാരികളെ അവർ കുരച്ചോടിക്കുന്നില്ല. യാത്രക്കാരോട് തൊട്ടുരുമ്മിനടന്ന് ശല്യപ്പെടുത്തുന്നില്ല. തിരക്കേറിയ റോഡുകൾ ഓടിക്കടന്ന് ചിതറിയ മാംസത്തിന്റെ അശ്ലീലം പരസ്യപ്പെടുത്തുന്നില്ല. സീബ്രാലൈനിൽ ക്ഷമാപൂർവ്വം കാത്തുനിൽക്കുന്ന നായ്ക്കളെ ഞങ്ങൾ കണ്ടിട്ടുണ്ട്. സിഗ്നലിലെ പച്ച മഞ്ഞ ചുവപ്പ് സൂത്രവാക്യം തിരിയാഞ്ഞിട്ടാവാം ആൾക്കൂട്ടത്തിന്റെ കൂടെയേ അവർ അപ്പുറത്തേക്ക് നടക്കാറുള്ളൂ. ഗ്രീസിലെ നവസാമ്പത്തിക സമ്മർദ്ദത്താൽ വീടുകളിൽ നിന്ന് പുറന്തള്ളപ്പെട്ട കുലീനന്മാരാണ് അവരിൽ പലരും. തെരുവിൽ ജനിച്ചു തെരുവിൽ വളർന്ന ഒന്നാന്തരം തെരുവുപട്ടികളുടെ തലമുറ ഒരുപക്ഷേ വരാനിരിക്കുന്നതേയുള്ളൂ.

തെരുവുനായ്ക്കളെക്കുറിച്ച് സംസാരിച്ച് ഞങ്ങൾ നായ്ക്കളുടേയും തെരുവുകളുടേയും തമ്പുരാനായ ഡയോജെനെസിൽ തിരിച്ചെത്തി. 350 BCയിൽ എയ്ജിന (Aegina) ദ്വീപിലേക്കുള്ള യാത്രയ്ക്കിടയിൽ

ഡയോജെനെസും സംഘവും തടവിലാക്കപ്പെടുകയും ക്രെറ്റിലെ അടിമച്ചന്തയിൽ എത്തുകയും ചെയ്തു. അടിമകളെ വാങ്ങാൻ വന്നവർ ഡയോജെനെസിനോട് ചോദിച്ചു

"നാട്?"

"ലോകം മുഴുവൻ എൻ നാട്."

"എന്ത് തൊഴിലറിയാം?"

"മനുഷ്യരെ നയിക്കാനറിയാം. ഒരു 'മാസ്റ്ററെ' ആവശ്യമുള്ളവർക്ക് എന്നെ സ്വീകരിക്കാം."

ഡയോജെനെസിൽ ആരാധന തോന്നിയ ഒരു കൊരിന്ത്യൻ മാന്യൻ അദ്ദേഹത്തെ തന്റെ മക്കളുടെ വിദ്യാശിക്ഷകനായി സീകരിച്ചു. ഡയോജെനെസിന്റെ ജീവിതത്തിലെ അവസാന കാലമായിരുന്നു കൊരിന്ത്യയിലേത്. ഇവിടെ വെച്ചാണ് അലക്സാണ്ടർ ചക്രവർത്തിയും ഡയോജെനെസും കണ്ടുമുട്ടുന്നത്. അന്ന് അലക്സാണ്ടർ, 'ദി ഗ്രേയ്റ്റ്' ആയി തുടങ്ങിയിട്ടേയുള്ളൂ. (മുമ്പ് അഗോറയിൽ വെച്ച് പറഞ്ഞത് ഓർമ്മയുണ്ടല്ലോ. പ്ലേറ്റോയുടെ ശിഷ്യനായ അരിസ്റ്റോട്ടിൽ ആയിരുന്നു അലക്സാണ്ടറുടെ ഗുരു.)

ഇവരുടെ കൂടിക്കാഴ്ച ചരിത്രം രേഖപ്പെടുത്തിയിട്ടുള്ളത് ഇങ്ങനെയാണ്.

അലക്സാണ്ടർ: "ഞാൻ അലക്സാണ്ടർ. മഹാനായ ചക്രവർത്തി."

ഡയോജെനെസ്: "ഞാൻ ഡയോജെനെസ്. മഹാ നായ."

അലക്സാണ്ടർ ഞെട്ടുന്നു: "താങ്കൾക്കു ഞാൻ എന്താണ് ചെയ്തു തരേണ്ടത്? എന്തും എനിക്ക് കഴിയും. മഹാജ്ഞാനി ചോദിച്ചോളൂ."

ഡയോജെനെസ്: "ആയിക്കോട്ടെ. നീങ്ങിനിൽക്കൂ. താങ്കൾ എനിക്കുള്ള സൂര്യന്റെ വെളിച്ചവും ചൂടും തടസ്സപ്പെടുത്തുന്നു."

ആരാധന കുമിഞ്ഞു കുനിഞ്ഞ ശിരസ്സുമായി ചക്രവർത്തി തിരിച്ചു നടന്നു. അലക്സാണ്ടറായിരുന്നില്ലെങ്കിൽ എനിക്ക് ഡയോജെനെസ് ആകണമായിരുന്നു, എന്ന് പിറുപിറുത്തുകൊണ്ട്.

"ഇത് നമ്മടെ നാറാണത്ത് ഭ്രാന്തന്റെ കഥ പോലുണ്ടല്ലോ?"

നാറാണത്തു ഭ്രാന്തന് കുറച്ചുകൂടി നല്ല ഗ്രീക്ക് തർജ്ജമ സിസിഫെസിലുണ്ടെന്നു അമ്മയ്ക്കറിയില്ല. മലമുകളിലേക്ക് കല്ലുരുട്ടിക്കയറ്റുകയെന്നത് സിസിഫെസിന് ദൈവങ്ങൾ നൽകിയ ശിക്ഷയായിരുന്നു. പക്ഷേ, ആ ഒറ്റ ചോദ്യംകൊണ്ട് വിദൂര ദേശങ്ങളിലെ രണ്ടു കാലങ്ങളെ, രണ്ടു കഥാപാത്രങ്ങളെ അമ്മ കൂട്ടിമുട്ടിച്ചു. ചരിത്രത്തിലെ അകന്നുകിടന്ന രണ്ടേടുകളെ ഒന്നിച്ചു വെച്ചുതന്നു അമ്മ.

ഇത്തരം ആത്മജ്ഞാനികൾ, അരാജകജീവിതങ്ങൾ, അവധൂതന്മാർ എല്ലാ സംസ്കാരങ്ങളിലുമുണ്ട്, എല്ലാ കാലഘട്ടങ്ങളിലുമുണ്ടായിട്ടുണ്ട്. ബാലന്മാരെപ്പോലെ നിഷ്കളങ്കരും ഭ്രാന്തന്മാരെപ്പോലെ ഉന്മാദികളും വേതാളങ്ങളെപ്പോലെ അസാധാരണക്കാരും ആയവർ. കാലാകാലങ്ങളിൽ നമുക്കും നമ്മുടേതായ അത്തരം ആത്മാന്വേഷികളും അരാജകവാദികളും ഉണ്ടായിരുന്നു. അതിൽ മുന്തിയ താന്തോന്നി രായിരംകുന്നിലേക്ക് വലിയ പാറക്കല്ലുകൾ ഉരുട്ടിക്കയറ്റുകയാണ്. പിന്നീടവയെ താഴേക്കു തള്ളിയിട്ട് പൊട്ടിച്ചിരിക്കും. മന്തിപ്പോൾ ഏതു കാലിലാണാവോ!

ജലാംബരങ്ങൾ അഴിഞ്ഞുപോയ നിളയുടെ ആത്മാവിനോടു ചേർന്നു നടക്കുകയാണ് കവി. 'പി'യെന്നോരക്ഷരത്തിന്റെ ധൂർത്ത്. വളയൻകാലൻ കുടകൊണ്ട് മണലിലിങ്ങനെ വരയുന്നു 'ഏവമെന്തിനിണങ്ങി നാം തമ്മിൽ, വേർപിരിയുവാൻ മാത്രമായി.'

വള്ളിപൊട്ടിത്തുലഞ്ഞ ചെരുപ്പിനോട് കലഹിക്കുന്ന കാലുകളെ പണിപ്പെട്ട് വലിച്ചുകൊണ്ടുപോകുന്നു അയ്യപ്പൻ. കള്ളച്ചാരായവും കവിതയും മണ്ണും മരണവും മണക്കുന്ന അയ്യപ്പൻ. അങ്ങനെ നമുക്കും നമ്മുടേതായ ഡയോജെനെസുമാർ.

രണ്ടു ഗൈറോയ്ക്കും വെജിറ്റബിൾ ഫെത്ത ഓംലെറ്റിനും ഒരു മീറ്റ് സൗവ്‌ലാക്കിക്കും നൽകിയ ഓർഡർ അര മണിക്കൂറിലേറെയെടുത്തത് ഏസിയുടെ തണുപ്പും അമ്മുവിന്റെ ചൂടൻ വിവരണവും നാറാണത്തുഭ്രാന്തൻ മുതലായവരുടെ വരവും കാരണം അറിഞ്ഞില്ല. ഗൈറോ, നമ്മുടെ ഷവർമ്മയുടെ ഗ്രീക്ക് പതിപ്പാണ്. കുറച്ച് ചില്ലി സോസും ഉപ്പും കുരുമുളകും ചെലുത്തിയപ്പോൾ അവ എന്റേയും അമ്മുവിന്റേയും രുചിബോധത്തിന് വഴങ്ങി. ഓംലെറ്റ് അതിന്റെ തക്കാളിയും സവാളവളയങ്ങളും ചീസും തിന്നു വീർത്ത വയറുമായി മിനിയും അമ്മയുമായി ഒത്തുതീർപ്പിലെത്തി. പെട്ടുപോയത് അപ്പുവാണ്. ഗ്രീസിൽ വന്ന് സൗവ്‌ലാക്കി കഴിക്കാതെങ്ങനെ എന്ന് പറഞ്ഞ് ഓർഡർ ചെയ്തത് കഴിക്കുന്നതെങ്ങനെ എന്ന് വിഷമിക്കുകയാണവൻ. കുരുമുളകുപൊടിയിൽ കുളിപ്പിച്ചിട്ടും ഉപ്പു തേച്ചു താലോലിച്ചിട്ടും വെള്ളപ്പിഞ്ഞാണത്തിലെ അക്രൊപൊലിസ് ചിത്രത്തിൽ മലർന്നു കിടക്കുന്ന മാംസപിണ്ഡത്തിന് മലയാളി യുവാവിന്റെ ചോദനകളെ തൃപ്തിപ്പെടുത്താനായില്ല. അവസാനം സൗവ്‌ലാക്കിയെ 'ഇത് വികാരമില്ലാത്ത കെബാബ്' എന്നാക്ഷേപിച്ച് അപ്പു മൊഴിചൊല്ലി. കാശു കൊടുത്തു വാങ്ങിയ ഭക്ഷണം കളയാനാവില്ലെന്ന ശാഠ്യമുള്ളതിനാൽ ഞാനും മിനിയും അത് കഴിക്കാൻ ശ്രമിച്ചെങ്കിലും പകുതിയെങ്കിലും തീർക്കാൻ ഞങ്ങൾക്കായില്ല.

കടയിൽനിന്ന് ആവുന്നത്ര ഏസിത്തണുപ്പ് വലിച്ചെടുത്ത് പുറത്തേക്കിറക്കിയിട്ടിരിക്കുന്ന കസേരകളിൽ ഞങ്ങൾ ഇരിപ്പുറപ്പിച്ചു.

ഹേഡ്രിയാന്റെ ലൈബ്രറിക്കു മുന്നിൽ അമ്മു

വല്ലാതെ ഒച്ചയുണ്ടാകുന്ന ഒരു മെഗാ കൂളറിന്റെ 'മിനി'ത്തണുപ്പിവിടെയുണ്ട്. അമ്മു ഡയോജെനസ് കഥകൾ തുടർന്നു. ഏതാണ്ട് അര മണിക്കൂറോളം ഞങ്ങളങ്ങനെ അവിടെയിരുന്നു. അതിൽ കൂടുതലെങ്ങനെയാണ് ഭക്ഷണം കഴിച്ചൊരു പീടികപ്പുറത്ത് കാറ്റുകൊണ്ടിരിക്കുക. അമ്മുവിന്റെ ഡയോജെനസിനും വേണ്ടേ അല്പം വിശ്രമം? അമ്മുവിന്, യാത്ര പുറപ്പെടും മുമ്പേ അവളാവശ്യപ്പെട്ടിരുന്ന ഡയോജെനെസ് വിളക്ക് വാങ്ങിക്കുവാൻ തിടുക്കവുമായി.

ഞങ്ങൾ അഡ്രിയാനോ തെരുവിലൂടെ നടത്തം തുടങ്ങി. റെസ്റ്റോറന്റുകളുടേയും സോവനീർ കടകളുടേയും ഇടയിലൂടെ വിയർത്തൊതുങ്ങി വടക്കോട്ട് നടന്നെത്തുന്നത് ഹേഡ്രിയാന്റെ ലൈബ്രറിക്കു മുന്നിലാണ്. രണ്ടാം നൂറ്റാണ്ടിന്റെ ആരംഭത്തിൽ റോമാചക്രവർത്തിയായിരുന്ന ഹേഡ്രിയാനാണ് ഈ മന്ദിരം പണിതത്. പുതുക്കിപ്പണിയുന്ന ആതൻസ് നഗരത്തിന് ഗംഭീരമായൊരു ലൈബ്രറി ആവശ്യമാണെന്ന് ചക്രവർത്തിക്ക് ബോധ്യമുണ്ടായിരുന്നു. ഭരണാധികാരിയുടെ പ്രതാപപ്രകാശനമായിരുന്നില്ല ആ ലൈബ്രറി. ഹേഡ്രിയാൻ ചക്രവർത്തിക്ക് റോമൻ ഗ്രീക്ക് സാഹിത്യശാഖകളിൽ താല്പര്യവും അറിവും ഉണ്ടായിരുന്നു. കവിതകളെഴുതിയിരുന്നു അദ്ദേഹം. അക്കാലത്തെ തത്ത്വജ്ഞാനികളുമായി സൗഹൃദവുമുണ്ടായിരുന്നു. വെറുമൊരു പുസ്തകശേഖരണാലയമോ വായനശാലയോ ആയിരുന്നില്ല അന്നത്തെ ലൈബ്രറികൾ. ഹേഡ്രിയാൻ ലൈബ്രറിയിൽ സാഹിത്യസംവാദങ്ങൾക്കുള്ള ഇടങ്ങളുണ്ടായിരുന്നു. തത്ത്വചിന്തകരും പുതു

ചിന്തകരും പ്രഭാഷണങ്ങൾ നൽകുമായിരുന്നു. പുറത്തെ പൂന്തോട്ട ത്തിന്റെ പ്രശാന്തതയിൽ ബുദ്ധിജീവികൾ പുതിയ ആശയങ്ങൾ പങ്കു വെച്ചു. പുതിയ ചിന്തകൾ, മീമാംസകൾ, ശൈലികൾ എന്നിവയെല്ലാം അഗോറയുടെ തുറസ്സുകളിലെന്നപോലെ ഈ കെട്ടിടത്തിന്റെ ഹാളു കളിലും ചർച്ച ചെയ്യപ്പെട്ടു. സർക്കാർ രേഖകളും ഉത്തരവുകളും പാപ്പിറസ് ചുരുളുകളായി ഇവിടെ സൂക്ഷിക്കപ്പെട്ടു. ഒരു ചെറിയ ജലാശയവും പള്ളിയും (ആതൻസിലെ ആദ്യ പള്ളിയായിരുന്നു അത്.) കൂടിയുണ്ടായിരുന്നു ഈ ലൈബ്രറി സമുച്ചയത്തിൽ.

ആധുനിക ലോകത്തെ പുത്തൻ ലൈബ്രറിയെക്കുറിച്ചല്ല ഈ വിവരണം. ഏഡിയിലെ നൂറ്റാണ്ടുകളെ എണ്ണിത്തുടങ്ങുന്നേയുള്ളൂ അന്ന്. ഇന്ന് ലൈബ്രറിയിലേക്ക് നടക്കുമ്പോൾ നൂറ്റാണ്ടുകളേയും പടയോട്ടങ്ങളേയും ഞങ്ങൾ ശപിച്ചു. അവയാണ് മഹത്തായ ആ നിർമ്മിതിയെ ഏതാനും തൂണുകളിലും പൊളിഞ്ഞ മതിലുകളിലു മായി അവശേഷിക്കുന്ന ദയനീയ രൂപമാക്കിയത്. പരിക്കുപറ്റി നില്ക്കുന്ന ഇരുപതോളം തൂണുകൾ, നൂറോളം തൂണുകളുടെ സ്തംഭ നിരയും ഗരിമയുള്ള മുറികളും ചുമരലമാരികളിൽ നിറയെ പാപ്പിറസ് ചുരുളുകളുമുണ്ടായിരുന്ന ഗതകാലത്തെയോർത്ത് നെടുവീർപ്പിടുന്നു. ഖനനങ്ങളും പുനർനിർമ്മാണശ്രമങ്ങളും നടക്കുന്നുണ്ട്. അതിന്റെ ഭാഗമായ ബാരിക്കേഡുകളും കെട്ടിമറകളും തലങ്ങും വിലങ്ങും പായുന്ന ലോഹദണ്ഡുകളും അവശേഷിക്കുന്ന കാഴ്ചയെ മലിന മാക്കുന്നുണ്ട്.

അരമണിക്കൂറിന്റെ വായനയേ ലൈബ്രറിയുടെ അവശേഷിപ്പു കൾക്കിടയിൽ ഞങ്ങൾക്കുണ്ടായുള്ളൂ. ആ സമയംകൊണ്ട് സൂര്യൻ നനഞ്ഞ ലിപികളാൽ ഞങ്ങളുടെ ശരീരം മുഴുവൻ എഴുതി നിറച്ചി രുന്നു. അമ്മയും അമ്മുവും തളർന്നിരിക്കുന്നു. റോമൻ അഗോറ യിലേക്കാണ് ഇനി പോകാനുള്ളത്. അവിടേക്കെത്താൻ അക്രൊ പൊലിസിലേക്ക് കയറിപ്പോകുന്ന റോഡിലൂടെ കുറേയധികം ചുവടുകൾ വെയ്ക്കാനുണ്ട്. അമ്മയ്ക്കും അമ്മുവിനും അത് ബുദ്ധി മുട്ടാവും. ഞങ്ങൾ തിരിച്ചെത്തുന്നതുവരെ കാത്തിരിക്കാനായി അവർക്കൊരു സ്ഥലം വേണം. അപ്പോഴാണ് തേടിയ വള്ളി കാലിൽ ചുറ്റാനായി കുന്നിറങ്ങി വന്നത്. ആതൻസിന്റെ ഊടുവഴികളിലൂടെ കറങ്ങി നഗരത്തിലെ പ്രധാന കാഴ്ചകളിലേക്കെത്തുന്ന ചുവന്ന ടോയ് ട്രെയിൻ. ആതൻസ് ഹാപ്പി ട്രെയിൻ.

ആതൻസിലെ കാഴ്ചക്കറക്കങ്ങളിൽ ഈ തീവണ്ടിയെക്കുറിച്ച് വായിച്ചതാണ്. അമ്മയ്ക്ക് ആ യാത്ര സൗകര്യമാവുമെന്നും മനസ്സിൽ കുറിച്ചിരുന്നു. പക്ഷേ, പിന്നെ യാത്രാ ഒരുക്കങ്ങളുടെ തിരക്കുകൾ ക്കിടയിലൂടെ ആ 'കിളി' പോയി. നിഷ്കളങ്കരായ സഞ്ചാരികൾക്കായി ഇത്തരം വിട്ടുപോകലുകൾ യഥാസമയം പൂരിപ്പിക്കപ്പെടുക തന്നെ ചെയ്യും. ഹേഡ്രിയാൻ ലൈബ്രറിയുടെ മുന്നിലേക്ക് ചുവന്നു തുടുത്ത്

ആതൻസ് ഹാപ്പി ട്രെയിനിൽ അമ്മ

കുണുങ്ങിയിറങ്ങി വരുന്ന ഹാപ്പി ട്രെയിൻ ആ പൂരിപ്പിക്കലാണ് ചെയ്യുന്നത്.

അമ്മയേയും അമ്മുവിനേയും ട്രെയിനിന്റെ അവസാന ബോഗിയിലേക്ക് കയറ്റിവിട്ട് ഞങ്ങൾ റോമൻ അഗോറയിലേക്കുള്ള കയറ്റം കയറാൻ തുടങ്ങി. സൂര്യന്റെ കോപം പാന്റ്സിന്റേയും ടീ ഷർട്ടിന്റേയും അടിയിലേക്ക് നുഴഞ്ഞു കയറി ശരീരത്തിന്റെ മടക്കുകളിൽ നനവായി ചൊറിഞ്ഞു തുടങ്ങിയിരിക്കുന്നു.

അക്രോപൊലിസിന്റെ നേരേ വടക്കായിട്ടാണ് റോമൻ അഗോറ. (അസ്തമന സമയത്ത് അഗോറയിലെ സ്തൂപങ്ങൾക്കിടയിലൂടെയുള്ള അക്രോപൊലിസ് കാഴ്ച മനോഹരമായിരിക്കും) ജൂലിയസ് സീസറും അഗസ്റ്റസുമാണ് അഗോറയുടെ നിർമ്മാണച്ചിലവുകൾ വഹിച്ചത്. കുറേയേറെ പൊട്ടിപ്പൊളിഞ്ഞു പോയിട്ടും ഏതാനും തൂണുകളിൽ നിഗളിച്ചു നിൽക്കുന്ന പടിഞ്ഞാറൻ കവാടക്കമാനത്തിൽ (ഇതാണ് പ്രധാന കവാടം: അഥീനയുടെ പേരിലാണ് ഇത്) ഇക്കാര്യം എഴുതിവെച്ചിട്ടുണ്ട്. റോമൻ അഗോറ സജ്ജമായതോടെ, നമ്മൾ രാവിലെ കണ്ടിറങ്ങിയ പുരാതന ഗ്രീക്ക് അഗോറയിലെ കച്ചവടത്തിരക്ക് കുറെയൊക്കെ ഇങ്ങോട്ട് മാറ്റപ്പെട്ടു.

അഗോറയിലേക്ക് കയറിയപ്പോൾതന്നെ വലതുവശത്തെ ചുമരിൽ ചാരിനില്ക്കുന്ന ടാപ്പിനടുത്തേക്ക് ഞങ്ങൾ നടന്നു. ചൂടുവെള്ളമെങ്കിൽ ചൂടുവെള്ളം. മുഖമൊന്ന് കഴുകാതെ വയ്യ. എന്നാൽ ഞങ്ങളുടെ

ഇന്ദ്രിയങ്ങളെ ഞെട്ടിച്ചുകൊണ്ട് നല്ല തണുത്ത വെള്ളം ടാപ്പിലൂടെ ഒഴുകി വന്നു. കഴുകിക്കഴുകി മുഖം കഴുകൽ ഒരരക്കുളിയിൽ അവസാനിച്ചു. മിനിയാകട്ടെ അതിനു ശേഷം അടുത്തുണ്ടായിരുന്ന സ്റ്റൂളിലിരുന്ന് മയങ്ങാനും തുടങ്ങി.

അയോണിക് (ionic) ശൈലിയിലുള്ള ഏതാനും സ്തൂപശ്രേണികളും അവയ്ക്ക് തെക്കായി ഏതാനും കച്ചവടമുറികളുടെ അവശിഷ്ടങ്ങളും കഴിഞ്ഞാൽ അഗോറയിൽ കാണാനുള്ളത് 'കാറ്റുകളുടെ ഗോപുര'മാണ്. (Tower of winds.). കച്ചവടമുറികൾക്കിടയിലൂടെ കയറിപ്പോകുന്ന മാർബിൾപടികളിലൂടെ ഞങ്ങൾ ആ അഷ്ടമുഖ ഗോപുരത്തിലെത്തി.

കാലത്തിന്റെ കെറുവിക്കൽ ഗോപുരത്തിനോടുമുണ്ട്. ബിസി ഒന്നാം നൂറ്റാണ്ടിലിത് പണിയപ്പെട്ടപ്പോൾ പുറത്ത് സൂര്യഘടികാരവും (sun dial) അകത്ത് ജലഘടികാരവും മേൽക്കൂരയിൽ ട്രൈറ്റൺ മുഖമുള്ള കാറ്റാടിയും ഉണ്ടായിരുന്നു. വളയൻ ഓടുകൾ പാകിയിട്ടുള്ള മേൽപ്പുര ഇന്ന് ശൂന്യമാണ്. കാറ്റാടി കുത്തി നിർത്തിയിരുന്ന കുറു ദണ്ഡും ചെറുപീഠവും ബാക്കിയുണ്ട്. സൺ ഡയലിനായി കുത്തി നിർത്തിയിട്ടുള്ള ഇരുമ്പുവടികൾ ഗോപുരത്തിന്റെ ചില പാർശ്വങ്ങളിൽ സൂര്യനെ ധ്യാനിക്കുന്നുണ്ടിപ്പോഴും. നിഴലിനെക്കാത്തു കിടക്കുന്ന ചില വരകളുമുണ്ട് ഗോപുരച്ചുമരിൽ. പൽചക്രങ്ങളും പിസ്റ്റണുകളും ഒക്കെ ച്ചേർന്ന സൂക്ഷ്മ സങ്കീർണ്ണ സംവിധാനമായിരുന്നത്രേ ഗോപുരത്തിനുള്ളിൽ സജ്ജീകരിക്കപ്പെട്ട ജലഘടികാരം. സൂര്യനില്ലാത്തപ്പോൾ ജലമാണ് സമയത്തെ മുന്നോട്ട് കൊണ്ടുപോകുന്നത്. ഗോപുരത്തിനു ചേർന്ന് പുറത്ത് ഒരു ഇരുനില ടാങ്കുണ്ട്. മുകൾ നില ഏതാണ്ട് തകർന്നു കഴിഞ്ഞിരിക്കുന്നു. മുകളിലെ ടാങ്കിൽനിന്ന് താഴത്തെ ടാങ്കിലേക്ക് ഒഴുകുന്ന വെള്ളമാണ് ജലഘടികാരത്തെ സെക്കന്റ്, മിനിറ്റ്, മണിക്കൂർ, ദിവസം, മാസം, കൊല്ലം കണക്കിൽ

ആതൻസിലെ ടവർ ഓഫ് വിൻഡ്സിനു മുന്നിൽ

ഏദൻസിലെ മൊണാസ്റ്റിറാക്കി സ്ക്വയർ

നടത്തിച്ചിരുന്നത്. ഗോപുരത്തിന്റെ രണ്ടു വാതിലുകളും അടച്ചു പൂട്ടിയിരിക്കുന്നു. അതുകൊണ്ട് അത്ഭുതഘടികാരത്തിന്റെ നേർക്കാഴ്ച ഞങ്ങൾക്ക് നഷ്ടപ്പെട്ടു. അറ്റകുറ്റപ്പണികൾ തീർത്ത് 2016 ആഗസ്റ്റിൽ ഗോപുരം പൊതുജനത്തിന് തുറന്നുകൊടുത്തു. ഒരു പക്ഷേ ലോകത്തിലെ ആദ്യത്തെ കാലാവസ്ഥാസമയ നിർണ്ണയ ഗോപുരമായ ഇവിടേക്ക് ഇപ്പോൾ ധാരാളം സഞ്ചാരികൾ എത്തുന്നുണ്ടത്രേ.

ഗോപുരത്തിന്റെ ഓരോ ഭാഗവും ഓരോ കാറ്റിന്റെ പേരിലാണ്. തെക്ക്, വടക്ക്, കിഴക്ക്, പടിഞ്ഞാറ് എന്നിങ്ങനെ നാലും ഇതിനിടയിൽ വടക്കുകിഴക്ക് എന്നിങ്ങനെ വേറെ നാലു ഇടക്കാറ്റുകൾ. തെക്കൻ കാറ്റ്, തെക്കുപടിഞ്ഞാറൻ കാറ്റ് എന്നിങ്ങനെ അലസമായല്ല കാറ്റിനെ പരാമർശിക്കുന്നത്. വടക്കൻ കാറ്റിനെ ബോറിയേസ്, കിഴക്കൻ കാറ്റിനെ യൂറുസ് എന്നൊക്കെയുള്ള പേരുകളിട്ട് അരുമയോടെയാണ് വിളി. ഗ്രീക്കുകാരന്റെ തെന്നൽദൈവങ്ങളാണിവർ. ഓരോ കാറ്റിനും അതു കൊണ്ടുവരുന്ന കാലാവസ്ഥയ്ക്കനുസരിച്ച് ചമയങ്ങളുമുണ്ട്.

റോമൻ അഗോറയിൽ നിന്ന് പുറത്തിറങ്ങുമ്പോൾ ഞങ്ങൾ ഒന്നുകൂടി മുഖം കഴുകി. ഇനി താഴോട്ടിറങ്ങണം. മൊണാസ്റ്റിറാക്കി സ്ക്വയറിലേക്ക്. സൂര്യന്റെ ചൂട് ഒട്ടും ഇറങ്ങിയിട്ടില്ല. നടത്തം മെല്ലെയാണ്. പത്തു മിനിറ്റ് നടന്നപ്പോഴേക്കും അമ്മയും അമ്മുവും കേറിപ്പോയിരുന്ന ചുവന്ന ട്രെയിൻ തിരിച്ചുവന്നു. ഞങ്ങൾ അടുത്തെത്തുമ്പോഴേക്കും അമ്മുവും മറ്റ് രണ്ട് യാത്രക്കാരും ചേർന്ന് അമ്മയെ 'ബോഗി'യിൽ നിന്നിറക്കിയിരുന്നു. പെട്ടിക്കൂട് ബോഗിയിലേക്ക്

കയറുമ്പോഴും ഇറങ്ങുമ്പോഴും ഉണ്ടായ ബുദ്ധിമുട്ടൊഴിച്ചാൽ അമ്മയും അമ്മുവും ഹാപ്പിയായിരുന്നു. ഞങ്ങൾ കണ്ടു കഴിഞ്ഞതും നാളെ കാണാനുള്ളതുമായ അഥീനിയൻ കാഴ്ചകളിലൂടെ ഒരോട്ട പ്രദക്ഷിണമായിരുന്നു അവർക്കത്. എന്നാൽ സഞ്ചാരികൾക്കിടയിൽ അത്ര നല്ല അഭിപ്രായമല്ല ഈ ട്രെയിനിനെക്കുറിച്ച്. പല റിവ്യൂകളിലും അൺ ഹാപ്പി ട്രെയിൻ എന്നാണ് ഇത് പരാമർശിക്കപ്പെടുന്നത്. ഒന്നാമത് ഒരു ഹോപ് ഓൺ ഹോപ് ഓഫ് സ്വഭാവമില്ല ട്രെയിനിന്. പിന്നെ, വാഗ്ദാനം ചെയ്യപ്പെടുന്ന ഇംഗ്ലീഷ് കമന്ററി പലപ്പോഴുമുണ്ടാവാറില്ല. ഏതായാലും അമ്മയ്ക്കും അമ്മുവിനും അതൊരു 'ഹെൽപ്ഫുൾ' ട്രിപ്പ് ആയിരുന്നു.

വെയിലിൽ ഒറ്റയടിക്ക് താഴേക്കിറങ്ങുന്നതിന്റെ ചൂടേറിയ ആയാസം ഒഴിവാക്കാനായി കടകളിൽ കയറിയിറങ്ങി മെല്ലെപ്പോകാൻ ഞങ്ങൾ തീരുമാനിച്ചു. അങ്കത്തിന്റെ ക്ഷീണം കുറയ്ക്കാം, ഷോപ്പിങ്ങ് താളിയുമൊടിക്കാം. അഥീനയുടേയും എറെക്തിയോണിന്റേയും മാർബിളിൽ തീർത്ത കൊച്ചുശില്പങ്ങൾ. അക്രോപൊലിസിലെ പനാത്തെനോണിന്റെ കൊച്ചുമാതൃക. അത് കളിമണ്ണിലായാലും മതി. ഗ്രീസിന്റെ ഒരു കൊച്ചു പതാക (ഞങ്ങളുടെ ആതിഥേയരുടെ ഒരു കൊടിയടയാളം സ്വന്തമാക്കുന്നത് ഞങ്ങൾക്കിന്ന് നിർബന്ധമാണ്) ഒലിവുതടിയിൽ പണിത രണ്ട് വൈൻ ഗ്ലാസ്സുകൾ. അമ്മുവിന് ഡയോജെനെസിന്റെ തൂക്കുവിളക്ക്. ഇത്രയുമാണ് പട്ടികയിലുള്ളത്. നാലഞ്ചു കടകളിൽ കയറിയിറങ്ങി വിലപേശിത്തളർന്നാണ് ഞങ്ങളീ വലിയ കടയിലെത്തിയത്. വില്പനവസ്തുക്കളെല്ലാം തറയിലും ഷെൽഫുകളിലും വലിച്ചു വാരിയിട്ടിരിക്കുകയാണ്. ധാരാളം സഞ്ചാരികളുണ്ട്. കച്ചവടത്തിരക്കുണ്ട്. നാല് വിൽപ്പനക്കാരികളുണ്ട്. കാഷ് കൗണ്ടറിൽ കഴുത്തു വരെ വെളുത്ത മുടി വിടർത്തിയിട്ട് ഇറുകിയ മഞ്ഞ ടീ ഷർട്ടിൽ സ്തനങ്ങൾ മുന്നിലേക്ക് തള്ളിച്ച് ഇരു കൈകളും വലിയ നിതംബങ്ങളിൽ കുത്തിവെച്ച് ആരോടെന്നില്ലാതെ വെളുക്കെച്ചിരിച്ച് ഒരു ഗ്രെക്കോ വാർദ്ധക്യം.

ഒരൊതുക്കവുമില്ലാത്ത കടയിലെ അലങ്കോലങ്ങൾക്കിടയിലൂടെ സൗന്ദര്യത്തിന്റെ ചേരുവകളെല്ലാം ഒതുക്കിവെച്ചൊരു വില്പനക്കാരി നടന്നു വന്നു. അവളുടെ തുടുത്ത കവിളുകളോളം വെളുത്തതും മൃദുലവും ആയ കൈത്തലങ്ങൾ ചേർത്തുവെച്ച് ഈണത്തിലൊരു നമസ്കാർ പറഞ്ഞ് അപ്പോൾതന്നെ അവൾ ഞങ്ങളെ കൈയിലെടുത്തു.

ഇവൾ സൂസന്ന. കാമുകനോടൊപ്പം റുമാനിയായിൽനിന്ന് ഒരു വർഷം മുമ്പ് കുടിയേറി വന്നവൾ. (കെട്ടിയവനെന്നല്ല കാമുകൻ എന്നുതന്നെയാണ് അവൾ പറഞ്ഞത്.) അവന് ആർക്കിയോളജി

വകുപ്പിൽ നല്ല ജോലി കിട്ടി. അവളും കൂടെപ്പോന്നു. പകൽസമയങ്ങളിൽ അവൻ ജോലിക്ക് പോകുമ്പോൾ അവൾ ഒറ്റയ്ക്കാവും. വല്ലാത്ത ബോറടി. അതുകൊണ്ട് ഇവിടെ വരും. ഒരുപാട് ആളുകൾ. ഒരുപാട് ദേശങ്ങളിൽനിന്ന് പലതരക്കാർ. രസമാണ്. അവളങ്ങനെ പറഞ്ഞുകൊണ്ടിരിക്കുകയാണ്. ശരിയാവാം. കളവാകാം. കനവാകാം. സൂസന്നയുടെ സൗന്ദര്യം അവളുടെ സംസാരത്തിനുമുണ്ട്. എങ്കിലും അവളുടെ വാക്കുകൾക്കിടയിൽ ദുരഭിമാനം നിലവിളിക്കുന്നുണ്ട്. അവിടെ റുമാനിയയുടെ നവദാരിദ്ര്യത്തിന്റെ നിഴലുകളുണ്ട്.

ഞങ്ങളാവശ്യപ്പെട്ടതെല്ലാം വളരെ പെട്ടെന്ന് പല കൂനകളിൽ നിന്നും റാക്കുകളിൽ നിന്നും അവൾ തപ്പിയെടുത്തു. ഞങ്ങളുടെ വിലപേശൽ അതിക്രമങ്ങളോട് കലാപരമായി സഹകരിച്ചു. പേശിപ്പേശി നെല്ലിപ്പടിക്ക് താഴെയെത്തിപ്പോൾ നിസ്സഹായയായി ചിരിച്ചു നിന്നു. ഇതിലും വില കുറയ്ക്കാൻ ഉടമസ്ഥ സമ്മതിക്കില്ലെന്ന് പറഞ്ഞു. അവരോടൊന്ന് ചോദിച്ചു നോക്കൂ എന്നായി മിനി. ചോദിക്കേണ്ടി വന്നില്ല. തടിച്ച കൈകൾ നീട്ടിക്കുലുക്കി വിലകൾ ഇനിയും താഴില്ലെന്ന് ഉടമ ഞങ്ങളെ ബോധ്യപ്പെടുത്തി. എന്നാലിറങ്ങട്ടെ എന്നു തിരിച്ചു നടന്നുതുടങ്ങിയപ്പോൾ, one minute please പ്രഖ്യാപിച്ച് സൂസന്ന അകത്തേക്ക് പോയി. പുറത്തിരിക്കുന്ന തടിച്ചിയേക്കാൾ വലിയ ഉടമസ്ഥ അകത്തുണ്ടായിരിക്കാം. ഒരു കൊച്ചു കടലാസ്സിൽ എന്തോ വായിച്ചുകൊണ്ട് സൂസന്ന മടങ്ങിവന്നു. കുറച്ച വിലയായിരിക്കും. കുറിപ്പൊന്നു കൂടി വായിച്ച്, അത് മാർബിൾ സോക്രട്ടീസിന്റെ കാലിനടിയിലേക്ക് തള്ളിവെച്ച് സുന്ദരിയിങ്ങനെ മൊഴിഞ്ഞു.

''ദൂസരെ ദൂക്കാൻ മെ ഇസെ കം മെ ന മിലെ തോ വാപസ് ആയിയേ.''

സൂസന്നയുടെ ഹിന്ദി സൂത്രത്തിൽ വീണുപോകരുതല്ലോ? ഞാനും അപ്പുവും കൂടി അടുത്തുള്ള രണ്ടു കടകളിൽ വിലപേശിച്ചെന്നു. കച്ചവടക്കാർ പറയുന്ന ഉയർന്ന വിലയ്ക്കേ വ്യത്യാസമുള്ളൂ. നമ്മൾ അഞ്ചോ പത്തോ മിനിറ്റെടുത്ത് പേശിപ്പേശിയെത്തുന്ന കുറഞ്ഞവില എല്ലായിടത്തും ഒന്നുതന്നെ. സൂസന്നക്കടയിലേക്ക് ഞങ്ങൾ തിരിച്ചു ചെന്നു. ശുക്രിയാ ശുക്രിയാ ജപിച്ചുകൊണ്ട് അവൾ പെട്ടെന്നുതന്നെ ഓർഡറുകൾ പായ്ക്ക് ചെയ്തു തന്നു.

സൂസന്നയോട് വിട പറഞ്ഞിറങ്ങുമ്പോൾ, ഒരു കടലാസ് കഷണത്തിൽ ഞാനവൾക്കിങ്ങനെ എഴുതിക്കൊടുത്തു. Koottukare, mattu Kadakalil ithilum vila Kurachu Kittunnilenkil Ividekku thanne Varane. രണ്ടു തവണ വായിച്ചു കൊടുത്തപ്പോഴേക്കും അവൾക്കതിന്റെ ശബ്ദസംവിധാനവും താളവും പിടി കിട്ടി. mattu എന്നത് മറ്റു എന്നു തന്നെ വായിക്കാമെന്നായി. varane എന്നത് വാരണേ എന്നു തെറ്റാതായി.

രണ്ടു തവണ കൃത്യമായി തിരിച്ചുച്ചരിച്ച് ഞങ്ങളെ അത്ഭുതപ്പെടുത്തി അവൾ. ഇന്ത്യയിൽ കേരളം എന്നൊരു സ്ഥലമുണ്ട്. അവിടെ നിന്ന് വരുന്നവരോട് ഇത് കാച്ചിക്കോളാൻ പറഞ്ഞിറങ്ങുകയായിരുന്നു ഞങ്ങൾ. അപ്പോൾ സുന്ദരിയുടെ സ്പെഷൽ റിക്വസ്റ്റ്.

"Can you write this in Tamil? Please, if you can."

"Tamil? Why Tamil?"

"We have lot of Tamil Tourists here. They have lot of money with them and they buy things."

ദുഷ്ടേ, സൂസന്നേ, നിനക്ക് മലയാളികളെ വേണ്ടല്ലേ. നീയിപ്പോ തമിഴ് പറഞ്ഞങ്ങനെ വില്ക്കണ്ട. മനസ്സിൽ പറഞ്ഞത് സുന്ദരിയോട് പറഞ്ഞില്ല. ഒന്നു ശ്രമിച്ചാൽ ഒരരത്തമിഴിൽ അവൾക്ക് വേണ്ടത് ഒപ്പിക്കാമായിരുന്നു. വേണ്ടെന്നു വെച്ചു. രണ്ടു കടകൾക്കപ്പുറത്ത് സൂസന്നയുടെ സുഹൃത്തിന്റെ കടയുണ്ട്. അവിടെ അമ്മു ആഗ്രഹിക്കുന്ന ഡയോജെനസ് തൂക്കുവിളക്കുണ്ട്. സൂസന്ന ഫോൺ ചെയ്ത് വിലയുറപ്പിച്ചിട്ടുണ്ട്. അവൾക്ക് താങ്ക്യൂ പറഞ്ഞ് കടയുടെ വീതിയേറിയ മൂന്ന് കല്പടികൾ അമ്മയേയുംകൊണ്ട് ആയാസപ്പെട്ടിറങ്ങുമ്പോഴാണ് സൂസന്ന അവസാന വെടി പൊട്ടിച്ചത്.

"അണ്ണേയ്, രൊമ്പം നന്ട്രി സാർ."

-പൊന്നു സൂസന്നേ. നീ മിടുമിടുക്കി. കച്ചവടത്തിൽ നീ കൊടി പാറിക്കും. പ്രലോഭനശാസ്ത്രത്തിൽ നീ അതിപ്രഗല്ഭ.

സൂസന്നയെ വാനോളം പുകഴ്ത്തിയാണ് ഞങ്ങൾ അടുത്ത കടയിൽ അവളുടെ കൂട്ടുകാരിയെ സമീപിച്ചത്. അര യൂറോ കുറയുമെങ്കിൽ കുറയട്ടെ. ഡയോജെനസ് റാന്തൽ ഭംഗിയും ആഢ്യത്തവുമുള്ളതായിരുന്നു. മറ്റു കടകളിൽ പേശി താഴെയെത്തിയ വിലയേക്കാൾ ഇരുനൂറ് സെന്റ് കുറവും അല്പം വലുപ്പക്കുടുതലും ഉണ്ട്. നല്ല പഴക്കവും തോന്നിക്കും. ഇപ്പോഴും ഒന്നുയർത്തി മുഖത്തോടു ചേർത്തുവെച്ചാൽ മനുഷ്യനെ കണ്ടെത്താമെന്ന് അമ്മു. അവൾ വളരെ വളരെ ഹാപ്പിയാണ്.

അമ്മുവിന്റെ തൂക്കുവിളക്കുംകൊണ്ടാണ് ഞങ്ങളിപ്പോൾ മൊണാസ്റ്റിറാക്കി മെട്രോയ്ക്ക് മുമ്പിലെ പൊക്കം കുറഞ്ഞ നീളൻ തിണ്ണയിലിരിക്കുന്നത്. ഇടയ്ക്കിടയ്ക്ക് അക്രൊപൊലിസിന്റെ ചിത്രം ആലേഖനം ചെയ്ത മഞ്ഞസഞ്ചിയിൽ നിന്ന് അമ്മു വിളക്കെടുത്ത് പൊക്കിപ്പിടിക്കും. അപ്പോൾ കാൽനടക്കാരുടെ ശ്രദ്ധ അവളിലേക്ക് തിരിയും. അവരിൽനിന്ന് ഒന്നോ രണ്ടോ മനുഷ്യരെ കണ്ടെത്തിയതായി അവൾ പ്രഖ്യാപിക്കും. ഹായ് ബ്യൂട്ടിഫുൾ ലേഡി എന്നവളോട് അലറി വിളിച്ച് കടന്നുപോയ ഒരു ജിപ്സിച്ചെക്കനും റഷ്യൻ

റഷ്യൻ എന്ന് ആവർത്തിച്ച് പരിചയപ്പെടുത്തുകയും അമ്മയുടെ കൈത്തലം കൈയിലെടുത്ത് ചുംബിക്കുകയും അമ്മുവിന്റെ തലയിൽ തലോടി ഗ്രാനീസ് ക്യൂട്ട് ഗേൾ എന്നു അരുമയോടെ പുഞ്ചിരിക്കുകയും ചെയ്ത സുന്ദരിയും അതിൽ പെടും.

വിലപേശിക്കച്ചവടത്തിന്റെ അഥീനിയൻ അരങ്ങാണ് മൊണാസ്റ്റിറാക്കി ചത്വരത്തിൽ നിന്നും പിരിയുന്ന ചെറുപാതകൾ. പ്രത്യേകിച്ചും പാൻഡ്രോസ്സൗ, അഡ്രിയോനു തെരുവുകൾ. ഒട്ടുമിക്കവയും സ്ഥിരം കടകളാണ്. 'നിശ്ചിത വില' എന്ന വലിയ എഴുത്തുകൾ കടയ്ക്കു പുറത്തും ഉള്ളിലുമിരുന്ന് കണ്ണുരുട്ടും. വീണു പോകരുത്. വിലപേശുക. വീണ്ടും വീണ്ടും പേശുക. വില വീഴും താഴേക്ക്. ആഭരണങ്ങൾ, സോവനീറുകൾ, കരകൗശലങ്ങൾ, പഴയ വസ്തുക്കൾ, പുതുമയുള്ള പാഴ്‌വസ്തുക്കൾ, തുണികൾ അങ്ങനെയങ്ങനെ എന്തും ഇവിടെ സുലഭം. വ്യാജനിർവ്യാജ നിർമ്മിതികള കടക്കാർ തന്നെ പരിചയപ്പെടുത്തും. വ്യാജവസ്തുക്കൾ വാങ്ങുകയാണ് സുരക്ഷിതം. അവ തീർച്ചയായും വ്യാജമായിരിക്കും. ഗ്രീക്ക് നിർമ്മിതമെന്ന് ചൈനയിൽ വെച്ചേ എഴുതപ്പെട്ടത്. ഒറിജിനലിന്റെ കാര്യത്തിൽ അത്ര തീർച്ചയില്ല. വല്ലപ്പോഴും വിറ്റു പോവുന്ന ഒറിജിനലിനേക്കാളും കച്ചവടക്കാർക്കുമിഷ്ടം വല്ലാതെ വിറ്റു പോവുന്ന വ്യാജന്മാരെയാണ്.

ഞങ്ങളിരിക്കുന്നതിന്റെ എതിർവശത്ത്, ഹേഡ്രിയാന്റെ ലൈബ്രറിയോടു ചേർന്ന് ഒരു മോസ്കുണ്ട്. ഒട്ടോമൻ ശൈലിയുടെ സവിശേഷതകളൊക്കെ ചേർത്തുവെച്ചൊരു കൊച്ചു പള്ളി. ഉയർന്ന തൂണുകളും വലിയ കുംഭഗോപുരവുമൊക്കെയായി ഈ ഒട്ടോമൻ പള്ളി തന്റെ ചെറിയ വലുപ്പത്തേക്കാൾ ഗരിമ ആർജിക്കുന്നുണ്ട്.

ആതൻസിലെ ഒട്ടോമൻ ഗവർണറായിരുന്ന ട്സിസ്റ്ററാക്കിസ് ആണ് ഈ മോസ്ക് നിർമ്മിക്കുന്നത്. 1759ൽ. പള്ളി നിർമ്മിക്കുന്നതിലേക്ക് മൂപ്പര് അക്രൊപൊലിസിനപ്പുറത്തെ സീയുസ് ദേവക്ഷേത്രത്തിൽ നിന്ന് ഒരു വൻ തൂണ് പൊക്കിക്കൊണ്ടുവന്നു. ഒട്ടോമൻ ടർക്കികളത് വലിയ ദൈവനിന്ദയായിക്കരുതി. അവരുടെ വിശ്വാസം ഉറപ്പിച്ച് ഒളിംപിയൻ ദൈവങ്ങൾ കോപിച്ചു. ആതൻസിൽ പ്ലേഗ് പടർന്നു പിടിച്ചു. ജനം ഗവർണറെ ആതൻസിൽനിന്ന് ഓടിച്ചു. (തൊട്ടപ്പുറത്തെ ഹേഡ്രിയാൻ ലൈബ്രറിയിൽ ഇഷ്ടംപോലെ തൂണുകളുള്ളപ്പോൾ ഇയാളെന്തിനാണാവോ സീയുസിന്റെ തൂണെടുത്ത് ദൈവകോപം വരുത്തിയത്?)

ഗ്രീക്ക് സ്വാതന്ത്ര്യസമരകാലത്ത് പട്ടണപ്പിതാക്കന്മാരുടെ ഒത്തുചേരലിടം ആയിരുന്ന ഈ പള്ളി പിന്നീട് പട്ടാള ബാരക്കായും വെയർഹൗസായും ഒക്കെ വേഷം മാറിയിട്ടുണ്ട്. ഇപ്പോളത് ഗ്രീക്ക് നാടൻകലകളുടെ കുഞ്ഞൻ കൂടാരമാണ്. 1966ൽ സൗദി അറേബ്യയിൽ

നിന്നും പുറത്താക്കപ്പെട്ട സൗദ് രാജാവിനായി ഇത് പള്ളിയായി ത്തന്നെ മോടി പിടിപ്പിക്കപ്പെട്ടിരുന്നു. ഇന്നിപ്പോൾ മുഖപ്പുകളിൽ നിന്ന് കെട്ടിയിറക്കിയ ടാർപോളിൻ പന്തലുകൾക്കടിയിൽ കച്ചവടം വിലപേശിത്തകർക്കുകയാണ്.

ആതൻസിന്റെ മാപ്പ് നിവർത്തിവെച്ച് കവിയുടെ ചെരുപ്പു കട യിലേക്ക് വഴിവെട്ടുകയാണ് അപ്പു. യാത്രകളിൽ വഴിയുറപ്പിക്കൽ ചുമതല അപ്പുവിനാണ്. ഞങ്ങൾ കോമ്പസ് എന്നു വിളിക്കുന്ന അപ്പു. മൊണാസ്റ്റിറാക്കി സ്ക്വയർ മുറിച്ചുകടന്ന്, അപ്പുറത്തെ റോഡും മുറിച്ചുകടന്നാൽ പിന്നെ അഞ്ചു മിനിറ്റ് നടത്തം എന്നാണ് കോമ്പസ് വിശദീകരിക്കുന്നത്. സ്റ്റാവറോസ് മെലിസ്സിനോസിന്റേതാണ് വിഖ്യാ തമായ ചെരുപ്പുകട. ആതൻസിന്റെ ആസ്ഥാന കവിയെന്ന ഖ്യാതി കൂടിയുണ്ട് മെലിസ്സിനോസിന്. സ്റ്റാവറോസിന്റെ അപ്പൻ ഗെർഗിയോസ് ആണ് മെലിസ്സിനോസ് തറവാട്ടിൽ ചെരുപ്പ്-ഷൂസ്സുകൾ കച്ചവടം തുടങ്ങുന്നത്. അന്ന് പാൻഡ്രോസ്സൗ സ്ട്രീറ്റിലായിരുന്നു കട. ഗ്രീസിലെ രാജ്ഞി നേരിട്ടവിടെ വന്ന് പാദരക്ഷകൾ തെരഞ്ഞെടു ക്കാറുണ്ടത്രേ. അപ്പന്റെ മരണശേഷം സ്റ്റാവറോസ് കച്ചവടം ഏറ്റെ ടുത്തു. ആതൻസിലെ ഒളിമ്പിക്സ് കാലത്ത് കച്ചവടത്തെരുവുകളിൽ നിന്ന് പഴയ വാടകക്കാർ കുടിയൊഴിക്കപ്പെട്ടു. ഉയർന്ന വാടകയ്ക്ക് പുതിയ കക്ഷികളെ നേടാനുള്ള അടവായിരുന്നു അതിൽ. അക്കൂട്ട ത്തിൽ കവിയുടെ കട അഗ്യാസ് തെക്ക്ലാസ് സ്ട്രീറ്റിലേക്ക് മൊണാ സ്റ്റിറാക്കി ചത്വരം കടന്നുപോയി. മെലിസ്സിനോസിനെ മൊബൈൽ വലയിൽ തപ്പിക്കൊണ്ടിരുന്ന അപ്പു അദ്ദേഹത്തിന്റെ കുറച്ചു വരികളു മായി എഴുന്നേറ്റു.

“Take away the Glories and the Honours
The granite palaces of this vain world
And only give me the smile of Pain, the tear of Joy
And I will erect
a thousand palaces in me in which to live.”

സ്റ്റാവറോസിന്റെ ഏറ്റവും പ്രശസ്ത കൃതിയായ അഥീനിയൻ റുബൈയാതിൽ നിന്നാണ് വരികൾ.

കവിയുടെ കടയിലേക്ക് നടക്കുന്നതിനു മുമ്പ് എറിഡനോസ് (Eridanos) അരുവിയേയും ചത്വരത്തിന് പേരു നല്കിയ (ചെറിയ) ആശ്രമത്തേയും കാണേണ്ടതുണ്ട്. ആതൻസ് വൻനഗരമായി വളർന്ന പ്പോൾ ഭൂമിക്കടിയിൽ പെട്ടുപോയ നദിയാണ് എറിഡനോസ്. ആതൻ സിന്റെ സരസ്വതി. ലൈക്കാബെറ്റോസ് മലയിൽനിന്നൂർന്നിറങ്ങി വന്ന് കെരാമിക്കോസിൽ അവസാനിക്കുന്നു ഈ കൊച്ചരുവി.

മൊണാസ്റ്റിറാക്കിയിൽ മെട്രോ പണിക്കിടയിലാണ് അവളെ ആതൻസുകാർ കണ്ടെത്തുന്നത്. മൊണാസ്റ്റിറാക്കി സ്ക്വയർ ഭാഗത്ത് അവൾ സംരക്ഷിക്കപ്പെടുന്നുണ്ട്. ചത്വരത്തിനു നടുവിൽ അവളെക്കാണാനായൊരു സംവിധാനമൊരുക്കിയിട്ടുണ്ട്. താഴേക്ക് നോക്കുവാനായി ബാൽക്കണിപോലൊരു സംവിധാനം. ഒരു കൊച്ചരുവിയുടെ പൊട്ടുപൊടിയും ഇഷ്ടികക്കെട്ടുകളും ഞങ്ങൾ ഇവിടെ നിന്ന് നോക്കിക്കണ്ടു. നല്ല മഴക്കാലത്ത് പഴയ പുഴയോർമ്മയിൽ എറിഡനോസ് ഇപ്പോഴും കുറച്ചൊക്കെ നനയാറുണ്ടത്രേ! അപ്പോൾ എവിടെ നിന്നൊക്കെയോ ക്രോം ക്രോം ആരവങ്ങളുമായി തവളകൾ ചാടിയെത്തും.

എറിഡനോസിന്റെ ബാൽക്കണിക്കാഴ്ചയ്ക്ക് തൊട്ടപ്പുറം വലത്തായിട്ട്, ചത്വരത്തിന് മൊണാസ്റ്റിറാക്കിപ്പേര് നല്കിയ ആശ്രമപ്പള്ളി. പണ്ട് വലിയൊരു കൂട്ടം കന്യാസ്ത്രീകളുടെ ആശ്രമവും കന്യാമേരിയുടെ പള്ളിയുമായിരുന്നു. പുരാവസ്തു ഖനനങ്ങളും മെട്രോ നിർമ്മാണവും പഴയ വലിയ ആശ്രമത്തിന്റെ കുറേ ഭാഗങ്ങൾ അപഹരിക്കുകയും അതിനെ ചെറിയ മൊണാസ്റ്റിറാക്കി (monastiraki) ആക്കുകയും ചെയ്തു.

പള്ളിമണിഗോപുരം ഒഴിവാക്കിയാൽ ട്സിസ്റ്ററാക്കി മോസ്കുമായി സഹോദരതുല്യ സാമ്യമുണ്ട് ഈ കുഞ്ഞാശ്രമത്തിന്. പ്രധാന ദീർഘവൃത്താകൃത ഗോപുരം ഒരേപോലെ വളയൻ ഓടുകൾ മേഞ്ഞതാണ്. ജാലകങ്ങളും കമാനങ്ങളും ഒരേപോലെ. പഴയ റോമാസാമ്രാജ്യത്തിൽ പഗാൻ ക്ഷേത്രമായും മോസ്കായും ക്രിസ്ത്യൻ പള്ളിയായും വീണ്ടും ഒട്ടോമൻ ദേവാലയമായും ഒക്കെ മന്ദിരങ്ങൾ വേഷം മാറുന്നത് സാധാരണമാണ്. വിശുദ്ധ മേരിയുടെ പേരിലാണ് ഇന്നത്തെ ദേവാലയം. ഗ്രീക്കിൽ അറിയപ്പെടുന്നത് Pantanassa Panagia എന്നും.

മൊണാസ്റ്റിറാക്കിയിലെ ചരിത്രം തപ്പലും മെട്രോ നിർമ്മാണവും താഴെക്കുടുങ്ങിയ എറിഡനോസിന്റെ സംരക്ഷണവുമൊക്കെയായി ചത്വരത്തറ പൊന്തിയപ്പോൾ പള്ളിക്കെട്ടിടം മാമോദീസത്തൊട്ടിയിലേക്കിറക്കി വെച്ച പൊൻകുരിശ്ശ് പോലെയായി. പള്ളിയുടെ കതകുകളും ജാലകങ്ങളും എത്തിവലിഞ്ഞാണ് ചത്വരത്തിലേക്കെത്തിനോക്കുന്നത്. അഞ്ചോ ആറോ പടികളിറങ്ങിയാണ് ഞങ്ങൾ പള്ളിവാതിൽക്കലെത്തിയത്. പ്രധാന കവാടം അടഞ്ഞുകിടക്കുന്നു. ആർഭാടങ്ങളൊന്നുമില്ലാത്ത മരവാതിൽ. താഴെ ആളുകളൊന്നുമില്ല. മുകളിലെ ഒരടി മാത്രം പൊക്കമുള്ള ചുറ്റുമതിലിൽ ചിലരിരുന്ന് സൊറ പറയുന്നുണ്ട്. ഞങ്ങൾ പള്ളിക്കു ചുറ്റുമൊന്ന് കറങ്ങിവന്നു. എല്ലാ വാതിലുകളും അടഞ്ഞുകിടക്കുകയാണ്. സന്ദർശനസമയം കഴിഞ്ഞിരിക്കുന്നു. കൊച്ചുപള്ളിക്കുള്ളിലെ ചുമരിലും മേൽക്കൂരയിലും നിറയുന്ന മൊസൈക്ക് വർണ്ണച്ചിത്രങ്ങൾ ഞങ്ങൾക്ക് നഷ്ടപ്പെടുന്നു

എന്നർത്ഥം. ഉത്തരത്തിൽനിന്ന് തൂങ്ങിയാടുന്ന ചന്തമുള്ള ഷാൻഡലിയർ വിളക്കുകൾ നഷ്ടപ്പെടുന്നു. കൊത്തുപണികളുള്ള മെഴുകുതിരിക്കാലുകൾ, അൾത്താരയിലെ പ്രശസ്തിയും പഴക്കവുമേറിയ അപൂർവ്വ വിശുദ്ധരൂപങ്ങൾ. എല്ലാം ഞങ്ങൾക്ക് നഷ്ടപ്പെടുന്നു. യാത്രകൾ അങ്ങനെയാണ്. എത്ര മോഹിച്ചാലും എത്ര തയ്യാറെടുപ്പുകളുണ്ടെങ്കിലും ചില കാഴ്ചകൾ ചോർന്നുപോവും. സമയമായിട്ടില്ലടോ കാണാൻ എന്ന് മൗനം പൂണ്ട് ആർഭാടങ്ങളില്ലാത്ത മരവാതിലുകൾ കൊട്ടിയടയ്ക്കും. സാരമില്ല. ദേഷ്യപ്പെടുകയോ നിരാശപ്പെടുകയോ ചെയ്യരുത്. ഓ, ശരി, പിന്നെ വരാം എന്നു പറഞ്ഞ് ചിരിയോടെ മടങ്ങുക. ആ ഗ്രീസ് യാത്രയിൽ എത്ര ശ്രമിച്ചിട്ടും ഈ കൊച്ചു പള്ളിയിലേക്കൊന്നോടിയെത്താൻ ഞങ്ങൾക്ക് കഴിഞ്ഞില്ല. ഒരുപക്ഷേ വർഷങ്ങൾ കഴിഞ്ഞ് അടുത്ത തലമുറയോടൊപ്പം ഞങ്ങൾ ഇവിടെ തിരിച്ചെത്തും. അന്നെന്ത് സന്തോഷമായിരിക്കും. ഞങ്ങൾക്കും പള്ളിക്കും വിശുദ്ധ മേരിക്കും.

പള്ളിമണിഗോപുരം അടുത്ത കാലത്തെ നിർമ്മിതിയാണ്. സിമന്റൊക്കെയിട്ട് മിനുസപ്പെടുത്തി കടുപ്പത്തിൽ ക്രീം നിറം പൂശി ഇരുമ്പുഗ്രില്ലിട്ട് നില്ക്കുന്ന മണിഗോപുരം, പരുപരുത്ത ശരീരമുള്ള പള്ളിയുമായി ചങ്ങാത്തത്തിലല്ല. ഏഡിയും ബീസിയും തമ്മിലെന്നപോലെ അവർ മുഖം തിരിച്ചു നിലക്കുന്നു. മൊണാസ്റ്ററാക്കി ചത്വരത്തിന്റെ ആനച്ചന്തത്തിന് അതൊരു കുറവു തന്നെ.

ഞങ്ങൾ പള്ളിയുടെ കാൽമതിലിലിരുന്നു. സ്ക്വയറിന്റെ എതിർഭാഗത്ത് യുവാക്കൾ എന്തോ തെരുവുപരിപാടിക്ക് തയ്യാറെടുക്കുകയാണ്. നിലത്ത് വലിയ കാർപ്പറ്റ് വിരിച്ചിട്ടുണ്ട്. പല തരം ഡ്രംസും ഗിത്താറുകളും റെഡി. പിരിവിനായി ബക്കറ്റുകളും തയ്യാർ. കോളേജ് കുട്ടികളാണെന്ന് തോന്നുന്നു. അവരിൽ ആണും പെണ്ണുമുണ്ട്. കറുമ്പന്മാരും വെളുമ്പന്മാരും ഇടനിറക്കാരുമുണ്ട്.

പള്ളിലേക്കിറങ്ങിപ്പോകുന്ന പടികളിൽ ഒരു കിഴക്കൻ യൂറോപ്യൻ കുടുംബം. (ഏറെ വർഷങ്ങളുടെ പ്രവാസവും കഴിഞ്ഞുപോയ കുറേ യാത്രകളും അപരിചിതരെ ഭൂപടത്തിലെ വരകൾക്കിടയിൽ തൂക്കിയിടാൻ ഞങ്ങളെ ശീലിപ്പിച്ചിരിക്കുന്നു.) ഒന്നനങ്ങാതെ നിന്നാൽ പാവക്കുട്ടികളെന്നു തോന്നിപ്പോകുന്ന രണ്ടു സുന്ദരിക്കുഞ്ഞുങ്ങൾ. ചെറിയ സുന്ദരി, ഒന്നാംപടിയിലിരുന്ന് പുസ്തകം വായിക്കുന്ന അമ്മയുടെ മടിയിൽ തലവെച്ചു കിടന്ന് ആകാശം കാണുന്നു. അമ്മ, കൈയില്ലാത്ത അയഞ്ഞ കമ്മീസുടുപ്പിൽ അതിസുന്ദരിയാണ്. മുഖസൗന്ദര്യവും കഷണ്ടിയും സമൃദ്ധമായുള്ള പുരുഷൻ മൂത്ത പാവക്കുട്ടിയുമായി പള്ളിയിലേക്കുള്ള പടികൾ കയറിയിറങ്ങിക്കളിക്കുകയാണ്. ഇടയ്ക്ക് പള്ളിക്കു ചുറ്റും ഒന്നോടി വരും. എന്നിട്ട് ഒരുമിച്ച് പൊട്ടിച്ചിരിച്ച് മനോഹരമായൊരു ജുഗൽബന്ദി തീർക്കും.

അട്ടഹാസങ്ങളും വാദ്യങ്ങളുടെ അലർച്ചകളും ഒക്കെച്ചേർന്നൊരു സംഘഗാനം തെരുവു കലാകരന്മാർ അവതരിപ്പിച്ചുകഴിഞ്ഞു. അവർ വിശ്രമത്തിലേക്കും പാട്ടപ്പിരിവിലേക്കും പിരിഞ്ഞിരിക്കുന്നു. അവരുടെ അടുത്ത പ്രകടനത്തിനു മുമ്പേ ഞങ്ങൾ എമൗ റോഡ് മുറിച്ചുകടന്ന് മെലിസ്സിനോസിന്റെ ചെരുപ്പുകടയിലേക്ക് നടന്നു. അഞ്ചു മിനിറ്റിലേക്കൊതുങ്ങുന്ന ചുവടുകളേ വേണ്ടിവന്നുള്ളൂ മെലിസ്സിനോസിന്റെ കടയിലേക്ക്.

കൊച്ചുകടയിലെ കച്ചവടം ചെരുപ്പു തന്നെയാണോ എന്ന് സംശയമായി ഞങ്ങൾക്ക്. ഒരു ചെരുപ്പുകടയുടെ സാധാരണ കാഴ്ചയല്ല മുന്നിൽ. മെലിസ്സിനൊ പോയറ്റ് സാൻഡൽ മെയ്ക്കർ എന്നാണ് മുന്നിലെ ബോർഡ്. കടയുടെ ചില്ലു ചുമരിലാകെ മെലിസ്സിനോമാരുടെയും ഇവിടെനിന്നും ചെരുപ്പ് വാങ്ങുന്ന, വാങ്ങിയ പ്രമുഖരുടെയും ചിത്രങ്ങളാണ്.

കടയുടെ അകത്ത് സാമാന്യം തിരക്കുണ്ട്. എങ്കിലും ആരും തിരക്കുകൂട്ടുന്നില്ല. തിക്കിത്തിരക്ക് മുഴുവൻ ചുമരുകളിലാണ്. അവിടെ ചെരുപ്പുകടയെക്കുറിച്ചും മെലിസ്സിനോസിനെക്കുറിച്ചും വിവിധ ഭാഷകളിലെ പത്രങ്ങളും മാസികകളും എഴുതിയ കുറിപ്പുകൾ ചില്ലിട്ടു തൂക്കിയിട്ടുണ്ട്. പ്രമുഖ റോക്ക് മ്യൂസിക്ക് സംഘമായ ബീറ്റിൽസിലെ നാലു പേർ വന്നിരുന്ന നാലു കസേരകൾ ചുമരും ചാരി വിശ്രമിക്കുന്നുണ്ട്. വെബ്സൈറ്റുകളിൽ ഞാൻ കണ്ടു പരിചയപ്പെട്ട ചെരുപ്പു കുത്തിക്കവിയെ കാണാനില്ല. അമ്പതോളം പ്രായം വരുന്നൊരാൾ ചെറിയൊരു സ്റ്റൂളിലിരുന്ന് ഒരു ഫിലിപ്പിനോ സുന്ദരിക്കുട്ടിയുടെ കാലളവുകൾ കൈക്കലാക്കുന്നു. അവളുടെ പിന്നിലായി അവളേക്കാൾ സ്ത്രൈണതയുള്ള കൂട്ടുകാരൻ നില്ക്കുന്നുണ്ട്. അവന്റെ കയ്യിലാകട്ടെ അഞ്ചാറ് കടലാസുകളിൽ കുറേ പാദരൂപരേഖകൾ. ഒരു കെട്ട് ചെരുപ്പുകൾക്കുള്ള ഓർഡറാണത്.

അളവെടുപ്പുകാരൻ അമ്പതുകാരൻ സുന്ദരിയുടെ കാലടികൾ അളന്നു വെച്ച് ഓരോ ജോഡി ഒനാസിസ്, നൈക്ക് സ്റ്റൈലുകൾക്ക് ഓർഡർ കുറിച്ചുവെച്ച് ആദ്യം എന്റെ കാലുകളിലേക്കും പിന്നെ മുഖത്തേക്കും ചിരിച്ച് അഭിവാദ്യം ചെയ്തു.

''ഗുഡ് ഈവനിംഗ്.''

''ഗുഡ് ഈവനിങ്ങ്. ഞങ്ങൾ ഇന്ത്യയിൽ നിന്നാണ്. സ്റ്റാവറോസ് മെലിസ്സിനോസ്? പോയറ്റ് സാൻഡൽ മേക്കർ?''

അമ്പതുകാരൻ സൗമ്യമായി ചിരിച്ചു. ഞാൻ പാന്തെലിസ്. സ്റ്റാവറോസിന്റെ മകനാണ്. അപ്പൻ ഇപ്പോൾ വരാറില്ല. വയ്യ. വയസ്സായി.''

(ആതൻസിൽ ഒരു ചെരുപ്പുകട നടത്താനുള്ള യോഗ്യതയൊക്കെ പാന്തെലിസിനുണ്ടെന്ന് പിന്നീട് ഞങ്ങൾ നെറ്റിൽനിന്നറിഞ്ഞു. ഇയാളും കവിയാണ്. ചിത്രകാരനാണ്. നാടകമുണ്ട്, സംഗീതമുണ്ട്. The Artist, Poet and sandal maker of Athens എന്നാണ് ഇപ്പോഴത്തെ നടത്തിപ്പുകാരനുള്ള വിശേഷണം.)

ചെരുപ്പുകുത്തിക്കവിയുടെ അസാന്നിധ്യം വലിയ നിരാശയായി. അതുവരെ ഞാൻ മനസ്സിൽ കരുതിവെച്ച ചോദ്യം ഇനിയെങ്ങോട്ട് എന്നറിയാതെ ഇറങ്ങിപ്പോയി.

താങ്കൾ ഒന്നാമതായി കവിയാണോ, ചെരുപ്പുകുത്തിയാണോ? (Are you poet the sandal maker or sandalmaker the poet?) സ്റ്റാവറോസ് മെലിസ്സിനോസ് ഉണ്ടായിരുന്നെങ്കിൽ ഒരുപക്ഷേ ഇങ്ങനെ ഉത്തരം തന്നേനേ. ''കവിതയെഴുത്തുതന്നെ. ചിലപ്പോൾ കടലാസ്സിൽ. ചിലപ്പോൾ തുകലിൽ.''

പണിതീർന്ന ചെരുപ്പുകളും പണി കാത്തുകിടക്കുന്ന തുകലും വിഖ്യാതരായ 'ചെരുപ്പുവാങ്ങി'കൾക്കൊപ്പം മെലിസ്സിനോസുമാർ ചിരിക്കുന്ന ചിത്രങ്ങളും ചുമരിൽ തൂങ്ങാനിടത്തിന് മത്സരിക്കുന്നു. അതിൽ സോഫിയാ ലോറൻ, ജാക്വലിൻ ഒനാസിസ്, ജെസ്സിക്കാ പാർക്കർ, അന്തൊണി ക്വിൻ, ബീറ്റിൽസ് ബാൻഡിലെ ലെനൻ മുതലുള്ള അംഗങ്ങൾ എന്നിവരൊക്കെയുണ്ട്.

1958ലാണ് ബീറ്റിൽസുകാർ സ്റ്റാവറോസിന്റെ കടയിലെത്തുന്നത്. ജഗപൊകയായി ആ വരവ്. അവരിരുന്ന കസേരകൾ കടയിൽ ഇന്നും പ്രദർശിപ്പിക്കുന്നുണ്ട്. അന്ന് ബീറ്റിലുകളുടെ ഓട്ടോഗ്രാഫ് വാങ്ങാത്തതിന് മെലിസ്സിനോസ് കിടാങ്ങൾ അപ്പനോട് പരിഭവിച്ചു. അവരെന്റെ ഓട്ടോഗ്രാഫ് അല്ലേ വാങ്ങേണ്ടത്? ബീറ്റിൽസിന്റെ പ്രതാപം തീർന്നാലും മെലിസ്സിനോസിന്റെ ചെരുപ്പുകൾ തേടി ആളുകൾ ആതൻസിലേക്ക് വരും. അതായിരുന്നു സ്റ്റാവറോസിന്റെ മറുപടി.

കാലം സ്റ്റാവറോസിന്റെ വാക്കുകൾക്കൊപ്പം നിന്നു. ബീറ്റിൽസ് വിസ്മൃതിയിലായി. കവി പണിത ചെരുപ്പുകൾ ആതൻസിലും ഗ്രീസിലും പുറത്തും പാദമുദ്രകൾ തീർത്തു. ഷേക്സ്പിയറിന്റെ കഥാപാത്രങ്ങൾ ആ ചെരുപ്പുകൾ അണിഞ്ഞു സ്റ്റേജിലെത്തി. ആതൻസിലെത്തിയ സഞ്ചാരികൾ ക്ലിയോപാട്ര, ഒനാസിസ്, സോക്രട്ടീസ്, അരിസ്റ്റോട്ടിൽ എന്നൊക്കെ പേരുകളുള്ള ചെരുപ്പുകൾ ജോഡിക്കണക്കിന് വാങ്ങി തിരിച്ചുപോയി.

പതിനഞ്ചു യൂറോയ്ക്ക് ഒരു ജോഡി കിട്ടുമായിരുന്നിട്ടും ചെരുപ്പൊന്നും വാങ്ങാൻ ഉദ്ദേശിച്ചിട്ടില്ലാത്ത ഞങ്ങൾ അഞ്ചു പേർ ഈ ചെറുകടയ്ക്ക് അധികപ്പറ്റാവുന്നുണ്ട്, പാന്തെലീസ് മെലിസ്സിനോസോ ജോലിക്കാരോ യാതൊരു നിരസവും കാണിക്കുന്നില്ലെങ്കിലും. ഒരാൾ

ഞങ്ങളെ മൂലയിലൊരു പീഠത്തിലെ പുസ്തകക്കെട്ടിലേക്ക് ക്ഷണിച്ചു. മെലിസ്സിനോസുമാരുടെ അഞ്ചാറ് പുസ്തകങ്ങൾ. ഗ്രീക്കിലും ഇംഗ്ലീഷിലും. Sandal maker poetന്റെ എഴുത്തുകൾക്കും ചെരുപ്പുകൾക്കും പ്രചോദനമാവുന്നത് ഗ്രീക്ക് പുരാണവും ഇതിഹാസകഥകളും ചരിത്രവും തന്നെയാണ്. പുസ്തകങ്ങളോട് ചേർന്ന ചുമരിൽ ചെരുപ്പു കുത്തിക്കവിയുടെ പുസ്തകങ്ങളിൽ നിന്നുള്ള ചില ഭാഗങ്ങൾ ചില്ലിട്ട് തൂക്കിയിട്ടുണ്ട്.

"I'm not just Cretan, Spartan, Athenian, Macedonian
All Greek, the whole of Greece in my chest I have enclosed
And whoever the Greeks divide its my ancetsral duty
To strike them back with the lance of Eternal truth
I'm European; I'm Asian; I'm African
American; Australian; Oceanian, son of the Pole
I'm all the people sheltered under the same sky
A child of Heaven and Earth: Man, the measure of all things
And finally, Christian or Jew, Brahmin or Buddist
Muslim or you who owe allegiance only to your own meditation
Just think the everpure butterfly of instinct
That flies in time and space in gardens without boundaries."

നൂറ്റാണ്ടുകൾക്കു മുമ്പ് ഒരു ബീസിക്കാല സായാഹ്നത്തിൽ, അഗോറയുടെ തെക്കുപടിഞ്ഞാറെ മൂലയിലെ തന്റെ ചെരുപ്പു നിർമ്മാണശാലയുടെ തിണ്ണയിലിരുന്ന് സൈമണെന്ന ചെരുപ്പുകുത്തിയെഴുതുകയാണ് - ഞാൻ അഥീനിയനല്ല, ഞാൻ ഗ്രീക്കുകാരനല്ല. ഞാൻ വിശ്വ പൗരനാണ്. കുറച്ചു മുമ്പാണ് ഒരു കൂട്ടം തലതിരിഞ്ഞ യുവാക്കളോട് ദേശത്തെക്കുറിച്ചും ദേശഭക്തിയെക്കുറിച്ചും സംസാരിച്ച് സോക്രട്ടീസ് എഴുന്നേറ്റു പോയത്.

കടയിൽ സഞ്ചാരികളുടേയും ഓർഡറുകളുടേയും തിരക്കു കൂടിയിട്ടുണ്ട്. മുറിവേറ്റ തുകലിന്റേയും മുറിവുണക്കുന്ന പശയുടേയും മണം. എവിടെ നിന്നോ അഗോറയിലെ പഴമണ്ണിന്റെ മണം. പുറത്ത് വെയിലിന്റെ യൗവ്വനം അഞ്ചുമണിക്കും തിളയ്ക്കുന്നുണ്ട്. മുൻവശത്തെ ഗ്ലാസ് ചുവരിനപ്പുറത്ത് നില്ക്കുകയാണ് അവർ. വള്ളി പൊട്ടിത്തുലഞ്ഞ ചെരുപ്പുമായ് അയ്യപ്പൻ. റോഡിലെ ചൂടിനെ നഗ്നപാദങ്ങളിലേക്കാവാഹിച്ച് പി. വലതുകൈയിലെ കാലൻകുട നിലത്ത് കുത്തിപ്പിടിച്ചിട്ടുണ്ട്. കാലുകളിൽ മന്തിന്റെ കനവുമായി നാറാണത്ത് ഭ്രാന്തൻ ഓർമ്മകളിലേക്ക് കല്ലുകളുരുട്ടിക്കയറ്റുന്നുണ്ട്. അവരിങ്ങനെ

പുറത്ത് കാത്തുനിൽക്കുമ്പോൾ ഞാനിങ്ങനെ! മെലിസ്സിനോസിന്റെ ചെരുപ്പുകടയുടെ ആർഭാടത്തിൽ നിന്നും സമൃദ്ധിയിൽ നിന്നും തുകൽഗന്ധത്തിൽ നിന്നും സോഫിയാ ലോറന്റേയും ജാകിലിന്റേയും 'കാൽച്ചിരി'യിൽ നിന്നും ബദ്ധപ്പെട്ടിറങ്ങി ഞാൻ അവരോടൊപ്പം ചേർന്നു. കല്ലും കവിതയും മണ്ണും മഷിയും മണക്കുന്ന അവരോടൊപ്പം.

മൊണാസ്റ്റിറാക്കി സ്ക്വയറിലേക്ക് തിരിച്ചുനടക്കുമ്പോൾ അക്രോപൊലിസിന്റെ കിഴക്കേ തുഞ്ചത്ത് ഗ്രീസിന്റെ പതാക വല്ലാതെ ഇളകിപ്പറക്കുന്നുണ്ട്. നീലയുടേയും വെള്ളയുടേയും അവ്യക്തസങ്കലനം ഇവിടെ നിന്നു കാണാം. ആതൻസിലെ കാറ്റും സഞ്ചാരികൾക്കൊപ്പം പാർത്തെനോണിലേക്ക് മലകയറിയെന്ന് തോന്നുന്നു. ആയിരത്തിത്തൊള്ളായിരത്തി നാല്പത്തൊന്നിലെ ഏപ്രിൽ മാസത്തിൽ നാസിപ്പട കുന്നുകയറി ഈ കൊടിമരത്തിലെത്തി. പതാകയുടെ ഗാർഡ് ഡ്യൂട്ടിയിലുണ്ടായിരുന്ന കൗക്കുദിസിനോട് ഗ്രീക്ക് പതാക താഴെയിറക്കാനും സ്വസ്തികപ്പതാക ഉയർത്താനും നാസിപ്പട്ടാളം ആജ്ഞാപിച്ചു. അദ്ദേഹം ആചാരപൂർവ്വം കൊടിയിറക്കി. അതിനെ ചുംബിച്ചു. പിന്നെ ശരീരത്തിൽ ചുറ്റിക്കെട്ടി, അക്രോപൊലിസിൽനിന്ന് താഴേക്ക് ചാടി. ഭാരത് മാതാ കീ ജയ് എന്ന പോലെയെന്തെങ്കിലും അയാളപ്പോൾ വിളിച്ചു പറഞ്ഞിരിക്കണം.

സൂര്യൻ പിണങ്ങിപ്പിരിഞ്ഞു പോയെങ്കിലും ഉപേക്ഷിച്ചുപോയ ചൂടും വെളിച്ചവും ബാക്കിനില്ക്കുന്നുണ്ട്. ചരിത്രം ഉപേക്ഷിച്ചുപോയ ക്ഷേത്രങ്ങളും അഗോറകളും ശില്പങ്ങളും മറ്റ് മന്ദിരങ്ങളും ഗ്രീസിലെമ്പാടുമുണ്ട്. പതറിനില്ക്കുന്ന സമ്പദ്വ്യവസ്ഥയെ ഒട്ടൊക്കെ സമാധാനിപ്പിക്കുന്നത് ഈ ടൂറിസം സാധ്യതകളാണ്. ഭൂതകാലത്തിന്റെ ഈ നീക്കിയിരിപ്പില്ലായിരുന്നെങ്കിൽ ഗ്രീസ് പട്ടിണി കിടന്നേനെ. ചരിത്രം തീറ്റ കൊടുക്കുന്ന സുന്ദരൻ പക്ഷിയാണ് ഗ്രീസ്.

ട്രിയാനാ... ഓ... ട്രിയാനാ...

മറയാൻ മടിക്കുന്ന സൂര്യനെ കൂട്ടുപിടിച്ച് നാലു കിലോമീറ്ററോളം നടന്നാണ് ഞങ്ങൾ പ്യൂന്തോ ദെ ഇസബെല്ല രണ്ട് എന്ന പേരു കൊത്തിയ കമാനപ്പാലത്തിലെത്തിയത്. നാട്ടുകാരുടെ ട്രിയാനപ്പാലം. സ്പെയിനിലെ സെവിയ്യ നഗരകേന്ദ്രത്തിൽ നിന്നുള്ള തെക്കോട്ടിറക്ക മായിരുന്നു അത്. പിന്നെ പടിഞ്ഞാറു കിടക്കുന്ന ട്രിയാനയിലേക്ക് ഒരു പുഴ കടക്കൽ. സെവിയ്യയിൽനിന്ന് കൂടെ വന്ന പാത മടിച്ചു മടിച്ചാണ് പാലം കടക്കുന്നത്. കടന്നുകഴിഞ്ഞാൽ അത് ട്രിയാന യുടെ സായാഹ്നത്തിരക്കിലുടെയങ്ങ് ഓടിപ്പോവുകയാണ്. പാലത്തി നിപ്പുറം സെവിയ്യ അതിന്റെ തിരക്കും ശബ്ദവും നിറഞ്ഞ റോഡു കളും ഉയർന്നു നിൽക്കുന്ന പള്ളിമണിഗോപുരങ്ങളും പഴയ നഗര ത്തിന്റെ പുതിയ ജാരസന്തതികളായ നീളൻ കെട്ടിടങ്ങളുമായി അഹങ്കരിക്കുന്നു. പാലത്തിനപ്പുറം പ്രധാനമായും ഇടത് ട്രിയാന യിൽ, രണ്ടോ മൂന്നോ നിലകളുള്ള ചെറുകെട്ടിടങ്ങൾ പല നിറങ്ങ ളുള്ള ചുമരുകളുമായി നിരന്നു നിന്നു. വിവിധ വർണ്ണങ്ങളുള്ളൊരു തോരണം വലിച്ചുകെട്ടിയ പോലെ. അവയ്ക്കു മുന്നിൽ റോഡിന നും നദിക്കും ഇടയിൽ കസേരകളിൽ അന്താലൂസിയൻ കാറ്റും ക്യു സിനും ആസ്വദിക്കുന്നവരുടെ തിരക്ക് തുടങ്ങിയിട്ടേയുള്ളൂ.

പാലത്തിന്റെ വലതുവശത്ത് പക്ഷം പിടിച്ചു നിൽക്കുകയാണ് സൂര്യൻ. ദൂരെക്കാണുന്ന വലിയൊരു കെട്ടിടത്തിന്റെ സ്റ്റീൽ നിറത്തിൽ തട്ടി അവന്റെ കുറേ വെട്ടം ചിതറിപ്പാഴാവുന്നുണ്ട്. പാലത്തിനടിയി ലേക്ക് ഒളിക്കാനിടം തേടി ഒഴുകിവരുന്ന ഗ്വദാൽക്വിവിർ (Guadalquivir) നദിയെ ബാക്കിയുള്ള മഞ്ഞവെളിച്ചം തൂവിയവൻ മോടിയാക്കുന്നുണ്ട്. നദിയുടെ ഇരുകരയിലൂടേയും നടന്നു പോകുന്ന ചെറുപാതകളി ലേക്ക് ഇളംനീലപ്പൂക്കളുമായി ജക്കരാണ്ടുകളും വെള്ളപ്പൂക്കളുമായി പേരറിയാത്ത മറ്റേതാനും മരങ്ങളും നിഴൽ വീഴ്ത്തുന്നുണ്ട്.

ഞങ്ങൾ നദിക്കപ്പുറത്തേക്ക് നടന്നു.

“ട്രിയാനയുടെ അർത്ഥം അറിയാമോ അമ്മുവിന്?” ഞാൻ ചോദിച്ചു. ഇല്ലെന്ന് അമ്മുവും മിനിയും. നദിക്കപ്പുറം എന്നാണർത്ഥം.

beyond the river. നദിക്കപ്പുറവുമിപ്പുറവും അത്രയ്ക്ക് വ്യത്യസ്ത മായിരിക്കാം. അല്ലെങ്കിൽ ആയിരുന്നിരിക്കാം. സെവിയ്യക്കാർ അക്ക രയെ വിളിക്കുന്നത് റോങ്ങ് സൈഡ് ഓഫ് ദ റിവർ എന്നാണ്. സെവിയ്യയിലെ ഉന്നതകുലജാതരുടെ പാവപ്പെട്ട, വെറുക്കപ്പെട്ട ബന്ധുവായിരുന്നു എന്നും ട്രിയാന. ഇൻഡിപ്പെൻഡന്റ് റിപ്പബ്ലിക് ഓഫ് ട്രിയാന എന്നു പറഞ്ഞ് സെവിയ്യക്കാർ പരിഹസിക്കുകയും പുറത്താക്കുകയും ചെയ്തപ്പോൾ ട്രിയാനക്കാർ ആ സ്വാതന്ത്ര്യ ത്തിൽ ഊറ്റം കൊണ്ടു.

ഗ്വദാൽകിവിർ നദിയുടെ രണ്ടു കൈവഴികൾക്കിടയിലൊരു തുരു ത്തായി പെട്ടുപോയ ട്രിയാനയിലേക്ക് ആദ്യകാലത്ത് ഒരു പൊങ്ങു പാലമാണുണ്ടായിരുന്നത്. വഞ്ചികളും പൊങ്ങുതടികളും നിരനിര യായി വരിഞ്ഞുമുറുക്കി, അതിനുമേൽ പലകകൾ പാകിയ താൽ ക്കാലിക പാലം. ആഫ്രിക്കയിൽ നിന്നും വന്ന് തെക്കൻ സ്പെയിൻ കൈയടക്കിയ മൂറിഷ് (ഇസ്ലാമിക്) വംശജർ പന്ത്രണ്ടാം നൂറ്റാണ്ടിൽ പണിത ഈ താൽക്കാലിക പാലം ചില്ലറ അറ്റകുറ്റപ്പണികളോടെ ഏഴു നൂറ്റാണ്ടുകൾ ഉപയോഗിക്കപ്പെട്ടു. പിന്നീട് ഇസബെല്ല രണ്ടിന്റെ ഭരണകാലത്താണ് ഇത് ഒരു മെറ്റൽ ആർച്ച് പാലമായി നിർമ്മിക്ക പ്പെടുന്നത്, 1852ൽ. ചുറ്റുമുള്ള നഗരങ്ങൾ തങ്ങൾക്കു വേണ്ടാത്ത വരേയും വെറുക്കപ്പെട്ടവരേയും ട്രിയാനയിലേക്ക് ഈ പാലത്തിലൂടെ ആട്ടിപ്പായിച്ചു. ഇതേ പാലത്തിലൂടെതന്നെയാണ് പേർഷ്യയിൽ നിന്നും വടക്കേ ഇന്ത്യയിൽ നിന്നും നാടോടികളും എത്തിയത്. (പതിനാറാം നൂറ്റാണ്ടിൽ ഇത്തരം അലച്ചിലുകാർ ഇംഗ്ലണ്ടിലെത്തി യത് ഈജിപ്തിൽ നിന്നാണെന്ന് തെറ്റായി കരുതപ്പെട്ടിരുന്നു. gyptein എന്നതിൽനിന്ന് ജിപ്സിയുണ്ടായി.) അവരുടെ പിൻതലമുറകൾ നൃത്തം ചെയ്തും പാട്ടു പാടിയും കാളപ്പോരിലേർപ്പെട്ടും നാവിക രായും പെറ്റുപെരുകി ട്രിയാനയെ സ്വന്തമാക്കി. അലഞ്ഞുതിരിഞ്ഞു പോയവർ തിരിച്ച് ട്രിയാനയിലേക്കു തന്നെയെത്തി. ട്രിയാന ഒരു ജിപ്സിക്കോളനിയായി.

വലതുവശത്ത്, ട്രിയാനയിലേക്കുള്ള പ്രവേശം അടയാളപ്പെടു ത്തുന്ന 'മൂന്നു വിളക്കു'കാലും കാർമ്മൻ (Capillita del Carmen) ചാപ്പലുമാണ്. പാലത്തിൽ നിന്നിറങ്ങിപ്പോവുന്ന ജോസാന്റ നടവഴി യിലും പിരിഞ്ഞുപോകുന്ന ചെറുവഴികളിലും കവലകളിലും മനോ ഹരമായ വിളക്കുകാലുകൾ നമുക്കിനി കാണാനുണ്ട്. ചാപ്പൽ ചെറു തെങ്കിലും മൂറിഷ് (ആഫ്രോ ഇസ്ലാമിക്) കെട്ടിടനിർമ്മാണ കൗശല ത്തിന്റെ വിളംബരങ്ങളാണ്, ചെറുഇഷ്ടികകൾ നഗ്നരായി ഒത്തുകൂടുന്ന അതിന്റെ ചുവരുകൾ. ആയിരത്തിത്തൊള്ളായിരത്തി ഇരുപത്തെട്ടി ലാണ് ഇബെരോ അമേരിക്കൻ എക്സ്പോ 1929ന്റെ ഭാഗമായി ഈ ചാപ്പൽ പുതുക്കിപ്പണിയുന്നത്. സെവിയ്യയിൽ ഇതോടൊപ്പം പണി

ഇസബെല്ലാ പാലത്തിൽനിന്നുള്ള ട്രിയാനക്കാഴ്ച

കഴിക്കപ്പെട്ടതാണ് എസ്പാന്യ ചത്വരത്തിന്റെ ഭാഗമായ ബൃഹത്തായ കെട്ടിടം. രണ്ടിന്റെയും ആർക്കിടെക്ട് ഒരാളാണെന്ന് (അനിബാൽ ഗോൺസാലെസ്) അവയുടെ ഇഷ്ടികച്ചുവരുകൾ വിളിച്ചു പറയുന്നുണ്ട്. കൊലുന്നനെയുള്ള മണിഗോപുരവും അത്രയ്ക്കൊന്നും പൊങ്ങാത്ത കുംഭഗോപുരവും അവയ്ക്കിടയിൽ ഒരു നീളൻ ശാലയുമാണ് ചാപ്പലിന്റെ ഭൗതികരൂപം. ആൻഡലൂഷ്യയിൽ കരയുന്ന കന്യകയെന്ന് (Wheeping Virgin) ആരാധിക്കപ്പെടുന്ന പ്രത്യാശയുടെ കന്യകയാണ് (Virgin of Hope) ഇവിടത്തെ പ്രധാന മൂർത്തി. കരുവാളിച്ച കവിളുകളിൽ കണ്ണീർക്കണങ്ങളുമായി നിൽക്കുന്ന കന്യാമറിയത്തിന്റെ മുഖം സെവിയ്യയിലും ട്രിയാനയിലും റോണ്ടയിലുമൊക്കെ വീട്ടുചുമരുകളിൽ പിന്നെ ഞങ്ങൾ കണ്ടു. മദ്യത്തിൽ മതികെട്ടൊരു മതവിരുദ്ധൻ പ്രത്യാശക്കന്യയുടെ മുഖത്തേക്ക് വീഞ്ഞുകുപ്പി വലിച്ചെറിഞ്ഞപ്പോൾ കരുവാളിച്ചതാണ് കവിളുകളെന്നും വീഞ്ഞുകണങ്ങളാണ് അവിടെ തിളങ്ങി നിൽക്കുന്നതെന്നും അന്താലൂസിയൻ പാണന്മാർ പാടുന്നുണ്ട്. ഇവിടത്തെ പള്ളികളിലൊക്കെ കാണുന്ന മറ്റൊരു ചിത്രമാണ് അന്ത്യശ്വാസം വലിക്കുന്ന ക്രിസ്തു. അതിന്റെ ഇംഗ്ലീഷാണ് രസം Jesus in expiration! (പണ്ട് ട്രിയാനയിലെ തെരുവിൽ നെഞ്ചിൽ കുത്തേറ്റുവീണ ഒരു ജിപ്സിയുടെ ചിത്രമാണത്രേ പിന്നീട് Jesus in expiration എന്ന് വാഴ്ത്തപ്പെട്ടത്.) പള്ളിപ്പെരുന്നാൾ കാലങ്ങളിലെ ഘോഷയാത്രകളിൽ നാടു ചുറ്റാനിറങ്ങുന്നത് ഈ മേരിയും ക്രിസ്തുവുമാണ്. കാളപ്പോരുകാരുടേയും കപ്പലോട്ടക്കാരുടേയും ജിപ്സികളുടേയും സംരക്ഷകയായതിനാൽ ട്രിയാനയുടെ അരുമയാണ് കണ്ണീർക്കന്യക. കരയുന്ന കന്യക കഴിഞ്ഞാൽ ആൻഡലൂഷ്യയുടെ പ്രമുഖ ദൈവികതാരങ്ങളാണ് വിശുദ്ധ ജസ്റ്റയും റഫിന്നയും. ട്രിയാനയോടു ചേർന്ന്

സെവിയ്യയിലാണ് ഈ സഹോദരിമാർ ജീവിച്ചത്. സെവിയ്യ സിസ്റ്റേഴ്സ് എന്നു വിളിക്കാം. ചാപ്പലിന്റെ കുംഭഗോപുരത്തിൽ ഇവരുണ്ട്. ട്രിയാനയുടെ സ്പെഷ്യൽ സെറാമിക് ടൈലുകൾ ചേർത്തു മനോഹരമാക്കിയ ഗോപുരകുംഭത്തിന്റെ ജാലകങ്ങളിലൂടെ അവർ ട്രിയാനയുടെ മേൽ അനുഗ്രഹങ്ങൾ ചൊരിയുന്നു.

ചാപ്പലിന് പിന്നിലായി, വെള്ളച്ചുമരിൽ നദിയിലേക്ക് കണ്ണുരുട്ടുന്ന വലിയ കറുത്ത അക്ഷരങ്ങൾ കാണാം. Castelle de Jorge. പഴയ കോട്ടയാണ്. റോമൻ കാലത്തെ ഇൻക്യുസിഷൻ താവളമായിരുന്നു അത്. റോമൻ സഭയോട് വിധേയത്വം ബോധിപ്പിക്കാത്തവരും ജൂതരും മറ്റു മതസ്ഥരും ഇവിട പീഡിപ്പിക്കപ്പെടുകയും വധിക്കപ്പെടുകയും ചെയ്തു. അവരുടെ രോദനങ്ങളുടെ സൂക്ഷിപ്പുശാലയാണ് ഇന്നീ കെട്ടിടം. ഈ കോട്ടയുടെ തകർന്നുപോയ ഭാഗങ്ങളിലാണ് ട്രിയാനയുടെ പൊതു മാർക്കറ്റ് ബമെർക്കാഡോ ദെ ട്രിയാന. സെറാമിക് ടൈലുകളിൽ മുങ്ങിനിൽക്കുന്ന മുൻഭാഗം പോലെതന്നെ സുന്ദരമാണ് ചിട്ടയായും കലാപരമായും ഒരുക്കിയിട്ടുള്ള അകത്തളവും സ്റ്റാളുകളും. വൈകിയെത്തിയ ഞങ്ങൾക്കു വേണ്ടി ഏതാനും സ്റ്റാളുകളേ കാത്തിരുന്നുള്ളൂ.

ട്രിയാനയിലേക്ക് കയറുന്നിടത്ത് കടുംപച്ചയിലകൾ വാരിക്കൂട്ടിയൊരു മരം ആലുപോലെ പടർന്നു പന്തലിച്ചു നില്ക്കുന്നുണ്ട്. അതിനടുത്ത് തെരുവോരം ചേർന്ന് രണ്ടു പേർ, കമിതാക്കളാവാം, റെക്കോർഡ് സംഗീതമിട്ട് മതിമറന്നുള്ള നൃത്തത്തിലാണ്. മേലാടകളൊക്കെ പാലത്തിന്റെ കൈവരികളിൽ ചാരിവെച്ച സൈക്കിളുകളിൽ തൂക്കിയിട്ടിട്ടുണ്ട്. തേങ്ങിവലിയുന്നൊരു ബാവുൽ ഗാനത്തോടു ചേർന്നു നിൽക്കുന്ന സംഗീതത്തോടു ചേർന്ന് എങ്ങനെയാണ് ഇവരിങ്ങനെ താളാത്മകമായി നൃത്തം ചെയ്യുന്നത്. ഒഴുകാൻ മടിയുള്ള ഒരരുവിയുടെ ഭംഗി അതിനുണ്ടായിരുന്നു. അവർക്കു മുന്നിൽ ഭിക്ഷാപാത്രങ്ങളോ വിരിച്ചുവെച്ച തോർത്തോ ഇല്ല. ആളുകൾ മാറിനിന്ന് നൃത്തം ആസ്വദിച്ച് കൈയടിച്ചും കൈയുയർത്തി വീശി അഭിനന്ദിച്ചും എക്സെലന്റ് വിളിച്ചും കടന്നുപോവുന്നു. നൃത്തത്തിന്റെ മന്ദലയത്തിൽതന്നെ കൈ വീശിയും മനോഹരമായി പുഞ്ചിരിച്ചും അവരെല്ലാവർക്കും നന്ദി പ്രകാശിപ്പിക്കുന്നു. കൂട്ടിപ്പിടിച്ചും കെട്ടുപിണഞ്ഞും വട്ടം കറങ്ങിയും അലസവേഗങ്ങളിലൂടെ നൃത്തം തുടർന്നു. രണ്ടു പാട്ട് കഴിഞ്ഞപ്പോൾ പുരുഷൻ സാധനങ്ങൾ അവരുടെ സൈക്കിളുകളിൽ ഒതുക്കിവെയ്ക്കാൻ തുടങ്ങി. ഞങ്ങളെ അത്ഭുതപ്പെടുത്തുകയും സന്തോഷിപ്പിക്കുകയും ചെയ്തുകൊണ്ട് സുന്ദരിപ്പെണ്ണ് ഫ്ളമെൻകോ നൃത്തത്തിന്റെ ദ്രുതച്ചുവടുകളിലേക്ക് കടന്നു. ഫുട്പാത്തിന്റെ സിമന്റ് തറയിൽ കാൽമടമ്പടിച്ച് അവൾ തീർത്ത നാദവിസ്മയം! ചലനങ്ങളും ഭാവങ്ങളും തീക്ഷ്ണം. തൊട്ടുപിന്നിൽ ഒരാൾപൊക്കമുള്ള തറയിൽ നൃത്തത്തിനിടയിൽ നിശ്ചലമായൊരു

നിമിഷത്തിൽ തറഞ്ഞുനിന്ന് പഴയൊരു ഫ്ളമെൻകോ നർത്തകി യുടെ കറുത്ത ശിൽപ്പം അതിന് നിശ്ശബ്ദം പിന്തുണയേകി. അയഞ്ഞ പേശികളുടെ ലാസ്യമല്ല, സ്ത്രീശരീരത്തിന്റെ ശക്തിയുടെയും കത്തുന്ന സൗന്ദര്യത്തിന്റെയും അഢാളിപ്പിക്കുന്ന നിമിഷങ്ങളായി രുന്നു അത്.

സുന്ദരൻ, സൈക്കിളുകൾ തയ്യാറാക്കിയിരിക്കുന്നു. കറുത്ത കോട്ടിട്ട് തന്റെ കൗബോയ് തൊപ്പിയിൽ അവൻ കൂടുതൽ സുന്ദരനായിരി ക്കുന്നു. സുന്ദരിക്കുട്ടി തന്റെ ഫ്ളമെൻകോ ആവേശം, അതിദ്രുത മായൊരു പാദതാളത്തിനു ശേഷം നിർത്തിവെച്ച് വിയർപ്പും ക്ഷീണവും തുടച്ചുമാറ്റി തന്റെ കറുത്ത ബനിയൻ അരയിൽ ചുറ്റി അതിന്റെ നീളൻ കൈകൾ മുന്നിലേക്ക് കെട്ടിവെച്ചു. ഒരു കറമ്പൻ കാമുകൻ പിന്നിൽനിന്ന് പൂണ്ടടക്കം കെട്ടിപ്പിടിച്ചപോലെ അതവിടെ തൂങ്ങി ക്കിടന്നു. പിന്നെ സുന്ദരനടുത്തു ചെന്ന് അവർ ഒരു കെട്ടു ചുംബന ങ്ങൾ പകുത്തെടുത്തു. ആ ചുംബനങ്ങളുടെ തീക്ഷ്ണതയിൽ അവന്റെ കൗബോയ് തൊപ്പിയും ഞങ്ങളുടെ മനസ്സുകളും ഇളകിയാടി.

ആൺകുട്ടി, ട്രിയാനപ്പാലം കടന്ന് സെവിയ്യയിലേക്ക് ചവിട്ടിപ്പോയി. സുന്ദരിപ്പെണ്ണ് സൈക്കിളിലേറി ഫ്ളമെൻകോ പ്രതിമയെ വലം ചുറ്റി ജോസാന്റ റോഡിൽനിന്ന് ഇടത്തോട്ടിറങ്ങിപ്പോയി. ട്രിയാനപ്പാല ത്തിന്റെ ട്രിയാനക്കരയിൽ നിന്ന് ഞങ്ങളാലോചിക്കുകയാണ്, എന്തി നാണ് ഇവർ അരമണിക്കൂറോളം തെരുവോരത്ത് നൃത്തം ചെയ്തത്. നൃത്തത്തിനോടുള്ള അഭിനിവേശം? അതോ അവരവരുടെ പ്രണയം നൃത്തം ചവിട്ടിയുറപ്പിക്കുകയായിരുന്നോ? തലമുറകളിലൂടെ രക്ത ത്തിലേക്ക് നുരഞ്ഞുകുത്തിയെത്തുന്ന ജിപ്സിക്കണങ്ങളെ തൃപ്തി പ്പെടുത്തുകയോ? എന്തായാലും ട്രിയാനയിലേക്കുള്ള ഞങ്ങളുടെ പ്രവേശത്തിന് ഇതിലും നല്ല പശ്ചാത്തലം കിട്ടാനില്ല.

ഞങ്ങൾ സുന്ദരിക്കുട്ടി സൈക്കിളോടിച്ചുപോയ വഴിയിലുടെ ഫ്ളമെൻകൊ സ്മാരകം ചുറ്റി താഴേക്കിറങ്ങി നദീതീരത്തേക്ക് നടന്നു. വഴിയരുകിൽ ജീൻ ബെൽമോണ്ടിന്റെ പ്രതിമയുണ്ട്, കറു പ്പഴകിൽതന്നെ. ട്രിയാനയിലെ ഏറ്റവും പ്രശസ്തനായ കാളപ്പോരു കാരനാണ് ബെൽമോണ്ട്. വളരെ സാഹസികനും. പോരുകാളയോട് വളരെ ചേർന്നുനിന്ന് അതിനെ വിറളിപിടിപ്പിക്കുന്നതിൽ വിദഗ്ധൻ. എല്ലാ പോരുകളിലും കാള തോൽക്കുന്നില്ല. ഏതെങ്കിലും കാളയ്ക്ക് എന്നെങ്കിലും ഒരു ദിവസം കിട്ടും (each dog has a day) എന്നാണല്ലോ ചൊല്ല്. അങ്ങനെയൊരു ദിവസം കാള ബെൽമോണ്ടിന്റെ വാരി യെല്ലുകൾക്കിടയിലൂടെ കൊമ്പുകൾ കേറ്റി. പോരുകാള കൊമ്പു കുത്തിയെടുത്ത നെഞ്ചിലെ തുള പ്രതിമയിലുണ്ട്. ജിപ്സിക്കാലത്ത് മിടുക്കരായ കാളപ്പോരുകാരുടേയും ഫ്ളമെൻകോ കലാകാരന്മാരു ടേയും കളിമൺപാത്രനിർമ്മണ വിദഗ്ധരുടേയും നാവികരുടേയും പേറ്റുപുരയായിരുന്നു ട്രിയാന.

നദിക്ക് സമഗതിയായി ബെട്ടിസ് റോഡ് (calle Betis കായെ ബെട്ടിസ്). നിരനിരയായി ടപാസ് റെസ്റ്റോറന്റുകളാണ്. നിരയായി നിറത്തിൽ മുങ്ങിയ ചുവരുകൾ. പാലത്തിൽ നിന്ന് നമ്മൾ കണ്ട ബഹുവർണ്ണത്തോരണങ്ങളിതാണ്. സഞ്ചാരികളെ പിടിക്കാനും പിഴിയാനും ഉള്ള ഒരു കസർത്തു വാക്കാണ് ഈ ടപാസ്. വെറും സ്നാക്സ്. പച്ച മലയാളത്തിൽ, കുടിക്കുമ്പോളൊരു കടി. ബാറിലാണെങ്കിൽ നമ്മുടെ ടച്ചിങ്ങ്സ്. അത്രേയുള്ളൂ. അത് ഉപ്പിലിട്ട ഒലിവാകാം. സോസിലിട്ട മീറ്റ് ബോളാകാം. സ്പാനിഷ് ഓംലറ്റ് ആകാം. രണ്ടു തവി 'പായെയ്യ' (സ്പെയിനിലെ ബോറൻ ബിരിയാണി) ആവാം. ഈ നിസ്സാരനെയാണ് സ്പെയിനിലെ 'ചായക്കട' ടൂറിസത്തിന്റെ (restaurant tourism) മൂലക്കല്ലായി കൊണ്ടാടുന്നത്.

റെസ്റ്റോറന്റുകൾക്ക് മുന്നിലും പാതയോരത്തും ഭംഗിയായി നിരത്തിയിട്ട തീൻമേശകളിൽ ആളുകൾ എത്തുന്നതേയുള്ളൂ. തോർന്നുകൊണ്ടിരിക്കുന്ന വെയിലുമേറ്റ് ഗ്ലാസുകളിൽ മയങ്ങിക്കിടക്കുന്നത് കോർഡോബയിൽ നിന്നും റോണ്ടയിൽ നിന്നും വരുന്ന സൊയമ്പൻ വീഞ്ഞാണ്. ചിലർക്കു മുന്നിൽ ഷെറിക്കോപ്പകൾ വെളുക്കെ ചിരിക്കുന്നുണ്ട്. അന്താലൂസിയയിലെ Jerezൽ വിളയുന്ന 'വെരി സ്പെഷ്യൽ' വെളുത്ത മുന്തിരിയിൽ നിന്നുണ്ടാകുന്ന വീഞ്ഞിൽ ബ്രാണ്ടി ചേർത്ത് കടുപ്പിച്ചതാണ് ഷെറി.

ഒഴിഞ്ഞുകിടന്ന ഒരു കൂട്ടം കസേരകളിൽ ഞങ്ങളിരുന്നു. ഇവിടെയിരുന്നു കാണുന്ന കാഴ്ചകൾക്കും മുന്തിയ വീഞ്ഞോളം ലഹരിയുണ്ട്. ഇസബെല്ല മഞ്ഞവെയിൽച്ചേല ചുറ്റി ചമഞ്ഞിരിക്കുന്നു. അടിയിലൂടെ ഒഴുകുന്ന നദിയിലേക്കും മഞ്ഞരാശി ഊർന്നിറങ്ങുന്നുണ്ട്. മഞ്ഞ കയാക്കുകളിൽ ചുവന്ന ജാക്കറ്റിട്ട് തുഴഞ്ഞു നീങ്ങുന്ന സുന്ദരന്മാരും സുന്ദരികളും. നദിക്കപ്പുറത്ത് സെവിയ്യയുടെ സ്വകാര്യ അഹങ്കാരങ്ങൾ. ടൊറെ ഡെൽ ഓറോ, നഗര സംരക്ഷണഭിത്തിയുടെ ഉയർന്ന ഭാഗങ്ങൾ. അതിനു പിന്നിൽ ഉയർന്നു നിൽക്കുന്നത് സെവിയ്യ കത്തീഡ്രലിന്റെ കുന്തമുന ഗോപുരങ്ങൾ. ഗോഥിക് നിർമ്മാണ ശൈലിയുടെ പ്രത്യേകതയാണത്. എല്ലാറ്റിനും മുകളിലായി കത്തീഡ്രലിന്റെ പള്ളിമണിഗോപുരം ഹിരാൾദാ ടവർ (Giralda Tower). മണിഗോപുരത്തിന് കാവൽമാലാഖമാരാകുന്നത് കാർമ്മൻ ചാപ്പലിൽ നമ്മൾ പരിചയപ്പെട്ട വി. ജസ്റ്റയും വി. റഫിന്നയും.

ആയിരത്തിയിരുന്നൂറുകളിൽ സെവിയ്യയുടെ പ്രതിരോധ ഗോപുരമായാണ് Torre del oro നിർമ്മിക്കപ്പെടുന്നത്. പന്ത്രണ്ടു വശങ്ങളുള്ള ഗോപുരം. ഗ്വദാൽക്വിവിർ നദിയിലൂടെയുണ്ടാവുന്ന കടന്നുകയറ്റങ്ങളെ ചെറുക്കുകയായിരുന്നു ലക്ഷ്യം. സുരക്ഷാഭിത്തികളുള്ള (city wall) പഴയ നഗരങ്ങളിൽ ഇത്തരം കാവൽപ്പുരകൾ സാധാരണമായിരുന്നു. പല തവണ പ്രകൃതിക്ഷോഭങ്ങൾ തകർക്കാൻ ശ്രമിച്ചെങ്കിലും അതിനെയെല്ലാം അതിജീവിച്ച് ഇന്നത് മൂന്ന് നിലകളുള്ള

സുന്ദരൻ നിർമ്മിതിയായിരിക്കുന്നു. സൂര്യനെക്കണ്ടാൽ സ്വർണ്ണ നിറത്തിൽ മഞ്ഞളിക്കുന്നതുകൊണ്ട് സുവർണ്ണഗോപുരം എന്നും ഇതു വിളിക്കപ്പെടുന്നു.

ബെട്ടിസ് റോഡിന് ഏതാനും ചവിട്ടുപടികൾ കയറിയും ട്രിയാന പ്പാലത്തിലേക്ക് തിരിച്ചെത്താം. വീണ്ടും ഫ്ളമെൻകോ ശില്പവും മാർക്കറ്റും കാർമ്മൻ ചാപ്പലുമുള്ള ചത്വരത്തിലേക്ക് ഞങ്ങളെത്തി. ഒന്നരയാൾ പൊക്കമുള്ള ചുവപ്പുരാശിയുള്ള മാർബിൾ തറയിലാണ് ശിൽപം. വലതുകാൽ മുന്നിലെ പീഠത്തിലേക്ക് വെച്ച്, ഇടതുകൈ യാൽ വലതു തുടയിൽ തന്റെ ഗിത്താർ ചാരിപ്പിടിച്ച്, വലതു കൈ വിരലുകൾ ഗിത്താർ കമ്പികളിൽ സമർപ്പിച്ച്, സ്ത്രീശരീരത്തിന്റെ ശക്തിസൗന്ദര്യങ്ങൾ അടിമുടി ലയിപ്പിച്ച് കറുപ്പഴകിലാടുന്നു നർത്തകി. Triana Al Arte Flamenco എന്ന് താഴെ പരിചയപ്പെടുത്തൽ. കറുത്ത പ്രതിമയ്ക്ക് മുന്നിൽ കറുത്ത ടോപ്പുകളിട്ട അമ്മുവിനേയും മിനി യേയും നിർത്തി ഒരു പടമെടുത്തു. ചിത്രത്തിൽ ട്രിയാനയുടെ സർ വ്വാധിപയെപ്പോലെ ഫ്ളമെൻകോ സ്മാരകം ഉയർന്നു നിന്നു. പിന്നിലെ കെട്ടിടത്തിന്റെ മുഖപ്പിൽ ചത്വരത്തിന്റെ പേരു വായിക്കാം. ആൾട്ടസാനോ. (Plaza del Altazano)

അനുരാഗിക്ക് ആദ്യസംഗമത്തിൽതന്നെ എല്ലാം സമർപ്പിച്ച പൊട്ടിപ്പെണ്ണാണ് ഈ പാവം ട്രിയാന.

അര മണിക്കൂറിനും അരക്കിലോമീറ്റർ നടത്തത്തിനുമിടയിൽ ടെക്സ്റ്റ് ബുക്ക് കാഴ്ചകളെല്ലാം കണ്ടു കഴിഞ്ഞിരിക്കുന്നു. എന്നാൽ ഇതൊന്നുമല്ല ട്രിയാനയിലേക്ക് എന്നെ വശീകരിച്ചു കൊണ്ടുവന്നത്. അത് ആയിരത്തി നാനൂറുകളിൽ ഇവിടെയെത്തിയ ജിപ്സികളാണ്. വടക്കനിന്ത്യയിൽ നിന്നലഞ്ഞെത്തിയവർ. അല്ലലും അലച്ചിലും ആസ്വദിച്ച് അവർ അന്താലൂസിയൻ ഗ്രാമങ്ങളിൽ തമ്പ് കൂട്ടി. ആട്ടവും പാട്ടും പട്ടിണിയും പടംവരയുമൊക്കെയായി അവർ കഴിഞ്ഞുകൂടി. ചിട്ടയായി ജീവിതം ചവച്ചു തീർക്കുന്ന പരിഷ്കാരികൾക്ക് ചിട്ടയോ ചട്ടങ്ങളോ ഇല്ലാത്ത ജിപ്സി ജീവിതം സാമൂഹ്യവിരുദ്ധമായി. അവര വരെ ഗിത്താനോകൾ എന്നപമാനിച്ച് മാറ്റിനിർത്തി. ഗിത്താനോ എന്നത് ജിപ്സികളുടെ വിളിപ്പേരു പോലെയായിട്ടുണ്ടെങ്കിലും അതിന്റെ നേരർത്ഥം മാന്യമായി ജീവിക്കാത്തവൻ എന്നാണ്. മാന്യത! അത് ഡിക്ഷ്ണറി നിർവ്വചിക്കുന്നുമില്ല. ജിപ്സികളുടെ ജീവിതവും ചേരികളും കലകളുമായിരുന്നു ഈ കരയുടെ ആത്മാവ്. ഇന്നും ഈ ജിപ്സി ഹാങ്ങ് ഓവർ ആണ് ട്രിയാനയുടെ കൈമുതൽ.

ഭാവിയെ പ്രതീക്ഷിക്കുകയോ വർത്തമാനത്തെ ആസ്വദിക്കുകയോ ചെയ്യാത്ത പിന്തിരിപ്പനാണ് ഞാനെന്ന് എന്റെ കുടുംബം സാക്ഷ്യ പ്പെടുത്തുന്നു. റോമിലേയും ആതൻസിലേയും എഫെസ്സസ്സിലേയും ബീസിപ്പറമ്പുകളിലേക്ക് എന്നെ കൊണ്ടുപോയ കൂടോത്രത്തിന്റെ പേര് ഭൂതകാലാസക്തി എന്നു തന്നെയാണ്. ചികിത്സയ്ക്കു വഴങ്ങാത്ത

ഈ ഭ്രാന്തിനൊപ്പം അല്പം മുഷിവോടെയാണെങ്കിലും അപ്പുവും അമ്മുവും നില്ക്കുന്നുവെന്നത് എന്റെ ഭാഗ്യം. (ഇതുതന്നെ കണ്ടോ, ട്രിയാനപ്പാലത്തിൽനിന്ന് ഭൂതകാലത്തിന്റെ ഗുഹകളിലേക്ക് ഞാൻ ഊർന്നുപോയത്!)

ആൾട്ടസാനോ ചത്വരത്തിൽ നിന്നിറങ്ങി ജോസാന്റ റോഡിലൂടെയും പേരു ചോദിക്കാതെ ഏതാനും ചെറുവഴികളിലൂടെയും ഞങ്ങളലഞ്ഞു. ഐസ് ക്രീം കടകളിൽ ചെന്ന് പല ഫ്ളേവറുകൾ മണത്തും രുചിച്ചും സഞ്ചാരിക്കൂട്ടങ്ങൾക്കൊപ്പം കൂടി, അവരുടെ ഗൈഡിന്റെ അറിവുകൾ കവർന്നെടുത്തും സോവനീർ ഷോപ്പുകളിൽ ചെന്ന് വെറുതെ വില ചോദിച്ചും വിലപേശിയും ടപാസ് റെസ്റ്റോറന്റുകളിൽ കയറിച്ചെന്നിരുന്ന് രാത്രി പതിനൊന്നിനാരംഭിക്കുന്ന ഫ്ളമെൻകോ ഷോയെക്കുറിച്ച് വിശദമായി ചോദിച്ചറിഞ്ഞും ഒന്നൊന്നര മണിക്കൂറോളം ഞങ്ങൾ ട്രിയാനയുമായലഞ്ഞു. അതിനിടയിൽ രണ്ടു പള്ളികളും സെറാമിക് വർക്ക്ഷോപ്പും പ്രദർശനശാലയും ഞങ്ങൾക്ക് മുന്നിലെത്തി. പക്ഷേ, വാതിലുകൾ അടഞ്ഞു കഴിഞ്ഞിരുന്നു.

നിരന്തരം ചിലയ്ക്കുന്ന കിളികളുടെ കൂടാണ് ട്രിയാന. മൂകമാവുന്ന ഒരു നിമിഷം പോലുമില്ല. മുക്കാൽ ഭാഗം സ്റ്റാളുകളും അടഞ്ഞുപോയ മെർക്കാഡോയിൽ പോലും ശബ്ദം നിറഞ്ഞുനിന്നു. പക്ഷേ, സെറാമിക് വർക്ക്ഷോപ്പും എക്സിബിഷൻ ഹാളും നിന്ന കവല അസാധാരണമാം വിധം നിശ്ശബ്ദമായിരുന്നു. ഉള്ളിലെ കാഴ്ചകൾ നഷ്ടപ്പെട്ടതിന്റെ സങ്കടം തുടച്ചു കളയുന്നതായിരുന്നു പുറത്തെ ചുമരിലെ കാഴ്ചകൾ. ഇതിഹാസകഥാപാത്രങ്ങളുടെ ജീവൻ തുടിക്കുന്ന പൂർണ്ണകായചിത്രങ്ങൾ ഏതാനും സെറാമിക് ഫലകങ്ങളിലെ വരകൾ ഒത്തുചേർന്ന് ചമച്ചെടുക്കുന്നത് ഞങ്ങളെ അത്ഭുതപ്പെടുത്തി. പടയണിക്കോലങ്ങൾ അനേകം പാളത്തുണ്ടുകളിൽ വരച്ചു ചേർത്തുണ്ടാക്കുന്ന അതേ കലാചാതുരി. പുറംചുമരിലെ കലാകേമത്തം കണ്ട് മറ്റു സഞ്ചാരികൾക്കൊപ്പം ഞങ്ങളും നിശ്ശബ്ദരായി നിന്നു.

ഗ്വദാൽക്വിവിർ നദിയുടെ കൈവഴികൾ കുഴച്ചു നൽകിയ കളിമണ്ണിലാണ് ട്രിയാനയുടെ വിശിഷ്ട ടൈലുകൾ നീലനിറത്തിൽ വിരിഞ്ഞിറങ്ങിയത്, കളിമൺരൂപങ്ങൾ ചുട്ടിറങ്ങിയത്. കലാവിരുതന്മാർ അവയിൽ നിറങ്ങളും ചിത്രങ്ങളും ചേർത്തു. അസുളെഹോസ് (azulejos) എന്നിവ പ്രശസ്തമായി. അന്താലൂസിയയിലെ വീടുകളിലും പള്ളിച്ചുമരുകളിലും ഗോപുരത്തുഞ്ചങ്ങളിലും കൊട്ടാരങ്ങളിലും ഈ കളിമൺപിറവികൾ വിലസുന്നു. സെവിയ്യയിലെ എസ്പാന്യ ചത്വരത്തിലെ വമ്പൻ കെട്ടിട സമുച്ചയം ഉണ്ടാക്കിയിരിക്കുന്നതു തന്നെ ട്രിയാനയുടെ സെറാമിക് വൈദഗ്ധ്യം വിളിച്ചു പറയാനാണെന്ന് തോന്നുന്നു. അത്രയ്ക്കുണ്ട് ട്രിയാന ടൈലുകളുടെ സാന്നിധ്യം. ഇന്ന് കളിമണ്ണ് കിട്ടാനില്ല. സെറാമിക് ഫാക്ടറികളും വർക്ക്ഷോപ്പുകളുമില്ല. ട്രിയാന ടൈലുകൾ അപൂർവ്വമായിരിക്കുന്നു. അല്ലെങ്കിൽ

തന്നെ ഇന്നത്തെ കോലംകെട്ട കെട്ടിടങ്ങൾക്ക് എന്തിനാണ് ട്രിയാന ടൈലുകളുടെ നീലക്കെട്ട്?

ഇനി ജിപ്സിക്കോളനിയിലൂടെ വെറുതെയൊന്നു കറങ്ങി നടക്കണം. വെറുതെ ഒരലച്ചിൽ. അങ്ങനെയൊരാഗ്രഹം ബാക്കിയുണ്ട്. ഒരു കാൽപ്പനിക ഭൂമിയായാണ് മനസ്സിൽ ഈ കോളനിയുള്ളത്. ജിപ്സികളുടെ പരമ്പരാഗത ചേരികളായ കൊരാലകൾ ഇന്ന് നിലവിലില്ലെന്ന് 'വിക്കി'യും വിക്കാതെയും ഗൂഗിൾ പറയുന്നു. ആയിരത്തിത്തൊള്ളായിരത്തി എഴുപത്തിയേഴിലാണ് സെവിയ്യ മുൻസിപ്പാലിറ്റി ജിപ്സികളെയെല്ലാം വാരിക്കൂട്ടി മൂവായിരം യൂണിറ്റുകളുള്ള ഫ്ളാറ്റ് സമുച്ചയത്തിലേക്ക് മാറ്റിയത്. ഭേദപ്പെട്ട അടിസ്ഥാന സൗകര്യങ്ങളോടെ തുടങ്ങിയ കോളനി മെല്ലെമെല്ലെ ക്ഷയിച്ചു തുടങ്ങി. ഇന്നത് പാവപ്പെട്ടവരുടേയും വെറുക്കപ്പെട്ടവരുടേയും തൊഴിലില്ലാത്തവരുടേയും ലഹരിയുടേയും ദരിദ്രകലാകാരന്മാരുടേയും അന്താലൂസിയൻ മേൽവിലാസമാണ്. അലഞ്ഞുതിരിയുന്ന ദരിദ്രകലാകാരന്മാർ എല്ലായിടത്തും ക്രിമിനലുകളാണ്. നഗരത്തിൽ എന്തെങ്കിലും പ്രശ്നങ്ങളുണ്ടായാൽ പൊലീസ് കുറ്റവാളികളെത്തേടി 'മൂവായിരം വീട്' കോളനിയിലെത്തുമത്രേ. നിറംകെട്ട ജീവിതങ്ങൾക്കിടയിലും പഴയ ജിപ്സി പാരമ്പര്യങ്ങൾ ഇപ്പോഴും പുലരുന്നുണ്ടത്രേ. നിറമാർന്ന ആടകളുമായി ഫ്ളമെൻകോ നൃത്തവും നേർത്ത നിലവിളിയുടെ പതിഞ്ഞ താളത്തിലൊഴുകുന്ന ഗാനങ്ങളും ഹൃദയത്തിലേക്ക് നേരിട്ട് ലഹരി കുത്തിവെയ്ക്കുന്ന ഗിത്താർ വായനയുമൊക്കെ Las Tres mil viviendas എന്ന മൂവായിരം വീട് കോളനിയിൽ ഇപ്പോഴും സജീവമാണെന്നാണ് ഞങ്ങൾ വായിച്ചിട്ടുള്ളത്.

ആൾട്ടസാനോ പ്ലാസയിലേക്ക് തിരിച്ചെത്തിയപ്പോൾ ഒന്നു രണ്ടു സഞ്ചാരിക്കൂട്ടങ്ങളോട് ഞങ്ങൾ ജിപ്സിക്കോളനിയെക്കുറിച്ച് ചോദിച്ചു. മൂവായിരം വീട്ടിലേക്കുള്ള വഴി ചോദിച്ചു. പാപങ്ങളുടെ പന്നിക്കൂട്ടിലേക്കോ കുറ്റങ്ങളുടെ കൂടാരത്തിലേക്കോ പോകുന്നവരെപ്പോലെ അവർ ഞങ്ങളെ തുറിച്ചുനോക്കി.

"ഏയ്, അത് നിങ്ങൾക്ക് പോകാൻ പറ്റിയ ഇടമല്ല. ടാക്സിക്കാറുകൾ പോലും അങ്ങനെ പോകാറില്ല." അവരുടെ നേതാവ് ഞങ്ങളെ നിരുത്സാഹപ്പെടുത്തി. വഴിയിൽ വെച്ച് ഒരു ടാക്സിക്കാരനോടും ഞങ്ങൾ ചോദിച്ചു നോക്കി. അയാളുടെ സ്പാനിഷ് മനസ്സിലായില്ലെങ്കിലും മറുപടിയിലെ നീരസവും താല്പര്യക്കുറവും വ്യക്തമായിരുന്നു.

എവിടേക്കൊക്കെ കറങ്ങിയാലും ട്രിയാനയിലേക്കു തന്നെ മടങ്ങിയെത്തുന്ന ജിപ്സികളെപ്പോലെ ആൾട്ടസാനോ കവലയിലൂടെ ബെട്ടിസ് റോഡിലേക്കുതന്നെ ഞങ്ങൾ തിരിച്ചെത്തിയിരിക്കുന്നു. നദിക്ക് ഓരം ചേർന്നൊഴുകുന്ന റോഡ്. അലുമിനിയം കസേരകളിലിരുന്ന് ഇളംവെയിലും ചെറുഭക്ഷണവും തിന്നുന്നവർക്ക് കുട പിടിച്ചു കൊടുക്കുന്ന ഓറഞ്ച് മരങ്ങളുടെ നിര. ഞങ്ങൾ റോഡിന്

അറ്റത്ത് സെവിയ്യയെയും കാർമ്മൻ ചാപ്പലിനേയും പുയന്റ ഇസബെല്ല യേയും കാണാവുന്ന ഒരു മേശ സ്വന്തമാക്കി. വിശപ്പൊന്നുമില്ല. ക്ഷീണവുമില്ല. പക്ഷേ, മനസ്സ് വിതുമ്പുന്നുണ്ട്. കാമുകിയെ നഷ്ടപ്പെട്ട കവിയെപ്പോലെ ഞാൻ ആനന്ദധാരയിലെ ചില വരികൾ പാടി. വായിച്ച് വായിച്ച് ട്രിയാനയോടും ജിപ്സിക്കോളനിയോടും വല്ലാത്തൊരടുപ്പം തോന്നിയിരുന്നു. നിറം നിറഞ്ഞ കൊരാലകൾ (Corrales സ്പാനിഷ്). നക്ഷത്രങ്ങളെ കൂട്ടിപ്പിടിച്ചെടുത്ത് ആകാശത്തേക്ക് പറപ്പിക്കുന്നതുപോലെയുള്ള ഗിത്താർ സ്വനങ്ങൾ. ഫ്ളമെൻകോയ്ക്ക് ചുവടുവെച്ചു പഠിക്കുന്നൊരു കൗമാരക്കാരി. മഞ്ഞയും നീലയും ചുവരുകളുള്ള കെട്ടിട്ടടങ്ങൾക്കിടയിലെ ഇടുങ്ങിയ വഴിയിലേക്ക് ഗോളടിക്കുന്ന, നിക്കർ മാത്രമിട്ടൊരു പത്തു വയസ്സുകാരൻ. കൊരാലയുടെ രണ്ടാംനിലയിൽ വലിച്ചുകെട്ടിയ ബെഡ്ഷീറ്റിന് പിന്നിൽ നിന്നുയരുന്ന ഫ്ളമെൻകോ ഗാനത്തിന്റെ തേങ്ങൽ. നടുമുറ്റത്തിരുന്ന് ലഹരിപ്പുക നുണയുന്ന, ദേഹമാകെ പച്ചകുത്തിയ യുവാക്കൾ. മുറ്റത്തെ മരത്തിൽ ചാരിവെച്ചിരിക്കുന്ന കുറ്റപ്പാട് തീർത്ത മീൻവലകൾ. അങ്ങനെയങ്ങനെ.... ദിവസങ്ങളായി ഞാൻ വരച്ചും നിറം നിറച്ചും തയ്യാറാക്കിയ ചിത്രങ്ങൾ. ഒന്നുമില്ല. ഒന്നും കാണാനില്ല. മനസ്സിന്റെ ചുവരുകളിൽനിന്ന് അതെല്ലാം കീറിക്കളയണം. അഴുക്കുപിടിച്ച അഴകില്ലാത്തൊരു ചുമരപ്പോൾ ബാക്കിയാവും. ഇതൊരു പരാജയപ്പെട്ട യാത്രയാവും. കെട്ടിടങ്ങൾക്കും പള്ളികൾക്കും ബാറുകൾക്കും ആൾത്തിരക്കിനുമിടയിലെവിടെയോ 'ജിപ്സിക്കാലം' ഒളിക്കപ്പെട്ടിരിക്കുന്നു.

ഞങ്ങൾ ഒരു പ്ലെയ്റ്റ് കുക്കീസിനും രണ്ട് Cafe con Leche കാപ്പിക്കും എനിക്കൊരു മൊഹിറ്റോയ്ക്കും ഓർഡർ കൊടുത്തു. നാരങ്ങാനീരിൽ പുതിനയും റമ്മും ചേർത്ത സൊയമ്പൻ പാനീയമാണ് മൊഹിറ്റോ. ഓർഡർ പറഞ്ഞു കഴിഞ്ഞപ്പോഴാണ് റമ്മിന്റെ സാന്നിധ്യം ഓർത്തത്. ഏതാനും മണിക്കൂറായി ഏൽക്കുന്ന പോക്കുവെയിലും മൂവായിരം വീട് കോളനിയിലെത്താതെ പോയതിന്റെ നിരാശയും ചേർന്ന് തലച്ചോറിൽ മൈഗ്രേയ്ൻ മിശ്രിതം തയ്യാറാക്കിത്തുടങ്ങിയിട്ടുണ്ട്. റം, അൽപമാണെങ്കിൽ പോലും ഈ സമയത്ത് അപകടകാരിയാവും. ഞാൻ വെയ്റ്ററെ തിരിച്ചുവിളിച്ച് മൊഹിറ്റോയിൽ റം വേണ്ടെന്നു പറഞ്ഞു. അയാൾ ഒന്നിരുത്തിച്ചിരിച്ചു തിരിച്ചുപോയി. ഇതിപ്പോ ഗ്യാസില്ലാത്ത സോഡ പറഞ്ഞ പോലായല്ലോയെന്ന് അമ്മു പൊട്ടിച്ചിരിച്ചു.

നെടുനീളത്തിൽ ഓർഡർ ചെയ്ത Cafe con Leche നമ്മുടെ പാൽ കാപ്പിയായിരുന്നു. നല്ല കടുപ്പം. നല്ല രുചി. നിറയെ പത. കുക്കീസും ഗംഭീരം. മൊഹിറ്റോയും ഉഗ്രൻ. റമ്മും സോഡയും കൂടി ചേർക്കാമായിരുന്നുവെന്ന് ഇപ്പോൾ തോന്നുന്നു.

നദിയിലൂടെ ധാരാളം കയാക്കുകൾ നീങ്ങുന്നുണ്ട്. സുവർണ്ണ ഗോപുരത്തിൽ സായാഹ്നം കൂടുതൽ സ്വർണ്ണം പൂശുന്നുണ്ട്. ബില്ലും

ടിപ്പും കൊടുത്തിറങ്ങുമ്പോൾ ഞാൻ വെയ്റ്ററോട് ഇംഗ്ലീഷിലൊന്ന് പിറുപിറുത്തു നോക്കി, ജിപ്സികളെക്കുറിച്ച്, അവരുടെ കോളനിയെക്കുറിച്ച്. അയാൾക്കത് മനസ്സിലായില്ല എന്നു തോന്നുന്നു. ടിപ്പ് കൊടുത്തത് വെറുതെയായി. കൗണ്ടറിൽ ചെന്നെന്നെ നോക്കി അയാൾ വീണ്ടും ചിരിച്ചു. മൊഹിറ്റോയിൽ റം വേണ്ടെന്ന് പറഞ്ഞപ്പോൾ ചിരിച്ച അതേ ചിരി.

രണ്ട് റസ്റ്റോറന്റുകൾക്കിടയിലൂടെ ഒരു നടവഴി പടിഞ്ഞാറോട്ട് പോകുന്നുണ്ട്. അത് പുരസ് റോഡിൽ ചെന്നു മുട്ടുന്നതും ടെട്ടേറിയ ബാഗ്ദാദിൽ കാഴ്ചയെത്തുന്നതും ഒന്നിച്ചാണ്. കഫേ ബാഗ്ദാദ് എന്നും പേരുണ്ട്. കുടിക്കുന്നത് കാപ്പിയാണോ ചായയാണോ എന്നതനുസരിച്ച് പേര് മാറ്റിപ്പറയാം. അല്ലെങ്കിൽ ഒന്നും പറയാതെ അകത്തെ വട്ടക്കുഷ്യനിലിരുന്ന് കടുപ്പിച്ച ഷെറി മൊത്തിക്കുടിക്കാം.

ആത്മാക്കൾ പുകയുന്ന സെമിത്തേരിയുടെ ഗന്ധമായിരുന്നു മിഡിൽ ഈസ്റ്റ് ചുവയുള്ള കഫേയ്ക്ക്. ചുടലനൃത്തത്തിനു ചേർന്ന താളങ്ങൾ അവിടത്തെ തളങ്ങളിൽ തങ്ങിനിന്നിരുന്നു. വിവിധയിനം ഹുക്കകളിൽ വീർപ്പുമുട്ടുന്ന വിവിധഗന്ധപ്പുകകൾ. പുറത്തെ ബൈക്ക് ചാരി ഒരു ക്രിസ്തുരൂപൻ. നീണ്ട താടി, മുടി, കരുണയിറ്റുന്ന പാതി മയങ്ങിയ കണ്ണുകൾ. ഷർട്ടെന്നോ ജുബയെന്നോ തരം തിരിക്കാനാവാത്ത മേൽവസ്ത്രം. കാഷായനിറം. അതിലെ പ്രിന്റുകൾ 'ഓം' ആണോ എന്ന് ഞാൻ ശങ്കിച്ചു. അല്ല, ചക്രങ്ങളാണ്. ചെറിയ കാളവണ്ടിച്ചക്രങ്ങൾ പോലെ. നല്ല ഉയരം. ശരീരത്തിന്റെ പേശിപ്പെരുപ്പം വ്യക്തം. ഒരു കരുത്തൻ ക്രിസ്തു അഥവാ muscular Jesus. ഒരവസാനശ്രമം, ജിപ്സിക്കോളനിയെക്കുറിച്ചൊരന്വേഷണം, കരുത്തൻ ക്രിസ്തുവിനോട് ഞാൻ അതു ചോദിച്ചു. അവൻ അനുകമ്പാപൂർവ്വം ചിരിച്ചു. അവന്റെ പച്ചകുത്തിയ വലതുകയ്യിലെ വൈൻ ഗ്ലാസിൽ കിടന്ന് ചുവന്ന സാൻഗ്രിയയും ചിരിച്ചു. സാൻഗ്രിയ. സ്പെയിനിന്റെ സ്വന്തം സാൻഗ്രിയ. ആ പേരിനു തന്നെയുണ്ട് ഒരു ലഹരി. തണുപ്പിച്ച ചുവപ്പൻ വൈനിൽ പഴങ്ങളോ പഴച്ചാറുകളോ ചേർത്ത് മേമ്പൊടിക്ക് ബ്രാണ്ടിത്തട്ടവുമിട്ട് വരുന്ന മോഹനയക്ഷിയാണ് സാൻഗ്രിയ. സാൻഗ്രിയയോട് ഞങ്ങൾ ചോദ്യമാവർത്തിച്ചു. ട്രിയാനയുടെ ജിപ്സികൾ എവിടെയാണ്? എവിടെയാണ് അവരുടെ നിറങ്ങളിൽ മുക്കിയെടുത്ത കൊരാലകൾ? എവിടെയൊണ് അവരുടെ ഇപ്പോഴത്തെ മൂവായിരം വീട് കോളനി?

ക്രിസ്തുവും സാൻഗ്രിയയും ചിരിച്ചു. ഇത്തിരി കുടിക്കൂ എന്ന് സാൻഗ്രിയ വൈൻ ഗ്ലാസിൽ അഴിഞ്ഞാടി.

ട്രിയാനയുടെ ജിപ്സികൾ ഇന്ന് ട്രിയാനയ്ക്ക് പുറത്താണ്, സെവിയ്യയിൽ. നഗരകേന്ദ്രത്തിൽനിന്നും വളരെ ദൂരെ.

അതൊരു പുതിയ അറിവായിരുന്നു. ജിപ്സികളില്ലാത്ത ജിപ്സി ക്കോളനി. ജിപ്സി ബാറിയോ. (തെക്കൻ സ്പെയിനിലെ മിക്ക നഗരങ്ങളിലും ഒരു ജൂതക്കോളനിയുണ്ടാകും. വളരെ ഇടുങ്ങിയ കല്ലു വിരിച്ച വഴികളും സിനഗോഗുകളുമൊക്കെയായി. എന്നാൽ ജൂതന്മാരെയെല്ലാം സ്പെയിൻ എന്നേ ആട്ടിയോടിച്ചു കഴിഞ്ഞു. പക്ഷേ, ടൂറിസം ബ്രോഷറുകളിൽ ബാറിയോ ജൂഡയുടെ പ്രലോഭനങ്ങളുണ്ട്)

ഞാൻ പാതവക്കിലെ സ്ട്രീറ്റ് ലൈറ്റ് നോക്കിനിൽക്കുകയായിരുന്നു. ഏതോ വികൃതിച്ചെക്കൻ അതിന്റെ മനോഹരമായ തൂക്കുവിളക്കുകൾ എറിഞ്ഞുടച്ചതുപോലെയായിരുന്നു എനിക്ക്. പോക്കുവെയിലിന്റെ തിളക്കത്തിലും എന്റെ മുഖം മങ്ങി.

അതിൽ നിരാശപ്പെടാനൊന്നുമില്ല. സാൻഗ്രിയായുടെ ചെഞ്ചുംബനങ്ങൾ ആസ്വദിക്കുന്നതിനിടയിൽ അയാൾ ആശ്വസിപ്പിച്ചു. പത്ത് പതിനൊന്നു കഴിഞ്ഞാൽ ഏതെങ്കിലും ഫ്ളമെൻകോ ബാറിൽ പൊയ്ക്കൊള്ളൂ. സെവിയ്യയിലെ എല്ലാ നല്ല ആർട്ടിസ്റ്റുകളും ജിപ്സികളാണ്.

സമയം ഏഴായിരിക്കുന്നു. യൂറോപ്യൻ കരയിൽ നിന്ന് മടങ്ങാൻ സൂര്യന് മടിയാണ്. അതുകൊണ്ട് ഇരുട്ടാവാൻ ഒമ്പത് കഴിയും. എങ്കിലും ഏഴു മണി, ഏഴു മണി തന്നെ. നാലു കിലോമീറ്റർ നടക്കാനുമുണ്ട്. വൈകിയാൽ ഫ്ളാറ്റിലിരുന്ന് അമ്മ എരിപൊരി തുടങ്ങും. ഞങ്ങൾ ബാഗ്ദാദ് കഫേയോട് വിട പറഞ്ഞ് പുരസ് റോഡിലൂടെ നടന്നു തുടങ്ങി. പുരസ് റോഡ് ചെന്നുകയറുന്നത് ട്രിയാനപ്പാലത്തിനോടു ചേർന്ന ആൾട്ടസാനോ ചത്വരത്തിലേക്കു തന്നെയാണ്.

മൂന്ന് ചുവടിനു മുമ്പേ കഫേയിൽനിന്ന് നക്ഷത്രങ്ങളുടെ പിടച്ചിൽ കേട്ടു. നക്ഷത്രങ്ങൾ കൂടുവിട്ടു പറക്കുന്ന ശബ്ദം. അവ മെല്ലെ മെല്ലെ പറന്നുയരുകയാണ്. ഞങ്ങൾക്ക് തിരിച്ചു നടക്കാൻ അത് മതിയായിരുന്നു. കഫേയുടെ ഉള്ളിലെ വട്ടക്കുഷ്യനുകളിൽ ഞങ്ങൾ ചെന്നിരുന്നു. മെലിഞ്ഞൊരു ഊശാൻ താടിക്കാരൻ ഗിത്താറിന്റെ തന്ത്രികളിൽനിന്ന് തിളക്കമുള്ള താരങ്ങളെ തട്ടിപ്പറത്തുകയാണ്. അസാമാന്യമായ വായന. കുറച്ചു കഴിഞ്ഞപ്പോൾ അതിഥികൾക്ക് വീഞ്ഞും മറ്റും നൽകിയിരുന്ന സുന്ദരിക്കുട്ടി അയാൾക്കൊപ്പം ചേർന്നു പാട്ടു തുടങ്ങി. ഗിത്താർ താളമിട്ടു പിൻവാങ്ങി. പാട്ടിന്റെ ഇടവേളകളിൽ പഴയപോലെ ഗിത്താർ ഉഷാറായി. ഫ്ളമെൻകോ ഗിറ്റാർ വായനയും ക്ലാസിക്കൽ ഗിറ്റാറും ഗ്വദാൽകിവിർ നദിയുടെ എതിർകരകൾപോലെ വ്യത്യസ്തമാണ്. വായ്പാട്ടാകട്ടെ തേങ്ങൽ പോലെ വലിഞ്ഞു വലിഞ്ഞു നീളുകയാണ്, വലിഞ്ഞു വലിഞ്ഞ് മുറുകുന്നൊരു മനസ്സ് വിതുമ്പുന്നതുപോലെ. ചിലപ്പോളത് വിരഹ

ഫ്ളമെൻകോ ഡാൻസ്

വിഹ്വലയായ കാമുകിയുടെ കണ്ണീരാവും. അല്ലെങ്കിൽപൊതുസമൂഹത്താൽ ആട്ടിയോടിക്കപ്പെട്ട അധഃകൃത ഗോത്രങ്ങളുടെ നിരാശയും പ്രതിഷേധവും. വിവാഹസ്വപ്നങ്ങളിൽ വീണുപോയവളുടെ ആനന്ദം അനുഭവിപ്പിക്കുന്ന കല്യാണപ്പാട്ടുമാവാം. അന്താലൂസിയൻ ജിപ്സികളുടെ പ്രാദേശിക ഭാഷയായ 'കാലോ'യിലാണ് പാട്ടിലെ ശീലുകൾ. ചില സംസ്കൃത വാക്കുകളും ഈ ഭാഷയിലേക്ക് കുടിയേറിയിട്ടുണ്ട്. വരികളിലെ വികാരതീവ്രത പാട്ടുകാരിയുടെ മുഖത്തും ശരീര ചലനങ്ങളിലും തർജ്ജമ ചെയ്യപ്പെടുന്നുണ്ട്.

ഞങ്ങൾ ജിപ്സികൾ
അലഞ്ഞു നടക്കുന്നവർ
അലച്ചിലാണ് ജീവിതം
അതാർക്കും മാറ്റാനാവില്ല.

എവിടേക്കോയുള്ള വഴികളിലൂടെ
എവിടേക്കും പോകുന്നവർ.
ഈ നദിക്കരയിലിരുന്ന്
കലയുടെ കൂട തുറക്കുന്നവർ.

ഒരാൾ നീട്ടിപ്പാടുന്നു.
ഒരാൾ നൃത്തം ചെയ്യുന്നു.
ഒരുങ്ങി വരുന്നൂ പൂർണ്ണചന്ദ്രൻ
ഒരു ജിപ്സിപ്പെണ്ണിനിന്ന് കല്യാണം.

ഒരു പാട്ട് തീരുന്നു. ഗിത്താർ മുഴങ്ങുന്നു. മുറിയിൽ കൂടുതൽ പുക. കൂടുതൽ ആളുകൾ. കൂടുതൽ കൊക്ടേലുകൾ. കൂടുതൽ

ചൂട്. ഗിത്താറിസ്റ്റ് ടീഷർട്ട് ഊരിക്കളയുന്നു. മെലിഞ്ഞ നെഞ്ചിൽ ഉയർന്നു നില്ക്കുന്ന വാരിയെല്ലിൽ ശ്വാസകോശങ്ങൾ പതിഞ്ഞ താളം വായിക്കുന്നു. പെൺകുട്ടി വീണ്ടും പാടുന്നു. ഗിത്താർ കൂടെപ്പോവുന്നു. വിരൽ ഞൊടിച്ചും കൈയടിച്ചും കൂട്ടുമേളമായി കൂട്ടുകാർ.

ഒറ്റയ്ക്കലയുന്നു ഞാൻ, ഒരു ജിപ്സിക്കുട്ടി.
ഭൂമിയെനിക്കമ്മ, സൂര്യൻ സോദരൻ
വലിയ വടി വെച്ചെന്നെ വല്ലാതെയടിക്കല്ലേ
വലിയ കല്ലുകളാൽ വെറുതെയെറിയല്ലേ.
തല്ലു കിട്ടിയാൽ ഞാനോടും
കല്ലുകൊണ്ടാലും ഓടിപ്പോകും
ദൈവമേ, ഞാനതല്ലാതെന്തു ചെയ്യാൻ?
ഞാനൊരു ജിപ്സിക്കുട്ടിയല്ലേ.
ഇതെനിക്കുള്ള ശാപമല്ലേ!

പാട്ടും ഗിത്താറും സങ്കടത്തിരകൾ ഉയർത്തുകയാണ്. ഒരു ഷോ നടത്തുകയൊന്നുമല്ല അവർ. സംഗീതം നൽകുന്ന സന്തോഷത്തിലേക്കും സന്താപത്തിലേക്കും മനസ്സിനെ മറകൾ മാറ്റി നിർത്തുകയാണ്. വീഞ്ഞോ ഷെറിയോ റമ്മോ ലഹരിപ്പുകയോ അവരെ സഹായിക്കുന്നുണ്ടാകാം.

(ഫ്ളമെൻകോ ഒരു ത്രിവേണീസംഗമമാണ്. ടോക്കെ (toque) എന്ന ഗിത്താറും കാന്റെ (cante)എന്ന പാട്ടും ബെയ്‌ലെ (Baile) എന്ന ടാപ് ഡാൻസും സംഗമിക്കുമ്പോൾ നാമതിൽ മുങ്ങിക്കുളിച്ചു പോവും. നമ്മുടെ ഒപ്പനപോലെ, മാർഗ്ഗംകളി പോലെ, തിരുവാതിരക്കളിപോലെ ഗ്രാമീണകലയാണ് ഫ്ളമെൻകോ. ഈയടുത്താണ് അത് സ്റ്റേജുകളിലെ ഷോ ആയത്.)

ബാഗ്ദാദിൽ നിന്ന് മടങ്ങുമ്പോൾ ഞങ്ങൾ വല്ലാത്തൊരു മൂഡിലായിരുന്നു. നിലാവ് പോലെ നേർത്തൊരു പാട മനസ്സിൽ തൂങ്ങുന്നുണ്ട്. കരച്ചിലും കവിതയും ഒരുമിച്ചു പെയ്യുന്നു.

“അമ്മൂ. കുറച്ചു വരികൾ തോന്നുന്നുണ്ട്. ഫ്ളമെൻകോയ്ക്ക് പറ്റിയത്.”

എന്നാൽ പോരട്ടെ, എന്നായി അമ്മു.

“ഗന്ധമേറും പൂവാണ് ഞാൻ തന്നത്.
ഗാഢമെൻ പ്രണയമല്ലോ നീ വലിച്ചെറിഞ്ഞത്.
ട്രിയാനാ... ട്രിയാനാ... ഓ ട്രിയാന...”

അത്രയുമായപ്പോൾ ഞാൻ ഇടറിപ്പോയി. കണ്ണുകൾ നിറഞ്ഞു പോയി. ഫ്ളമെൻകോ മോണുമെന്റിലേക്ക് നടന്നെത്തുന്നതുവരെ ഞങ്ങൾ നിശ്ശബ്ദരായിരുന്നു.

ഫ്ളമെൻകോ സ്മാരക പ്രതിമയോടു ചേർന്ന തിണ്ണയിൽ ഞങ്ങളിരുന്നു. ഒരു പ്രതിമ കൂടി കാണാനുണ്ട്. അദ്ദേഹത്തിന്റെ ഓർമ്മയ്ക്കായി എന്തെങ്കിലും ഇവിടെയുണ്ടോയെന്നെനിക്കുറപ്പില്ല. ചരിത്രം തന്നെ തള്ളിക്കളഞ്ഞവനാണ്. ജുവാൻ റോഡ്രിഗോ. 1492 ഒക്ടോബർ 12ന് ക്രിസ്റ്റഫർ കൊളമ്പസിന്റെ ലാ പിന്ത (La Pinta) എന്ന കപ്പലിൽ ഈ നാവികനുമുണ്ടായിരുന്നു. കപ്പലോട്ടക്കാരായ അനേകം ട്രിയാന ജിപ്സികളിൽ ഒരാൾ. രാത്രി രണ്ടു മണിക്ക് ബഹാമിയൻ ദ്വീപ് അയാൾ കാണുന്നു. അയാൾ വിളിച്ചു പറഞ്ഞു Teira... Teira. (അതെ, തീരം, തീരം എന്നു തന്നെ. ഇന്ത്യയിൽ നിന്ന് പടർന്ന ജിപ്സികളുടെ ഭാഷയിൽ അങ്ങനെ ഒരു പാട് സംസ്കൃതപദങ്ങളുണ്ട്.) ഒരു യൂറോപ്യൻ ആദ്യമായി അമേരിക്കൻ തീരം കാണുകയായിരുന്നു അപ്പോൾ. എന്നാൽ ആ ഖ്യാതി കൊളംബസ് കവർന്നെടുത്തു. റോഡ്രിഗോ വിസ്മൃതനായി. ബാഗ്ദാദ് കഫേയിൽ കേട്ട പാട്ട് തേങ്ങിവരുന്നു.

''ദൈവമേ, ഞാനെന്തു ചെയ്യാൻ?
ഞാനൊരു ജിപ്സിക്കുട്ടിയല്ലേ.
ഇതെനിക്കുള്ള ശാപമല്ലേ!''

ബാഗ്ദാദ് കഫേയിൽ നിന്നിറങ്ങുമ്പോഴേ മനസ്സിടിഞ്ഞു തുടങ്ങിയതാണ്. റോഡ്രിഗോയുടെ കഥ കൂടിയായപ്പോൾ ഗിത്താനോകൾ (ഹിറ്റാനോ-സ്പാനിഷ്) ഞങ്ങളുടെ മനസ്സുകളിലെ ഉരുൾപൊട്ടലുകളിൽ പിടഞ്ഞു.

സെവിയ്യ ഭാഗത്ത് ട്രിയാന ഇസബെല്ലപ്പാലത്തിൽ നിന്ന് താഴോട്ടിറങ്ങി, നദിയോടു ചേർന്ന നടപ്പാതയിലൂടെ ഞങ്ങൾ നടന്നു. വെയിലൊന്നൊതുങ്ങിയിട്ടുണ്ടെങ്കിലും ജക്കരാണ്ട മരങ്ങളിൽ ചേക്കേറിയിരിക്കുന്ന പൂക്കളുടെ നീലക്കുത്തൽ അടങ്ങിയിട്ടില്ല. നദിയിൽ കയാക്കിങ്ങ് നടത്തുന്നവർ ഇനിയും കര പറ്റിയിട്ടില്ല. അവരെ കാത്ത് ബെറ്റിസ് റോഡിലെ ടപാസ് റെസ്റ്റോറന്റുകളിലെ തീൻമേശകൾ അസ്വസ്ഥരാവുന്നുണ്ടായിരിക്കാം. പല നിറങ്ങൾ പൂശിയ ട്രിയാന ച്ചുമരുകൾക്കപ്പുറത്തുനിന്ന് ഒരു പള്ളിയുടെ മണിഗോപുരം സെവിയ്യയിലേക്ക് എത്തിനോക്കുന്നുണ്ട്. ട്രിയാനയിൽ നടത്തിയ മിസ്സെലേനിയസ് അലച്ചിലിൽ ഞങ്ങളാ പള്ളി കണ്ടിരുന്നു. പുരസ് റോഡിലെ വിശുദ്ധ അനയുടെ (Santa Ana/St.Ann), പതിഞ്ഞ പിങ്ക് നിറമുള്ള പള്ളി. ആ പള്ളിയുടെ മണിഗോപുരം ട്രിയാനപ്പാലത്തിൽനിന്നേ കാണാം. നദിക്കക്കരെയുള്ള, ഉയരവും പ്രശസ്തിയും കൂടിയ ഹിരാൾദ ടവറിനെ നോക്കി അപകർഷതാബോധത്തോടെ അത് തലതാഴ്ത്തി നിൽക്കുന്നു. എങ്കിലും ഹിരാൾദ ടവറിന്റെ ഇരുണ്ടു കൂർത്ത ഗോഥിക് ശൈലിയേക്കാൾ കേമം മൂറിഷ് സ്പർശമുള്ള,

ട്രിയാന ടൈലുകൾ പുതച്ച് സുന്ദരമായ ഈ മണിഗോപുരം തന്നെയാണ്. ഇവിടെ നിന്ന് നോക്കുമ്പോൾ ട്രിയാനയുടേയും സെവിയ്യയുടേയും ഭാവങ്ങൾ ഏറെ വ്യത്യസ്തമാണ്. ഒരു നദിയേക്കാൾ ദൂരമുണ്ട് ഈ കരകൾക്കിടയിൽ. നിറത്തിൽ, സൗധരൂപങ്ങളിൽ, ഗന്ധങ്ങളിൽ, ആമ്പിയൻസിൽ. അങ്ങനെയങ്ങനെ കാതങ്ങൾ ദൂരമുണ്ട്.

ഇസബെല്ലപ്പാലത്തിനടിയിലൂടെ ഊളിയിട്ടെത്തിയ കാറ്റ് ട്രിയാനയ്ക്കും സെവിയ്യയ്ക്കും ഇടയിൽ ഇത്തിരിനേരം തത്തിക്കളിച്ച്, ഗ്വദാൽക്വിവിർ നദിയോട് കിന്നരിച്ച് പടിഞ്ഞാറോട്ട് ട്രിയാനയിലേക്ക് കയറിപ്പോയി. ട്രിയാനയിൽ ടപാസ് ബാറുകളിലും റോഡരികിലും മരച്ചുവടുകളിലും സായാഹ്നത്തോടൊപ്പം നുരയുന്ന വീഞ്ഞു ഗ്ലാസുകളിലും ഷെറിക്കോപ്പകളിലും അവൻ മുങ്ങിനിവരും. ആ ലഹരിയിൽ പഴയ ജിപ്സിക്കൂടാരങ്ങളിലേക്ക് വെച്ചുപിടിക്കും. പോകരുതെന്ന് ആരും അവനെ തടയില്ല. രാത്രികളിൽ അവിടെയെത്തുന്ന താന്തോന്നികളുമായി പുലരുംവരെ കറങ്ങിനടക്കും. പരപരാ വെളുക്കുമ്പോൾ റോഡ്രിഗസിന്റേയും ബെൽ മൗണ്ടിന്റെയും പഴയ നാവികരുടേയും ആത്മാക്കൾക്കൊപ്പം ഗ്വദാൽക്വിവിറിന്റെ ഏതെങ്കിലും കൈവഴികളിലേക്കിറങ്ങി ഇസബെല്ലപ്പാലത്തിനടിയിലൂടെ തിരിച്ചുപോകും.

നടവഴിയോടു ചേർന്ന തിണ്ണയിൽ ഞങ്ങളിരുന്നു. ട്രിയാനയ്ക്കുമുകളിലൂടെ എല്ലാം പടിഞ്ഞാറോട്ട് പറന്നുകൊണ്ടിരിക്കയാണ്, പോക്കുവെയിലും സൂര്യനും പക്ഷികളും.

പാലത്തിലൂടെ ധാരാളം സഞ്ചാരികൾ ട്രിയാനയിലേക്ക് കടക്കുന്നു, ട്രിയാനയുടെ ജിപ്സിസ്പർശമേൽക്കാൻ.

ഞാൻ തിണ്ണയിലേക്ക് മലർന്നുകിടന്നു. 'എന്തൊക്കെ വൃത്തികേടുണ്ടാവും അവിടെയൊക്കെ, ഇങ്ങനെ കിടക്കരുത്' എന്നൊക്കെ മിനി പറയുന്നുണ്ട്. ഞാനാകാശത്തേക്ക് നോക്കിക്കിടന്നു. ഫ്ളമെൻകോ നർത്തകിയുടെ ബഹുവർണ്ണപ്പാവാടപോലെ മനോഹരമീയാകാശം. നീലയും കാറും കലർന്നിടത്തേക്ക് ചുവപ്പിഴകൾ നെയ്തു ചേർക്കുന്നു അസ്തമയസൂര്യൻ. ഗ്വദാൽക്വിവിർ നദിക്കുമേൽ വട്ടമിട്ട് പറക്കുന്ന ചെറുകിളികൾ അതിൽ കറുപ്പിലും വെളുപ്പിലും ഡിസൈനിടുന്നുണ്ട്.

പക്ഷേ, എവിടെയെന്റെ ജിപ്സികൾ? ഹിറ്റാനോകൾ?

നഗരം ഉപേക്ഷിച്ച ഏതോ കോണിൽ അട്ടിയിട്ടുകൂട്ടിയ മൂവായിരം കൂടുകളിൽ അവർ കലപില കൂട്ടുന്നു. ഉച്ചച്ചൂടിന്റെ പൊള്ളലിൽ പരസ്പരം കൊത്തിവലിക്കുന്നു, ചീത്ത വിളിക്കുന്നു. രാത്രിയുടെ അജ്ഞാതമായൊരു ആഭിചാരം നൽകുന്ന ഉണർവ്വിൽ പഴയ കൂടുകളിലേക്ക്, ട്രിയാനയിലേക്ക് കുഴഞ്ഞ ചിറകുകളുമായി പറക്കുന്നു. അവിടെ പാട്ടായും ഗിത്താർ ചിണുങ്ങലായും നൃത്തമായും പരക്കുന്നു.

ഞാനാലോചിക്കുകയായിരുന്നു. ട്രിയാനയിൽ ഞങ്ങളെന്താണ് കണ്ടത്? ഒരു ടൂറിസ്റ്റിന് മേനിപറയാനുള്ളതൊന്നും കണ്ടില്ല. അത്രയൊന്നും ആഘോഷിക്കപ്പെടാത്ത കുറച്ചു പള്ളികൾ, എവിടെയും കാണാവുന്ന കുറേ കഫേകൾ, ചായമടിച്ച വീട്ടുചുമരുകൾ, നീല മുങ്ങിയ സെറാമിക് ടൈലുകൾ, കറുപ്പഴകിൽ രണ്ട് പ്രതിമകൾ, ബാഗ്ദാദ്, ബാഗ്ദാദിലെ ക്രിസ്തുരൂപന്റെ വലതുകൈയിലെ സാൻഗ്രിയയിൽ മുങ്ങിമരിച്ച ജിപ്സിക്കോളനി, ആളുകൾ, ശബ്ദങ്ങൾ... അത്രമാത്രം. എന്നിട്ടും...

ചില സ്ഥലങ്ങൾ നാം കാണുകയല്ല, അറിയുകയാണ്. ചിലയിടങ്ങളിൽ നാം നടന്നുപോവുകയല്ല, അവിടെ അലിഞ്ഞുതീരുകയാണ്. ചിലപ്പോൾ നാം മടങ്ങുന്നേയില്ല, പിന്നെയെത്ര യാത്രകൾ ചെയ്താലും, എത്ര ദൂരം സഞ്ചരിച്ചാലും. കരച്ചിലും കവിതയും കൂടിക്കുഴയുന്ന ഹിറ്റാനോച്ചുവ തലച്ചോറിൽ കലരുന്നു. ഞാൻ പാടി. പടിഞ്ഞാറോട്ട് പോകുന്ന കിളികളോട്, സൂര്യനോട്, അസ്തമയത്തോട്, നിറങ്ങളായ് നിരന്ന ചുമരുകളോട്, കരയുന്ന കന്യകയോട്, ഇല്ലാതെ പോയ ജിപ്സിക്കൊരാലകളോട്.

‘‘പ്രിയേ, പോകുന്നു ഞാൻ
നൽകുന്നു നിനക്കെൻ ഹൃദയം
നാലറകളവ നാലു ചഷകങ്ങൾ
നാലിലും നിറച്ചുണ്ടെന്റെ പ്രേമം.
ട്രിയാന... ട്രിയാന... ഓ ട്രിയാനാ...’’

ഞാൻ പാടി. അമ്മു ജയ്പൂർ സ്റ്റൈലിൽ വാഹ് വാഹ് പറഞ്ഞു. റമ്മടിക്കാതെതന്നെ അച്ഛൻ പൂസായിരിക്കുന്നു. വേഗം തിരിച്ചു പോകാം എന്നായി മിനി.

ഞങ്ങൾ സെവിയ്യയിലേക്ക് തിരിച്ചുനടന്നു. ട്രിയാനയെ പ്രേമിച്ചവനോടുള്ള പരിഭവത്തിൽ സെവിയ്യയിലേക്കുള്ള റോഡ് കെറുവിച്ചു കറുത്തു കിടന്നു.

■

മോഹവഴികൾ - യാത്രയുടെ പുസ്തകം

എച്ച്മുക്കുട്ടി

അനന്തമായ യാത്രയുടെ പ്രതീതി തരുന്ന ഒരു പുസ്തകം. എത്ര വായിച്ചാലും പിന്നെയും യാത്ര ബാക്കിയുണ്ടെന്ന് തോന്നിപ്പിക്കുന്ന ഒന്ന്. അതാണീ മനോഹരമായ കൃതി.

യാത്രയുടെ വിത്തുകൾ മുളപൊട്ടുന്നതും വളരുന്നതും പന്തലിക്കുന്നതും യാത്രയിൽനിന്നു മാത്രമാണ്. യാത്രാ വിത്തുകൾ എല്ലാ മനുഷ്യരിലും ഒരുപോലെ പടർന്നു പന്തലിക്കാറില്ല. ചിലരിൽ മാത്രമേ അതു മുളയ്ക്കുക പോലുമുള്ളൂ. വിത്തുകൾ മുളച്ചവർ എങ്ങനെയെങ്കിലും യാത്ര ചെയ്യാതിരിക്കില്ല.

വ്യക്തിപരമായി ഞാൻ ഒരു യാത്രപ്പണ്ടാരമാണ്. എവിടെയും പോകാൻ തയ്യാറായ, സൗകര്യങ്ങളെപ്പറ്റിയൊന്നും യാതൊരു ചിന്തയും വെച്ചുപുലർത്താത്ത യാത്രപ്പണ്ടാരം.

മോഹവഴികളിലൂടെ എന്ന ഈ സഞ്ചാരപുസ്തകം എന്നെ ഒത്തിരിയിടങ്ങളിലേക്ക് കൂട്ടിക്കൊണ്ടുപോയി. സ്വദേശത്തും വിദേശത്തുമായി അനവധി സ്ഥലങ്ങളിൽ എത്തിച്ചേർന്നു.

ഈ യാത്രാകുടുംബത്തിലെ എല്ലാവരുടേയും മനസ്സിൽ യാത്രയുടെ വിത്തുകൾ പൊട്ടിമുളച്ചിട്ടുണ്ട്. പടർന്നു പന്തലിച്ചിട്ടുണ്ട്. ആരിലാണധികം എന്നു മാത്രമേ ചർച്ച ചെയ്യാനുള്ളൂ. എല്ലാവരും ഒന്നിച്ച് ഒരു യാത്ര തീരുമാനിച്ച് ഒന്നിച്ചു പ്രവർത്തിച്ച് ഒന്നിച്ചു യാത്ര പോയി യാത്രയുടെ ഓരോ നിമിഷവും ഒന്നിച്ചാസ്വദിക്കുന്ന ഒരു സഞ്ചാരകുടുംബം.

ഒത്തിരി ഭാഗ്യം വേണം അങ്ങനൊരു കുടുംബത്തിലെ അംഗമാകാൻ.

ഈ സഞ്ചാരപുസ്തകം കൈയിലെടുക്കുന്നതോടെ നമ്മൾ ആ കുടുംബത്തിലെ അംഗമാകുകയായി. നമ്മുടെ സുന്ദരയാത്രകൾ ആരംഭിക്കുകയായി.

ഫേസ്ബുക്കിൽ ഡോ. മോഹൻ എഴുതിയ എല്ലാ യാത്രാക്കുറിപ്പുകളും ആർത്തിയോടെ ഞാൻ വായിച്ചിട്ടുണ്ട്. അതുകൊണ്ട് എന്നെ സംബന്ധിച്ചിടത്തോളം ഈ പുസ്തകം രണ്ടാംവായനാനുഭവമാണ്. എന്നാലും യാതൊരു മടുപ്പും വായന തരുന്നില്ല. മാത്രമല്ല, ആദ്യത്തെ ആക്രാന്തവായനയിൽ വിട്ടുപോയതും വേണ്ടത്ര ശ്രദ്ധകൊടുക്കാതിരുന്നതുമായ പല ഭാഗങ്ങളും ഏറെ മിഴിവോടെ മുന്നിലെത്തി. അത് വലിയൊരു ആഹ്ലാദം സമ്മാനിച്ചു. ഒറ്റയടിക്ക് ഒരു സഞ്ചാരപുസ്തകം വായിക്കുന്നത് അപൂർവ്വമായ ഒരു യാത്രയാണ്. ആ യാത്രയിലേക്കാണ് ഞാൻ വഴിചൂണ്ടുന്നതിവിടെ.

രാജസ്ഥാനിലെ ഭാൻഗഢ് കോട്ട ഞാനും കണ്ടിട്ടുണ്ട്. കുറേക്കാലം മുമ്പേ ആണെന്നുമാത്രം. ഈ പുസ്തകത്തിലൂടെ ഭാൻഗഢ് കോട്ടയെ അറിയുമ്പോൾ അതിന്റെ സമഗ്രത നമ്മെ അതിശയിപ്പിക്കും.

ഈ സഞ്ചാരഗ്രന്ഥത്തിന്റെ ഏറ്റവും വലിയ പ്രത്യേകതയാണ് ഒരു ലോഭവുമില്ലാത്ത അറിവു പകരലെന്നത്. എല്ലാ പേജിലും ഏതെങ്കിലുമൊക്കെ പ്രധാനപ്പെട്ട അറിവുകൾ കാണും. അതുകൊണ്ട് ഒരു പേജുപോലും വിടാത്ത ശ്രദ്ധാപൂർണമായ ഒരു വായന ഈ പുസ്തകം ആവശ്യപ്പെടുന്നു.

മലേഷ്യൻ യാത്രയാണെടുത്തത്. മിന്നാമിനുങ്ങുകളുടെ വലിയ വെട്ടങ്ങൾ കാണാൻ തോണിയിലേറിപ്പോയ യാത്രയാണ് ഈ കുറിപ്പിലെ തികവുള്ള സൗന്ദര്യം. അസാധാരണ അനുഭൂതി പകരുന്ന ഒരു വാങ്മയമാണത്. ചുമ്മാ പേജുകൾ മറിച്ച്മറിച്ച് വായിച്ചു പോവുകയല്ല, ഓരോ വരിയിലും എഴുതപ്പെട്ടിട്ടുള്ള അത്യപൂർവമായ യാത്രാരുചിക്കൂട്ടുകളെ നുണഞ്ഞിറക്കിയാണ് നമ്മൾ യാത്ര തുടരുക.

'റോമിലെത്തിയാൽ റോമൻകാരനെപ്പോലെ' എന്ന പ്രയോഗം നാലഞ്ചു വയസ്സിൽ കേട്ടുതുടങ്ങിയതാണ്. ഈ സഞ്ചാരപുസ്തകത്തിലെ റോമൻ യാത്ര അവിസ്മരണീയമായ ഒരനുഭവമത്രേ. ഏഴു കുന്നുകളിൽ പണിയപ്പെട്ട റോമിലെ ജലധാരക്കുഴലുകളെപ്പറ്റി ഇത്ര ഗംഭീരമായ,

എന്നാൽ തികച്ചും രസകരമായ ഒരു കുറിപ്പ് മലയാള ത്തിൽ വേറേ ഉണ്ടെന്ന് തോന്നുന്നില്ല. വായിച്ച നമുക്കൊപ്പം റോം കൂടെക്കൂടുമ്പോൾ, അവിടമെല്ലാം ചുറ്റിക്കണ്ടവരെ വിട്ട് റോം പോകുന്നതെങ്ങനെ? റോം പോയിട്ടുണ്ടാവില്ല എന്നു തന്നെയാണ് ഞാൻ ഉറച്ചു വിശ്വസിക്കുന്നത്. പറയാതിരിക്കാൻ കഴിയില്ല, ഈ പുസ്തകത്തിലെ അത്യാകർഷകമായ കുറിപ്പുകളിലൊന്നാണിത്.

കുന്തപ്പെട്ടു നില്ക്കുന്ന പുണ്യാളന്റെ ഗ്രീസ് അലൗകികസൗന്ദര്യമുള്ള ഒരു ദേവതയാണ്. യവനപ്രണയ ജോഡികളുടെ പ്രത്യേകമായ അന്തസ്സിനെപ്പറ്റിയും ഈ പുസ്തകത്തിൽ പരാമർശമുണ്ട്. അത് വളരെ രസകരമായി അനുഭവപ്പെട്ടു. ലണ്ടൻ പ്രണയജോഡികളുമായുള്ള താരതമ്യത്തിൽ അതിനു മിഴിവു കൂടുതലായിരുന്നു.

എനിക്ക് പച്ചക്കറിച്ചന്തകളിൽ ചുമ്മാ ചുറ്റിനടക്കാൻ വലിയ ഇഷ്ടമാണ്. വിവിധ തരം പച്ചക്കറികളുടെ കണ്ണഞ്ചിപ്പോകുന്ന ചന്തം ഉത്തരേന്ത്യയിലാണ് സുലഭമായി ആസ്വദിച്ചിട്ടുള്ളത്. ഈ പുസ്തകത്തിലുള്ള ആതൻസിലെ ചന്തയെ എത്ര സങ്കല്പിച്ച് രസിച്ചിട്ടും മതിവരുന്നുണ്ടായിരുന്നില്ല. ഹിമാലയൻ യാത്ര വേണമെന്ന് പറയുന്ന ഗ്രീക്കുകാരനും അഭയാർത്ഥി ക്യാമ്പ് കെട്ടിടങ്ങളും സുന്ദരിയായ യവന തരുണിയും ഗ്രീസിന്റെ ചരിത്രവുമെല്ലാമായി ഏറെ മനോഹരമായ യാത്രാക്കുറിപ്പാണിത്.

മലേഷ്യയിലെ ഞണ്ടുരുത്ത് രുചികരമായ ഒരു യാത്രാക്കുറിപ്പാണ്. ഞണ്ടുരുത്ത് എന്താണെന്ന് വായനക്കാർ കണ്ടുപിടിക്കുക. ആ പ്രയോഗത്തിന്റെ സാരസ്യം അതീവ ഹൃദ്യമായതുകൊണ്ട് ഞണ്ടുരുത്ത് എന്ന് എടുത്തെഴുതാമെന്ന് തോന്നി. മനോഹരമായ ഒരു ഭക്ഷണക്കുറിപ്പുകൂടിയാണ് ഞണ്ടുരുത്ത്.

കംബോഡിയയിലെ തടാകയാത്ര കണ്ണീർക്കാഴ്ചകളും ദുരിതവള്ളപ്പാടുകളുമാണ്. ഓരോ വരികളിലും നിസ്സഹായതയുടെ കണ്ണീരുപ്പു പുരണ്ടിരിക്കുന്നു. സമഗ്രത ഇവിടെയുമുണ്ടെങ്കിലും നെഞ്ചിൽ വല്ലാത്ത നീറ്റലനുഭവപ്പെടാതെ വയ്യ.

ചരിത്രം തീറ്റകൊടുക്കുന്ന സുന്ദരൻ പക്ഷിയുടെ വിവരണമാണ് ഗ്രീസിന്റെയും ആതൻസിന്റെയും. അസാധ്യമായ വിവരണം. ചരിത്രം സമകാലീനതയുടെ ഓരത്തു

കൂടി അങ്ങനെ അനന്തമായി സഞ്ചരിക്കുന്നു. ലാറി ബേക്കറെ പരാമർശിക്കുന്നുണ്ട് ഈ കുറിപ്പിലും. മറ്റൊരു കുറിപ്പിലും ആ പരാമർശമുണ്ടായിരുന്നു. ഡാഡിയോടുള്ള അടുപ്പക്കൂടുതലാവാം, ആ പേരു കേൾക്കുന്ന മാത്രയിൽ എഴുതപ്പെട്ട ലേഖനം എനിക്ക് ഏറെ ഹൃദ്യമായി തോന്നു കയും ചെയ്തു.

അടുത്തത് സ്പെയിൻ കാഴ്ചകളാണ്. കാളപ്പോരിന്റെ സ്പെയിൻ. സെവിയ്യ നഗരകേന്ദ്രം. തെക്കോട്ടിറക്കമായ ട്രിയാനപ്പാലം. ജിപ്സികളുടെ കഥകൾ. എന്നെപ്പോലെ മൈഗ്രേൻ തലവേദനയുള്ള സഞ്ചാരി.

ഈ പുസ്തകം സഞ്ചാരം മാത്രമല്ല, ആത്മഭാഷണം കൂടിയാണ്. ഈ യാത്രയിൽ ഒരുമിച്ച് ചേർന്ന അനവധി പേരുടെ ആത്മഭാഷണമാണ്. അവയുടെ വ്യത്യസ്തമായ തരംഗദൈർഘ്യങ്ങൾ നഗരങ്ങളുടെ കാഴ്ചകൾപോലെ വായനക്കാരിയെന്ന എന്നിലെ സഞ്ചാരിയെ വശ്യമായി വലിച്ചടുപ്പിക്കുന്നു, യാത്രികരുടെ മനസ്സുകളിലേക്ക്. അവ രുടെ രുചികളിലേക്ക്. താത്പര്യങ്ങളിലേക്ക്.

അതുകൊണ്ടുതന്നെ യാത്രകൾ ഒരിക്കലും അവസാ നിക്കുന്നില്ല.

മനോഹരമായ ഒരു സഞ്ചാരപുസ്തകമാണ് മോഹ വഴികളിലൂടെ. യാത്രകളുടെ എല്ലാ കിറുക്കുകളും പേറുന്ന അനന്യമായ സൗന്ദര്യം.

വായിക്കൂ, ആനന്ദിക്കൂ.

■

www.ingramcontent.com/pod-product-compliance
Lightning Source LLC
LaVergne TN
LVHW100819051026
849519LV00006B/2131
* 9 7 8 9 3 9 1 0 7 2 3 4 6 *